कायद्याच्या पार्श्वभूमीवर 'थ्रिलर'कडून आपल्याला काय अपेक्षा असतात?

- पहिलीच असूनही अत्यंत सुरेख कादंबरी – ही 'विनर' ठरणार हे नक्की!
- लक्ष खिळवून ठेवणारे कथानक : रॉबर्ट रोटेनबर्ग यांच्या 'ओल्ड सिटी हॉल'चे कथानक अत्यंत पकड घेणारे आणि तरीही सहज विश्वास ठेवता येण्यासारखे आहे.
- मनोवेधक लेखन : रॉबर्ट रोटेनबर्ग यांच्या 'ओल्ड सिटी हॉल'चे लेखन 'मी गेल्या अनेक वर्षांत वाचलेल्या पुस्तकांपैकी, एक उत्कृष्ट पुस्तक.'
- रॉबर्ट रोटेनबर्ग यांच्या 'ओल्ड सिटी हॉल'मध्ये 'लिगल थ्रिलर'मध्ये असावे ते सगळे काही आहे – त्याहूनही जास्त आहे.
- रॉबर्ट रोटेनबर्ग यांची 'ओल्ड सिटी हॉल'मध्ये असलेली पात्रं 'प्रेमात पडायला लावणारी आहेत.'

  – नेल्सन डिमिल

- 'मी गेल्या कित्येक वर्षांत वाचलेल्या पुस्तकांपैकी, एक अत्युत्कृष्ट पुस्तक!'
- रोटेनबर्ग 'फार आश्वासक शैलीमध्ये लिहितात... मधूनच ते नर्म विनोदाची पखरणही करतात.'

- *ही कादंबरी अशी आहे की, इथे पहिले प्रकरण वाचताक्षणीच वाचक पूर्णपणे गुंतून जातो.*
- *जागतिक दर्जाची घटनाभूमी : रॉबर्ट रोटेनबर्ग यांची 'ओल्ड सिटी हॉल' टोरोंटोमध्ये घडल्याचे दाखवले आहे, आणि 'ते उत्तर अमेरिकेतील अनेक संस्कृतींचे मिश्रण असलेले महानगर जिवंत करतात.'*
- *उत्कंठा वाढवत नेणारा वेग : रॉबर्ट रोटेनबर्ग यांची 'ओल्ड सिटी हॉल'मध्ये असलेली पात्रे 'कमालीची सुंदर रंगवलेली, खरीखुरी आहेत.'*
- *विहंगम दृष्टी : रॉबर्ट रोटेनबर्ग यांच्या 'ओल्ड सिटी हॉल'मध्ये त्यांचे कायदेविषयक ज्ञान आणि प्रदीर्घ अनुभव स्पष्ट जाणवतो. स्कॉट टरो आणि जॉन ग्रिशम या आपल्या पूर्वसूरींप्रमाणेच तेही प्रदीर्घ काळ गुन्हेगारी स्वरूपाचे खटले चालवणारे वकील म्हणून काम करत होते. त्यानंतर ते कादंबरी लेखनाकडे वळले. गेली सतरा वर्षे ते टोरांटोमधील एक विख्यात वकील म्हणून काम करत आहेत. त्यांनी भुरट्या चोऱ्यांपासून खुनापर्यंत अशी सगळ्याच प्रकारची गुन्हेगारी स्वरूपाची प्रकरणे यशस्वीपणे हाताळलेली आहेत.*

– डग्लस प्रेस्टन

ओल्ड सिटी हॉल

न केलेल्या खुनाच्या तपासाची कथा

लेखक
रॉबर्ट रोटेनबर्ग

अनुवाद
अनिल काळे

मेहता पब्लिशिंग हाऊस

✆ +91 020-24476924 / 24460313

Email : info@mehtapublishinghouse.com
production@mehtapublishinghouse.com
sales@mehtapublishinghouse.com

Website : www.mehtapublishinghouse.com

- *या पुस्तकातील लेखकाची मते, घटना, वर्णने ही त्या लेखकाची असून त्याच्याशी प्रकाशक सहमत असतीलच असे नाही.*

OLD CITY HALL by ROBERT ROTENBERG

Copyright © 2009 by Robert Rotenberg

Translated into Marathi Language by Anil Kale

ओल्ड सिटी हॉल / अनुवादित कादंबरी

अनुवाद : अनिल काळे
संगौरी को. ऑप. हौसिंग सोसायटी, सी-११ सर्व्हे नं. ५२,
पौड रोड, पुणे - ४११०२९.

मराठी अनुवादाचे व प्रकाशनाचे हक्क मेहता पब्लिशिंग हाऊस, पुणे.

प्रकाशक : सुनील अनिल मेहता, मेहता पब्लिशिंग हाऊस,
१९४१, सदाशिव पेठ, माडीवाले कॉलनी, पुणे - ४११०३०.

अक्षरजुळणी : एच. एम. टाईपसेटर्स, ११२०, सदाशिव पेठ, पुणे - ४११०३०.

मुखपृष्ठ : चंद्रमोहन कुलकर्णी

प्रथमावृत्ती : जून, २०१३

ISBN 978-81-8498-474-3

वॉनला अर्पण...

आणि ती त्यांना कुठे शोधायचं हे सांगते –
कचऱ्यात शोधा आणि फुलांमध्ये शोधा,
समुद्र-शैवालांमध्येही थोर लोक असतात
– तर सकाळी छोटी गोजिरवाणी मुलं,
तुमच्या प्रेमाच्या आशेनं पुढे वाकून डोकावून बघत असतात
आणि ती तशीच डोकावत राहतील – कायमची
                                    – लिओनार्ड कोहेन

भाग १ : डिसेंबर

१

सकाळी उठून वर्तमानपत्रं टाकण्यात मि. सिंगना फार मजा वाटायची आणि त्यांच्या घरच्या लोकांना मात्र हा खरं म्हणजे धक्काच होता. जगातली सगळ्यात मोठी रेल्वे वाहतूक कंपनी असलेल्या इंडियन नॅशनल रेल्वेत पूर्वी चीफ इंजिनिअर–सारख्या मोठ्या पदावर असलेला माणूस रोज पहाटे ५.०५ वाजता लोकांच्या घरी जाऊन वर्तमानपत्रं टाकायला सुरुवात करतो, हे कोणाला पटणंच शक्य नव्हतं. त्यांना काम करण्याची खरोखरच गरज नव्हती; पण तीन वर्षांपूर्वी ते टोरोंटोला आले, तेव्हापासून त्यांनी हे काम अगदी मागून घेतलेलं होतं. पुढच्या गुरुवारी ते वयाची चौऱ्याहत्तर वर्षं पूर्ण करणार होते. आपली बायको बिमलला आणि आपल्या तिघी मुलींना ते सांगायचे, ''तुम्ही म्हणता ते खरं आहे. हे काम अगदी साधं आहे; पण मला ते आवडतं, म्हणून मी ते करतोय.''

त्यामुळेच २१ डिसेंबरच्या सोमवारी पहाटे अंधारात कडाक्याच्या थंडीत मि. सिंग एक जुनं हिंदी गाणं गुणगुणत मोठ्या लगबगीनं चालत निघालेले होते.

फ्रंट स्ट्रीटवरच्या 'मार्केट प्लेस टॉवर' या आलिशान कॉंडोमिनियमच्या मार्बलची फरशी घातलेल्या लॉबीत प्रवेश करून तिथे असलेल्या रखवालदार रशीदकडे बघून ते हसले. लॉबीच्या दाराशीच 'द ग्लोब अँड मेल' वृत्तपत्रांचा व्यवस्थित गठ्ठा करून तिथल्या एका प्लॅस्टिकच्या ख्रिसमसच्या झाडापाशी ठेवलेला होता. आपली करडी फ्लॅनेलची पँट सावरत त्यांनी खिशातून छोटी सुरी काढली आणि त्या गठ्ठ्याची दोरी कापली. काय विचित्र लोक आहेत... त्यांनी मनात म्हटलं. एवढी प्रचंड जंगलं आहेत या देशात आणि तरी यांना प्लॅस्टिकची झाडं कशाला लागतात? चालता-चालताच त्यांनी बारा मजल्यांसाठी पेपरचे बारा गठ्ठे केले. कोणत्या फ्लॅटमधले लोक पेपर घेतात, हे लक्षात ठेवणं फारच सोपं होतं आणि मग प्रत्येक फ्लॅटपाशी जाऊन एकेक पेपर एकेका दाराशी टाकणं, हे तर त्याहूनही सोपं.

त्यांना इथली शांतता फार आवडायची. नाही तर दिल्लीतले आवाज! सगळ्यात

वरच्या, बाराव्या मजल्यावर त्यांची भेट दररोज त्या वेळी जागा असणाऱ्या तिथल्या एकमेव माणसाशी व्हायची– मि. केव्हिन. त्या माणसाचं आडनाव मात्र त्यांच्या लक्षात कधीच राहत नसे. खरं म्हणजे हा माणूस अख्ख्या कॅनडामध्ये कमालीचा लोकप्रिय होता. मि. सिंग वर पोचायचे, त्या वेळी तो दाराशी उभाच असायचा, त्यांच्या पेपरची वाट बघत. उजव्या हातात आडोसा करून सिगारेट धरलेली, डाव्या हातात चहाचा मग आणि अंगावर मळलेला, सुरकुत्या पडलेला बाथरोब अन् कायम आपली पिकलेली दाढी खांद्याशी गाल घासून खाजवायचा.

केव्हिन सकाळी रेडिओवर एक गप्पागोष्टींचा कार्यक्रम सादर करायचा आणि तो सगळ्या कॅनडाभरातील लोक आवर्जून ऐकायचे. मि. सिंगनी दोन-चार वेळा तो कार्यक्रम ऐकला होता; पण त्यात न्यू फाउंडलंड बेटाच्या किनाऱ्यावरची मासेमारी, ओटावा व्हॅलीतलं फिडल संगीत, प्रेअरीतली शेती, असले काही तरी विषय असायचे. मि. सिंगना यात अजिबातच रुची नव्हती. काय विचित्र आहेत हे कॅनेडियन लोक... ते म्हणायचे... सगळे शहरांमध्ये राहतात आणि गप्पा मात्र गावाकडच्या मारतात!

केव्हिन दिसायला जरी गबाळ्या वाटला, तरी अत्यंत सभ्य होता. काहीसा लाजाळूच. रोज सकाळी त्यांचा तो ठरावीक संवाद व्हायचा.

''गुड मॉर्निंग, मि. सिंग.''– मि. केव्हिन.

''गुड मॉर्निंग, मि. केव्हिन.'' मि. सिंग उत्तर द्यायचे. ''आज तुमच्या पत्नीची तब्येत कशी आहे?''

''उत्तम आहे, मि. सिंग. आता तर ती आणखीनच सुंदर दिसते.'' सिगारेट ओठांत अडकवून मग केव्हिन उजव्या हातात तळाशी धरलेला संत्र्याचा तुकडा मि. सिंगना द्यायचा.

''थँक्यू.'' हातातला पेपर केव्हिनला देऊन संत्र्याचा तुकडा घेत मि. सिंग म्हणायचे.

''आत्ताच कापलंय.''

नंतर थोडा वेळ त्यांच्या गप्पा व्हायच्या.

कधी बागकामाबद्दल, कधी एखाद्या पदार्थाबद्दल, तर कधी हवापाण्याच्या आणि केव्हिनला कधी जायची घाई आहे, असंही दिसायचं नाही. पहाटे म्हणजे दिवसाच्या भलत्याच वेळी – या अगदी साध्या गप्पा व्हायच्या.

आजही पहिल्या मजल्यापासून सुरुवात करून वर बाराव्या मजल्यावर पोचायला मि. सिंगना रोजच्यासारखीच पंचवीस मिनिटं लागली. बाराव्या मजल्यावर फक्त दोनच सुईट होते. मि. केव्हिनचा नंबर होता १२ ए, तो कॉरिडॉरच्या शेवटी डावीकडे होता. समोरच्या बाजूला एक म्हातारी बाई एकटीच राहायची. तिचा पेपर

मि. सिंग सगळ्यात शेवटी द्यायचे.

मि. सिंग केव्हिनच्या दाराशी आले. रोजप्रमाणे आजही ते अर्धवट उघडं होतं; पण नेहमीसारखे मि. केव्हिन मात्र दारात उभे नव्हते. पेपर दाराशी टाकायला हरकत नाही, मि. सिंगनी मनात म्हटलं. पण मग आपल्या रोजच्या गप्पा होणार नाहीत, त्याचं काय?

ते काही क्षण दाराजवळच रेंगाळले. दारावर टक्टक् मात्र त्यांनी मुद्दामच केली नाही. ते फारच वाईट दिसलं असतं. त्यांनी किंचित मोठ्या आवाजात गुणगुणायला सुरुवात केली, उगाचच पावलांचा आवाजही करून बघितला; पण तरीही कोणीच बाहेर आलं नाही.

त्यांना काय करावं कळेना, ते हाडाचे इंजिनिअर होते. व्यवस्थितपणा, शिस्त या गोष्टी आपोआपच त्यांच्या स्वभावाचा एक अविभाज्य भाग बनलेल्या होत्या. अकरावीत शिकत असताना त्यांच्या गणिताच्या शिक्षकानं सांगितलं होतं, की समांतर रेषा अशी काही चीज नसते, कारण पृथ्वी ही गोल असल्यामुळे कोणत्याही दोन समांतर रेषा कधी ना कधी एकमेकांना मिळतीलच. त्यानंतर मि. सिंगना आठवडाभर त्या विचारांनी धड झोपही लागली नव्हती.

तेवढ्यात केव्हिनच्या अपार्टमेंटमधून एक काही तरी विचित्र, पोकळ असा आवाज आला. मग एक दार बंद झालं. बरं झालं... मि. सिंगनी मनात म्हटलं, आता कोणी तरी बाहेर येईल; पण पुन्हा शांतता पसरली. आता जावं आपण... त्यांच्या मनात आलं.

पण तसं करण्याऐवजी त्यांनी हातातला पेपर सरळ केव्हिनच्या दारासमोर टाकला. त्याचाही त्या नीरव शांततेत चांगलाच मोठा आवाज झाला.

आता तरी आपण आल्याचं आत कळेल, असं त्यांनी स्वत:शी म्हटलं. हे असं त्यांनी पूर्वी कधीच केलेलं नव्हतं.

आतून आणखी एक आवाज झाला– दुरुन आल्यासारखा. कुणाच्या पावलांचा तर आवाज नसेल हा? काय करावं? काहीही झालं तरी आत मात्र जायचं नाही.

मि. सिंग तसेच उभे राहिले. प्रथमच त्यांची नजर पेपरच्या पहिल्या पानावर गेली. हवेत हात उंचावलेल्या एका आइस हॉकीपटूचा फोटो होता अगदी वरच आणि खाली तिथल्या स्थानिक आइस हॉकी संघाची बातमी छापलेली होती. संघाचं नाव होतं टोरोंटो मॅपल लीफ्स. हे कसलं चुकीचं स्पेलिंग केलंय इथे या नावात? लीफचं अनेकवचन लीव्हज असतानासुद्धा इथे चक्क 'लीफ्स' असं छापलंय! विचित्रच आहे! आणि या खेळाडूच्या अंगातल्या जर्सीवर मॅपलच्या पानांचा रंग निळा कसा? मॅपलची पानं हिरवी, लाल, पिवळीसुद्धा बघितलीयत आपण; पण चक्क निळी पानं?

शेवटी एकदाचा दाराकडे येणाऱ्या पावलांचा आवाज त्यांना ऐकू आला. मि. केव्हिन नेहमीप्रमाणेच आपला बाथरोब घालून दाराशी आला आणि त्यानं दार सताड उघडलं. ते मागच्या स्टॉपवर जाऊन आदळलं. त्याचा 'थप्' असा आवाजही आला.

पण हे काय? मि. केव्हिनच्या हातात आज सिगारेट कशी नाही? आणि चहाचा मग? केव्हिन आपल्या हातांकडे बघत बोटं चोळत होता. त्याच्या बोटांवर मि. सिंगना कसला तरी लालभडक डाग दिसला.

क्षणभर त्यांना एकदम वाटलं, आज बहुतेक आपल्याला तांबडं संत्र मिळणार. त्यांना ती फार आवडायची. भारतातही ती मिळायची. आणि त्यांनी नुकतंच ऐकलेलं होतं, की ती या दिवसांत कॅनडातही मिळतात. मि. केव्हिननंही तसलंच एक तांबडं संत्र कापलेलं दिसतंय.

केव्हिननं आपले दोन्ही हात प्रकाशात समोर धरले. मि. सिंगना आता त्याच्या हाताला लागलेलं तांबडं द्रव चांगलं स्पष्ट दिसू लागलं; पण ते चांगलं घट्ट वाटत होतं, संत्र्याच्या रसासारखं पातळ दिसत नव्हतं.

मि. सिंगच्या हृदयात धडधडू लागलं.

...ते रक्त होतं.

त्यांनी काही तरी बोलायला तोंड उघडलं; पण तेवढ्यात केव्हिनच त्यांच्यापाशी आला. ''मी मारलं तिला, मि. सिंग.'' त्यानं हळूच म्हटलं.

२

पोलीस ऑफिसर डॅनियल केनिकॉट जोरात धावत होता. ''मी कुठे जायचंय?'' त्यानं पाठोपाठ पळत येत असलेल्या त्याच्या पार्टनरला– नोरा बेरिंगला – मोठ्यानं विचारलं.

''मी लॉबी कव्हर करते,'' मार्केट प्लेस टॉवरमध्ये शिरता-शिरता तिनं म्हटलं. ''तू वर जा.''

आत एका लांबलचक लाकडी टेबलावर पेपर पसरून वाचत उभा असलेल्या एका युनिफॉर्म घातलेल्या माणसानं चमकून वर बघितलं. आतल्या मार्बलच्या भिंतीवर सुंदर शिल्पं होती, ताज्या फुलांचे फ्लॉवरपॉट दुतर्फा लावलेले होते आणि शास्त्रीय वाद्यसंगीताचे सुंदर, मंद स्वर सगळीकडे ऐकू येत होते.

नोरा बेरिंग सीनिअर ऑफिसर होती आणि अशा गडबडीच्या परिस्थितीत हाताखालच्या लोकांना कामं नेमून देण्याचं काम तिचं होतं. धावता-धावताच तिनं आपल्या सेलफोनवरून पोलीस डिस्पॅचरला थेट कॉल केला होता. कारण पोलिसांचे कॉल्स शोधणाऱ्या स्कॅनरवाल्या लोकांना हे प्रकरण समजून चालणार नव्हतं. जे घडलेलं होतं, ते असं होतं. बारा मिनिटांपूर्वी, म्हणजे पहाटे ५.३१ला कॅनडातला रेडिओ कार्यक्रमांचा लोकप्रिय सूत्रसंचालक केव्हिन ब्रेस आणि या बिल्डिंगमध्ये पेपर टाकण्याचं काम करणारे मि. सिंग, या दोघांची भेट केव्हिन ब्रेसच्या १२ ए या पेंटहाउस सुईटच्या दाराशी झाली होती. आपण आपल्या बायकोला ठार मारल्याचं ब्रेसनं मि. सिंगना सांगितलं होतं.

आपल्याला ब्रेसच्या घरातल्या बाथटबमध्ये एक प्रौढ स्त्री मृतावस्थेत सापडली, असं मि. सिंग यांनी कळवलं होतं. त्यांनी असंही म्हटलेलं होतं की, मृतदेहाला स्पर्श केला, तेव्हा तो थंडगार लागला होता आणि संशयित खुनी नि:शस्त्र आणि शांत होता.

घरगुती कारणावरून जेव्हा हत्या होते, तेव्हा संशयित खुनी हा बहुतेक शांतच

असतो– केनिकॉट विचार करत होता. कारण तोपर्यंत त्याच्या अंगातला खुनशीपणाचा आवेग ओसरलेला असतो आणि त्याची जागा मानसिक धक्क्यानं घेतलेली असते.

बेरिंगनं लिफ्टजवळच्या जिन्याकडे हात केला. ''बघ, दोन पर्याय आहेत– जिन्यानं जायचं किंवा लिफ्ट वापरायची.''

केनिकॉटनं मान डोलावून एक भला मोठा श्वास घेतला.

''तू लिफ्टनं जाणार असलास तर पद्धत अशी आहे की, दोन मजले आधी लिफ्टमधून बाहेर पडायचं.'' तिनं म्हटलं.

त्यानं पुन्हा मान डोलावली. साधारण साडेतीन वर्षांपूर्वी तो पोलीस दलात आला होता, त्या वेळी हे सगळं तो शिकलेला होता. त्याच्याआधी, एक वर्षापूर्वी एक विलक्षण घटना घडली होती. टोरोंटोच्या एका उपनगरातल्या एका बिल्डिंगमधून पोलिसांना एक कॉल आला होता. नेहमीसारखाच काही तरी घरगुती मारहाणीचा प्रकार असेल, म्हणून गेलेले दोघं पोलीस ऑफिसर त्या इमारतीच्या चोविसाव्या मजल्यावर लिफ्टमधून बाहेर पडले होते आणि तत्क्षणीच त्या कुटुंबातल्या बापाच्या गोळीबाराला हकनाक बळी पडले होते. त्या माणसानं आधीच आपल्या बायकोचा आणि एकुलत्या एका मुलाचा खून केलेला होता.

''मी आपला जिन्यानंच जातो.'' त्यानं म्हटलं.

''लक्षात ठेव की, संशयितानं उच्चारलेला प्रत्येक शब्द महत्त्वाचा आहे.'' बेरिंगनं म्हटलं. ''तू ज्या नोट्स लिहिशील, त्या बिनचूकच असल्या पाहिजेत.''

''ओके.''

''आत शिरताना पिस्तूल हातात तयारीत असू दे... पण जपून.''

''ओके.'' केनिकॉटनं मान डोलावली.

''आणि सगळ्यात वरच्या मजल्यावर पोचशील, त्याच्या थोडं आधी मला रेडिओवरून कळव.''

''राइट.'' आणि केनिकॉटनं झपाट्यानं जिना चढायला सुरुवात केली. गुन्ह्याच्या ठिकाणी पोचणाऱ्या पहिल्या पोलीस ऑफिसरचं काम असतं, ते म्हणजे तिथली सगळी परिस्थिती 'जैसे थे' राखणं. हे म्हणजे वादळात वाळूच्या किल्ल्याचं रक्षण करण्यासारखं असतं, कारण क्षणाक्षणाला गुन्ह्याचा पुरावा उडून जात असतो. त्यामुळे आपण प्रत्येक पावलात तीन-तीन पायऱ्या चढत जाव्यात का, असा विचार त्याच्या मनात चमकून गेला... पण क्षणभरच. अंगातलं बुलेटप्रूफ जॅकेट, पिस्तूल आणि हातातला रेडिओ, असं आठ पौंडाचं ओझं घेऊन तो चढत होता. त्यामुळे घाई करू नकोस, पण वेगही कायम राख, असं त्यानं स्वत:ला बजावलं.

दोन-दोन पायऱ्या चढत-धावत तो तिसऱ्या मजल्यावर आला, तोपर्यंत त्याला काहीच विशेष वाटत नव्हतं. तो आणि बेरिंग ओळीनं गेल्या चार रात्री कामावर होते

आणि आता चार दिवस विश्रांती म्हणून घरी जायला जेमतेम एक तास उरलेला असताना त्यांना हा 'हॉटशॉट' कॉल आला होता. त्या वेळी ते समोरच सेंट लॉरेन्स मार्केटमधून चालत होते.

तो सहाव्या मजल्यावर पोचला, तेव्हा त्याच्या मानेवरून घामाचा एक छोटासा ओघळ निघाला आणि पाठीच्या कण्यावरून खाली जाऊ लागला. आज हा कॉल येईपर्यंत तसं रात्रभर बऱ्यापैकी शांत होतं. नाही म्हणायला दोन-चार घटना घडल्या होत्या, पण त्या नेहमीच्याच होत्या. रीजंट पार्कातल्या एका तमिळ माणसानं आपल्या बायकोच्या कानाचा चावा घेऊन चक्क एक तुकडा तोडला होता; पण ते दोघं तिथे पोचले, तेव्हा मात्र त्या बाईनं आपण पडलो आणि काचेच्या एका तुकड्यानं आपला कान तुटला, असं सांगितलं होतं. कॅबेज टाऊनमधल्या एका 'गे' जोडप्यानं घरफोडी झाल्याचं आणि चोरानं घरातल्या पर्शियन रगवर हागून ठेवल्याचं कळवलं होतं. जार्व्हिस स्ट्रीटवर एका अल्पवयीन वेश्येनं आपल्या घरमालकानं मारहाण केल्याची तक्रार केली होती – भाड्यापोटी हा माणूस रोज रात्री तिचा 'वापर' करायचा. पण असे गुन्हे म्हणजे अगदीच किरकोळ, रोज घडणाऱ्या गोष्टी होत्या. यात विशेष असं काहीच नव्हतं.

दहाव्या मजल्यावर पोचेपर्यंत मात्र त्याला चांगलाच दम लागलेला होता. साडेतीन वर्षांपूर्वी तो आपली बऱ्यापैकी जम बसत चाललेली वकिली सोडून पोलिसात भरती झाला होता आणि याचं कारण? कारण असं होतं की, त्याच्या आधी एका वर्षापूर्वी त्याचा थोरला भाऊ मिचेलचा खून झाला होता. त्याच्या खुनाच्या तपासात काहीच प्रगती होईना, तेव्हा त्यानं वकिलीची वस्त्रं उतरवून पोलिसाचा युनिफॉर्म चढवला होता.

आता एकेका ढांगेत तीन-तीन पायऱ्या चढायला सुरुवात करताना त्याच्या मनात आलं, हेच काम करायची इच्छा होती आपली – खुनांचा तपास करायची. त्यानं रेडिओ सुरू केला. "केनिकॉट बोलतोय.'' त्यानं बेरिंगला म्हटलं. "मी अकराव्या मजल्याशी पोचतोय टेन-फोर.''

"गुड. फॉरेन्सिक्स, खुनाच्या तपासाचं पथक आणि आणखी बऱ्याच गाड्या येताहेत. मी सगळ्या लिफ्ट बंद केल्या आहेत आणि जिन्यावरूनही कोणी खाली आलेलं नाही. टेन - फोर. रेडिओ बंद कर, म्हणजे तू कसलाही आवाज न करता आत घुसू शकशील.''

"ओके. ओव्हर अँड आऊट.''

बाराव्या मजल्यावरच्या दारातून केनिकॉट धाड्दिशी आत घुसला आणि तिथेच थबकला. पुढे एक लांबलचक कॉरिडॉर होता. पुढे तो वळलेला होता. बहुधा लिफ्टकडे आणि मजल्याच्या उरलेल्या अर्ध्या भागाकडे वळून जात असावा तो; पण

त्या वळणापर्यंतच्या कॉरिडॉरच्या भागात फक्त एकच अपार्टमेंट दिसत होती.

केनिकॉट १२ ए कडे सावधपणे निघाला. ते दार अर्धवट उघडं होतं. एक मोठा श्वास घेऊन त्यानं पिस्तूल काढत दुसऱ्या हातानं ते दार संपूर्णपणे उघडलं. त्यानं एक पाऊल आतल्या दिशेनं टाकलं. आत एक रुंद, लांबलचक कॉरिडॉर होता. खाली लाकडी तक्तपोशी होती आणि जमिनीवर अधूनमधून प्रकाशाची वर्तुळं होती – गोलाकार डागांसारखी दिसणारी. इतक्या शांत, सुंदर अपार्टमेंटमध्ये आपण हातात पिस्तूल घेऊन जातोय – त्याला एकदम आपण आपल्या घरात लहानपणी चोर-पोलीस खेळत होतो, ते आठवलं.

''टोरोंटो पोलीस.'' त्यानं मोठ्यानं म्हटलं.

''आम्ही फ्लॅटच्या मागच्या भागातल्या ब्रेकफास्ट रूममध्ये आहोत.'' भारतीय वाटणारा एक पुरुषी आवाज आला. ''खून झालेल्या बाईंचा मृतदेह हॉलच्या बाथरूममध्ये आहे.''

पुढच्या दारामागे कोणी नाही ना, हे सवयीनंच बघून तो कॉरिडॉरमधून सावकाश निघाला. लाकडी जमिनीवर त्याच्या बुटांचा आवाज होत होता. साधारण मध्यभागी उजवीकडे एक दार किंचित उघडं होतं. आतला दिवाही सुरू होता. फटीतून त्याला आतल्या टाइल्स दिसत होत्या. त्याच्या हातात ग्लोव्हज नव्हते, त्यामुळे त्यानं कोपरानं दार उघडलं.

बाथरूम छोटीशीच होती. दार पूर्णपणे उघडून भिंतीशी थांबलं. तो दोन पावलं आत गेला. बाथटबमध्ये काळेभोर केस असलेली एक स्त्री पडलेली होती. डोळे सताड उघडे होते आणि तिचा चेहरा जवळजवळ टबइतकाच पांढराफटक पडलेला होता.

तो बाथरूममधून तसाच मागे गेला. घामामुळे त्याचा युनिफॉर्म पार अंगाला चिकटून बसलेला होता.

''आम्ही इकडे आहोत.'' तोच भारतीय वाटणारा आवाज पुन्हा आला.

कॉरिडॉरमधून पुढे काही पावलांवरच केनिकॉट एका प्रशस्त किचनमध्ये आला. किचनमध्येच डायनिंग टेबलही होतं. समोरच टेबलाशी केव्हिन ब्रेस बसलेला होता. संपूर्ण कॅनडात लोकप्रिय असलेला रेडिओवरचा टॉक-शो सादर करणारा हा माणूस एका रॉट-आयर्नच्या खुर्चीत शांतपणे, हातातला सिरॅमिकचा मग पुढे धरून बसलेला होता. पायात जुन्या, फाटक्या स्लिपर्स... अंगात पार गळ्याशी घट्ट आवळून बांधलेला जुना, मळका बाथरोब आणि त्याची ती प्रसिद्ध, अस्ताव्यस्त वाढू दिलेली दाढी... आणि डोळ्यांवर मोठा, गोल काचांचा काळ्या काड्यांचा तो चष्मा. केनिकॉटनं त्याला एका क्षणातच ओळखलं. ब्रेसनं मात्र मानही वर केली नाही.

टेबलाशी ब्रेसच्या समोरच्या बाजूला बसलेला एक गव्हाळी वर्णाचा, सूट

आणि टाय घातलेला वृद्ध माणूस वाकून ब्रेसच्या मगमध्ये चहा ओतत होता. त्या दोघांच्या मधोमध वर टांगलेला एक गोलाकार शेडचा दिवा दिसत होता – कार्टूनमधल्या एखाद्या मोठ्या बुडबुड्यासारखा. दिव्याखाली प्रकाशात संत्र्याच्या कापांची, बरेचसे काप खाल्लेली एक प्लेट होती– लाल कापांची प्लेट. अरे, तांबडं सफरचंद दिसतंय– केनिकॉटनं मनात म्हटलं.

पलीकडची भिंत म्हणजे भिंत नव्हती, तर त्या भल्यामोठ्या, पार जमिनीपासून छताइतक्या उंचीच्या खिडक्या होत्या आणि बाहेर ओंटारिओ सरोवराचं काळंभोर पाणी अवाढव्य पसरलेलं दिसत होतं. पहाटेच्या अंधुक प्रकाशात सरोवरात पसरलेली छोट्या-छोट्या बेटांची अर्धगोलाकार मालिकाही जेमतेम दिसत होती.

प्रत्यक्ष संशयित खुन्याच्या घरातलं ते अजब शांत वातावरण आणि बाहेरचा दिसणारा तो भव्य देखावा... केनिकॉट नाही म्हटलं तरी क्षणभर का होईना, गडबडलाच. पिस्तूल हातात तसंच धरून त्यानं किचनमधल्या गुळगुळीत टाइल्सवर एक पाऊल ठेवलं आणि एकाएकी त्याचा उजवा पाय जोरात सटकला. तोल सावरायला त्यानं चट्कन आपला हात खाली टेकवला आणि त्या गडबडीत त्याच्या हातातलं पिस्तूल खाली पडलं आणि जमिनीवरून सर्रकन घसरत जाऊन साधारण टेबलापर्यंतच्या निम्म्या अंतरावर थांबलं.

मनोमन स्वत:ला शिव्या घालत केनिकॉट उठून उभा राहिला. काय हे! शिट! आपलं हसं होईल आता पोलिसांत!

तिकडे टेबलावर ब्रेस मात्र जणू काही घडलंच नसल्यासारखा शांतपणे आपल्या चहाच्या मगमध्ये मध ओतत होता.

आता आणखी शोभा नको, म्हणून जपून चालत केनिकॉट आपल्या पिस्तुलापाशी गेला. "मि. केव्हिन ब्रेस?"

ब्रेसनं मान वर करून त्याच्या नजरेला नजर भिडवली. त्याच्या चष्म्यावर डाग होते. एकही शब्द न बोलता तो परत मगकडे बघत चमच्यानं ढवळू लागला.

केनिकॉटनं पिस्तुल उचललं. "मि. ब्रेस, मी कॉन्स्टेबल डॅनियल केनिकॉट, टोरोंटो पोलीस. बाथटबमधल्या त्या बाई तुमच्या पत्नी आहेत?"

"हो, प्रश्नच नाही." त्या भारतीय माणसानं म्हटलं. "आणि त्या निश्चितपणे मेलेल्या आहेत. जगातली सगळ्यात मोठी रेल्वे वाहतूक कंपनी असलेल्या इंडियन नॅशनल रेल्वेजमध्ये चीफ इंजिनिअर म्हणून काम करत असताना मी भरपूर मृत्यू पाहिलेले आहेत."

केनिकॉटनं त्याच्याकडे बघितलं. "आय सी. मि. – ?"

एवढा वयस्कर वाटणारा तो माणूस इतक्या चटकन उडी मारून उभा राहिला की, केनिकॉट आपोआपच एक पाऊल मागे सरकला. "मी गुरुदयाल सिंग." त्यानं

म्हटलं. ''मी मि. ब्रेसकडे रोज सकाळी पेपर टाकतो. पोलीस सर्व्हिसला मीच फोन केला होता.''

पोलीस सर्व्हिस! हा शब्दच केनिकॉटला मजेशीर वाटला. मोठ्या प्रयासानं हसू दाबत त्यानं रेडिओ हातात घेतला.

''मी माझ्या नेहमीच्या वेळेपेक्षा एक मिनिट आधी, म्हणजे पाच – एकोणतीसला आलो आणि त्या जिवंत नाहीत अशी खात्री करून घेऊन पाच - एकतीसला फोन केला.'' मि. सिंगनी म्हटलं. ''आणि तेव्हापासून आम्ही दोघं तुमची वाट बघत चहा घेत बसलो आहोत. दर महिन्याच्या पहिल्या तारखेला मी खास दार्जिलिंगमधून चहा मागवतो. फार औषधी असतो बरं का, हा. पोटाला एकदम चांगला असतो.''

केनिकॉटनं ब्रेसकडे बघितलं. तो आपल्या हातातला चमचा म्हणजे जणू एखादी मौल्यवान इतिहासकालीन वस्तू असावी, अशा नजरेनं त्याच्याकडे निरखून बघत होता. पिस्तूल आपल्या होल्स्टरमध्ये ठेवून केनिकॉट टेबलाशी आला.

त्यानं ब्रेसच्या खांद्याला हळूच स्पर्श केला. ''मि. ब्रेस, तुम्हाला खुनाच्या आरोपावरून अटक करतोय मी.'' आणि त्यानं ब्रेसला वकील नेमण्याचा हक्क आहे, वगैरे नेहमीप्रमाणे सांगितलं.

ब्रेसनं मानसुद्धा वर केली नाही. त्यानं फक्त एखाद्या कसलेल्या जादूगारासारखा आपल्या डाव्या हाताला छोटासा झटका दिला. त्याच्या रक्तानं माखलेल्या बोटांमध्ये एक व्हिजिटिंग कार्ड होतं : नॅन्सी पॅरिश, बॅरिस्टर अँड सॉलिसिटर. प्रॅक्टिस रिस्ट्रिक्टेड टु क्रिमिनल लॉ.

केनिकॉटनं रेडिओचं बटण दाबलं. ''केनिकॉट बोलतोय. टेन – फोर.''

''कुठे आहेस?'' बेरिंगनं विचारलं.

''मी अपार्टमेंटमध्ये आहे.'' केनिकॉटनं हळू आवाजात म्हटलं. ''संशयित साक्षीदाराबरोबर आहे... मि. गुरुदयाल सिंगबरोबर. ते इथे सकाळी पेपर टाकतात. त्या बाईंचं प्रेत बाथटबमध्ये आहे – डी.ओ.ए. आणि परिस्थिती एकदम शांत आहे. आणि मी संशयिताला अटक केलीय.'' बळी पडलेली व्यक्ती आपण आलो तेव्हाच मृत झालेली होती, हे कळवणं सगळ्यात महत्त्वाचं.

''संशयित काय करतोय?''

केनिकॉटनं ब्रेसकडे बघितलं. ब्रेस आपल्या चहात दूध घालत होता. ''चहा घेतोय.''

''ओके. पण त्याच्यावर नजर ठेव आणि तुला मदत येतेय. टेन – फोर.''

''टेन – फोर.''

''आणि केनिकॉट, त्याचा प्रत्येक शब्द लिहून घ्यायला विसरू नकोस.''

''हो. ओव्हर अँड आऊट.'' केनिकॉटनं रेडिओ ठेवून दिला. आता तो हळूहळू

शांत होत होता.

आता पुढे काय होणार? त्यानं ब्रेसकडे निरखून बघितलं. चमचा टेबलावर ठेवून तो शांतपणे खिडकीतून बाहेर बघत चहा घेत होता. केनिकॉटला चांगलं ठाऊक होतं की, इतकी सरळ आणि साधी वाटणारी केससुद्धा वाटेल तशी अनपेक्षित वळणं घेऊ शकते. आणि ब्रेसच्या शांत चेहऱ्याकडे बघताना त्याची पक्की खात्री झाली की, हा माणूस एक शब्दही बोलणं शक्य नाही.

३

“**ए,** जांभई देऊ नकोस.” डिटेक्टिव्ह अरी ग्रीननं आपल्या वडिलांच्या बंगल्याच्या अरुंद ड्राइव्ह-वेमध्ये आपली जुनी ओल्ड्समोबाइल लावत म्हटलं आणि शेजारच्या सीटवरची कागदाची पिशवी उचलून तिच्यात हात घातला. हरकत नाही– त्यानं स्वत:शी म्हटलं, ही ग्राइफ्सची बॅजेल्स अजून तरी गरम आहेत. आणखी एका पिशवीत हात घालून त्यानं दुधाची पिशवी काढली. नंतर सीटखाली हात घालून त्यानं वेगवेगळ्या दुकानांच्या शॉपिंग बॅग काढल्या आणि त्यातून डॉमिनियनची एक पिशवी बाजूला काढली.

हं, हे जमेल– त्यानं त्या पिशवीत दुधाची पिशवी टाकत स्वत:शी म्हटलं. आपण ग्राइफ्समधून दूध आणल्याचं डॅडींना समजलं, तर लगेच त्यांची कटकट सुरू होणार. तू ग्राइफ्समधून दूध आणलंस? केवढ्याला? दोन-नव्व्याण्णवला? अरे, डॉमिनियनमध्ये या आठवड्यात दूध दोन-एकोणपन्नासला मिळतंय आणि लोब्लॉजमध्ये दोन-पन्नासला. कटकट कसली, सरबत्तीच करतात ते.

आज सलग दहाव्या दिवशी रात्रपाळी करून तो परत येत होता आणि पुन्हा उठून सामान आणायला जायचं त्राणच त्याच्यात उरलेलं नव्हतं. त्यातच आपल्या डॅडींनी जीवनात काय भयंकर हाल अपेष्टा भोगल्या आहेत, हे त्याला माहीत होतं, त्यामुळे आपण खरेदी करण्याच्या बाबतीत किती ग्रेट आहोत, हे डॅडींना समजावं आणि त्यांच्या डोक्याला आणखी ताप व्हावा, अशी त्याची मुळीच इच्छा नव्हती.

रात्रभरात थोडंसं बर्फ पडलेलं होतं. ग्रीननं कुंपणाजवळ ठेवलेलं फावडं उचलून काँक्रीटच्या पायऱ्यांवरचं बर्फ साफ केलं. पुढच्या दारात पडलेला ‘टोरोंटो स्टार’ उचलून घेऊन त्यानं चावी कुलपात घातली.

आत शिरल्याबरोबर त्याला हॉलमधून येत असलेला टीव्हीचा आवाज ऐकू आला. त्यानं स्वत:शीच एक नि:श्वास सोडला. मागच्या वर्षी त्याची मम्मी गेली, तेव्हापासून डॅडींनी त्यांच्या बेडरूममध्ये झोपणंच सोडलेलं होतं. त्याऐवजी ते पार

झोप लागेपर्यंत टीव्हीसमोर, प्लॅस्टिकच्या सोफ्यावरच बसून राहायचे.

ग्रीननं पायातले बूट लाथा उडवून काढले. त्यानं बॅजेल्स काउंटरवर ठेवली, दूध फ्रिजमध्ये टाकलं– अर्थातच डॉमिनियनची पिशवी सहज दिसेल अशी बाहेर ठेवून– आणि तो हळूच, पावलांचा आवाज न करता हॉलमध्ये आला. त्याचे डॅडी प्लॅस्टिक घातलेल्या कोचावर पाय दुमडून, मम्मीनं त्यांचा सत्तराव्या वाढदिवसासाठी खास विणलेलं चॉकलेटी – पांढरं अफगाणी पद्धतीचं, फाटलेलं ब्लँकेट घेऊन झोपलेले होते. त्यांचं डोकं छोट्याशा उशीवरून घसरून कोचाच्या प्लॅस्टिकवर गेलेलं होतं.

सोफ्याजवळचं सागवानी लाकडाचं टेबल बाजूला सरकवून ग्रीन आपल्या डॅडीजवळ गुडघे टेकून बसला. पोलीस खात्यातल्या आपल्या पंचवीस वर्षांच्या नोकरीत त्यानं अनेक काटक आणि कणखर माणसं जवळून बघितली होती; पण समोरच्या कोचावर झोपलेल्या या लहानखोर चणीच्या पोलीस ज्यू माणसाच्या आसपाससुद्धा त्यांच्यापैकी कोणी फिरकू शकलं नसतं. नाझीसुद्धा या माणसाला मारू शकले नव्हते.

"डॅड, मी अरी. मी आलोय."

डॅडींच्या खांद्याला हळूच स्पर्श करून ग्रीन चट्कन उठून एक पाऊल मागे झाला आणि सावधपणे उभा राहिला. पण काहीच झालं नाही. थोडं लांबच उभा राहून त्यानं वाकून डॅडींचा खांदा जरा आणखी जोरानं हलवला. "डॅड, येताना मी गरम बॅजेल्स आणि दूध आणलंय. उद्या तुमच्या दातांच्या कवळीचं क्रीम घेऊन येईन."

एकाएकी त्यांचे डोळे उघडले. फार लहानपणापासून ग्रीनला या क्षणाची भयंकर भीती वाटत आलेली होती. आज कुठल्या भयंकर स्वनातून जागे झाले असतील हे? त्यांच्या हिरवट करड्या डोळ्यांमध्ये स्थळकाळाचं काही भानच दिसत नव्हतं.

"डॅड, गरम बॅजेल्स आणि दूध..."

डॅडींनी त्याच्या हातांकडे पाहिलं. थोडं आणखी पुढे होऊन त्यानं ती उशी त्यांच्या डोक्याखाली सरकवली आणि उजव्या हातानं त्यांचा चेहरा कुरवाळला. "माईन टोस्टर." यिद्दिशमध्ये ते तोंडातल्या तोंडात बरळले, "माझी मुलगी." आणि मग त्यांनी तिचं नावही घेतलं. "हॅना." ट्रेब्लिंकामध्ये असताना ती मरण पावलेली होती.

ग्रीननं हळूच त्यांचे खांदे धरून त्यांना कोचावर बसतं केलं. मग मात्र त्यांच्या अंगात जणू हळूहळू शक्ती परत येऊ लागली. हवा भरता-भरता बाहुली जशी हळूहळू उठत जाते, तशी.

"दूध कुठे घेतलंस?" त्यांनी विचारलंच.

"डॉमिनियनमध्ये."

"कूपन्स आहेत का त्या दुकानात?"

"होती, पण संपलीयत. ख्रिसमसच्या दिवसांत काय परिस्थिती असते, तुम्हाला

माहीतच आहे.''

डॅडींनी आपला चेहरा हातांनी चोळला. ''हो. माहीतय. ख्रिसमसच्या दिवसात तू तुझ्या दोस्तांना मदत करण्यासाठी आणखी जास्त काम करतोस. थकलेला दिसतोयस. काल रात्रीही कामावरच होतास?''

''थोडा वेळ होतो.'' ग्रीननं खोटंच सांगितलं. आणि आपण खोटं बोललोय हे डॅडींना माहितेय, हेही त्याला माहीत होतं.

''आज सुट्टी आहे का तुला?''

''बॅटिंग ऑर्डरमध्ये मी पहिल्या नंबरवर आहे.'' म्हणजे गरज भासली तर सगळ्यात आधी याला बोलावणार, हे डॅडींना एव्हाना माहीत झालेलं होतं. ''कोणी सांगावं, कदाचित आज खरंच आराम करता येईलही.''

डॅडींनी त्याच्या खांद्यावर थोपटलं आणि त्याच्या कोटाकडे बघितलं. ''अरे वा! तुझ्या त्या महागड्या शिंप्याचं काम हळूहळू सुधारतंय, बरं का.''

एवढी वादळं येऊन गेली; पण ग्रीनचे डॅडी मनातून शिंपीच राहिले. मुळात ते शिंपीच होते. पोलंडमधल्या त्या छोट्याशा खेड्यात तरुणपणी त्यांचं शिंप्याचं दुकान होतं. त्यांचं लग्न होऊनही दोनच वर्षं झालेली होती. सगळं काही छान चाललेलं होतं आणि मग सप्टेंबर १९४२मधला तो भयंकर दिवस उगवला होता. नाझींनी साऱ्या गावाला वेढा दिला होता. ट्रेब्लिंकामध्ये रांगेत असताना त्यांच्या एका मित्रानं त्यांच्यावर देखरेख करणाऱ्या युक्रेनियन रक्षकाला सांगितलं होतं की, हा चर्मकाराचा व्यवसाय करत होता. त्यामुळे तेव्हापासून ते चर्मकार बनले होते. कॅनडाला आल्यावर त्यांनी शहराच्या ज्या भागात युरोपमधल्या वेगवेगळ्या देशांच्या नागरिकांची मिश्र वस्ती होती, तिथे आपलं जोड्यांचं दुकान थाटलं होतं. नाझींच्या हाताखाली ते युरोपातल्या सगळ्या भागांमधून आलेल्या ज्यू लोकांच्या जोड्यांची दुरुस्ती करत होते, तो अनुभव चांगलाच कामी आला होता. कारण त्यांना सगळ्याच प्रकारचे जोडे ओळखू यायचे.

''असलंच पाहिजे.'' ग्रीननं कोटाची बटणं उघडून त्याची आतली बाजू त्यांना दाखवली. ''चांगले दोन महिने घेतलेत त्यानं हा कोट शिवायला.''

''दोन महिने!'' डॅडींनी नापसंतीदर्शक स्वरात म्हटलं. ''बस. मी मला कॉफी करणार आहे; तुला चहा देऊ?''

तो हसला. ''नको, डॅड.''

आता इथे बसण्यासारखी एकच जागा होती– तो प्लॅस्टिक घातलेला कोच. अगदी लहानपणी आपल्या दोस्तांना घरी घेऊन येण्याच्या वयाचा झाल्यापासून त्याला तो कोच मुळीच आवडत नसे. आणि त्याचे सगळे दोस्त चांगले श्रीमंत घरातले होते. स्वच्छ, कसलेही हेल न काढता बोलणाऱ्या, स्कीइंग आणि टेनिस

खेळणाऱ्या, हातांवर नंबर गोंदलेले नसलेल्या आई-बापांची मुलं होती ती.

आज, इतक्या वर्षांनीसुद्धा तो त्या कोचाला मोठ्या आनंदानं काडी लावायला तयार झाला असता. पण डॅडींशी फुकट वाद घालून काय उपयोग? कधीच नव्हता म्हणा. आणि या क्षणी तरी तो भयंकर थकलेला होता. त्यानं ते कॉफीचं छोटं टेबल परत ओढून कोचासमोर ठेवलं– त्याच्यावर पाय टाकून आरामात बसता येईल म्हणून.

''लीफ्स परत हरले का रे?'' डॅडींनी किचनमधून म्हटलं. ''दुसऱ्या टाइमच्या शेवटी शेवटी मला झोप लागली. त्या वेळी डेट्रॉइट विंग्ज दोन-शून्य असा पुढे होता.''

''नाही ना, त्यांनी कमाल केली.'' ग्रीननं म्हटलं. ''शेवटच्या दहा मिनिटांत तीन गोल चढवून विंग्जला हरवलं त्यांनी.''

''कमाल आहे! पण ही फक्त एक गेम जिंकली त्यांनी. पण एकंदर ते बेकारच खेळतात.''

ग्रीन आपली पाठ टेकवून आरामात बसला. होमीसाइड विभागातला तो एक चांगला निष्णात डिटेक्टिव्ह होता. बाकीच्यांच्या दृष्टीनं तर तो विभागातला उगवता ताराच होता आणि होमीसाइडमध्ये एकटा तोच ज्यू असल्यामुळे ख्रिसमसच्या वेळी बाकीचे सुट्टीवर असताना तो भरपूर काम करायचा, त्यामुळे सगळेच त्याच्यावर खूश असायचे. किंबहुना, त्याच्या करिअरच्या दृष्टीनं तर वर्षातला हा काळ म्हणजे एक पर्वणीच असायची. आतापर्यंत खुनाची अजूनपर्यंत न सुटलेली फक्त एकच केस त्याच्या नावावर होती. गेल्या तीन वर्षांमधल्या डिसेंबर महिन्यात खुनांच्या तीन केसेसचा तपास त्याला करावा लागला होता. या वर्षी मात्र एकही केस झालेली नव्हती– अजून तरी.

''डॅड, मागच्या शुक्रवारी मी तुमच्यासाठी क्रीम चीज आणलं होतं, ते खाऊन बघा ना–''

तो कोचावर जरा सरकून बसला. त्याच्या बेल्टला लावलेला बीपर प्लॅस्टिकमध्ये अडकून बसला.

''हो, तेच शोधतोय. ते नीट झाकून ठेवलं नाही मी की काय झालं, कोण जाणे; पण आता तीन दिवसांनंतर ते शिळं झालेलं असणार.'' डॅडींनी मोठ्यानं म्हटलं. ''तुला थोडा रास्पबेरी जॅम देऊ?''

''चालेल, डॅड.'' ग्रीनचे डोळे बसल्या जागी मिटत होते. त्याला इतकी झोप आलेली होती की, तो कोचसुद्धा त्याला एकदम आरामशीर वाटायला लागलेला होता.

पाठीमागे हात करून त्यानं बेल्टमधून काढून आपला पेजर हातात घेतला आणि डोळे मिटले. हं, आता कसं छान वाटतंय.

अचानक तो ताड्‌कन उठून बसला. त्याच्या हातातला पेजर जोरजोरात वाजत होता.

४

अॅ-लि-म-नी

ऑल-द-मनी

ऑल-माय-मनी

विमनस्क अवस्थेत अॅवोट्वे अमनक्वा आपल्या रिपोर्टरच्या हिरव्या पॅडवर गिरवत बसलेला होता. थँक्यू, मॅडम न्यायमूर्ती हीथर हिलगेट, तुम्ही मंजूर केलेल्या घटस्फोटाच्या निकालामुळेच मला माझ्या फातिमा आणि अब्दुलाला दर बुधवारी साडेपाच ते नऊ आणि दर शनिवारी दोन ते पाच भेटता येईल... रोज रात्री संध्याकाळी साडेसात ते आठच्या दरम्यान एक फोन करता येईल. बस्स. आणि याची किंमत? दर महिन्याला आठशे डॉलर पोटगी द्यावी लागेल.

"तुम्हाला रात्रभर तुमच्या मुलांबरोबर राहावं असं वाटत असेल, तर आधी जागेची सोय करा." न्यायमूर्ती मॅडमनं कोर्टात त्याला बजावलं होतं. क्लेअरही त्या वेळी तिथेच होती. 'बिल कॉस्बी शो'मधल्या बायकोसारखी व्यवस्थित कपडे घालून बसली होती आणि तिला मदत करायला तिच्या वकिलांचा ताफाही होता. मी माझ्या मैत्रिणी ज्या वेगानं बदलतो, त्यापेक्षाही जास्त वेगानं माझ्याविरुद्ध कोर्टात मोशन्स दाखल करत होते लेकाचे. मला मात्र वकिलाची फीच परवडत नाही, त्यामुळे माझ्या वतीनं मीच हजर होतो.

मुलांना आपल्याकडे रात्रीचं राहायला घेऊन यायचं त्यानं ठरवलेलं होतं; पण त्यासाठी जागा नव्हती आणि जागेसाठी पैसे नव्हते. बरं, परत कोर्टात अपील करायचं, तरी त्यासाठीही पैसे नव्हतेच.

त्यामुळेच तर अमनक्वाला 'टोरोंटो स्टार'च्या रेडिओरूममध्ये दिवसाबरोबरच रात्रपाळीही करणं भाग होतं. देशातल्या सगळ्यात जास्त खपाच्या या वृत्तपत्रात तो गेली निदान दहा वर्षं काम करत होता.

रेडिओरूम– हिला बॉक्स, रबररूम, पॅनिक रूम अशी आणखी बरीच नावं

बातमीदारमंडळींनी दिलेली होती. 'टोरोंटो स्टार'च्या त्या भल्या प्रचंड न्यूजरूमच्या अगदी एका टोकाच्या भागात ती होती.

खरं म्हणजे ती रूम अशी नव्हतीच, तर ती फक्त काचेचं पार्टिशन घातलेली एक छोटीशी जागा होती, आणि आतमध्ये आश्चर्यानं थक्क व्हायला होईल एवढी अत्याधुनिक उपकरणं होती. पाच स्कॅनर होते; पण त्यातले दोनच चोवीस तास चालू असायचे – एक पोलिसांचा आणि दुसरा अँब्युलन्सचा. तिथेच २४ तास चालू असणारं एक टीव्हीच्या बातम्यांचं स्टेशनही होतं आणि जेव्हा बातम्या नसतील तेव्हा तिथे डोकं उठवणारे व्यायामाचे नाही तर किचनमधल्या उपकरणांचे प्रोग्राम्स लावून ठेवलेले असायचे. त्यातच २४ तास चालणारं एक रेडिओच्या बातम्यांचं केंद्रही अथकपणे वटवट करत असायचं.

या सगळ्यावर त्याला देखरेख करावी लागत होती, शिवाय अगदी कोपऱ्यात असलेल्या दोन जुन्या कॉम्प्युटरच्या पडद्यांवर दोन न्यूज सर्व्हिसेसच्या बातम्या दिसायच्या, त्या वेगळ्याच. त्याखेरीज दर तासाला फोन करून बातम्या घेण्याच्या, वेगवेगळ्या पोलीस मुख्यालयांची एक यादी होती : नुसत्या टोरोंटोमधल्याच नव्हे, तर आजूबाजूला पसरलेल्या उपनगरं आणि शहरांमधल्याही – डरहॅम, पील, हॅल्टन, मिल्टन, यॉर्क, ओकव्हिल, ऑरोरा, बार्लिंग्टन वगैरे.

हा संपूर्ण प्रदेश 'गोल्डन हॉर्सशू' म्हणून ओळखला जायचा – उत्तर अमेरिकेतला हा पाचवा मोठा शहरी प्रदेश होता, त्यामुळे बातम्यांसाठीच्या कामाची या प्रदेशाची व्याप्तीही प्रचंड होती. अग्निशमन, अँब्युलन्स, विमा, हॉस्पिटल वगैरे क्षेत्रांच्या संपर्कात सतत राहणं भाग होतं, ओंटारिओचं प्रादेशिक पोलीस दल तर होतंच, शिवाय लॉटरीवाल्या कंपन्या होत्या. अगदीच बातमी नसली तर तुम्हाला 'ओबिच्युअरी'सुद्धा चाळाव्या लागायच्या.

वर-वर पाहिलं तर एवढी मोठी व्याप्ती बघूनच गोंधळायला होईल; पण हे काम एखादा शिकाऊ पत्रकारही करू शकेल इतकं साधं होतं. अमनक्वासारख्या अनुभवी माणसाची इथे गरजच नव्हती.

बाहेर असलेल्या बातमीदारांच्या ई-मेल्स घेण्यासाठी आणि आपल्या पोरांच्या बाबतीत काही घडलं तर ते समजण्यासाठी तो आपला ब्लॅकबेरी कायम चालू ठेवायचा. बाहेरच्या मुख्य न्यूजरूममधल्या भिंतीवर लावलेली घड्याळं जगातल्या वेगवेगळ्या मुख्य शहरांमधल्या वेळा दाखवत होती. पॅरिस, मॉस्को, हाँगकाँग, टोकियो, मेलबोर्न, लॉस एंजेलिस. एखादा गरीब पोरगा रस्त्यावरून चाललेल्या लिमोसिनकडे जशा नजरेनं बघेल, तसं अमनक्वानं त्यांच्याकडे पाहिलं. त्याला 'स्टार'मधला पहिला निग्रो परदेशी बातमीदार व्हायचं होतं; पण आता मात्र ते स्वप्न फाटून त्याची पार लक्तरं झालेली होती. त्यानं 'स्थानिक वेळ' सांगणाऱ्या घड्याळात

पाहिलं : पाच – अठ्ठावीस. म्हणजे अजून अर्धाच तास. त्यानंतर त्याला थॉर्नक्लिकमधल्या आपल्या बहिणीकडे – जिथे त्याला फक्त एका कोचावर झोपायची परवानगी होती – जाऊन अंघोळ करून परत नेहमीच्या दहाच्या पाळीला परत यायला चार तास मिळणार होते.

त्यानं आपली नजर समोरच्या विंडोच्या काचेकडे वळवली. काचेवर जागा मिळेल तिथे आणि तसे तऱ्हेतऱ्हेचे कागद चिकटवलेले होते – कधीकाळी दिलेल्या सूचना, गमतीदार कात्रणं वगैरे. रात्रपाळीवर असणाऱ्या माणसानं वेगवेगळ्या स्कॅनरवर ऐकलेल्या गमती-जमती लिहून ठेवायचाही एक अलिखित नियम होता. त्याची नजर त्यातल्या काही विनोदांवर गेली.

पोलीस, डिव्हिजन ४३ : "स्कारबरोमधल्या सगळ्याच गँगची मला माहिती आहे असं नव्हे; पण 'निपल्स' अशा नावाची कुठलीही गँग माझ्या तरी ऐकिवात नाही बाबा." डिस्पॅचर : "असू दे, पण त्यांचे फोटो मात्र काढलेच पाहिजेत."

डिस्पॅचर : "दारू पिऊन गाडी चालवताना सायकलवाल्याला धडक दिली तर एक वेळ मी समजू शकतो, त्याला अपघात असं म्हणता तरी येईल; पण दारू प्यायलेल्या सायकलवाल्यानं कडेला उभ्या असलेल्या गाडीला धडक मारली तर त्याला काय म्हणायचं?"

रेडिओ रूममध्ये नाही म्हटलं तरी उकडतच होतं. अमनक्वानं कोट काढून ठेवून टायही सैल केलेला होता. बरोबर दर पंधरा मिनिटांनी तो आपल्या वळणदार अक्षरात व्यवस्थित नोंदी करत होता. हे काम जरी फालतू असलं, तरी प्रत्येक काम व्यवस्थित करायची त्याची सवयच होती.

रात्रभरात अजूनपर्यंत खास काहीच घडलेलं नव्हतं. तसे ख्रिसमसच्या आसपासचे दिवस एखाद्या सनसनाटी बातमीच्या दृष्टीनं कायमच कुचकामी असायचे. तरीही न्यूज डेस्कचे लोक काही तरी बातमी आण, म्हणून संध्याकाळपासून त्याच्या मागे लागलेले होते – अशी बातमी की, जी पहिल्या पानावर छापता येईल. तीही स्थानिक बातमीच हवी म्हणे!

अजूनपर्यंत तरी त्याच्याकडे तशी काहीच बातमी नव्हती. नाही म्हणायला एक-दोन किरकोळ घटना घडलेल्या होत्या. उपनगरात एका इराणी टॅक्सी ड्रायव्हरला – हा पूर्वी इतिहासाचा प्रोफेसर होता – दोन आशियाई तरुणांनी चाकूचा धाक दाखवून लुबाडलं होतं; पण ती पोरंही अगदीच बिनडोक होती. रस्त्यावरच्या बर्फावर

पडलेल्या त्यांच्या पावलांच्या ठशांचा माग काढून पोलीस अगदी सहज त्यातल्या एकाच्या घरी पोचले होते. शहराच्या मध्यवस्तीत पाकिस्तानी कॉलेज विद्यार्थ्यांच्या एका गटानं त्यांच्यातल्याच एका पोराच्या डफनटच्या दुकानात घुसून त्याला क्रिकेटच्या बॅटींनी धुतलं होतं. एंटरटेनमेंट डिस्ट्रिक्टमध्ये दारू प्यायलेल्या एका माणसानं एका पोलिसाच्या पायावरून गाडी नेली होती. आता या असल्या बातम्या पहिल्या पानावर छापायच्या लायकीच्या तरी होत्या का?

पहाटे एकच्या सुमाराला एक बऱ्यापैकी सनसनाटी बातमी अमनक्वाला समजली होती. उत्सुकतेनं कान देऊन त्यानं ती स्कॅनरवर ऐकली होती. फॉरेस्ट हिल भागातल्या एका श्रीमंत डॉक्टरला आपली बायको आपल्याच घरात आपल्याच पोराच्या जिवलग दोस्ताबरोबर नको त्या अवस्थेत दिसली होती. संतापून जाऊन त्या डॉक्टरनं किचनमधल्या सुरीनं त्या पोरावर वार केला होता. आधी असं समजलं होतं की, त्या डॉक्टरनं त्या पोराचं गुप्तेंद्रियच कापलं होतं. खूश होऊन अमनक्वानं न्यूज डेस्कला कळवलं होतं. तेही सगळे खूश झाले होते; पण नंतर तासाभरानं समजलं होतं की, तो डॉक्टर कोणी सर्जन वगैरे नाही, तो एक साधा त्वचारोग तज्ज्ञ आहे आणि त्यानं वापरलेली सुरी म्हणजे फक्त साधी ब्रेडला लोणी लावायची सुरी होती आणि त्या पोराच्या हातावर फक्त एक निसटता घाव बसला होता.

लोणी लावायची सुरी आणि साधी हातावर जखम! हात् तुझी!

त्यानं टोरोंटोची वेळ दाखवणाऱ्या घड्याळात पाहिलं – साडेपाच. मग त्यानं सगळ्या वायर सर्व्हिसेसवर कुठे काही नवीन बातमी दिसते का, हे पाहिलं. कुठेच काही नव्हतं. त्यानं रेडिओवरच्या दर अर्ध्या तासानं लागणाऱ्या बातम्या ऐकून पाहिल्या. तिथेही काही नव्हतं. शेवटी एक शेवटचा प्रयत्न म्हणून त्यानं पोलीस स्कॅनर तपासून बघितला.

तिथेही नेहमीचीच बडबड सुरू होती. तेवढ्यात त्याला 'कोड रेड' असं ऐकू आलं. लगेच त्यानं आवाज वाढवला. 'कोड रेड' म्हणजे काही तरी खास असणार हे त्यानं लगेचच ताडलं. म्हणजेच, बहुधा एखादा खून असणार.

त्यानं पत्ता ऐकला : मार्केट प्लेस टॉवर. ८५ ए, फ्रंट स्ट्रीट, सुईट १२ ए. अमनक्वा एकदम ताठ बसला. माय गॉड! आपण या सुईटमध्ये गेलो होतो एकदा. हा तर केव्हिन ब्रेसचा पत्ता! 'त्या' केव्हिन ब्रेसचा. मागे आपण आणि क्लेअरनं त्याच्या टॉक शोमध्ये भाग घेतला होता, आणि तो आणि त्याची बायको दर वर्षी घरी पार्टी द्यायचे, त्या पार्टीला आपण त्या वर्षी डिसेंबरमध्ये गेलो होतो. त्या वेळी आपण आणि क्लेअर चांगले प्रसिद्ध होतो शहरात – तरुण, उभरते निग्रो बातमीदार म्हणून.

अमनक्वानं भराभर विचार केला. ब्रेसचं घर इथून फारसं लांब नव्हतं. त्यानं

स्कॅनरचा आवाज कमी करून स्पीकरपाशी कान नेला. त्याला रस्त्यावर पोलीस बोलत असल्याचं स्पष्ट ऐकू येत होतं; पण एकही जण केव्हिन ब्रेसचं नाव मात्र घेत नव्हता.

नुसती कल्पना करून पाहा– मि. केव्हिन ब्रेस. अगदी 'कॅनडाचा आवाज' म्हणून ओळखला जाणारा माणूस आणि याच्या घरात गडबड! काय झालं असेल? खून? असेलही. आणि एवढी गरमागरम बातमी. आणि ऐकणार फक्त आपण एकटेच!

त्यानं जवळजवळ रिकाम्याच असलेल्या त्या न्यूजरूमकडे एक कटाक्ष टाकला. फक्त एकच एडिटर वेबसाइटकडे डोळे लावून बसलेला होता आणि दुसरा एक जण कसलीशी कॉपी तपासत होता. या दोघांना ताबडतोब कल्पना देणं आवश्यक होतं.

त्यांना समजल्यावर पुढे काय होईल, हेही त्याला पक्कं ठाऊक होतं. आपली बातमी ते दुसऱ्या एखाद्या रात्रपाळीच्या बातमीलेखकाला देणार आणि आपल्याला काय मिळणार? फार तर एखादी शाबासकीची थाप. तीसुद्धा आपलं दैव फारच जोरावर असलं तर! आणि मग लगेच आपला विसर पडेल सगळ्यांना.

त्यानं विचार करत येरझाऱ्या घालायला सुरुवात केली. आता कुठल्याही क्षणी स्कॅनरवर आणि वायर्सवर ही बातमी सगळीकडे फुटेल. शांत राहा, स्वत:ला बजावत त्यानं आपलं पैशाचं पाकीट कोटातून काढून पँटच्या मागच्या खिशात टाकलं आणि आपला डिजिटल कॅमेरा घेतला. काही घडलेलंच नाही, असं दाखवत बाहेर येऊन त्यानं हातपाय ताणून झक्कपैकी एक जांभई दिली.

"जरा कॉफी घेऊन येतो." न्यूजरूमजवळून जाता-जाता त्यानं मोठ्यानं म्हटलं आणि खिशातली नाणी हातानं खुळखुळवत तो बाहेर पडला.

रात्रपाळीवर साफसफाईचं काम करणारी एक जाडजूड पोर्तुगीज बाई लिफ्टपाशी होती. आणखी एक जांभई दाबत त्यानं लिफ्टचं बटण दाबलं आणि तो भिंतीशी टेकून उभा राहिला. खालच्या मजल्यावर कॅफे टेरिया होतं आणि लिफ्ट वर येत असल्याचं सांगणारा बाण आधीच पेटलेला होता.

वर येणाऱ्या लिफ्टचं दार उघडलं, तशी ती पोर्तुगीज बाई आत शिरली. लिफ्टचं दार बंद होताक्षणीच तो जिन्याच्या दिशेनं पळत सुटला. खालचा अंधारा रस्ता दिसत होता. भराभर धावत जिने उतरून तो तळमजल्यावर आला आणि संकटकाळी वापरायच्या दरवाजातून सहज चालत बाहेर पडला. टेबलाशी बसलेल्या सुरक्षारक्षकाला हात करून पुढचा दरवाजा उघडून तो यंग स्ट्रीटवर आला आणि मग मात्र त्यानं खरोखरच धावायला सुरुवात केली.

त्याला गार्डिनर एक्स्प्रेस-वे खालून जाणाऱ्या बोगद्यातून जावं लागलं. हा

भयानक रस्ता १९५०च्या दशकात बांधून लोकांनी शहराचा सरोवराशी असलेला संबंध तोडून टाकला होता; पण त्या वेळी पादचारी लोकही असतात, हेच ते विसरून गेलेले दिसत होते. पादचाऱ्यांसाठी रस्त्याच्या पलीकडच्या बाजूला एक अगदी अरुंद फूटपाथ ठेवलेला होता आणि त्याच्या कडेनं कॉंक्रीटचं रेलिंग घातलेलं होतं. कामावर पोचण्याच्या गडबडीत असलेल्या माणसांनी रोज सकाळी हा फूटपाथ भरून जायचा. त्यातले बरेच लोक शहराच्या दक्षिणेकडे असलेल्या सरोवरातल्या बेटांवर राहायचे आणि कामासाठी रोज फेरीबोटीनं शहरात यायचे. आत्ता मात्र हा फूटपाथ एकदम रिकामा होता. आणखी दोन तासांनी जर अमनक्वा जात असता, तर तो अडकलाच असता.

कॅमेरा एखाद्या रिले रेसमधल्या धावपटूच्या हातातल्या बॅटसारखा धरून तो भर वेगात पळत होता. बोगद्यातून बाहेर पडून तो फ्रंट स्ट्रीटवर आला आणि उजवीकडे वळून पळत सुटला. त्याचा श्वासोच्छ्वास एव्हाना चांगलाच फुललेला होता. थंडगार वाऱ्याची पर्वा न करता तो तसाच धावत होता.

आता फक्त एकच ब्लॉक. त्याला मार्केट प्लेस टॉवरचं निऑन साइनही दिसत होतं.

"ही बातमी मलाच मिळाली पाहिजे." प्रत्येक पावलाच्या तालावर तो मोठ्यानं स्वत:शी घोकत होता. अगदी आपल्या पोरांना तो जी 'द लिटल एंजिन दॅट कुड' गोष्ट वाचून दाखवायचा, त्या गोष्टीतल्या त्या रेल्वे इंजिनासारखाच.'

५

पहाटेची वेळ होती, त्यामुळे रस्ते रिकामेच होते. डिटेक्टिव्ह अरी ग्रीन भर वेगात गाडी चालवत होता. शिवाय त्यानं गाडीच्या टपावर पोलिसांचा खास फ्लॅशलाइट लावलेला होता, त्यामुळे त्याला मधले सगळे लाल सिग्नल तोडायची पूर्ण मोकळीक होती. अजून एका तासानं हेच रस्ते गर्दीनं भरून जाणार होते.

फ्रंट स्ट्रीटवर येऊन तो उजवीकडे वळला. शहरातल्या काही अगदी जुन्या, लाल विटांनी बांधलेल्या चार-पाच मजली इमारती या रस्त्यावर होत्या. अत्यंत प्रेमानं त्यांची पुन्हा डागडुजी करून त्या पहिल्यासारख्या केलेल्या होत्या. या इमारतींमध्ये अतिशय सुंदर दुकानं होती, शोरूम्स होत्या आणि फ्रंट स्ट्रीटवरचे फूटपाथही अतिशय रुंद होते. त्यामुळे या रस्त्यावर आलं की, लोकांना हटकून युरोपची आठवण यायची. मार्केट प्लेस टॉवरची भव्य, देखणी इमारत एका लांबलचक, सुंदर ब्लॉकच्या शेवटी उभी होती.

ग्रीननं गाडी बाजूच्या छोट्या रस्त्यावर वळवली आणि एका काहीशा जुन्या ट्रकच्या मागे उभी केली. ट्रकच्या मागच्या भागावर अजूनही बर्फ होतं. हिवाळ्यात सकाळी मुख्य शहरात बर्फ नसायचं; पण बाहेरच्या उपनगरांमध्ये जास्त थंडी असल्यामुळे तिकडे हिमवृष्टी झालेली असायची आणि तिकडून येणारी वाहनं हे हिम बरोबर घेऊन शहरात यायची.

गाडीतून बाहेर येऊन ग्रीन झपझप चालत मार्केट प्लेस टॉवरच्या इमारतीकडे निघाला. इमारतीचा एक ड्राइव्ह - वे त्या छोट्या रस्त्यावरच येऊन उतरत होता. तोंडाशीच एक सुबक पाटी होती. 'पार्किंग फक्त मार्केट प्लेस टॉवरच्या रहिवाशांसाठी. व्हिजिटर लोकांनी कृपया व्यवस्थापकाकडे आपल्या नावाची नोंद करावी.' तो झपाझप चालत होता; पण पळत मात्र नव्हता. मानवहत्या विभागातल्या डिटेक्टिव्ह लोकांचे काही खास अलिखित नियम होते. तुमचा ड्रेस व्यवस्थित असला पाहिजे. तुम्ही कधी शस्त्र बाळगता कामा नये. आणि अगदीच संकटकालीन परिस्थिती

नसेल, तर तुम्ही कधीही धावायचं नाही.

इमारतीचे स्वयंचलित डबल दरवाजे हळूच उघडले. रोझवूडच्या एक सुंदर, लांबलचक टेबलाशी एक युनिफॉर्म घातलेला माणूस 'टोरोंटो सन' वाचत बसलेला होता. चेहऱ्यावरून हा कुठल्या तरी एखाद्या मध्य-पूर्वेतल्या देशातला असावा, असं वाटत होतं.

"डिटेक्टिव्ह ग्रीन, मेट्रो पोलीस होमीसाइड." ग्रीननं म्हटलं.

"गुड मॉर्निंग, डिटेक्टिव्ह." त्या माणसाच्या अंगातल्या कोटाच्या छातीवर डावीकडे 'रशीद' अशी एक छोटीशी कापडी पाटी शिवलेली होती. इथे रखवालदार असेल हा; पण कोणी सांगावं, मुळात हा एखादा फिजिक्समधला डॉक्टरही असेल त्याच्या मायदेशात... ग्रीननं मनात म्हटलं.

लॉबीत थोडंच पुढे युनिफॉर्म घातलेली एक स्त्री पोलीस ऑफिसर अशा मोक्याच्या जागी उभी होती की, तिथून तिला लॉबीतल्या दोन्ही लिफ्ट आणि जिन्यावर नजर ठेवता येत होती. मागे कुणाची तरी चाहूल लागली, तशी तिनं मागे वळून पाहिलं.

ग्रीननं तिला लगेच ओळखलं आणि तो हसला.

ऑफिसर नोरा बेरिंगनंही त्याच्याकडे बघून स्मित केलं आणि ते दोघंही एकमेकांकडे येऊ लागले.

"हॅलो, डिटेक्टिव्ह." त्याच्याशी शेकहँड करत तिनं म्हटलं आणि थेट विषयालाच हात घातला. "या दोन्ही लिफ्टवर आणि जिन्यावर माझी नजर आहे. लिफ्ट फक्त पोलिसांनाच वापरायला परवानगी आहे. माझा पार्टनर जिन्यानं वर गेलाय. तिथून त्यानं रेडिओवरून कळवलंय की, वरची सगळी परिस्थिती नियंत्रणात आहे. आम्ही आलो तेव्हाच ज्या बाईचा खून झाला, ती जिवंत नव्हती. पोलीस ऑफिसर येऊन आरोपी आणि साक्षीदाराला घेऊन गेलेत. फॉरेन्सिक ऑफिसरही वर गेलाय आणि माझा पार्टनर वरच थांबलाय."

ग्रीननं मान डोलावली. नोरा बेरिंग अत्यंत हुशार आणि कार्यक्षम आहे, हे त्याला चांगलंच माहीत होतं. "कोण आहे तुझा पार्टनर?" त्यानं विचारलं.

"ऑफिसर डॅनियल केनिकॉट." तिनं सहेतुकपणे म्हटलं.

ग्रीननं सावकाश मान डोलावली. ती आपल्याकडेच बघतेय, हे त्याला जाणवत होतं. साधारण साडेचार वर्षांपूर्वी केनिकॉटच्या भावाचा खून झाला होता आणि त्या खुनाचा तपास ग्रीनकडेच होता. ही एकमेव केस त्याला अजूनही सोडवता आलेली नव्हती.

भावाच्या खुनानंतर एका वर्षानं केनिकॉट आपली वकिलीची प्रॅक्टिस सोडून देऊन पोलिसांत भरती झाला होता. एक तरुण, देखणा, बोलका माणूस वकिली सोडून पोलीस बनतो, हा म्हणजे मीडियाच्या दृष्टीनं एक छानच विषय झाला होता.

आपल्या एखाद्या नातेवाइकाचा खून झालेल्या दुसऱ्या माणसासारखीच ग्रीननं केनिकॉटलाही वागणूक दिली होती. सुरुवातीला त्यांच्या भेटी लागोपाठ होत होत्या; पण पुढे मात्र त्यात खंड पडत गेला होता. आता ते दोन महिन्यांनी एकदा भेटत होते, तपास कुठपर्यंत आलाय याचा आढावा घेत होते. केनिकॉट पोलिसांत आल्यावर तो जेव्हा कामावर नसेल, तेव्हाच त्यांच्या भेटी कटाक्षानं व्हायच्या.

आणि केनिकॉटनंही कधी आपल्यासाठी काही वेगळा, खास विचार केला जावा, अशी मागणी केली नव्हती; पण तपास पुढे सरकत नाहीय, असं जेव्हा त्याला त्या दोघांच्या बोलण्यातून समजत गेलं होतं, तशी त्याची निराशा वाढत चाललेली होती. आधीच तपास करणारा अधिकारी आणि बळी पडलेल्या व्यक्तीच्या जवळच्या लोकांमध्ये एक प्रकारचं टेन्शन असतं – आणि ते नैसर्गिक असतं. तपास लवकरात लवकर करा, गुन्हेगाराला पकडा, त्याला ताबडतोब शिक्षा झाली पाहिजे, अशा त्यांच्या स्वाभाविक मागण्या असतात; आणि याउलट प्रत्यक्ष पोलीस तपासातली परिस्थिती वेगळीच असते. पोलिसांच्या अडचणी, त्यांचे नियम, कोर्टाचे नियम, कायदे या सगळ्या गोष्टींची नातेवाइकांच्या अपेक्षांशी सांगड घालण्याचं अवघड काम त्या अधिकाऱ्याला करावं लागतं. त्यातच ग्रीन आणि केनिकॉटच्या बाबतीत सरकारी वकील मुद्दामच बाजूला राहायचे, त्यामुळे केनिकॉटला एकसारखं ग्रीनच्या संपर्कात राहण्यावाचून गत्यंतरच नव्हतं – कधी मदतीसाठी, तर कधी आपला त्रागा व्यक्त करण्यासाठी.

कामाच्या बाबतीत ग्रीन आणि केनिकॉट एकमेकांना टाळायचे. हे त्यांनी एकमेकांशी बोलून ठरवलेलं नव्हतं; पण सध्या तरी हेच बरं, हेही त्यांना ठाऊक होतं. तरीपण ग्रीननं केनिकॉटच्या करिअरवर मात्र जरा मुद्दामच नजर ठेवलेली होती – जणू एखाद्या थोरल्या भावासारखी. त्याच्या प्रगतीवर तो मनोमन खूष होता. पोलिसांमध्ये नेहमी म्हणायचे : पोलिसांत प्रगती करायची तर तुम्हाला तुमच्या करिअरवर नजर ठेवणारा, उत्तेजन देणारा एखादा राब्बी हवा.

"केनिकॉटनं सगळी परिस्थिती एकदम चोख ठेवलीय." बेरिंगनं म्हटलं.

"केनिकॉट आहे म्हटल्यावर प्रश्नच नाही."

तो रशीदकडे वळला. "बाराव्या मजल्यावर जाणाऱ्या एकूण किती लिफ्ट आहेत या बिल्डिंगमध्ये?"

"या दोन आणि पाठीमागे आणखी एक सर्व्हिस लिफ्ट आहे."

ग्रीननं त्याच्या पुढच्या डेस्कवरून वाकून खाली पाहिलं. खाली टीव्हीच्या मॉनिटर्सची एक रांग होती.

"या सगळ्या कॅमेऱ्यांमध्ये बिल्डिंगमधून बाहेर जाण्याचे सगळे दरवाजे कव्हर होतात?"

"हो– हो, निदान मुख्य दरवाजे तरी नक्कीच."

ग्रीननं कपाळाला आठ्या घातल्या. "म्हणजे अजून काही दरवाजे आहेत?"

रशीदनं किंचित अस्वस्थपणे चाळवाचाळव केली. "फक्त अजून एकच दरवाजा आहे, बेसमेंटमधल्या पार्किंग लॉटचा. त्यावर मात्र कॅमेरा नाही; पण तो फार कमी वापरला जातो आणि तो आतून बंद होतो."

ग्रीननं परत बेरिंगकडे पाहिलं.

"मी मागची सर्व्हिस लिफ्ट, या दोन लिफ्ट आणि शिवाय जिना कव्हर केला होता – आणखी मदत येईपर्यंत बेसमेंट कव्हर करणं मात्र मला एकटीला शक्य नव्हतं."

"तू योग्य तेच केलंस." त्यानं म्हटलं. तिनं बरोबर विचार केलेला होता. ती एकटी होती आणि तिला लॉबीत येणाऱ्या किंवा बाहेर जाणाऱ्या प्रत्येक व्यक्तीवर नजर ठेवणं भाग होतं. आणि बेसमेंटपेक्षाही महत्त्वाचं म्हणजे, स्वत: रशीदकडे दुर्लक्ष करून चालणार नव्हतं.

"बेसमेंटचं दार उघडलं गेलंय की नाही, हे तुला कसं कळतं?" त्यानं रशीदला विचारलं.

"मी राउंड मारायला जातो तेव्हा ते लक्षात येतं."

"आज सकाळी पाहिलं होतंस?"

"अजून नाही पाहिलं. तासाभरापूर्वीच आलोय मी. आणि ते दार फार क्वचित वापरलं जातं. तशीही या बिल्डिंगमध्ये फारशी वर्दळ नसते."

आता मात्र इथली वर्दळ वाढेल, ग्रीननं मनात म्हटलं. "समजा, कोणी तरी त्या दारात एखादी वीट घालून ठेवली, तर?"

हे रशीदच्या लक्षातच आलेलं नव्हतं. त्याला एकदम शरमल्यासारखं झालं. "कधी कधी असंही होतं." ग्रीननं मान डोलावली. रशीद उत्तर देताना गडबडल्याची ही दुसरी वेळ होती.

तो लिफ्टपाशी गेला. त्याच्या डोक्यात विचारचक्रं चालू होती. बेरिंगनं संपूर्ण लॉबी कव्हर केली आहे. संशयित आरोपी आणि साक्षीदार, दोघांनाही आधीच नेलंय आणि खून घडला त्या जागेवर आता फॉरेन्सिक ऑफिसर आहे. आता खरं म्हणजे आपणही तिथे जायला हवं, पण त्याआधी एकदा बेसमेंटमध्ये जायलाच पाहिजे. लिफ्टजवळच खाली जाणारा जिना होता. त्यानं दार उघडायला हात केला, तेवढ्यात अचानक दार उघडलं.

एक बुटकी, वृद्ध स्त्री ताठ मानेनं चालत बाहेर आली. तिनं आपले पिकलेले पण भरपूर असलेले केस डोक्यावरून सरळ पाठीमागे विंचरलेले होते. तिच्या अंगात एक लांब काळा कोट होता, तर मानेभोवती एक चमकदार निळ्या रंगाचा

स्कार्फ व्यवस्थित बांधलेला होता. तशीच ताठ चालत ती पुढच्या दाराकडे जाऊ लागली.

"मॉर्निंग, रशीद." चटचट चालता-चालता तिनं रशीदकडे बघून म्हटलं.

ती बाहेर पडण्याच्या आत ग्रीननं तिला गाठलं. तिच्या काखेत तिनं एक मॅटची गुंडाळी धरलेली होती, तर खांद्यावर दोन पांढरे टॉवेल आणि हातात पाण्याची एक मोठीशी बाटली होती.

"एक्स्क्यूज मी, मॅम." आपलं आयडी कार्ड तिच्या डोळ्यांसमोर नाचवत त्यानं म्हटलं. "मी डिटेक्टिव्ह अरी ग्रीन, मेट्रो टोरोंटो पोलीस. थोडा वेळ आम्ही ही बिल्डिंग बंद केलीय." आपण होमीसाइड विभागातले डिटेक्टिव्ह आहोत, हे त्यानं मुद्दामच सांगितलं नाही.

"बंद केलीय? म्हणजे?" तिनं विचारलं. तिच्या उच्चारात खास ब्रिटिश धाटणी जाणवत होती; पण वर्षानुवर्षं कॅनडात राहिल्यामुळे ते जरा सौम्य झालेले दिसत होते. तिनं कसलाही मेकअप वापरलेला दिसत नव्हता. तिची त्वचा अजूनही कमालीची तजेलदार वाटत होती. पण ती ज्या ताठ्यानं वावरत होती, ते पाहून ग्रीनच्या चेहऱ्यावर आपोआपच हलकंसं स्मित आलं.

"या बिल्डिंगमध्ये एक घटना घडलीय, तिचा तपास करतोय आम्ही." त्यानं म्हटलं.

"त्याचा माझ्याशी काय संबंध?" तिनं भुवई उंचावत विचारलं. "माझा क्लास अकरा मिनिटांनी सुरू होणार आहे."

ग्रीन जणू तिचा मार्ग अडवण्यासाठी की काय, थेट तिच्यासमोर येऊन उभा राहिला. "हे प्रकरण जरा गंभीर आहे, मॅम."

तिनं रशीदकडे मानेनं निर्देश केला. "रशीद, तुम्हाला हवी ती सगळी माहिती देईल ना."

ग्रीननं आपली तांबड्या रंगाची वही उघडली आणि आपल्याला भेट मिळालेलं, आपली आद्याक्षरं कोरलेलं 'क्रॉस' पेन काढलं. ती बाई आणखी एक पाऊल पुढे आली. आता तिच्या परफ्यूमचा वास त्याला जाणवला. तो पुन्हा एकदा हलकंसं हसला.

"तुमचं नाव सांगता?"

"एडना विनगेट. फार वेळ लागेल का? कारण मला उशीर केलेला आवडत नाही; माझ्या योगा इन्स्ट्रक्टरलाही कोणी उशिरा आलेलं आवडत नाही."

"तुम्ही याच बिल्डिंगमध्ये राहता?"

"सुईट १२ बी आणि योगा केल्यावर फार गरम होतं, डिटेक्टिव्ह. मी कायम दोन-दोन टॉवेल घेऊन जाते बरोबर." तीही हसली.

“किती वर्षं राहताय इथे?”

“वीस वर्षं. तुम्हीही शिका, डिटेक्टिव्ह. पुरुषांना तर योगा फार आवडतो.”

“आम्ही मुद्दामच लिफ्ट बंद केल्या आहेत.” ग्रीननं म्हटलं. “सॉरी, तुम्हाला बारा मजले जिन्यानं...”

विनगेट बाई हसल्या. थोडंसंच, पण छान हसल्या. “मी कधीच लिफ्ट वापरत नाही. कायम जिन्यानं बाराव्या मजल्यावर चढत जाते आणि जिन्यानंच खाली उतरते. माझा इन्स्ट्रक्टर म्हणतो की, त्र्याऐंशी वय असूनही तुमच्या पायांमध्ये कमालीची ताकद आहे.”

गाडीनं इकडे येताना ग्रीननं डिस्पॅचरला कॉल करून सगळी माहिती घेतली होती. बाराव्या मजल्यावर फक्त दोनच सुईट आहेत, हे त्याला माहीत होतं. “काल रात्री किंवा आज पहाटे बाराव्या मजल्यावर तुम्हाला काही वेगळं दिसलं किंवा जाणवलं?”

“हो, प्रश्नच नाही...” तिनं ताबडतोब म्हटलं.

“काय जाणवलं?”

“माझा पेपर. मि. सिंगची काळजी वाटतेय मला. त्यांनी पेपर टाकला नाही, असं अजूनपर्यंत कधीही घडलं नव्हतं.”

“अजून काही?”

“नाही. प्लीज, मी जाऊ का आता?”

“आपण असं करू–” ग्रीननं म्हटलं. “मी तुम्हाला तुमच्या क्लासला जायला परवानगी देतो; पण उद्या सकाळी मी तुमच्या घरी येऊन तुम्हाला प्रश्न विचारले, तर हरकत नाही ना तुमची?”

विनगेट बाईंनी हातातल्या सुंदर, स्टायलिश ‘स्वॉच’ घड्याळ्याकडे हळूच कटाक्ष टाकला.

“चालेल. पण तुम्हाला मी खास ख्रिसमससाठी केलेला शॉर्टब्रेड खावा लागेल.” आणि त्या पुन्हा मघासारखंच चट्कन, छान हसल्या.

“उद्या सकाळी सहाच्या आधी येऊ?”

“आठला या. फक्त सोमवारीच माझा क्लास लवकर असतो. टाटा.” आणि त्याच्या खांद्यावर हलकेच हात ठेवून त्या दार उघडून निघून गेल्या. तशाच, ताठ मानेनं.

बाहेर पडून त्या रस्ता ओलांडून पहाटेच्या अंधारात नाहीशा होईपर्यंत ग्रीन त्यांच्याकडे बघत होता. मग क्षणभर थांबून तो वळला आणि केव्हिन ब्रेसच्या सुईटकडे जाण्यासाठी त्यानं लिफ्टचं दार उघडलं.

६

सहा वाजता. झकास! टॉवेलनं चेहरा पुसत अल्बर्ट फर्नांदिझनं मनात म्हटलं आणि आपले दात, काळेभोर केस कंगव्यानं उलटे फिरवले. दाढी, नखं कापणं, दात घासणं या सगळ्याला दहा मिनिटं लागतील. कपडे घालून तयार व्हायला आणखी पंधरा मिनिटं – किंवा घाई केली तर दहाच मिनिटं. साडेसहाला कॉफीचं मशिन आपोआप सुरू होईल की, सहा-पन्नासपर्यंत आपण घरातून बाहेर पडायला हरकत नाही. अर्ध्या तासात गाडी चालवत शहरात पोचता येईल, म्हणजे मग पार्किंगला जागा शोधत हिंडायची कटकट राहणार नाही. साडेसातच्या आत पार्किंग मिळालं नाही, तर पुढे ते मिळणं मिनिटागणिक अवघड होत जातं.

एक मऊ, हिरवागार टॉवेल कमरेला बांधून तो हळूच बाथरूममधून बाहेर पडला. बेडवर मरिसा गाढ निद्रेत होती. तिचे लांबसडक, घनदाट काळेभोर केस बेडवरच्या पांढऱ्या शुभ्र चादरीवर मोठ्या मोहकपणे पसरलेले होते. ती कुशीवर वळून झोपलेली होती, त्यामुळे तिची पाठ आणि खांदे त्याला दिसत होते.

लग्नाला दोन वर्षं होऊन गेली होती, तरी आपल्यासारख्या माणसाला एवढी देखणी बायको मिळाल्याचं अल्बर्टला वाटणारं आश्चर्य अजून कमी व्हायचं नाव घेत नव्हतं. मम्मी-डॅडींच्या विरोधाला न जुमानता आपण चिलीला जाऊन लग्न करून घरी हिला आणलं हे फार बरं झालं, असं तो कायम मनाशी म्हणत असे. त्याचे मम्मी-डॅडी म्हणत होते, इथली कॅनडामधलीच एखादी चांगल्या घरची, सुस्वरूप मुलगी बघून लग्न करून टाक; पण त्यांचं न ऐकता त्यानं थेट चिलीला जाऊन तिथल्या एका गर्भश्रीमंत घराण्यातली ही पोरगी गटवली होती. त्यानंतर त्याच्या मम्मी-डॅडींनी त्याच्याशी बोलणंच टाकलं होतं.

ओला टॉवेल खुर्चीवर फेकून देऊन त्यानं घरातल्या त्याच्या सगळ्यात आवडत्या खोलीत पाऊल टाकलं – म्हणजे कपड्यांच्या क्लोसेटच्या रूममध्ये. हँगरवर टांगलेले आपले उत्कृष्ट शिवलेले सूट बघत बसायला त्याला फार

आवडायचं. मला यशाकडे घेऊन जाणारे पासपोर्ट आहेत हे, तो म्हणायचा. आपल्या गडद निळ्या गॅबर्डिनच्या कोटाला हळुवार हातानं स्पर्श करून त्यानं हँगरवर अडकवलेल्या सुंदर शर्टपैकी आपला आवडता एक ऑफ-व्हाइट इजिप्शियन कॉटनचा, फ्रेंच कफ्सचा शर्ट बाहेर काढला.

शर्ट काढून त्यानं दिव्यासमोर धरला आणि स्वत:शीच 'च्' असा आवाज काढत मान हलवली. मारिसाच्या घरी प्रत्येक कामाला नोकर होते. त्यामुळे आता कुठे तिला कपड्यांना इस्त्री करता यायला लागलेली होती. कॉलरला इस्त्री कशी करायची, हे दाखवलं पाहिजे तिला– त्यानं मनात म्हटलं आणि टाय रॅकमधून एक लालभडक अरमानी टाय काढून घेतला.

फर्नांदिझच्या व्यवसायाच्या दृष्टीनं कपड्यांना फार महत्त्व होतं. बाकी प्रत्येक बाबतीत खर्चाची काटकसर करून वाचवलेले पैसे तो कपड्यांमध्ये 'गुंतवायचा'. शहरातल्या क्राऊनच्या लॉ ऑफिसातली त्याच्याबरोबरची बहुसंख्य वकीलमंडळी एक तर शाळामास्तरांसारखे साधे कपडे घालायची किंवा सेल्समनसारखे. क्रेप सोलचे शूज, ब्राऊन रंगाचे सूट, साध्या रंगाचे टाय. अल्बर्टचं मात्र तसं नव्हतं. तो कायम खऱ्याखुऱ्या वकिलाला शोभतील असे उत्तम दर्जाचे कपडे वापरायचा.

नंतर त्यानं आपले गडद ब्राऊन रंगाचे लोफर्स बाहेर काढले. च्... यांनाही पॉलिश करावं लागणार. म्हणजे आणखी दोन-तीन मिनिटं गेली म्हणायची.

शर्ट चढवून त्यानं टाय बांधला आणि पँट घालून पट्ट्यांच्या रॅकमधून आपला खास लेदरचा, काळपट ब्राउन रंगाचा आणि साधं मेटल बकल असलेला पट्टा निवडला. त्यानं एक मेन्स फॅशन एन्सायक्लोपीडिया विकत घेतला होता, त्यात लिहिलं होतं की, बेल्ट नेहमी तिसऱ्या भोकापर्यंत आवळावा. त्यानं बेल्ट तिसऱ्या भोकापर्यंत आवळून बांधला खरा; पण तो त्याला जरा घट्ट वाटला. क्षणभर विचार केल्यावर त्याच्या लक्षात आलं की, आत्ता आपल्याला बेल्ट तिसऱ्या भोकापर्यंत आणायला पोट आत खेचून घ्यावं लागलं होतं.

तो जरा दचकलाच. शर्ट वर घेऊन त्यानं स्वत:ला आरशात न्याहाळलं. अरे– खरंच की, पोट सुटलंय आपलं! ऑफिसातल्या बाकीच्या वकिलांची सुटलेली, बेल्टवरून ओथंबणारी पोटं बघून त्याला नेहमी हसू यायचं. ते काही नाही– त्यानं मनात ठरवून टाकलं– ती फालतू, स्वस्तातली सँडविचेस यापुढे बंद. रोज संध्याकाळी ऑफिसात मागवतात त्या डफनट्सना आता हातही लावायचा नाही.

अखेर एकदाचा सगळा जामानिमा आवरून तो परत बेडरूममधल्या अंधुक प्रकाशात आला. बेडशेजारच्या घड्याळात त्यानं पाहिलं. ६:१८ वा. तरीही ठरवलं होतं त्यापेक्षा तीन मिनिटं आधी तयार झालो आपण. मध्येच कधी तरी मरिसाची झोप चाळवली होती आणि ती उताणी झाली होती. तिचं पांघरूण थोडं सरकल्यामुळे

तिचा उजवा उरोज निम्मा अर्धा दिसत होता.

आवाज न करता तो बेडपाशी गेला आणि तिच्या केसांचं चुंबन घेण्यासाठी वाकला. आपोआपच त्याची नजर पांघरुणाखालच्या तिच्या शरीराच्या उंचसखल भागांकडे गेली. याही गोष्टीचं त्याला राहून-राहून आश्चर्य वाटायचं. इतक्या वेळा आपण हिला पूर्णपणे विवस्त्र अवस्थेत पाहिलंय, तरी अजूनही प्रत्येक वेळी संधी मिळेल तेव्हा हिला का न्याहाळत असतो आपण?

तेवढ्यात एका उष्ण हाताच्या त्याच्या मांडीला स्पर्श झाला. ''माझी इस्त्री तुला आवडत नाहीसं दिसतंय.'' मरिसाचा झोपेनं जडावलेला आवाज आला.

मघाशी आपण 'च् च्' करत होतो, ते ऐकू गेलेलं दिसतंय हिला, अल्बर्टनं मनात म्हटलं. ''हो. थोडी सुधारणा करावी लागेल.''

तिचा हात त्याच्या मांडीपासून लगेच दूर झाला.

काय हे! फर्नांदिझनं मनात म्हटलं. तीच चूक मी परत-परत करतोय. त्यानं आपल्या कपड्यांच्या घड्यांमध्ये एक पुस्तक दडवून ठेवलेलं होतं – मॅरेज सर्व्हायव्हल गाइड : हाऊ टु गेट पास्ट फर्स्ट इयर्स. दर मंगळवारी रात्री जेव्हा मरिसा इंग्लिशच्या क्लासला जायची, तेव्हाच फक्त तो हे पुस्तक काढून वाचायचा. त्यात एक गोष्ट पुन: पुन्हा सांगितलेली होती : आपल्या पती/पत्नीच्या चुका फार मनावर घेऊ नका, त्याला/तिला त्या सुधारण्यासाठी मदत करा.

''पण तू नक्की सुधारशील.'' त्यानं तिचा हात हातात घेत म्हटलं.

''मला इस्त्री आणखी गरम करायला हवी, हो ना?'' तिनं पुन्हा आपला हात त्याच्या मांडीवर नेला.

''हो. जरा अवघड असतं ते, पण जमेल.''

मरिसाचे सुंदर ओठ हलकेच विलग झाले.

''आणि इस्त्री करताना आणखी जोर लावायचा.'' तिनं हात त्याच्या मांडीवरून हळूच वर-खाली फिरवायला सुरूवात केली.

''बरोबर. बघ, आपोआपच लक्षात येतंय तुझ्या.''

''इस्त्री आणखी गरम करायची आणि आणखी जोर लावायचा.'' पांघरुणातून दुसरा हातही बाहेर काढून ती त्याची दुसरी मांडीही कुरवाळू लागली.

मोठ्या अनिच्छेनं त्याची नजर घड्याळाकडे गेली. ६:२४. आता तो एक मिनिट मागे राहिलेला होता. लवकर पोचलो नाही, तर पार्किंगसाठी निष्कारण चार डॉलर मोजावे लागणार.

अत्यंत उन्मादकपणे मरिसानं आपल्या ओठांवरून जीभ फिरवली आणि कुशीवर त्याच्याकडे वळून आपले हात त्याच्या बेल्टच्या बकलवर नेले. पुढच्याच क्षणी तिनं बेल्ट सोडवला. अरे, अरे– आपण वरच्या भोकात बेल्ट अडकवला

होता, हे हिच्या लक्षात तर आलं नसेल ना? त्याच्या मनात चमकून गेलं.

आता घड्याळाकडे बघून उपयोग नव्हता. असंच पाहिजे तुला अल्बर्ट, बरी अद्दल घडली... त्यानं मनात म्हटलं– पण हरकत नाही. रोज आपणच ऑफिसला सगळ्यात आधी पोचतो. आज झाला थोडा उशीर, तर काय फरक पडतो?

मरिसा त्याच्या पँटशी खटपट करत होती.

ठीक आहे, आपण लंच घेतला नाही की, पार्किंगचे चार डॉलरही भरून निघतील. शिवाय थोडं फार वजनही उतरेल आपलं. तिनं त्याचा हात ओढून घेऊन आपल्या उरोजावर ठेवला. तो उबदार, गुबगुबीत स्पर्श त्याला जाणवला. तिनं लगेच त्याचा हात तिथून खाली सरकवायला सुरुवात केली.

गेले काही महिने मरिसा वरचेवर तक्रार करत होती. "अल्बर्ट, तू सकाळी किती लवकर निघतोस... रात्रीही नेहमी उशिरा घरी येतोस."

"हो मग, करिअरमध्ये पुढे जायचं, क्राऊनच्या लॉ ऑफिसात प्रगती करायची, तर भरपूर काम करायची गरजच आहे." तो सांगायचा.

"पण तुझ्या बायकोलाही तुझी गरज आहेच की."

तिनं सरळ त्याला अंगावर खेचून घेतलं. अरे, खरंच गरज आहे हिला आपली! त्यानंही तिला प्रतिसाद देत स्वत:शी म्हटलं. आता काही नाही, डोळे मिटून घे आणि या क्षणाचा आनंद घे, अल्बर्ट.

त्यानं परत कपडे चढवले, तेव्हा घड्याळात ६:३९ झालेले दिसत होते. आता पार्किंग मिळायला उशीर झालेला होता. किचनमधल्या मशिनमध्ये कॉफी तयार होऊनही दहा मिनिटं होत आलेली होती; पण आता कॉफी पुन्हा तयार करण्याइतका वेळही नव्हता. त्यानं आपल्या काचेच्या जुन्या थर्मासमध्ये कॉफी भरून घेतली. ही कॉफी कितीही वाईट लागली, तरी ऑफिसातल्या त्या भयानक कॉफीपेक्षा कित्येक पटींनी चांगली असेल.

अपार्टमेंटच्या बाहेरच्या दाराशी त्यानं 'टोरोंटो स्टार'चा ताजा अंक उचलून पाहिला. त्याला फक्त एकाच बातमीत इंटरेस्ट होता. काल रात्री कुठे खून झाला की नाही? पहिल्याच पानावर टोरोंटोच्या हॉकी टीमचा, विजयाच्या आनंदात हॉकी स्टिक्स उंचावलेल्या खेळाडूंचा फोटो छापलेला होता. तिकडे एक ओझरती नजर टाकून त्यानं भराभर अंक चाळला. आजही कुठे खून झाल्याची बातमी नव्हती. या एवढ्या मोठ्या शहरात एकही खून होऊ नये? तेही गेला महिनाभर? शी: काय हे! त्यानं त्राग्यानं पेपर खाली टाकून दिला.

गेली पाच वर्षं क्राऊनच्या लॉ ऑफिसात प्रगतीच्या शिडीची एक एक पायरी फर्नांदेझ चढत होता. त्याची योजनाही अगदी सरळ होती. सगळ्यात आधी ऑफिसात यायचं, सगळ्यात शेवटी बाहेर पडायचं. कायम उत्कृष्ट आणि व्यवस्थित

कपडे घालायचे. सगळ्या न्यायाधीशांची माहिती करून घ्यायची. त्याच्या टेबलाच्या शेवटच्या ड्रॉवरमध्ये फाइलिंग कार्ड्सचा एक सेट होता. प्रत्येक कार्डावर एकेका न्यायाधीशाच्या सवयी, आवडीनिवडी त्यानं आपल्या वळणदार अक्षरात लिहून ठेवलेल्या होत्या.

आणि, अर्थातच केसेस जिंकायच्या.

त्याच्या कष्टांचं फळही त्याला मिळालं होतं. महिन्यापूर्वी हेड क्राउन जेनिफर रॅग्लननं त्याला तिच्या ऑफिसात बोलावलं होतं.

''अल्बर्ट–'' टेबलावरचा फाइलिंगचा एक मोठा गठ्ठा सरकवत तिनं म्हटलं होतं. ''मला माहितेय की, तुला एखादी खुनाची केस घ्यायची फार इच्छा आहे.''

''तसं काही नाही... मला जी केस मिळेल, ती मी आनंदानं घेत असतो.''

ती हसली होती. ''खूप काम करतोस तू. खूप मिळवलंयस. फक्त पाचच वर्षं झालीत तुला; पण त्या मानानं खूपच केलंयस तू. आता पुढची खुनाची केस येईल, तेव्हा ती तूच घ्यायचीस.''

आता, बेसमेंटमधल्या गॅरेजमध्ये आपली जुनी टोयोटा गरम होण्याची वाट बघत बसलेला असताना त्याला हा संवाद आठवला. त्यानं आपले काळे लेदरचे ड्रायव्हिंगचे ग्लोव्हज हातात घातले.

थोड्याच वेळापूर्वी तो बेडवरून उठत असताना मरिसानं म्हटलं होतं, ''हा सेकंड बेस झाला. आज रात्री आपण होम रन करू.''

''होम रन करू नाही, होम रन मारू.''

''मारू? काय विनोदी आहे रे तुमची इंग्लिश भाषा.''

आज रात्री खरोखरच घरी धावत यायला पाहिजे– त्यानं मनात म्हटलं आणि गाडीचा गिअर टाकला. आता फक्त एखादी खुनाची केस हवी, की झालं.

पण रात्री मात्र लवकर यायलाही पाहिजे. बिचाऱ्या मरिसाला केवढी गरज आहे आपली!

७

सकाळी-सकाळी स्वत:वरच चिडलेली नॅन्सी पॅरिश दुसरा पँटी होज चढवण्याचा प्रयत्न करत होती. चढवण्याच्या धडपडीत पहिला पँटी होज फाटल्यामुळे वैतागून जाऊन तिनं नुकत्याच त्याच्या चिंध्या केल्या होत्या. शेजारचं कपड्यांचं– खरं म्हणजे तिच्या या लहानशा घरातलं एवढं एकच कपड्यांचं क्लोसेट होतं– क्लोसेट उघडता-उघडता आपोआपच तिचं लक्ष त्याच्या दारावरच्या आरशातल्या आपल्या प्रतिबिंबाकडे गेलं. वा! तिनं म्हटलं... सकाळी सकाळी मोठं छान दृश्य आहे हे : अंगात पँटी होजशिवाय दुसरं काहीही नसलेली एक चाळिशीला टेकलेली बाई!

तिचं लक्ष आपल्या जुनाट आन्सरिंग मशिनकडे गेलं. दररोज रात्री ती आपल्याला ऑफिसच्या नंबरवर आलेले कॉल घरच्या नंबरवर फॉरवर्ड करून घ्यायची. ती जेव्हा एक तरुण, उत्साही वकील म्हणून काम करत होती, तेव्हा ती रातोरात सगळ्या कॉल्सना उत्तरं द्यायची; पण नंतर काही वर्षांनी मात्र तिनं झोपायच्या आधी मशिनचा आवाजच बंद करून टाकायला सुरुवात केली होती.

'मेसेज वेटिंग'चा आकडा '६' दाखवत होता. सहा कॉल्स? आणि मी अजून धड कॉफीसुद्धा घेतलेली नाही! तिनं स्वत:शीच त्राग्यानं म्हटलं. हेन्री, नालायक, या सगळ्याला तूच कारणीभूत आहेस.

तिचा आधीचा नवरा हेन्री हा 'द डॉन ट्रेडर'मध्ये – म्हणजे केव्हिन ब्रेसचा लोकप्रिय रेडिओ शो – शो प्रोड्यूसर होता. मागच्या महिन्यात त्यानं गोड बोलून तिला 'सिंगल प्रोफेशनल विमेन : आर दे हॅपी?' नावाच्या पॅनेलमध्ये पाहुणी म्हणून यायला भरीस पाडलं होतं.

मीच बरी सापडले याला... तिनं चिडून स्वत:शी म्हटलं. त्या मूर्खाच्या बोलण्याला भुलून त्या कार्यक्रमात भाग घेतला आणि मी शनिवारी रात्रीसुद्धा एकटीच घरात नुसती स्क्रँबल्ड एग्ज कशी खाते, हे सगळ्या देशाला खुलवून सांगितलं. खरं तर त्यानंही सांगितलं होतं की, काय बोलशील ते विचार करून

बोल. पण मी–? माझा ताबा आहे का माझ्या जिभेवर? लाखो लोक ऐकत असतील, हे पुरतं विसरून गेले आणि त्या गोडबोल्या केव्हिन ब्रेसनं घोळात घेतलंच शेवटी मला. स्क्रँबल्ड एग्ज वगैरे सांगून झाल्यावर बोलण्याच्या भरात नको ते बोलून गेले "ज्या बायका आपल्यापेक्षा जास्त पैसा मिळवतात, त्यांच्याशी सेक्स करायला पुरुष घाबरतात!"

त्यानंतर तिच्यावर पुरुषांच्या कॉल्सचा वर्षावच व्हायला सुरुवात झाली होती. कॅनडा, अमेरिका– सगळीकडून तिला नको तसले फोन येत होते. आम्ही नाही घाबरत आमच्यापेक्षा जास्त पैसा मिळवणाऱ्या बाईशी सेक्स करायला; हवं तर खात्री करून घ्या! एवढंच काय, बऱ्याच बायकांचेसुद्धा फोन आले होते.

काल रात्री आल्यावर तिनं आपले लेदरचे बूट तसेच जमिनीवर टाकून दिले होते, तिकडे तिचं लक्ष गेलं. दोन्ही बुटांवर टाचांपासून साधारण दोन इंच उंचीवर रस्त्यावर टाकलेल्या मिठाची बारीक गोल रेघ उमटली होते. तिनं स्वत:शीच मान हलवली. या वर्षी थंडी यायच्या आधी मुद्दाम तिनं सप्टेंबरमध्येच एकदाचे नवीन बूट घेतले होते – चांगले दिसतील असे बूट. त्याच्या बरोबरच किनऱ्या आवाजाच्या त्या सेल्समननं महागडे लेदर कंडिशनर्स तिच्या गळ्यात मारले होते. तो आवाज अजून तिच्या कानात होता.

"हे घ्या, आणि याचा फवारा आज रात्री घरी पोचलात की लगेच बुटांवर मारा." तो १९.९९ डॉलर किमतीचा एक छोटासा कॅन दाखवत त्यानं म्हटलं होतं. "चोवीस तास थांबा आणि मग याचा एक थर बुटांवर द्या." त्यानं एक ब्राऊन रंगाची, कसलंसं घाणेरडं द्रव असलेली बाटली तिला दिली होती. किंमत? फक्त १२.९९ डॉलर. "हे दर आठवड्यातून एकदा वापरायचं."

तिनं डोक्यात हिशोब करत फक्त मान डोलावली होती.

"रोज रात्री साध्या व्हिनेगरमध्ये फडकं बुडवून त्यानं हे बूट साफ करायचे." तो बोलतच होता. "पाणी लावायचं नाही. पाण्यामुळे मीठ आणखी आत, लेदरमध्ये मुरतं."

"हो– हो, पाणी अजिबात लावायचं नाही."

"आणि शू ट्रीज तर अत्यावश्यक आहेत. बूट काढल्याबरोबर ते गरम असेपर्यंतच, पाच मिनिटांत ते शू ट्रीजवर ठेवा."

"पाच मिनिटांत? ओके." शू ट्रीजची किंमत होती ३३.०० डॉलर– टॅक्स सोडून.

महिन्याभरानंतर मात्र तिची खात्री झाली होती की आपले पैसे फुकट गेले. ऑक्टोबर आणि नोव्हेंबरमध्ये थंडी पडलीच नव्हती, त्यामुळे तिला त्या बुटांचा पार विसर पडला होता. मग अचानक डिसेंबरच्या सुरुवातीलाच बर्फ पडलं होतं. तोपर्यंत

आपण तो स्प्रे आणि कंडिशनर कुठे ठेवला, हेच तिला आठवेनासं झालं होतं आणि ते सापडल्यावर त्यातलं चोवीस तासात काय वापरायचं आणि दर आठवड्याला काय वापरायचं, ते तिच्या लक्षात नव्हतं.

पॅरिशनं ते बूट तसेच परत टाकले आणि आन्सरिंग मशिनला टप्पल मारत, पुढच्या वेळी शॉपिंगला जाऊ तेव्हा ते व्हिनेगर नक्की आणायचं, असं मनात ठरवून टाकलं.

कोपर टेकवून तिनं आन्सरिंग मशिनचं 'प्ले' बटण सुरू केलं. पहिला मेसेज सुरू झाला.

"बीप... हॅलो, मिस पॅरिश, तुम्ही मला ओळखत नाही; पण मी माझ्या मुलासाठी एक वकील शोधतोय. आमच्याकडे पैसे नाहीत; पण मी असं ऐकलं की, तुम्ही लीगल एडची कामं ..."

तिनं पट्कन स्किपचं बटण दाबलं आणि स्वत:ला आरशात न्याहाळायला सुरुवात केली. अजून ओले असलेले केस पुसत तिनं आपल्या एकेका वैशिष्ट्याचं एक रिपोर्ट कार्ड मनात भरायला सुरुवात केली. केस : आपल्या रूपातली एक अत्यंत आकर्षक गोष्ट– अजूनही अतिशय दाट आणि मोकळे. खांद्यापर्यंत. पण अजून किती दिवस?

पुढचा मेसेज : "हाय नॅन्सी, मी जेम्स. परत कॉल करतोय. तुझं म्हणणं बरोबर होतं, मी ल्यूसीपासून दूर राहायला हवं होतं, पण... मी ५५ डिव्हिजनमध्ये आहे. ते या वेळी मात्र मला सोडायला तयार नाहीत. मी आज सकाळी ओल्ड सिटी हॉलच्या १०१ बेल कोर्टात असेन..." स्किप.

चेहरा : आकर्षक. अजूनही. सुंदर कधीच नव्हता. त्वचा छान, पण पूर्वीसारखी चमकत नाही आता. मागे एकदा एका म्हाताऱ्या माणसानं म्हटलं होतं, तुझी त्वचा इतकी सुंदर आहे, की तुला चाळिशीतसुद्धा मेकअपची गरज पडणार नाही. आता पुढच्या महिन्यात अडतीस वर्षांची होईन मी आणि एवढ्यातच मला किमान थोडा ब्लश तरी वापरल्याशिवाय बाहेरच पडता येत नाही.

पुढचा मेसेज. "बीप... नॅन्सी, तुझे डॅडी आणि मी बुधवारी रात्री बॅले बघायला शहरात येणार आहोत आणि तुला येता येईल का असं..."

मान आणि खांदे. माझं सगळ्यात महत्त्वाचं आणि सर्वांत सुंदर वैशिष्ट्य. पुरुष मूर्ख असतात. त्यांना फक्त छाती आणि नितंबच आवडतात. अरे, पण ऑड्री हेपबर्न, ग्रेस केली... आठवा जरा. काय सुंदर, नाजूक माना होत्या त्यांच्या आणि खांदेही.

"बीप.... मिस पॅरिश, मी लॉ सोसायटी ऑफ अप्पर कॅनडामधून ब्रेन्डा क्रॉफर्ड..."

"चूप!" ओरडून तिनं स्किपचं बटन दाबलं.

उरोज : अजूनही चांगले दिसताहेत : तिनं हात उंचावले. नॉट बॅड! नाक : नाक मात्र मला कधीच आवडत नाही. कुणाचंच नाही. आता ज्युलिया रॉबर्ट्सचंच घ्या. किती सुंदर दिसते; हो ना? पण तिच्या नाकाकडे निरखून पाहा मिनिटभर. ताबडतोब तिचा चेहरा कसा तरीच दिसायला लागतो.

"बीप... हाय, मी बोलतेय. क्यूबाचं काय?"

"झेल्डा." तिनं स्वत:शीच म्हटलं. या तिच्या जिवलग मैत्रिणीनं तिचं सेक्स लाइफ उजळून टाकायचा चंगच बांधलेला दिसत होता.

पण या क्षणी ती झेल्डाचं बोलणं ऐकायच्या मन:स्थितीत नव्हती. तिनं स्किप दाबलं.

"बीप... तुम्ही मला ओळखत नाही, पण त्या दिवशी रेडिओवर –"

"फक यू!" ती किंचाळली.

आता एकच मेसेज बाकी होता.

"बीप. मिस पॅरिश, मी डिटेक्टिव्ह अरी ग्रीन, होमीसाइड. आत्ता डिसेंबर २१ चे सकाळचे ७.१४ झालेत. तुम्ही लवकरात लवकर मला पोलीस एचक्यूवर भेटू शकाल का? तुमच्या क्लाएंटबद्दल – मि. केव्हिन ब्रेसबद्दल बोलायचंय मला. त्यांनी तुमचं कार्ड दिलंय आम्हाला."

होमीसाइड...

केव्हिन ब्रेस...

शिट!

शेवटचंच एकदा आरशात बघून नॅन्सी पॅरिशनं ते मिठाच्या डागांचे बूट उचलले आणि ती कपडे शोधायला लागली.

८

डॅनियल केनिकॉटकडे स्वत:ची गाडीच नव्हती. त्याला तशी गाडीची गरजही नव्हती, कारण तो शहरातच राहत होता आणि कामही शहरातच करत होता. त्याच्या आई-वडिलांच्या अपघातानंतर तो शक्यतो गाडी चालवण्याचं टाळतच आलेला होता.

त्या अपघाताला आता आठ वर्षं होत आली होती. त्याचे मम्मी-डॅडी नेहमीप्रमाणे उत्तरेकडे निघालेले होते. दर आठवड्याला ते बरोबर रात्री ८ वाजता घरातून निघायचे. त्यांच्या फॅमिली कॉटेजपासून फक्त पाच मैलांवर ते असताना त्या दोन लेनच्या हायवेवरून दारू पिऊन गाडी चालवत असलेल्या एका माणसानं अचानक त्याची गाडी रॉंग साइडनं आणून थेट त्यांच्या गाडीवर समोरासमोर धडकवली होती. तिथलाच राहणारा असलेला हा दारुडा किरकोळ जखमा होऊन वाचला होता. डॅनियलचे मम्मी-डॅडी मात्र जागेवर गतप्राण झाले होते.

भावाचा खून जास्त त्रासदायक होता की, एका दारुड्याच्या चुकीमुळे झालेला आई-बापांचा मृत्यू जास्त दु:खद होता, हे सांगणं खरंच कठीण होतं. त्या मूर्खाची काही थोड्या वर्षांसाठी तुरुंगात रवानगी झाली होती खरी; पण त्यानं काय फरक पडत होता? जे व्हायचं ते झालंच होतं – चौघांच्या कुटुंबातला एकटा डॅनियल केनिकॉट जिवंत राहिलेला होता.

आज तो डिटेक्टिव्ह ग्रीनची जुनी गाडी चालवत होता. टोरोंटोमधल्या सकाळच्या तुरळक रहदारीतून गाडी लीलया धावत होती. ही जुनी ओल्ड्समोबाइल खरं म्हणजे ग्रीनसारख्या होमीसाइड डिटेक्टिव्हच्या प्रतिष्ठेला शोभणारी नव्हती. भावाच्या खुनाच्या केसवर ग्रीननं काही वर्षांपूर्वी तपास सुरू केला, तेव्हा केनिकॉटनं त्याला याबद्दल विचारलं होतं.

"अरे, सगळ्यात सुरक्षित गाडी आहे ही." ग्रीननं म्हटलं होतं. "एक तर संपूर्णपणे स्टीलची बॉडी आहे आणि इतकी रुंद आहे ही की, बुलडोझरसुद्धा हिला उलटी करू शकणार नाही!"

केवढी ताकद आहे या गाडीत! केनिकॉटनं एका गाडीला सहज मागे टाकत मनाशी म्हटलं आणि त्याला घाईच होती. वीस मिनिटांपूर्वी ब्रेसच्या घरात ग्रीन आला होता आणि एकवार सगळीकडे नजर टाकून त्यानं गाडीच्या चाव्या केनिकॉटकडे दिल्या होत्या.

''हे बघ, ताबडतोब किंग सिटीला जा.'' त्यानं म्हटलं होतं. ''खून झालेल्या बाईचे आई-वडील तिकडे राहतात. ती त्यांची एकुलती एक मुलगी होती. या खुनाची बातमी सगळीकडे पसरायच्या आत शक्यतो त्यांना जाऊन भेट.''

बळी पडलेल्या व्यक्तीच्या नातलगांना, आई-बापांना जाऊन ही बातमी देणं, हे पोलिसाचं एक अत्यंत वाईट काम. पोलीस कॉलेजात या प्रसंगाचं प्रशिक्षणही दिलं जातं : त्यांच्या नजरेला नजर भिडवून त्यांचा विश्वास संपादन करा, स्पष्ट बोला. चाचरल्यामुळे त्यांना आणि तुम्हालाही फार त्रास होतो आणि अगदी साधी, सोपी भाषा वापरा आणि जरुरीपेक्षा जास्त बोलू नका.

केनिकॉटला त्याच्या भावाच्या खुनाची बातमी ग्रीननं सांगितली होती, तो प्रसंग आठवला. त्या वेळी तो लॉइड ग्रॅनवेल या प्रख्यात वकिलाच्या फर्ममध्ये कामाला होता. ओल्ड सिटी हॉलसमोर बे स्ट्रीटवरच्या एका प्रचंड मोठ्या बिल्डिंगमध्ये त्यांचं ऑफिस होतं. ग्रॅनवेलच्या भरपूर ओळखी होत्या. त्यानं पोलीसप्रमुख हॅप चार्लटनलाच थेट फोन केला होता आणि मग ते वाट बघत बसले होते. घड्याळाचा काटा अत्यंत मंद गतीनं पुढे सरकत होता. ओल्ड सिटी हॉलच्या घड्याळात नवाचे ठोके पडले होते, तेवढ्यात ग्रॅनवेलची सेक्रेटरी आत आली होती.

''तुम्हाला भेटायला आलेत, मि. केनिकॉट.'' तिची नजर खालीच वळलेली होती. त्यावरूनच केनिकॉटनं ताडलं होतं की, काही तरी गडबड आहे. तो लॉबीत आला होता. उत्तम ड्रेस केलेला एक उंच माणूस त्याची वाट बघत उभा होता. त्याच्या हातात एक लेदरच्या कव्हरची डायरी होती. केनिकॉट आणखीच घाबरला होता.

''हाय, मि. केनिकॉट, मी डिटेक्टिव्ह अरी ग्रीन, टोरंटो पोलीस.'' त्या माणसानं म्हटलं होतं. ''आपल्याला कुठे तरी बसून बोलता येईल का?''

आता एवढ्या वर्षांनी विचार करताना केनिकॉटच्या लक्षात आलं की, त्या वेळी ग्रीन अतिशय योग्य पद्धतीनंच त्याच्याशी बोलला होता. थेट नजरेला नजर देऊन शांत, मृदू आवाजात, अगदी साध्या भाषेत आणि त्यानं आपण टोरंटो पोलीसमधून आल्याचं सांगितलं होतं; टोरोंटो होमीसाइड नव्हे.

त्या गाडीला ओव्हरटेक करून केनिकॉटनं रेडिओ सुरू केला – बातमी बाहेर आली का ते बघण्यासाठी. फ्रेंचमधून कोणी तरी बातम्या देत होता. केनिकॉटनं पुढच्या चॅनेलचं बटण दाबलं. तीही फ्रेंचच निघाली.

आता त्यांची ओळख होऊन साडेचार वर्षं होऊन गेलेली होती; पण अजून केनिकॉटला ग्रीनबद्दल फारच थोडी माहिती झालेली होती. कारण ग्रीन कधीच स्वत:बद्दल, आपल्या खासगी आयुष्याबद्दल बोलत नसे. त्याला फ्रेंच भाषा येते, हेही त्याला माहीत नव्हतं. इंटरेस्टिंग. अभावितपणेच ही गोष्ट त्याला ग्रीनच्या गाडीतल्या रेडिओच्या चॅनेल्समुळे समजलेली होती. तिसरं चॅनेल होतं १०२.१, 'एज'. हे स्टेशन मुख्यत: कॉलेजच्या पोरापोरींमध्ये फार लोकप्रिय होतं. त्यानंतरचं चॅनेल होतं क्यू १०७ – हे 'एज'चं प्रतिस्पर्धी स्टेशन होतं. याचा अर्थ, ग्रीनला एखादा किशोरवयीन मुलगा किंवा मुलगी असावी.

केनिकॉटनं शेवटचं बटण दाबलं, तसा त्याला डोनाल्ड डंडाजचा आवाज ऐकू आला. सोमवारी सकाळी बहुतेक वेळा हा माणूस केव्हिन ब्रेसऐवजी कार्यक्रम सादर करायचा. त्यानं आधी उत्तर ओंटारिओमधल्या एक बँडचं रेकॉर्ड केलेलं संगीत लावलं आणि मग अल्बर्टामधल्या कुठल्याशा बायकांच्या एका ग्रुपच्या मुलाखती घ्यायला सुरुवात केली. या बायकांनी बीव्हरचं एक प्रचंड बर्फशिल्प तयार केलेलं होतं आणि हे त्यांच्या म्हणण्याप्रमाणे जगातलं सगळ्यात प्रचंड बर्फशिल्प असल्यामुळे आपली नोंद गिनीज बुक ऑफ वर्ल्ड रेकॉर्ड्समध्ये व्हावी, अशी त्यांची इच्छा होती.

"आता बातम्या सुरू होतील." डंडाजनं म्हटलं. "हा आठवडाभर आता मीच निवेदक असणार आहे." पण त्याच्या आवाजात नेहमीचा आत्मविश्वास नव्हता. त्याला फार घाई असल्यासारखी वाटत होती – जणू कधी एकदा बोलणं बंद करतो, अशी. "आता दहा मिनिटांनी परत भेटू." लगेच ते ऐकून गुळगुळीत झालेलं थीम म्युझिक सुरू झालं; पण त्यानं केव्हिन ब्रेसबद्दल एक चकार शब्दही उच्चारलेला नव्हता.

बातम्यांमध्येही केव्हिन ब्रेसला अटक झाल्याचा काहीच उल्लेख नव्हता. बरं झालं, केनिकॉटनं स्वत:शीच मान डोलावली. म्हणजे, कदाचित त्याच्या नातेवाइकांना अजून काही समजलेलं नसावं. केनिकॉटनं क्यू १०७ चं बटण दाबलं.

"आता एक धक्कादायक बातमी." चॅनेलवरच्या तरुण निवेदकानं म्हटलं. "डॉन ट्रेडर या देशभर ऐकल्या जाणाऱ्या मॉर्निंग शोचा सूत्रधार केव्हिन ब्रेसला खुनाच्या आरोपाखाली अटक झालीय."

"ओहो!" त्याच्या साथीदार पोरीनं लगेच म्हटलं. "चला, आपली कॉम्पिटिशन काही दिवसांपुरती तरी कमी झाली!"

"हं, खरंच! पण कोणाला काय देणं-घेणं पडलंय? काल लीफ्सची टीम जिंकली, त्यामुळे लीफ्सवाल्या आपल्या देशात सगळं काही आबादीआबाद आहे." आणि त्या दोघांनी ही खुनाची बातमीही हसण्यावारी नेत परत बडबडायला सुरुवात केली.

केनिकॉटनं रेडिओ बंद केला. हायवे सोडून आता तो किंग सिटीच्या रोखानं

निघालेला होता. या गावाच्या नावात जरी 'सिटी' असलं, तरी खरं तर ही टोरंटोच्या उत्तरेकडे असलेली श्रीमंत लोकांची एक वसाहत होती – त्यातही श्रीमंत शेतकऱ्यांची. आणि त्यांनी शहरी भागाच्या इतक्या जवळ असूनही गावाकडचं वातावरण थोड्या फार प्रमाणात जपलेलं होतं.

टोरंटोमध्ये नुकत्याच पडलेल्या पांढऱ्याशुभ्र बर्फाचं रूपांतर फार चट्‌कन घाणेरड्या राड्यात व्हायचं. इथे मात्र दोन्ही बाजूंच्या फूटपाथवर स्वच्छ पांढरं बर्फ भरपूर प्रमाणात साचलेलं होतं. गावाच्या मध्यभागातून पुढे गेल्यावर केनिकॉटनं गाडी एका अरुंद रस्त्यावर वळवली. रस्त्याच्या दोन्ही बाजूंना उत्कृष्टपणे स्वच्छ केलेले ड्राइव्ह-वे मोठमोठ्या मॅन्शन्सकडे जात होते.

साधारण एक मैलभर पुढे गेल्यावर तो एका घराच्या कुंपणापाशी आला. आतापर्यंत घरांची कुंपणं व्यवस्थित बांधलेली होती; पण हे कुंपण म्हणजे वाकडंतिकडं बांधलेलं लाकडी रेलिंग होतं. ड्राइव्ह-वेच्या तोंडाशी साध्या लाकडी फळकुटावर हातानं नाव रंगवलेलं होतं– टॉर्न.

केनिकॉटनं त्या रस्त्यानं आत शिरून एका मोठ्या गॅरेजसमोर गाडी थांबवली आणि तो खाली उतरला. वातावरणात चांगलीच थंडी जाणवत होती आणि सगळीकडे घोड्याच्या लिदीच्या खताचा उग्र वास भरून राहिलेला होता. हे घर म्हणजे एक भला मोठा बंगला होता; पण मूळ बंगल्याला जोडून नंतर जी आणखी बांधकामं केलेली होती, ती मात्र वाटेल तेव्हा, वाटेल तशी केल्यासारखी वाटत होती. पुढच्या पायऱ्यांवरचं बर्फ दूर केलेलं नव्हतं. त्यामुळे केनिकॉटला तसंच बर्फ तुडवत दाराशी पोचावं लागलं. त्यानं घड्याळात पाहिलं – ७.१५. या लोकांनी अजून ती बातमी ऐकलेली नसली म्हणजे मिळवली, असं मनात म्हणत त्यानं दार ठोठावलं.

त्याच क्षणी घरात कुत्र्यांच्या भयंकर भुंकण्याचा एकच गदारोळ उठला. त्याला आतून दाराकडे येत असलेल्या पावलांचा आवाज ऐकू आला. पाठोपाठ कोणी तरी करड्या आवाजात ओरडलं, ''प्लेस, शो, इकडे या दोघं!'' ताबडतोब कुत्र्यांचं भुंकणं बंद झालं. केनिकॉटला वाटलं की, आता दार उघडणार; पण तसं काहीच झालं नाही.

आणखी थोडा वेळ वाट बघून त्यानं पुन्हा दार ठोठावलं.

तरी काहीच झालं नाही.

तेवढ्यात त्याच्या उजव्या बाजूला आणखी एक रुंद दरवाजा उघडला आणि अंगात मेंढीच्या चामड्याचा कोट घातलेला एक उंच, डोक्यावर भरपूर पांढरे शुभ्र केस असलेला माणूस बाहेर आला. त्याच्यापाठोपाठ दोन भले दांडगे कुत्रेही होते; पण दोघंही अगदी कोकरांसारखे मवाळ दिसत होते.

"गुड मॉर्निंग!" त्या माणसानं केनिकॉटकडे येत म्हटलं.

"हॅलो!" केनिकॉट पायऱ्या उतरून खाली येऊ लागला. "डॉ. टॉर्न?"

"मला आर्देन म्हटलंत तरी चालेल. आणि हे दार आम्ही कधीच वापरत नाही." त्या माणसानं आपला लांब-रुंद पंजा शेकहँडसाठी पुढे केला. "आम्ही कायम या गॅरेजमधूनच ये-जा करतो."

"सॉरी, तुम्हाला इतक्या सकाळी त्रास देतोय."

टॉर्ननं हलकंसं स्मित केलं. त्याची रापलेली त्वचा आणि पांढऱ्याशुभ्र केसांच्या पार्श्वभूमीवर त्याचे पाणीदार निळे डोळे भलतेच उठून दिसत होते. "काही विशेष नाही. आम्ही नेहमीच पाचला उठलेले असतो. आत्ता पहाटेच मी ट्रॅक्टर घेऊन आमचे घोडे पोचवून आलो. तिकडे वेस्ट व्हर्जिनियात एका शोमध्ये पाठवतोय त्यांना."

केनिकॉटनं त्याच्या चेहऱ्यावरून नजर हटवलेली नव्हती. "मी ऑफिसर डॅनियल केनिकॉट, टोरोंटो पोलीस."

"या कुत्र्यांना मुळीच घाबरू नका. ते फक्त गावठी आहेत, इतकंच. आमच्याकडे नेहमी दोन कुत्रे असतात. साथीदार असला की, त्यांनाही बरं वाटतं."

"तुमची पत्नी घरीच आहे, सर?"

टॉर्ननं इतका वेळ त्याचा धरून ठेवलेला हात सोडून दिला. "हो. पाठीमागे आहे."

"मग त्यांनाही...?"

मान डोलावून टॉर्ननं मोठ्यानं हाक मारली. "ॲली ऽऽ" त्याचा आवाज चांगलाच मोठा होता. "जरा इकडे ये."

थोड्याच वेळात एक मध्यमवयीन स्त्री बार्नचं दार उघडून बाहेर आली. तिच्या अंगावर जाडजूड गावठी कोट होता आणि गळ्याला एक रुंद स्कार्फ आणि पायांत रबरी बूट होते.

टॉर्न पुन्हा केनिकॉटकडे वळला.

"थँक्स." केनिकॉटनं म्हटलं.

"हे बघ पोरा," टॉर्ननं शांतपणे म्हटलं आणि तो त्याच्या चेहऱ्यावरची नजर न काढता कुत्र्यांना थोपटण्यासाठी खाली वाकला. "मी दुसऱ्या महायुद्धात आघाडीवर काम केलंय. एखादी वाईट बातमी घेऊन येणारा माणूस मी फार चट्कन ओळखतो."

१

ड्रायव्हिंग करताना रेडिओ ऐकणं, हा अल्बर्ट फर्नांदिझच्या लेखी केवळ वेळेचा अपव्यय होता. त्याऐवजी तो टेप्स ऐकायचा. स्वत:ला कसे सुधारावे याच्या टेप्स, पुस्तकांच्या टेप्स, मोठ्या नेत्यांच्या भाषणांच्या टेप्स. या महिन्यात तो दुसऱ्या महायुद्धाच्या काळात चर्चिलनं केलेल्या भाषणांच्या टेप्स ऐकत होता.

फर्नांदिझचे डाव्या विचारसरणीचे आई-वडील चिलीमधून पळून येऊन कॅनडात स्थायिक झाले, तेव्हा तो अकरा वर्षांचा होता. कोणालाच इंग्लिश येत नव्हतं. त्याची धाकटी बहीण पामिरा इंग्लिश बोलायला लवकर शिकली होती; पण त्याला स्वत:ला मात्र ही अपरिचित भाषा फारच जड गेली होती. एकाच गोष्टीसाठी इतके शब्द का, हे कोडं त्याला कधीच उलगडलं नव्हतं – पिग म्हणजे डुक्कर, हॉग म्हणजेही डुक्कर. रस्त्याला स्ट्रीट आणि रोड आणि पाथ, जेवणालाही वेगवेगळे शब्द. – लंच आणि डिनर – त्यातही रात्रीच्या जेवणाला दोन शब्द – डिनर आणि सपर! इंग्लिश बोलणाऱ्या बाकी कुणालाच याचं काही वाटत नसे. फर्नांदिझच्या दृष्टीनं मात्र हा केवळ छळवाद होता. आणि दोन शब्द असतील तर त्यातला नेमका चुकीचाच शब्द आपण निवडतो की काय, अशी एक प्रकारची भीतीच त्याच्या मनात लहानपणी बसली होती.

बऱ्याच कालावधीनंतर युनिव्हर्सिटीत त्यानं भाषाशास्त्रावरचा एक कोर्स केला होता, तेव्हा कुठे त्याला हे भाषेचं कोडं उलगडलं होतं. क्लासच्या अगदी पहिल्याच दिवशी त्याला शिकवणारा तो तरुण, गोल फ्रेमचा चष्मा घातलेला प्रोफेसर वर्गात शिरला होता आणि त्यानं फळ्यावर खालपासून वरपर्यंत मधोमध एक उभी रेघ ओढली होती. एका बाजूला त्यानं शीर्षक लिहिलं होतं– 'अँग्लो – सॅक्सन' आणि दुसऱ्या बाजूला 'नॉर्मनं' त्यानं दोन्ही भागांमध्ये एकाच अर्थाचे अँग्लो-सॅक्सन आणि नॉर्मन शब्द लिहिले होते. गो इन – एंटर, मीट – रेंदेव्हू, हेल्प – एड. एकाच वाक्यात त्यानं इंग्लिशचं अत्यंत सुंदर आणि समर्पक वर्णन केलं होतं. इंग्लिश ही

भाषा नव्हे, तर वेगवेगळ्या दिशांनी एकाच चौकात आलेल्या गाड्यांची ती एकत्र झालेली टक्कर आहे! सगळ्या प्रकारच्या भाषांमधले शब्द या भाषेत येऊन त्यांचा एकच प्रचंड मोठा गोळा झालेला आहे – जर्मेनिक भाषा, लॅटिन, नॉर्डिक भाषा, – अगदी काही प्रमाणात सेल्टिक भाषासुद्धा! पण १०६६मध्ये फ्रान्सनं इंग्लंडवर जे आक्रमण केलं त्यामुळे त्यातल्या या दोन प्रमुख भाषांनी – म्हणजे अँग्ला-सॅक्सन आणि नॉर्मन – आपलं समांतर अस्तित्व इंग्लिशमध्ये टिकवून धरलंय.

फर्नांदेझच्या डोक्यात एकदम झगझगीत प्रकाश पडला होता आणि त्याच्या मनातला या विचित्र भाषेबद्दलचा सगळा गोंधळ एका क्षणात नाहीसा झाला होता.

–आणि चर्चिल. इतिहासाचा आणि इंग्लिश भाषेचा अखेरपर्यंत एक विद्यार्थी राहिलेल्या त्या थोर माणसाला साध्या-सोप्या अँग्लो-सॅक्सन शब्दांमधली ताकद जाणवली नसती, तरच नवल. अवजड, बेगडी वाटणाऱ्या परकीय नॉर्मन शब्दांपेक्षा त्याला हे साधे, सहज समजणारे अँग्लो-सॅक्सन शब्दच जास्त आवडायचे.

त्याचं अत्यंत गाजलेलं 'वुई विल फाइट देम ऑन द बीचेस...' हे भाषण म्हणजे याचं मूर्तिमंत उदाहरण होतं. प्रत्येक शब्द न् शब्द सोपा, अँग्लो-सॅक्सन होता – अपवाद फक्त शेवटच्या शब्दाचा. "...अँड वुई विल नेव्हर सरेंडर." 'सरेंडर' हा एकमेव शब्द या भाषणात इंग्लिश नव्हता, तर फ्रेंच होता – परदेशी होता! जणू 'सरेंडर'ची – शरणागतीची – कल्पनाच परदेशी असल्यासारखी! इथे मात्र त्यांनी मुद्दाम 'सरेंडर' म्हटलं होतं; 'गिव्हअप' नव्हे!

नंतर बऱ्याच वर्षांनी फर्नांदेझ कोर्टात बसून एका साक्षीदाराचं बोलणं ऐकत होता. सुरुवातीला त्या माणसाचं बोलणं सहज विश्वास ठेवण्यासारखं वाटत होतं; पण त्याच्या हकिगतीमधला खरा मुख्य भाग जेव्हा सुरू झाला, तेव्हा त्याचं बोलणंच पूर्णपणे बदललं होतं. हा खोटं बोलतोय, हे फर्नांदेझला तत्क्षणीच उमगलं होतं; पण आपल्याला असं का वाटतंय, हे मात्र तो सांगू शकत नव्हता. थोड्या वेळानं त्याच्या हातात त्या माणसाच्या साक्षीचा टाइप केलेला पेपर पडला होता आणि ताबडतोब त्यानं आपोआपच त्यातल्या नॉर्मन शब्दांभोवती गोल करायला सुरुवात केली होती.

तो साक्षीदार जोपर्यंत "मी अपार्टमेंटमध्ये आत गेलो. मी तमाराला पाहिलं. ती सपर बनवत होती..." असे साधे अँग्लो-सॅक्सन शब्द वापरत होता, तोपर्यंत त्याचं सगळंच वर्णन विश्वास ठेवावा असं वाटत होतं; पण त्यानं जेव्हा गोलमाल उत्तर द्यायला सुरुवात केली, तेव्हा लगेच त्याच्या बोलण्यात नॉर्मन शब्दांचा भरणा वाढत गेला होता. "टु द बेस्ट ऑफ माय रिक्लेक्शन", "टु बी परफेक्टली ऑनेस्ट," वगैरे.

फर्नांदेझला हसू आलं. साक्षीदाराच्या बोलण्याचं हे अगदी साधं विश्लेषणसुद्धा

किती अचूक ठरतं, याचा अनुभव त्याला पुढेही कायम आलेला होता.

थोड्याच वेळात तो ओल्ड सिटी हॉल कोर्टाच्या बिल्डिंगपासून जवळच असलेल्या पार्किंग लॉटमध्ये पोचला. घरातून निघायला उशीर झाल्यामुळे त्याला यायला वेळ लागला होता. आता सकाळचे आठ वाजत आलेले होते; पण त्याला त्यातल्या त्यात आणखी दुःख होण्याचं कारण वेगळंच होतं : त्याच्या ऑफिसातल्या तीन वकिलांच्या गाड्या पार्किंग लॉटमध्ये आधीच उभ्या होत्या.

शिट... काय हे! इतके महिने मी ऑफिसात सात-पंचवीसच्या आत, बाकी कोणीही यायच्या आधी पोचतोय आणि आज जरा थोडी गंमत करायला घरात थांबलो, तर तीन-तीन लोक माझ्या आधी येऊन पोचलेत?

ओल्ड सिटी हॉलला जाण्यासाठी त्याला आधी न्यू सिटी हॉलसमोरच्या भल्या प्रचंड चौकातून रस्ता ओलांडणं भाग होतं. सकाळी आठ वाजतासुद्धा कामाला जाण्याच्या घाईत असलेले भरपूर लोक चौक ओलांडत होते. चौक ओलांडल्यावर पुढे आइस स्केटिंगची विस्तीर्ण रिंक लागत होती. आताही बरेच लोक तिथे आइस स्केटिंग करत होते.

लहानपणी फर्नांदिझला त्याच्या आई-वडिलांनी काटकसर करून जुने, वापरलेले स्केट्स विकत घेऊन दिले होते. रविवारी दुपारी ते त्याला त्याच्या इच्छेविरुद्ध, जवळजवळ ओढतच या रिंकवर घेऊन यायचे. त्यांच्यासारख्या अनेक स्थलांतरित झालेल्या कुटुंबातली मुलं-मुली इथे स्केटिंग करायची; पण छोट्या अल्बर्टला मात्र स्केटींग कधीच जमलं नव्हतं. कॅनेडियन पोरं कशी सहजगत्या स्केटिंग करतात आणि आपल्याला मात्र हा वरवर साधा वाटणारा खेळ का जमत नाही, हे कोडं त्याला कधीच उलगडलं नव्हतं.

धावत-पळत बे स्ट्रीट ओलांडून त्यानं ओल्ड सिटी हॉलच्या पाठीमागच्या बाजूच्या दरवाजातून आत प्रवेश केला आणि तिथे पहाऱ्यावर असलेल्या पोलिसाच्या नजरेसमोर आपलं आय-कार्ड नाचवून तो एका जुन्या, लोखंडी जिन्यावरून पळत क्राऊनच्या ऑफिसच्या दाराशी आला.

शहराच्या ऐन मध्यभागात असलेलं हे टोरोंटो क्राऊन ॲटर्नीज ऑफिस म्हणजे एकच प्रचंड, विस्तीर्ण हॉल होता आणि त्यात भयंकर दाटीवाटीनं थोडी– थोडकी नाही, पस्तीस ऑफिसं कोंबलेली होती– फक्त बारा ऑफिसांसाठी असलेल्या जागेत! ढिसाळ सरकारी नियोजनाचं हे एक उत्तम उदाहरण होतं. बहुतांश ऑफिसं कागदांचे गठ्ठे, पुस्तकांचे गठ्ठे, कागदपत्रं ठेवलेल्या पांढऱ्या कार्डबोर्डच्या, वर काळ्या मार्कर पेननं 'आर.व्ही. लिंगहॅम-मर्डर-२' लिहिलेल्या खोक्यांच्या उतरंडींनी भरून वाहत होती. फर्नांदिझ मात्र आपलं छोटेखानी ऑफिस एकदम स्वच्छ आणि नीटनेटकं ठेवायचा.

बहुतेक रोजच तो सगळ्यात आधी यायचा आणि दार उघडल्याबरोबर त्याला आत साठून राहिलेले आदल्या दिवशीचे पिझ्झाचे आणि शिळ्या पॉपकॉर्नचे दर्प जाणवायचे. आज मात्र ऑफिसात कॉफीचा सुंदर घमघमाट बॅजेल्सचा आणि ताज्या सोललेल्या संत्र्यांचा वास येत होता.

हॉलमध्ये पलीकडून येत असलेल्या गप्पा मारण्याच्या आवाजांकडे दुर्लक्ष करून तो सरळ आपल्या ऑफिसच्या दिशेनं निघाला. लोकांमध्ये मिसळून शिळोप्याच्या गप्पा मारण्यात वेळ घालवणं त्याला पटत नसे. शिवाय आपण ऑफिसात पोचून कामाला सुरुवात केल्याचं बाकीच्यांना दिसलं पाहिजे, हाही एक छुपा उद्देश त्यात होता.

आपल्या ऑफिसातल्या एकमेव फाइल कॅबिनेटमधून त्यानं आदल्या दिवशी अपूर्ण राहिलेली चोरीच्या केसची एक फाइल काढली आणि तो जागेवर बसला. लोक येत होते, तसतसे बाहेरचे गप्पांचे आवाज वाढत होते. त्यातच कोणी तरी रेडिओ लावला. त्याच्या आवाजाची भर पडली.

शेवटी फर्नांदिझनचं लक्ष लागेना. हातातली फाइल जागेवर ठेवून तो पिवळ्या कागदांचं एक पॅड घेऊन ऑफिसातून बाहेर पडला आणि जेनिफर रॅग्लनच्या ऑफिसकडे निघाला.

टोरोंटो विभागाची प्रमुख क्राऊन ॲटर्नी असलेली जेनिफर रॅग्लन कागदपत्रांचा पसारा पडलेल्या आपल्या प्रशस्त टेबलाशी अर्धवट बसून, अर्धवट वाकून काही तरी करत होती. तिच्यासमोर डाव्या हाताला या संपूर्ण ऑफिसातला सगळ्यात जास्त आक्रमक वकील असलेला फिल कटर येरझाऱ्या घालत होता. टकल्या, पन्नाशीच्या आसपासचा, अंगात जुना सूट आणि पायात झिजलेले क्रेप-सोलचे शूज घातलेला. तिच्या उजवीकडे एका लाकडी खुर्चीवर बार्ब गिल्ड बसलेली होती. तांबड्या लाल केसांची ही सडपातळ तरुण पोरगी अतिशय हुशार होती आणि तितकीच विसराळूही होती. ती जाईल तिथे आपली कागदपत्रं, पेनं, पेन्सिली वगैरे विसरून यायची. ही पोरगी म्हणजे कायद्याची एक उत्कृष्ट संशोधक होती. या तिघांची काही तरी जोरदार चर्चा चाललेली होती. ऑफिसच्या दारातच थांबून फर्नांदिझनं घसा खाकरून त्यांचं लक्ष वेधायचा प्रयत्न केला; पण तिघांनीही त्याच्याकडे बघितलंसुद्धा नाही. तो चार पावलं आत आला. तरीही त्यांचं लक्ष गेलं नाही. शेवटी तो सरळ तिच्या टेबलासमोर गेला, तेव्हा कुठे तिनं चमकून वर बघितलं.

"अल्बर्ट, तुझी वाटच बघत होते मी." रॅग्लननं म्हटलं.

"मी येऊन बराच वेळ झालाय." काय हे! फुकट थाप मारावी लागतेय. "ऑफिसात काम करत बसलो होतो."

"आपण काय आणि कसं करायचं ते आम्ही ठरवतोय." त्याच्या बोलण्याकडे साफ दुर्लक्ष करत तिनं म्हटलं. "तुझं नशीब जोरावर आहेसं दिसतंय. ख्रिसमसचं शॉपिंग वगैरे झालंय ना करून? नंतर अजिबात वेळ मिळणार नाही. ही केस घेऊन तू या बुधवारपर्यंत बेल कोर्टामध्ये हजर होशील बघ."

काय चाललंय तरी काय? फर्नांदेझला जणू आपण सिनेमा निम्मा-अर्धा संपल्यावर थिएटरमध्ये शिरल्यासारखं वाटलं. काय चाललंय, हे तो सोडून इथे सगळ्यांनाच माहीत असल्यासारखं दिसत होतं.

"कधी काय होईल, सांगता येत नाही म्हणतात ना; ते खरंच आहे." कटर इतक्या मोठ्या आवाजात बोलला की, तो मोठ्यानं ओरडल्यासारखंच वाटलं. पण मुळातच त्याचा आवाज इतका मोठा होता की, बऱ्याचदा न्यायाधीश त्याला खोलीच्या दुसऱ्या टोकाला उभा राहून बोलायला सांगायचे. खोलीतल्या ट्यूबच्या प्रकाशात त्याचं टक्कल चमकत होतं. "तो बहुतेक असंच म्हणणार की, ती सुरीवर पडल्यामुळे मेली." आणि तो मोठ्यामोठ्यानं हसत सुटला.

"शी! काय नालायक माणूस आहे!" गिल्डनं मध्येच म्हटलं. "हे संभावित लोक असेच असतात."

जेनिफर रॅग्लननं आपल्या तरतरीत नाकावरच्या चष्म्यावरून वर पाहिलं. रात्री उशिरापर्यंत एकसारखं काम करत राहणं आणि त्यासाठी कॉफीचे कपावर कप ढोसणं, यामुळे तिची त्वचा एकदम पांढुरकी आणि निस्तेज दिसत होती. केसांची रयाही पुरती गेलेली होती; पण तिच्या एकूण व्यक्तिमत्त्वातला आत्मविश्वास मात्र सहज जाणवण्यासारखा होता.

"तू कधी ऐकलीस बातमी?" तिनं फर्नांदेझला विचारलं.

त्यानं नुसतेच खांदे उडवले. आणखी बतावणी करण्यात अर्थ नव्हता. "आता मी असं खरं म्हणजे बोलू नये; पण तुम्ही लोक कशाबद्दल बोलताय, हेच मला समजलेलं नाही. कसली बातमी म्हणतेस?"

सगळ्यांच्याच नजरा त्याच्याकडे वळल्या.

"तू काहीच ऐकलेलं नाहीस?" रॅग्लननं आश्चर्यानं डोळे मोठे करत विचारलं.

"नाही."

"केव्हिन ब्रेसला खुनाच्या आरोपाखाली अटक झालीय." रॅग्लननं म्हटलं. "आज सकाळी त्याच्या पेंटहाऊसमध्ये त्याची बायको बाथटबमध्ये मृतावस्थेत सापडली. फक्त एकच भोसकल्याची खूण होती– पोटात. अल्बर्ट, लकी आहेस. तुझी पहिलीच हत्येची केस; पण काय एक नंबरची केस मिळतीय तुला!"

फर्नांदेझनं नुसतीच मान डोलावली.

"विश्वासच बसत नाही." गिल्डनं म्हटलं. "कॅनडातला पहिला स्त्रीवादी पुरुष

म्हणायचे या ब्रेसला आणि स्वत:च्याच बायकोचा खून करतो हा?''

"मीडियाचे लोक तुटून पडतील बघ या खटल्यावर." कटरनं म्हटलं. "अल्बर्ट, यू लकी डॉग.''

फर्नांदिझ फक्त मान डोलावत राहिला. कोपऱ्यातली प्लॅस्टिकची खुर्ची ओढून घेऊन तो बसला आणि त्यानं पॅड काढून पेन सरसावलं. "चला, लगेच सुरुवात करू कामाला.'' त्याला उत्साह दाखवणं भागच होतं आणि त्याचं एक स्वप्न आज अचानक पुरंही होत होतं.

त्याच्या मनात फक्त एकच प्रश्न रेंगाळत होता आणि तो उघडपणे विचारण्याचं धैर्य त्याला होत नव्हतं : हा केव्हिन ब्रेस नेमका आहे तरी कोण?

१०

अरे, हे टोरंटोचे पोलीस नुसते खातात, की काही कामही करतात? त्या नव्या पोलीस कॅफे टेरियामध्ये मिळणाऱ्या खाद्यपदार्थांच्या प्रकारांकडे बघत नॅन्सी पॅरिशनं स्वत:शीच मोठ्यानं म्हटलं. कॅपुचिनो, मिंट टी, योगर्ट स्मूथीज, फ्रूट सॅलड, ग्रॅनोला बार... पूर्वी इथे फक्त पाणचट कॉफी आणि शिळे डफनट मिळायचे; त्यांचं काय झालं?

एखादा त्यातल्या त्यात हलका पदार्थ घ्यावा, म्हणून शोधाशोध केल्यावर तिनं एक साधं बटर टार्ट आणि दाट, ब्राऊन कॉफी घेतली.

कॅफे टेरियात थोडीच माणसं होती. ती एका रिकाम्या टेबलाशी बसली आणि तिनं टार्टचा तुकडा मोडला, तो तोंडात घातला. पण इथे इतके पौष्टिक, भरपूर कॅलरीज् असलेले पदार्थ मिळतात, हे एका अर्थी बरोबरच आहे– तिच्या मनात आलं. विशेषत: पोलिसांना तरी रोज ज्या प्रकारचं काम करावं लागतं, त्यासाठी बहुतेक वेळा केवळ ताकदीवर दिवस रेटून न्यावा लागतो.

ते टार्ट इतकं मोठं होतं की, तिनं ते चावल्याबरोबर त्यात भरलेला पदार्थ पुच्कन बाहेर येऊन तिच्या गालावर पसरला. तिनं तिथला नॅपकिन घ्यायला हात पुढे केला– तेवढ्यात उत्कृष्ट सूट, कडक इस्त्रीचा शर्ट आणि पायात चकचकीत पॉलिश केलेले शूज घातलेला उंच, काहीसा रांगडा पण तरीही देखणा दिसणारा एक माणूस तिच्यापाशी आला.

"मिस नॅन्सी पॅरिश? मी डिटेक्टिव्ह ग्रीन." त्यानं हात पुढे करत म्हटलं.

"हॅलो, डिटेक्टिव्ह," चट्कन नॅपकिन घेऊन चेहरा पुसत तिनं म्हटलं आणि त्याचा हात हातात घेतला.

"मी बसलो तर चालेल?" ग्रीननं म्हटलं.

"बसा ना–" तिनं घशातला घास खाली ढकलायला कॉफीचा मोठा घोट घेतला आणि तिचं तोंड पोळलं.

“तुमचा ब्रेकफास्ट झाला की, मी तुम्हाला वर, केव्हिन ब्रेसला भेटायला घेऊन जाईन.” त्यानं म्हटलं.

“झालंच.” हे उरलेलं बटर टार्ट टाकून द्यायला या टेबलाला कुठे तरी एखादं भोक असतं, तर बरं झालं असतं! शेवटी तिनं ते बटर टार्ट आणि कॉफी शक्य तितक्या लवकर संपवली. “चला.”

लिफ्टमध्ये सगळे मजल्यांचे नंबर इंग्लिश, चिनी, अरबी आणि ब्रेल लिपीत लिहिलेले होते. त्यांच्याबरोबर लिफ्टमध्ये आणखी तिघं होते, त्यामुळे ग्रीन गप्प राहिला. लिफ्ट वर जात होती, तसा एका स्त्रीचा यांत्रिक आवाज सांगत होता– “पहिला मजला... दुसरा मजला...” आणि तो आवाज हे साधारण दहा-एक भाषांमध्ये सांगत होता. बाप रे! हे जर रोज ऐकावं लागलं, तर वेडच लागेल माणसाला... नॅन्सी पॅरिशनं स्वत:शीच म्हटलं.

तिची नजर खाली आपल्या पायांकडे गेली. तिच्या पँटमधून बुटांवरचे मिठाचे डाग हळूच बाहेर डोकावत होते.

लिफ्टमधून बाहेर आले, तसे ते दोघं एका रुंद रिकाम्या कॉरिडॉरमधून जाऊ लागले. ग्रीननं ताबडतोब बोलायला सुरुवात केली. “पहाटे ५.३१ ला आम्हाला मि. गुरुदयालसिंग नावाच्या एका व्यक्तीचा फोन आला. त्यानं आम्हाला ही खबर दिली. आमची याबाबतची माहिती – अर्थात, आत्तापर्यंत आम्हाला समजलेली – अशी, की रोज सकाळी या वेळी हे मि. सिंग ब्रेसच्या घरी पेपर टाकतात. ‘द ग्लोब अँड मेल.’ मि. सिंग सांगतात की, मि. ब्रेस अंगावर बाथरोब घालून दाराशी आले, त्या वेळी त्यांचे हात रक्तानं माखलेले होते, आणि आपणच आपल्या पत्नीचा खून केल्याचं ते बोलले. मि. सिंगना मि. ब्रेसच्या पत्नीचा, म्हणजे कॅथरिन टॉर्नचा मृतदेह बाथटबमध्ये सापडला. मि. सिंग त्यांच्याकडे पेपर टाकतात, या पलीकडे ते आणि मि. ब्रेस किंवा कॅथरिन टॉर्न यांचे काहीही संबंध नाहीत. मि. सिंग चं वय ७३ आहे. ते तीन वर्षांपूर्वी कॅनडात कायमचे स्थायिक झाले. ते कॅनडाचे नागरिक रीतसर झालेत, विवाहित आहेत. त्यांना चार मुलं आणि अठरा नातवंडं आहेत. त्यांचं कुठेही गुन्हा केल्याचं रेकॉर्ड नाही आणि याआधी त्यांचा पोलिसांशी कधी संबंधही आलेला नाही.”

नाटकाचा शंभरावा प्रयोग करणारा नट ज्या सहजतेनं संवाद बोलेल, तसा तो बोलत होता; पण त्याच्या बोलण्यात कुठेही यांत्रिकपणा जाणवत नव्हता – उलट, एक नाणावलेला, व्यावसायिक डिटेक्टिव्ह असूनही तो अतिशय सहृदय होता.

“मि. सिंगच्या म्हणण्याप्रमाणे ते पूर्वी इंडियन नॅशनल रेल्वेमध्ये चीफ इंजिनिअर होते आणि आम्ही याची स्वतंत्रपणे खात्री करून घेतलीय. त्यांना प्रथमोपचाराचा भरपूर अनुभव आहे. पोलिसांना ९११ वर फोन करण्याआधी त्यांनी ब्रेसच्या पत्नीचा

श्वासोच्छ्वास, हृदयाचे ठोके सुरू आहेत का, हे पाहिलेलं होतं; पण कॅथरिन टॉर्न गतप्राणच झालेल्या होत्या. त्यांचं शरीर थंडगार पडलेलं होतं. मि. ब्रेसना ५.५३ ला पोलीस कॉन्स्टेबल डॅनियल केनिकॉटनं अटक केलीय. त्या वेळी त्यांनी कसलाही विरोध केला नाही. त्यांना न बोलण्याचा आणि वकील नेमायचा अधिकार आहे, हे सांगून झालंय. अजूनपर्यंत त्यांनी आम्हाला कसलंही स्टेटमेंट दिलेलं नाही. त्यांच्यावर खुनाचा आरोप ठेवलाय. फर्स्ट डिग्री मर्डर.''

ग्रीन थांबला. ते एका पांढऱ्या दारापाशी आलेले होते.

''तुम्हाला काही प्रश्न विचारायचेत?'' त्यानं विचारलं.

नॅन्सीच्या मनात भराभर दोन-चार प्रश्न उमटून गेले : आणखी एखादा कप कॉफी मिळेल का? तू तुझे शूज इतके छान कसे चमकवतोस?

पण त्याऐवजी तिनं वेगळाच प्रश्न विचारला. ''मि. ब्रेसना बेड्या घातल्या आहेत का?''

''नाही, नाही. त्यांना अटक केल्याबरोबर बेड्या घातलेल्या होत्या, त्या त्यांना इथे आणेपर्यंत तशाच ठेवलेल्या होत्या; पण इथे आल्याबरोबर त्या काढून टाकल्या आहेत.''

पॅरिशनं मान डोलावली. एवढ्यातच फार खोलात शिरायला नको– तिनं स्वत:ला बजावलं.

''ब्रेसची अपार्टमेंट बाराव्या मजल्यावर आहे. तिला बाल्कनी नाही, दक्षिणेला सरोवराच्या बाजूला खिडक्या आहेत.'' ग्रीननं पुन्हा बोलायला सुरुवात केली. ''पुढे फक्त एकच दार आहे. आतापर्यंत झालेल्या तपासात दारातून कोणतीही जबरदस्तीनं प्रवेश केल्याची चिन्हं मिळालेली नाहीत. बाहेरच्या सगळ्या खिडक्या व्यवस्थित आहेत. कुठे चोरी झाल्याच्याही खुणा नाहीत. बाराव्या मजल्यावर फक्त दोन अपार्टमेंट आहेत – १२ ए आणि १२ बी. १२ बीमध्ये एक त्र्याऐंशी वर्षांच्या बाई एकट्याच राहतात.''

पॅरिशनं मान डोलावली. सुरुवातीपासूनच हा माणूस आपल्याला ही केस ब्रेसच्या विरोधात कशी भक्कम आहे हे दाखवतोय, हे तिच्या लक्षात आलेलं होतं. हे सगळं सध्या फक्त ऐकून घ्यायचं; त्यावर काहीही बोलायचं नाही, असं तिनं मनात ठरवलेलं होतं. फक्त ऐकून घ्यायचं, विचार करायचा. प्रत्येक वेळी पोलीस अशाच पद्धतीनं पुरावा देतात की, ही केस त्यांनी जिंकल्यातच जमा आहे, असं वाटावं. ती विरुद्ध पक्षानं जिंकण्याची काही आशाच नाही, असं दाखवतात ते. त्यामुळे लक्षात ठेवायचं की, ते काय बोलतात याला महत्त्व नाही; ते काय बोलत नाहीत याला खरं महत्त्व असतं.

मग हा ग्रीन आपल्याला सांगत नाहीये, असं काय आहे? पोळलेली जीभ

तोंडात घोळवत तिनं मनात म्हटलं.

"आम्हाला त्या खोलीत तुम्हाला बंद करून बाहेरून कुलूप लावून घ्यावं लागेल, मिस पॅरिश." ग्रीननं म्हटलं. "एक स्त्री पोलीस कॉन्स्टेबल बाहेर उभी करायची मी व्यवस्था करतो, म्हणजे तुमचं बोलणं पूर्णपणे गुप्त राहील. तुम्हाला काही हवं असलं, तर फक्त दारावर टकटक करा, की ती लगेच येईल. हवा तेवढा वेळ घ्या. आरोपीला हलवायची आमची व्यवस्था अजून व्हायचीय, त्यामुळे तोपर्यंत तो इथेच असेल. अजून काही?"

पॅरिशनं नकारार्थी मान हलवली. पोलिसांकडून एवढं सहकार्य? हा तिला एक सुखद धक्काच होता. नाही तर गेली बारा वर्षं ती वकिली करत होती; पण आजवर तिला पोलिसांचं सहकार्य अक्षरश: इंच-इंच लढून मिळवावं लागलेलं होतं. ती हाताळत असलेली ही खुनाची पहिलीच केस होती. बचाव करणाऱ्या वकिलांना खुनाच्या केसेस का आवडतात, याचं हे एक कारण आहे. प्रचंड टेन्शन असतं, अथक परिश्रमही असतात; पण निदान तुम्हाला सन्मानानं वागवलं तरी जातं.

"ओके." तिनं म्हटलं. ब्रेसला वकील नेमायचा अधिकार आहे, त्यामुळे आपल्यालाही इथे यायचा अधिकार आहे. हा काही उपकार करत नाहीय आपल्यावर.

यात कुठे तरी नक्की गोम आहे... पण ती कुठाय? कम ऑन नॅन्सी, या माणसाच्या गोड बोलण्याला भुलून जाऊ नकोस; विचार कर.

आणि एकदम तिच्या लक्षात आलं पण तिनं एकदम तसं दाखवलं नाही. लिफ्टकडे ग्रीन जायला वळेपर्यंत ती थांबली आणि नेमका क्षण हेरून तिनं तो विषय काढला–"डिटेक्टिव्ह, एकच प्रश्न विचारते."

"बोला ना, मिस पॅरिश." ग्रीन अत्यंत सफाईनं पाठीमागे वळला– त्याच सस्मित चेहऱ्यानं.

"ज्यानं खून झाला, ते शस्त्र मिळालं का?"

अगदी क्षणभरच; पण त्याच्या चेहऱ्यावरचं हास्य किंचित कमी झालं.

"नाही, अजून नाही मिळालं. फॉरेन्सिकच्या लोकांचं काम व्हायला अजून थोडा वेळ आहे. त्याच सुमाराला मी पुन्हा ब्रेसच्या अपार्टमेंटमध्ये जाणार आहे, एक शेवटची नजर टाकायला; पण मी अगदी नक्की, डोळे सताड उघडे ठेवून सगळं परत एकदा डोळ्यांखालून घालणार आहे."

परत तेच स्मित. हा माणूस पोलीस डिटेक्टिव्हला न शोभण्याइतका हसरा आहे– तिच्या मनात आलं. मघासारखाच सफाईदारपणे टाचांवर परत वळून तो निघून गेला.

पॅरिशनं त्या बंद दाराकडे बघितलं आणि एक नि:श्वास सोडून ते उघडलं.

देशातला सर्वांत लोकप्रिय रेडिओ ब्रॉडकास्टर असलेला केव्हिन ब्रेस – 'मी रेडिओवरचा सगळ्यात लोकप्रिय चेहरा आहे', असं तो स्वत:च विनोदानं म्हणायचा

– त्या लांबलचक, रिकाम्या, पांढऱ्या भिंतींच्या खोलीतल्या पलीकडच्या कोपऱ्यात एका लाकडी खुर्चीवर एकटाच बसलेला होता. वृद्ध, मिटलेला. खोलीत आणखी एक लाकडी खुर्ची होती. एवढं सोडलं, तर खोलीत दुसरी एकही वस्तू नव्हती. भिंतीसुद्धा अगदी ओक्याबोक्या होत्या.

पॅरिशनं चट्कन दार बंद करून घेतलं. ''मि. ब्रेस,'' तिनं थांबण्याचा इशारा देत असल्यासारखे दोन्ही हात पुढे केले. ''फक्त ऐका, एक शब्दही बोलू नका.''

त्यानं वर पाहिलं. चट्कन तिनं ती दुसरी रिकामी खुर्ची ओढली आणि ती त्याच्यासमोर बसली. ''मि. ब्रेस, या खोलीतल्या बोलण्यावर कुणाचं लक्ष नाही; पण इथे एक कॅमेरा मात्र आहे, तुमच्या प्रत्येक हालचालीवर नजर ठेवण्यासाठी.'' सहज लक्ष जाणार नाही, अशा बेतानं पलीकडच्या भिंतीवर लावलेल्या कॅमेऱ्याकडे तिनं बोट दाखवलं. ''कोणी तरी या कॅमेऱ्याची टेप लिप-रीड करू नये, म्हणून मला वाटतं, तुम्ही एक शब्दही न बोललेलाच बरा.''

ब्रेसनं सावकाश वर त्या कॅमेऱ्याकडे पाहिलं आणि नजर परत तिच्याकडे वळवली.

''तुम्ही फक्त मानेनं हो किंवा नाही म्हणाल?''

त्यानं मान डोलावली.

''तुम्हाला काही हवंय? पाणी? टॉयलेटमध्ये जायचंय?

त्यानं नकारार्थी मान हलवली.

''तुमच्यावर जाणूनबुजून खून केल्याचा आरोप आहे, हे माहितेय तुम्हाला?''

त्यानं सरळ तिच्या नजरेला नजर भिडवली. क्षणभर तिला वाटून गेलं की, आता हा काही तरी बोलणार; पण त्यानं ताठ बसत मान डोलावली.

''हे असं बोलणं फार विचित्र वाटतंय.'' तिनं म्हटलं ''आज रात्री मी तुम्हाला तुरुंगात येऊन भेटेन. तिथे आपल्याला नीट बोलता येईल.''

त्यानं पुन्हा मान डोलावली.

''पोलीस तुम्हाला बोलतं करू बघतील. माझ्या क्लायंटनं तोंडच न उघडलेलं मला जास्त आवडतं. म्हणजे मग त्याच्या तोंडात भलतेच शब्द घातले जात नाहीत. तुमची काही हरकत नाही ना?''

बराच वेळ तो तिच्याकडे स्थिर नजरेनं बघत होता. त्यानं तिची रेडिओवर मुलाखत घेतली होती, तेव्हाची त्याची नजर तिला चांगली आठवत होती. शांत, आश्वासक नजर. पट्कन विश्वास ठेवावा अशी. समोरच्याला चट्कन आपलंसं करणारी.

आणि मग त्याच्या ओठांवर एक मंद स्मित तरळलं.

''गुड.'' तिनं आपलं वकीलपत्रांच्या फॉर्मचे पॅड काढून एक नवं पान उघडलं आणि ती लिहू लागली. लिहिता-लिहिता ती आपण काय लिहितोय, हे मोठ्यानं

सांगत होती.

"माझे नाव केव्हिन ब्रेस. मला सांगण्यात आले आहे की, माझ्यावर हेतुपुरस्सर खून केल्याचा आरोप आहे. मला असेही सांगण्यात आले आहे की, मला काहीही न बोलण्याचा अधिकार आहे. हा अधिकार वापरून माझी या क्षणी काहीही न बोलण्याची इच्छा आहे. टोरोंटो येथे, आज सोमवार, दिनांक २१ डिसेंबर रोजी स्वाक्षरी केली.''

हे लिहून तिनं खाली एक आडवी रेघ मारली आणि रेघेखाली त्याचं नाव कॅपिटल अक्षरात लिहिलं.

"हे घ्या.'' तिनं पॅड त्याच्यापुढे धरलं. "याच्यावर सही करा आणि हा कागद कायम जवळ ठेवा. पोलिसांनी काहीही विचारलं तरी हा कागद त्यांना दाखवा. तुरुंगात गेल्यावरसुद्धा आपली भेट होईपर्यंत असंच करा.''

ब्रेसनं हात पुढे करून पॅड अन् तिचं पेन घेतलं आणि पेन हातात फिरवत निरखून बघायला सुरुवात केली. साधं, स्वस्तातलं 'बिक' पेन होतं ते; पण नशीब, तिनं ते वरच्या बाजूनं थोडंच चावलेलं होतं. महागडी, स्वत:चं नाव कोरलेली पेनं विकत घेण्याचं तिनं केव्हाच सोडून दिलेलं होतं– कारण लेदरचे ग्लोव्हज, सुंदर गॉगल्स, महागडी लिपस्टिक अशांसारख्या वस्तूंप्रमाणेच तिची महागडी पेनंसुद्धा आठवड्याभरात हरवायची.

त्यानं सफाईदारपणे त्या रेघेवर सही केली आणि त्यापाठोपाठ लगेच पॅडमधला कागद काढून घेतला. त्याची अर्धी घडी केली, परत एकदा अर्धी घडी केली आणि जवळ ठेवून दिली.

–आणि मग तिच्याकडे बघून तो डांबरट हसला.

पॅरिशला आश्चर्यच वाटलं. एवढं मोठं संकट येऊनही या माणसावर तसा काही खास परिणाम झालेला दिसत नव्हता. कदाचित याला भरपूर ताणाखाली काम करायची सवय असल्यामुळेही असेल– तिनं स्वत:शीच म्हटलं.

११

प्रचंड रहदारीमुळे डॅनियल केनिकॉटला शहरात परत यायला खूप वेळ लागला. फ्रंट स्ट्रीटवर तर गाडी पार्क करायला जागाच नव्हती; पण आधी जिथे ग्रीनची गाडी होती, त्याच जागी त्या छोट्या रस्त्यावर सुदैवानं त्याला गाडी लावता आली. जांभई दाबत तो ब्रेसच्या अपार्टमेंटकडे चालत निघाला. आता माझं या केसमधलं काम संपलं– त्यानं स्वत:शीच म्हटलं. गुन्ह्याच्या ठिकाणी जो पोलीस पहिला पोचला असेल, त्याची सगळ्यात आधी सुटका करायची, असा एक अलिखित संकेत होता. त्याला ही गोष्ट गेल्या वर्षी समजली होती.

मागच्या डिसेंबरमध्ये त्याला आणि नोरा बेरिंगला रोझडेलमधल्या एका प्रशस्त घरातून एक कॉल आला होता. तेच दोघं तिथे सगळ्यात आधी पोचले होते. ख्रिसमसला थोडेच दिवस अवकाश होता. प्रचंड श्रीमंत असलेल्या मिसेस फ्रान्सिस बोद्रो या सामाजिक कार्यकर्तीनं संतापाच्या भरात आपल्या बाहेरख्याली पतिराजांच्या अंगावर चक्क एक लॅपटॉप फेकून मारला होता. तो बरोबर त्या माणसाच्या कानशिलावर बसला होता आणि अगदी घरात हॉलमध्ये लावलेल्या ख्रिसमस ट्रीच्या खालीच त्याला भयंकर रक्तस्राव होऊन मृत्यू आला होता. केनिकॉट आणि बेरिंगला बोद्रो दांपत्याची जुळी मुलं आणि घरातल्या फिलिपिनो नोकराणीच्या डोळ्यांसमोर मिसेस बोद्रोंना बेड्या ठोकाव्या लागल्या होत्या.

आणखी पोलीस आले होते, परिस्थिती पोलिसांनी ताब्यात घेतली होती. लगेच केनिकॉट आणि बेरिंगचं महत्त्वच जणू संपुष्टात आलं होतं. उत्कृष्ट सूट बूट घातलेल्या दोघा डिटेक्टिव्हज्नी मोठ्या दिमाखात पावलं टाकत घरात प्रवेश केला होता आणि लेदर बाइंडिंगच्या तांबड्या लाल डायऱ्यांमध्ये स्वत:ची नावं कोरलेल्या उंची पेनांनी लिहायला सुरुवात केली होती. एका कोपऱ्यात मुकाट्यानं उभे असलेल्या बिचाऱ्या केनिकॉट आणि बेरिंगला त्यांनी अत्यंत तुटक भाषेत थोडे प्रश्न विचारले होते आणि साधे तोंडदेखले आभारही न मानता त्यांना जायला सांगितलं होतं –

पहिल्या पोचलेल्या पोलिसांची पहिल्यांदा सुटका करा, म्हणे!

ब्रेसच्या १२ ए अपार्टमेंटमध्ये लांब-रुंद खिडक्यांमधून विस्तीर्ण सूर्यप्रकाश आत येत होता. सकाळीच झालेल्या फजितीमुळे आधीच किचनमध्ये जपून चालत येत असलेल्या केनिकॉटला डोळ्यांवर आडवा हात धरूनच समोर बघावं लागलं. किचन काउंटरपाशी पाठमोरा उभ्या असलेल्या एका उंच माणसाशी ग्रीन बोलत होता. केनिकॉटनं त्या माणसाला लगेचच ओळखलं. नेहमीप्रमाणेच त्याची जुनाट ब्रीफकेस आणि फाटत आलेला कॅनव्हासचा बॅकपॅक त्याच्या पायांशी पडलेला होता.

"अरे वा! केनिकॉट, बराच लवकर आलास जाऊन?" ऑफिसर वेन होनं मोठ्या उत्साहानं मागे वळत केनिकॉटचा हात आपल्या भल्या रुंद पंज्यात घेतला. फॉरेन्सिक ऑफिसर वेन हो चिनी होता; पण त्याची जवळजवळ साडेसहा फूट उंची मात्र कुठल्याही चिनी माणसाला न शोभणारी होती. पंचावन्न वर्षांचा असूनही त्याचा उत्साह एखाद्या तरुण रिक्रुटाला लाजवेल असा होता; पण त्याचा आवाज मात्र किनरा होता – त्याच्या अवाढव्य देहयष्टीला बिलकुल न शोभणारा.

"हे 'व्हॉइस ऑफ कॅनडा'चं काम मस्त आहे; नाही रे?" होनं आपले बारीक डोळे मिचकावत म्हटलं. "सकाळी उठायचं आणि रेडिओवर बडबडत सुटायचं. वर बोलण्याबद्दल पैसे घ्यायचे. ब्रेसला म्हणावं, आता तुरुंगातूनही कर तुझा कार्यक्रम. नाही तरी तुरुंगात कैद्यांना लवकर उठावं लागतंच."

केनिकॉटला हसूच आलं. तो वेन होला चांगलं ओळखत होता. त्याच्या भावाच्या मृत्यूच्या केसमध्येही फॉरेन्सिक ऑफिसर म्हणून होनंच काम केलं होतं. पुढेही केनिकॉट पोलिसांत आल्यावर त्यांनी बऱ्याच केसेसमध्ये एकत्र काम केलं होतं. हो चं बडबड करणारं तोंड म्हणजे एखाद्या लहान मुलाच्या खेळण्यातल्या विदूषकासारखं होतं– भली मोठी स्प्रिंग असलेल्या विदूषकासारखं. थांबायचं नावच घेत नसे त्याची बडबड. त्यामुळे आत्ताच या बोलण्यात पडायला नको, म्हणून केनिकॉट नुसताच हसून गप्प बसला.

"अरे, हे बघ– हा ब्रेस मॅपल लीफ्स्चा फॅन दिसतोय." खिडकीजवळ ठेवलेल्या बऱ्याच काही निळ्या-पांढऱ्या ग्लासेसवर हातातल्या पेन्सिलनं वाजवत होनं म्हटलं. "पण ते काही जिंकणं शक्य नाही. बिचारे! आणि हा सगळा दोष मीडियाचा आहे, माझ्या मते. इतकी प्रसिद्धी देताहेत त्या टीमला की, केवळ त्या टेन्शननंच सगळे नर्व्हस झालेले असतील."

केनिकॉटनं ग्रीनकडे बघितलं. ग्रीन नुसतंच हसला. "त्या सगळ्या ग्लासेसवरचे हाताचे ठसे घेणार तू?" अखेर केनिकॉटनं म्हटलं.

"काय उपयोग?" होनं म्हटलं. "खरं म्हणजे ग्लासवरचे ठसे महिनेच्या महिने टिकतात, पण –" त्यानं मोठ्या नाटकीपणानं जवळच असलेल्या डिशवॉशरवर

पेन्सिलीनं वाजवलं – "जर ग्लासेस यात धुतले नसले, तरच. हे डिशवॉशर म्हणजे सगळे पुरावेही साफ धुऊन टाकतात. हातांचे ठसे, पिताना लागलेले ओठांचे ठसे, लाळ – सगळं काही."

"एक मिनिटात येतो तुमच्याकडे." हातातली डायरी उघडून वाचत असलेल्या ग्रीननं वर बघत म्हटलं आणि पुन्हा डायरीत डोकं खुपसलं. केनिकॉट त्या भल्या रुंद खिडक्यांपाशी जाऊन बाहेर सरोवराकडे बघू लागला. एवढ्यातच बंदराच्या आतल्या भागात पाण्यावर कुठे कुठे बर्फ तरंगताना दिसू लागलेलं होतं. उन्हाळ्यात तीन मोठ्या पांढऱ्या शुभ्र फेरीबोटी प्रवाशांची वाहतूक करायच्या; पण हिवाळ्यात मात्र एकच फेरीबोट वर्षभर बेटांवर राहणाऱ्या मूठभर लोकांची ने-आण करायची.

केनिकॉटला हीच फेरीबोट थंडगार पाण्यातून जाताना दिसत होती. बाकीचं पाणी मात्र कमालीचं शांत पसरलेलं होतं. बेटांच्या पलीकडचं सरोवराचं पाणी त्या मानानं चांगलंच अशांत दिसत होतं. क्षितिजावर सूर्य आजच्या, या डिसेंबरमधल्या लहान दिवसाचं कामधाम संपवून घरी जाण्याच्या तयारीत होता. त्याची उरलीसुरली ऊब घेण्यासाठी केनिकॉट आणखी थोडा खिडकीजवळ सरकला.

"कसं झालं तुझं काम?" त्याच्या पाठीमागे येऊन उभा राहत ग्रीननं विचारलं आणि गाडीची चावी घेण्यासाठी हात पुढे केला.

केनिकॉटनं नुसतेच खांदे उडवले. ते अवघड काम कसं झालं, या प्रश्नाचं उत्तर देण्यातही फारसा काही अर्थ नव्हता आणि ग्रीनलाही ते माहीत होतं. केनिकॉटला आता थकवा जाणवू लागलेला होता. घरी जावं, शॉवर घ्यावा आणि छानपैकी झोप काढावी, असा विचार करत तो जायला वळला.

"होमीसाइडमधले सगळेच जण आता ख्रिसमसच्या मूडमध्ये असतील." ग्रीननं म्हटलं. "मला होबरोबर या सगळ्या खोल्यांमधून तपास करण्यासाठी कोणाची तरी गरज आहे. येतोस?"

"जरूर." केनिकॉटचा थकवा क्षणात नाहीसा झालेला होता.

"चला." होनं म्हटलं आणि ते तिघं कॉरिडॉरमधून चालत दरवाज्यापाशी आले. "हे दार तर व्यवस्थित दिसतंय. दाराच्या फ्रेमवरही कोणी मुद्दाम जोर करून उघडल्याच्या कुठे खुणा दिसत नाहीत." आणि त्यानं दाराचे फोटो घेतले, व्हिडिओ टेपिंग केलं.

पुढची वीस मिनिटं ते तिघं संपूर्ण अपार्टमेंटमधून बारकाईनं तपास करत हिंडत होते. मुख्य दारापासून सुरुवात करून ते हॉलमधली बाथरूम, हॉल, मास्टर बेडरूम, तिथली बाथरूम, स्टडी– असं हिंडले. होची बडबड चालूच होती. कधी तो एखादं उत्तम निरीक्षण नोंदवायचा – "अरे, या ब्रेसकडे बाकी कुठल्या विषयांपेक्षा ब्रिजवरचीच पुस्तकं जास्त दिसताहेत!" तर कधी अगदीच टाकाऊ –" काय हे! या एवढ्या मोठ्या पेंटहाऊसमध्ये बाथरूममध्ये साधी सोप डिशही नाही!"

शेवटी सगळं फिरून झाल्यावर ते परत किचन – डायनिंग रूममध्ये आले. सूर्यावर थोडेसे ढग आल्यामुळे प्रकाश बराच कमी झालेला होता. होनं बटणं दाबून वरचे दिवे लावले आणि त्यांनी तपासाला पुन्हा सुरुवात केली.

केनिकॉटनं सकाळी ज्या टेबलापाशी ब्रेस आणि सिंगना बसलेलं पाहिलं होतं, तिथे तो थबकला. त्यानं तिथली मधाची बाटली, मग्ज, पोर्सेलिनचा टी–पॉट– सगळं काही बारीक नजरेनं बघितलं; पण त्याला खास असं काहीच दिसलं नाही. त्यानं पलीकडच्या किचन काउंटरकडे पाहिलं. आपण नेमकं काय शोधतोय, हेच त्याच्या लक्षात नीटसं येत नव्हतं.

तरीपण तो चालत किचनमधल्या काउंटरपाशी आला. काउंटर आणि शेगडीदरम्यान एक अगदी अरुंद अशी फट होती. त्या फटीत खरं तर अंधार होता; पण तो डोळे अंधाराला सरावेपर्यंत थांबला आणि त्यानं पुन्हा आत निरखून बघितलं.

...आणि तो जागच्या जागी थिजला.

काउंटरच्या काळ्या दगडामुळे आणि आतल्या अंधारामुळे ती वस्तू बेमालूम लपून राहिलेली होती.

"काय रे?" ग्रीनलाही त्याच क्षणी काही तरी वेगळं जाणवलं.

"जरा इकडे ये." केनिकॉटनं म्हटलं आणि तो हातांची घडी घालून उभा राहिला.

"काय झालं रे?" हो नं विचारलं.

केनिकॉट एकटक नजरेनं त्या वस्तूकडे बघत उभा होता. आता त्याला ती हळूहळू आणखी स्पष्ट दिसू लागलेली होती. ग्रीननं त्याच्याशेजारी येऊन तो बघत होता तिकडे बघायला सुरुवात केली.

त्याला ती वस्तू काय आहे ते समजायला दहा-पंधरा सेकंद गेले; पण समजल्यावर मात्र आपोआपच त्याच्या तोंडून हलकेच एक शीळ निघून गेली.

"मी त्याला बिलकुल हात लावणार नाही आणि तूही –" ग्रीननंही हाताची घडी घातली.

"हँ! प्रश्नच येत नाही."

"डिटेक्टिव्ह हो,पट्कन ये इकडे आणि हातातले ग्लोव्हज् तसेच ठेव." ग्रीननं म्हटलं.

"काय सापडलं तुम्हाला?" होनं घाईघाईनं येत विचारलं.

"शाबास, केनिकॉट." ग्रीननं हलकेच म्हटलं.

केनिकॉटनं हळूच मान डोलावली.

"तू आता माझ्या टीममध्ये आलायस, असं समज."

त्याचे आभार मानायचंसुद्धा केनिकॉटला सुचलं नाही. तो त्या वस्तूकडेच एकटक बघत होता.

त्या फटीत एक सुरीची काळी मूठ बेमालूम लपलेली होती.

१२

अल्बर्ट फर्नांदिझनं आपल्या टेबलावरचं सगळं काम पूर्ण केलं. टेबलावरची आपली खास माहिती लिहिलेली कार्डं त्यानं बॉक्समध्ये भरून तळातल्या ड्रॉवरमध्ये ठेवून दिली आणि घड्याळात पाहिलं – ४.२५. डिटेक्टिव्ह ग्रीननं निरोप ठेवलेला होता की, आम्ही साडेचार वाजता येणार आहोत.

फर्नांदिझनं आपल्या छोट्याशा, सव्वाशे चौरस फुटांच्या; पण अत्यंत व्यवस्थित राखलेल्या ऑफिसमधून एक नजर फिरवली. आपलं ऑफिस सव्वाशे फुटांचंच आहे, हे त्याला माहीत होतं; कारण क्राऊन ॲटर्नींचं ऑफिस सव्वाशे फुटांचं असावं, असाच नियम होता. टेबल, एक खुर्ची, एक फाइल कॅबिनेट आणि थोडीफार कागदपत्रांची खोकी राहतील, एवढीच जागा होती. त्यातच ऑफिसचं दार आतल्या बाजूला उघडत होतं म्हणजे आणखी थोडी जागा वाया गेलेली होती.

शहरातल्या मध्यवर्ती भागातल्या या क्राऊनच्या ऑफिसचा एक अलिखित नियम होता– काम करताना नेहमी ऑफिसचं दार उघडं ठेवा. दिवसभराचं कोर्टातलं काम आटोपून ऑफिसात परत आल्यावर वकीलमंडळी सरळ एकमेकांच्या ऑफिसात घुसायची आणि आज काय घडलं, यावर गप्पा मारायची – खत्रूड न्यायाधीश, पोचलेले बचावपक्षाचे वकील, डांबरट साक्षीदार...

फर्नांदिझला फालतू गप्पा मारायचा मनस्वी तिटकारा होता आणि हे बाकीच्या सगळ्यांनाच माहीत होतं. नोकरीच्या पहिल्या वर्षानंतर त्याच्या कामाचा आढावा घेतला होता; त्यात असा शेरा होता की, तो एक उत्तम सरकारी वकील आहे, पण टीमवर्कच्या बाबतीत अगदीच कुचकामी आहे. त्यावर काही सूचनाही केलेल्या होत्या – अर्थातच त्याच्या इतर सहकाऱ्यांची मतं विचारात घेऊन : त्यानं आपल्या ऑफिसचं दार उघडं ठेवावं आणि सहकाऱ्यांची ये-जा वाढावी म्हणून ऑफिसात एक गमबॉलचं मशीन आणून ठेवावं.

यातला मूक संकेत काय आहे, ते अगदी स्पष्ट होतं : हे बघ अल्बर्ट, तू

कसाही विचार केलास तरी इथे तू बाकीच्यांपेक्षा वेगळा आहेस – तुझे उत्कृष्ट कपडे, टापटीप, आणि अं... तुझा स्पॅनिशपणा. तुला पुढे जायचं असेल, तर इथल्या लोकांमध्ये त्यांच्यासारखंच होऊन वागणं भाग आहे तुला....

दुसऱ्या दिवशी फर्नांदिझनं कामातला एक तासभर वेळ वाया घालवून ईटन सेंटरमधून एक गमबॉल मशीन आणलं होतं. मधाच्या पोळ्याकडे मधमाश्या याव्या, तितक्या सहजतेनं बाकीच्या 'क्राऊन'मंडळींना – म्हणजे क्राऊनच्या ऑफिसातल्या त्याच्या सहकाऱ्यांना त्याच्या या नवीन 'ओपन डोअर' धोरणाचा वास लागला होता. कोर्टाचं कामकाज संपल्याबरोबर मंडळी त्याच्या ऑफिसात गमबॉल खायला आणि फालतू गप्पा मारायला गर्दी करू लागली होती. जोडीला दिवसभराच्या कामानंतर शिणलेला मेंदू परत ताजातवाना करायला गमबॉलसारखी गोड गोष्ट असेल, तर फारच उत्तम!

एकदा संध्याकाळी फर्नांदिझपेक्षा बराच जास्त अनुभवी असलेल्या एका सरकारी वकिलानं त्याला एक शंका विचारली होती. एका साक्षीदारानं पोलिसांना लिहून दिलेल्या स्टेटमेंटवर सहीच केलेली नाही आणि मला त्यावरून त्याची उलटतपासणी घ्यायचीय. काय करावं बरं? याच मुद्यावरची एक नुकतीच घडलेली केस फर्नांदिझला माहीत होती. पुढचा अर्धा तास त्यानं आपल्या त्या ज्येष्ठ सहकाऱ्याचं 'बौद्धिक' घेतलं होतं. लवकरच बाकीचीही मंडळी नुसत्याच गप्पा मारण्याबरोबर गुंतागुंतीच्या कायद्याच्या प्रश्नांवर त्याचं मत विचारायलाही त्याच्या ऑफिसात येऊ लागली होती. त्याच्या ऑफिसाचं दार कायम उघडं राहू लागलं होतं, बबलगमची मागणी वाढत गेली होती आणि त्याचे ऑफिसातले दिवस पालटत गेले होते.

तरीपण आपण आपला किमती वेळ वाया घालवतोय, ही फर्नांदिझच्या मनातली भावना कायमच राहिली होती. हळूहळू त्याच्या ऑफिसचं दार बंद राहण्याचं प्रमाण वाढत गेलं होतं. बबलगम संपले, तरी त्यानं मशीनमध्ये ते आणून टाकायचं बंद केलं होतं. पुढे एकदा त्यानं ते दारामागे नेऊन ठेवलं होतं. आता त्याचा उपयोग तो कोट अडकवण्यासाठी करत असे.

अचानक दारावर टकटक झाली, तसा फर्नांदिझ एकदम सावरून बसला. दार उघडलं. डिटेक्टिव्ह अरी ग्रीन आणि ऑफिसर डॅनियल केनिकॉट त्या अरुंद दारात अंमळ दाटीवाटीनंच उभे होते. ग्रीनच्या हातात एक मोठंसं पाकीट होतं.

"या, आत या." फर्नांदिझनं म्हटलं. "सॉरी, इथे खुर्ची मात्र एकच आहे."

त्या दोघांनी एकमेकांकडे पाहिलं. दोघांनाही बसावंसं वाटत नव्हतं. "असू दे, आम्ही उभेच राहू." ग्रीननं त्याच्याशी शेकहँड करत म्हटलं.

तेवढ्यात दारावर परत टक्टक् झाली आणि जेनिफर रॅग्लन – मुख्य क्राऊन – सरकारी वकील – आत आली.

"हाय!" तिनं म्हटलं आणि हातांची घडी घालून ती ग्रीनशेजारी उभी राहिली. तिलाही बसायचं नव्हतं.

फर्नांदिझ आपल्या टेबलामागच्या खुर्चीवर जाऊन बसला. खुर्ची करकरली.

"ही टेप ऐकण्यापूर्वी," ग्रीननं पाकीट दाखवत म्हटलं. "एकदा माझी टीटीबीडीची यादी वाचून घेऊ." बाकीच्यांनी माना डोलावल्या. फर्नांदिझच्या चेहऱ्यावर मात्र एक पुसटसं प्रश्नचिन्ह उमटलं.

ग्रीननं त्याच्याकडे बघत हलकेच स्मित केलं. "म्हणजे काय काय करायचं– त्याची यादी." त्यानं आपली कातडी कव्हरची डायरी उघडली.

"कॅथरिन टॉर्नपासून सुरू करू. वय सत्तेचाळीस, ब्रेसबरोबर पंधरा वर्षं राहिली. गुन्हेगारीचं कोणतंही रेकॉर्ड नाही, पोलिसांशी कधी संबंधही आला नाही. आई-बापांची एकुलती एक मुलगी. बहुतेक सगळा वेळ तिचा घोड्यावरून इकडे-तिकडे भटकंती करायचा छंद जोपासायची. किंग सिटीमध्ये लहानपण गेलं. तिचे आई-वडील अजूनही तिकडे राहतात. वडिलांनी दुसऱ्या महायुद्धात भाग घेतला होता. ते डॉक्टर आहेत, रिटायर्ड आहेत. आई घरीच असते, तीही तरुणपणी हॉर्सरायडिंग करायची. चांगलीच प्रसिद्ध होती. बरीच बक्षिसंही तिनं जिंकली होती. केव्हिन ब्रेस तुम्हाला माहीतच आहे– प्रसिद्ध रेडिओ ब्रॉडकास्टर. वय त्रेसष्ट. याचंही गुन्हेगारीचं रेकॉर्ड नाही, की पोलिसांशी पूर्वी कधी संबंध आलेला नाही."

फर्नांदिझ आपल्या पॅडवर भराभर सगळं लिहून घेत होता.

"ऑफिसर केनिकॉटनं आज सकाळीच कॅथरिन टॉर्नच्या आईबापांना ही बातमी कळवलीय. वरकरणी तरी दोघंही बातमी ऐकल्यावर ठीक वाटले, पण सांगता येत नाही. मी त्यांची गाठ 'व्हिक्टिम सर्व्हिसेस'च्या लोकांशी घालून दिलीय आणि त्यांना शक्यतो लवकर इथे आणायचा प्रयत्न करीन – जमलं तर उद्यासुद्धा" ग्रीनच्या हातातली डायरी उघडी होती, पण तो त्यातलं एकही अक्षर वाचत नव्हता. "आज रात्री केनिकॉट ब्रेसच्या बिल्डिंगमधल्या लॉबीतल्या व्हिडिओ टेप्स पाहील, टॉर्नची आणि ब्रेसची डायरी वाचून बघेल, वगैरे वगैरे. मागच्या आठवडाभरात ते दोघं कुठे कुठे गेले होते, ते लिहून काढेल. माझी माणसं या क्षणी त्या बिल्डिंगमधल्या प्रत्येक घरात, आजूबाजूच्या दुकानांमध्ये वगैरे चौकशी करताहेत. केनिकॉटची जोडीदार नोरा बेरिंग उद्या कॅथरिन टॉर्नच्या रायडिंगच्या प्रशिक्षकाला भेटणार आहे. उद्याच आम्ही रेडिओ स्टेशनमधल्या लोकांशीही बोलणार आहोत."

फर्नांदिझनं मान डोलावली. अशी असते तर मनुष्यवधाची केस. आणि हा डिटेक्टिव्ह ग्रीनही एकदम तरबेज माणूस दिसतोय. "बाराव्या मजल्यावरच्या कोणाशी काही बोलणं झालंय?"

"बाराव्या मजल्यावर आणखी एकच अपार्टमेंट आहे– १२ बी. तिथे एडना विनगेट

या एकट्याच बाई राहतात. ब्रिटिश आहेत. वय ऱ्याऐंशी. अगदी पहाटे त्या त्यांच्या योगा क्लासला निघाल्या असताना त्या मला लॉबीत भेटल्या. त्यांना काल रात्री काहीच वेगळं घडत असल्याचं समजलं नाही. उद्या सकाळी मी त्यांना भेटणार आहे.''

फर्नांदिझनं मान डोलावली. त्यानं ग्रीन आणि केनिकॉटकडे पाहिलं. दोघंही थकलेले दिसत होते, पण ही गोष्ट त्यांना जणू चेहऱ्यावर दाखवायचीच नव्हती. ''ओके. आता ती तुरुंगातल्या बोलण्याची डीव्हीडी ऐकू या.''

त्या डीव्हीडीवर 'डॉन जेल, केव्हिन ब्रेस, तुरुंगातून केलेल्या कॉल्सचे रेकॉर्डिंग – सकाळी १२.०० ते दुपारी ४.००' असं काळ्या जाड पेननं लिहिलेलं होतं. अत्यंत अनुभवी गुन्हेगारही पहिल्यांदा पकडल्यावर कसे पोपटासारखे बोलतात, याचं फर्नांदिझला कायमच नवल वाटायचं. ते चिडलेल्या, धक्का बसलेल्या अवस्थेत असतानाच त्यांना बोलतं केलेलं बरं असतं, कारण हळूहळू किंवा त्यांचा वकील आल्याबरोबर ते एकदम गप्प होतात.

ब्रेसची वकील नॅन्सी पॅरिश ही त्या मानानं फारच थोड्या वेळात तुरुंगात पोचली होती आणि तिनं त्याचं बोलणं लगेचच बंद केल होतं. कदाचित फोनवरून तो काही तरी असं बोलला असेल की, ज्याचा उपयोग आपल्याला खटल्यात आणि जामीनअर्जाच्या सुनावणीत होऊ शकेल, अशी फर्नांदिझला अपेक्षा – खरं म्हणजे आशाच – होती.

त्यानं ती डीव्हीडी आपल्या कॉम्प्युटरमध्ये सरकवली. एकदम ऑपरेटरचा आवाज आला. ''तुम्हाला.... केव्हिन ब्रेसकडून एक कलेक्ट कॉल आहे. तो तुम्ही घेणार असाल तर एक दाबा, नसाल तर.....''

'बीऽऽप' असा एक जोराचा आवाज.

''हॅलो–?'' एक पुरुषी आवाज.

''डॅडी? डॅडी, तुम्हीच बोलताय?'' स्त्रीचा आवाज आला. आवाजावरून ती वयानं लहान वाटत होती. काहीसा गोंधळलेला, घोगरा आवाज होता तो.

फर्नांदिझनं पॅडवर एक कोरं पान उघडून वर उजव्या कोपऱ्यात तारीख लिहिली.

''कोण अमांडा?'' मघाचा पुरुषी आवाज आला. घोगरा, कॅरेबियन धाटणीचा. फर्नांदिझनं ब्रेसचा आवाज पूर्वी कधीच ऐकलेला नव्हता; पण हा आवाज त्याचा नसणार, हे त्यानं लगेच ताडलं.

''कोण बोलतंय?'' –अमांडा.

''मी तुझ्या डॅडींबरोबर आहे. तुला फोन करून आपण ठीक असल्याचं कळवायला त्यांनी मला सांगितलंय.'' तो माणूस सावकाश, जणू काही तरी लिहिलेला मजकूर वाचत असल्यासारखं बोलत होता.

''म्हणजे? मला नाही समजलं?''

''एवढ्यातच तू त्यांना भेटायला येऊ नकोस, असं सांगितलंय त्यांनी.''

"काय? आधी डॅडींना फोन द्या!" अमांडाचा आवाज चढलेला होता.

"हीच गोष्ट तू घरातल्या बाकीच्यांनाही सांगायची आहेस."

"पण..."

"आता मला गेलं पाहिजे." क्लिक फोन बंद झाल्याचा आवाज झाला.

"एक मिनिट..." अमांडा मोठ्यानं ओरडली, पण प्रत्युत्तरादाखल फोनवरून जोरात खरखर ऐकू यायला लागलेली होती.

फर्नांदिझनं पेन ठेवून दिलं. त्यानं एक अक्षरही लिहून घेतलेलं नव्हतं.

"अमांडा म्हणजे ब्रेसची पहिल्या बायकोपासून झालेली मुलगी." ग्रीननं म्हटलं. "अठ्ठावीस वय. विवाहित. 'रूट्स'मध्ये प्रॉडक्शन को-ऑर्डिनेटर आहे." 'रूट्स' ही कपड्यांचं उत्पादन आणि विक्री करणारी कॅनडातली एक प्रसिद्ध कंपनी होती. देशभरात कंपनीची असंख्य दुकानं होती. "कोणतंही गुन्हेगारी रेकॉर्ड नाही, की पोलिसांशी कधी संबंध आलेला नाही. एक-दोन दिवस थांबून मग आम्ही तिची गाठ घेणार आहोत."

डीव्हीडीवरचं संभाषण ऐकून ग्रीन बुचकळ्यात पडल्याचं स्पष्ट दिसत होतं. फर्नांदिझही मनोमन अस्वस्थ झाला.

डीव्हीडी पुढे सुरूच होती. प्रत्येक जण आता काही तरी ऐकू येईल म्हणून उत्कंठेनं ऐकत होता. पण कसलाही आवाज ऐकू येत नव्हता. फर्नांदिझनं आवाज वाढवला, तरीही काही नाही.

"ब्रेसची दुसरी मुलगी बीट्राइस ही अल्बर्टामध्ये असते. तीही विवाहित आहे. तिचंही काही गुन्हेगारीचं रेकॉर्ड नाही, पोलिसांशी कुठल्या बाबतीत कधी संपर्क नाही."

आणखी मिनिटभराच्या शांततेनंतर फर्नांदिझनं थोडा वेळ 'फास्ट फॉरवर्ड' बटण दाबून ठेवलं आणि परत 'प्ले' बटण दाबलं. काहीही नाही. रिकाम्या डिस्कचा ' स्स्स....' आवाज सोडला तर कसलाही आवाज येत नव्हता. थोड्या वेळानं त्यानं आणखी दोनदा हेच केलं, तरी काही नाही. मुळात ज्या रेकॉर्डरनं ही डीव्हीडी रेकॉर्ड केली होती, तो फक्त आवाज आला तरच सुरू होणारा होता. शेवटी फर्नांदिझनं तो प्रयत्न सोडून दिला.

"छे!" त्यानं म्हटलं, आणि ग्रीनकडेवर पाहिलं. ग्रीन आपल्या पेनशी चाळा करत होता. तो विचारात गढून गेल्याचं स्पष्ट दिसत हातं.

"ब्रेसनं तोंड एकदमच बंद केलेलं दिसतंय." ग्रीननं म्हटलं.

"याला आम्ही 'नेव्हर – एव्हर' नियम असं म्हणत होतो." एवढ्या वेळात केनिकॉट प्रथमच बोलला. सगळ्यांनीच त्याच्याकडे वळून बघितलं.

"मी जेव्हा शिकाऊ होतो, तेव्हा मला अगदी बजावून सांगायचे की, मला जर एखाद्या प्रतिज्ञापत्रावर सही करायची असेल, तर त्याची सगळी पानं स्वत: एकत्र

स्टेपल केल्याशिवाय मी कधीही सही करता कामा नये.'' केनिकॉट म्हणाला. ''म्हणजे मग मी स्वत: स्टेपल केलेल्या कागदपत्रांबाबत मला जर पुढे अनेक वर्षांनंतरही कोर्टात कोणी प्रश्न विचारले, तर मला कायद्याचं संरक्षण असतं.''

''म्हणजे असं की, आपण कधीही– आयुष्यात कधीही– सगळे कागद एकत्र नसलेल्या प्रतिज्ञापत्रावर सही केलेली नाही, असं तुम्ही शपथेवर सांगू शकता.'' ग्रीननं म्हटलं. ''आता हीच गोष्ट ब्रेसच्या बाबतीतही लागू पडेल. त्यानं सुरुवातीपासूनच तोंड बंद ठेवलंय, त्यामुळे आपण तुरुंगात कधीही कोणाशी एक शब्दही बोललो नाही, हे तो शपथेवर सांगू शकेल. उद्या कोर्टात जर कोणी म्हटलं की, आपण ब्रेसशी तुरुंगात बोललो, तर अशा वेळी ब्रेस सुरक्षित राहील.''

ग्रीननं अगदी शेजारी, जवळजवळ खेटूनच उभ्या असलेल्या रॅग्लनकडे बघितलं. ''मला वाटतं, तुम्हा लोकांना ब्रेसला जामीन मिळून तो सुटलेला हवाय. हो ना?''

तिनं मान डोलावली. ''तो जर बाहेर असला, तर तो तोंड उघडण्याची शक्यता बरीच वाढेल.''

तिघांनीही फर्नांदेझकडे पाहिलं.

''जामीनाच्या सुनावणीच्या वेळी असा देखावा करायच की, पॅरिश आणि बेलला वाटावं की, आपल्याला त्याला तुरुंगातच ठेवायचंय.'' रॅग्लननं प्रथमच हातांची घडी सोडली. ''पण आपण हरलो, तरच उलट बरं.''

तिनं ग्रीनकडे दृष्टिक्षेप टाकला. याचा अर्थ, या दोघांनी पूर्वीही एकत्र काम केलेलं दिसतंय! फर्नांदेझनं ताडलं.

''आणि मी ब्रेसच्या कोठडीत कोणातरी आणखी एखाद्या कैद्याला आणून ठेवायचा प्रयत्न करतो.'' ग्रीननं म्हटलं. ''असा कोणी तरी की, जो ब्रिज खेळतो.''

''ब्रिज? का?'' फर्नांदेझनं विचारलं.

सगळ्यांनी वळून फर्नांदेझकडे पाहिलं.

''कारण तो त्याच्या प्रोग्रॅममध्ये सारखा ब्रिजबद्दल बोलत असतो.'' रॅग्लननं म्हटलं.

''आणि त्याच्या घरी स्टडी रूममध्येही ब्रिजवरची भरपूर पुस्तकं आहेत.'' केनिकॉटनं दुजोरा देत म्हटलं.

फर्नांदेझनं मान डोलावली. मला वाटतं, मीसुद्धा त्या टेप्स ऐकण्याऐवजी रेडिओच जास्त ऐकावा यापुढे.

रॅग्लन वळून दाराकडे निघाली. ''बाय द वे, तुझी केस न्यायाधीश समर्सच्या कोर्टात आहे.''

सगळे बाहेर जाऊन दार बंद होईपर्यंत फर्नांदेझ थांबला आणि मग त्यानं आपल्या टेबलाच्या अगदी खालच्या ड्रॉवरमध्ये, सगळ्यात मागे ठेवलेलं व्हिजिटिंग कार्डांचं प्लॅस्टिकचं एक छोटंसं खोकं काढलं. त्यावर 'न्यायाधीश' असं वळणदार

अक्षरांत लिहिलेलं होतं. आत व्हिजिटिंग कार्डांच्याच आकाराची छोटी कार्डं आद्याक्षरांच्या क्रमानं लावलेली होती. त्यातून त्यानं 'समर्स'चं कार्ड काढलं. त्यावर काय माहिती असेल हे त्याला माहीत होतंच, तरीपण त्यानं ते वाचायला सुरुवात केली. 'समर्स'ची माहिती असलेली आणखी दोन कार्डं होती. प्रत्येक कार्डावरची माहिती त्यानं क्राऊन ऑफिसमधल्या आपल्या सुरुवातीच्या काळात लिहिलेली होती.

'वयस्कर न्यायाधीश. नव्या वकिलांच्या बाबतीत कडक वर्तन. आईस हॉकी हा खेळ फार आवडतो. आईस हॉकीची स्कॉलरशिप मिळवूनच कॉर्नेलमध्ये प्रवेश मिळवला. एका कनिष्ठ स्तरावरच्या लीगमध्ये स्वत: खेळले. ट्रिपल ए? कुटुंबाला ५० वर्षांहून जास्त काळ मॅपल लीफ्सची सीझन तिकिटं मिळत आली आहेत. खूप ओरडाआरडा करतात. मला मि. फर्नांडो असं म्हणाले! नौदलात एका जहाजाचे कप्तान होते. यांच्या कोर्टाबाहेर घंटा वाजवणारा कर्मचारी असतो. यांच्या कोर्टात कधीही उशिरा जायचे नाही!'

आता इतका काळ लोटल्यावर त्याला आपण त्या वेळी किती बावळट होतो, हे जाणवलं आणि तो स्वत:शीच हसला. आता 'हॉकी'ला आपण 'आईस हॉकी' असं स्वप्नात तरी म्हणणं शक्य आहे का?

दुसऱ्या कार्डावरची माहिती तीन वर्षांपूर्वी लिहिलेली होती.

''आता हे 'हॉल'मध्ये वरिष्ठ न्यायाधीश झालेत.... गंभीर स्वरूपाची 'जजायटिस'ची केस.... शक्यतो केसेस कोर्टाबाहेर तडजोडीत सोडवा, म्हणून सगळ्यांच्या भयंकर मागे लागतात.... प्रलंबित खटल्यांची यादी कमी करण्याचा एकसारखे प्रयत्नात.... ऑनलाइन स्टॉक ट्रेडिंग करतात.... रात्री ९ च्या बीबीसीच्या बातम्या आवर्जून ऐकतात.... जातील तिथे हॉकीचा विषय काढतात, अगदी उन्हाळ्यातही.... कोणाशीही बोलताना आपण कॉर्नेलमध्ये शिकण्याचा उल्लेख एकदा तरी.... आपण जहाजाचे कॅप्टन असल्याचं न विसरता बोलतात. जोचे वडील.... डोमेस्टिक्सच्या बाबतीत बोंब.''

'जजायटिस' हा शब्द वकिलीच्या क्षेत्रात फार लोकप्रिय होता. आपण न्यायाधीश आहोत, या गोष्टीची हवा एखाद्या न्यायाधीशाच्या डोक्यात गेली आणि त्यानं अरेरावी करायला, उद्धटपणे वागायला सुरुवात केली की, 'यांना जजायटिस' झाला

आहे, असं सगळे म्हणायचे. थोडक्यात, न्यायाधीशाच्या मेंदूला लाक्षणिक अर्थानं सूज येऊन तो बिघडला की, त्याला 'जजायटिस' होतो. न्यायमूर्ती समर्स म्हणजे जजायटिसचं मूर्तिमंत उदाहरण होते. भयंकर आरडाओरडा करून ते प्रत्येक गोष्ट आपल्या मनासारखी करून घेण्याच्या बाबतीत प्रसिद्ध होते – खरं म्हणजे कुप्रसिद्ध होते. 'डोमेस्टिक्सच्या बाबतीत बोंब' म्हणजे, घरात बायकोशी भांडण झाल्यावर तिला शारीरिक दुखापत करणाऱ्या पतींना शक्यतो निर्दोष सोडण्याकडे त्यांचा कल होता. म्हणजे ब्रेसची केस जरा त्रासदायकच ठरणारसं दिसतंय— फर्नांदिझनं मनात म्हटलं. जो म्हणजे जो समर्स. बे स्ट्रीटवरची मोठ्या पगाराची नोकरी सोडून ती नुकतीच क्राऊन ऑफिसात लागलेली होती. खूप कामसू होती ती, सदसद्‌विवेकबुद्धीनं काम करायची आणि अर्थातच बापाच्या कोर्टात कधीही जायची नाही.

तिसऱ्या कार्डावर त्यानं गेल्या वर्षी लिहिलेलं होतं–

> 'एका निग्रो पोराला यांनी दोषी ठरवलं, त्या पोरानं आत्महत्या केली.... पोरगं निर्दोष होतं. त्यानं आत्महत्या करताना लिहिलेल्या चिठ्ठीत सगळा ठपका यांच्यावर ठेवला. नंतर अशी ऐकीव बातमी आली की, त्यांना वीकएंडच्या वेळी एका हॉकी टूर्नामेंटला जायची घाई झालेली होती. आता मात्र जामीन देण्याच्या बाबतीत बरेच मवाळ झालेत. क्राऊनचा वकील त्या खटल्यात कटर होता.'

हे सगळं लिहिल्याचं फर्नांदिझला स्पष्ट आठवत होतं आणि ती केस तर तो विसरणंच शक्य नव्हतं. कॅलिटो मार्टिन हा स्कार्सबरोत राहणारा अठरा वर्षांचा, अगदी किडकिडीत निग्रो पोरगा होता. एका मुलीवर भयंकर बलात्कार केल्याचा त्याच्यावर आरोप होता. त्याच्याविरुद्ध एकाही गुन्ह्याची नोंद नव्हती. तो अत्यंत हुशार होता आणि तरीही सरकारी वकील कटरनं न्यायमूर्ती समर्सना, त्याला जामीन नाकारायला लावलं होतं. त्याच दिवशी बिचाऱ्याने काही उश्यांचे अभ्रे एकत्र करून ते गळ्याला बांधून आत्महत्या केली होती. पुढच्या आठवड्यात झालेल्या डीएनए तपासणीत तो निर्दोष असल्याचं सिद्ध झालं होतं.

हा धोका प्रत्येक सरकारी वकिलाच्या बाबतीत असतो. कार्ड परत ठेवता-ठेवता फर्नांदिझच्या हातांना किंचित कंप सुटलेला होता – न जाणो, आपल्याकडूनही एखाद्या निरपराध माणसाला शिक्षा देण्याचं दुष्कृत्य झालं तर?

१३

ऐन ख्रिसमस तोंडावर आलेला असताना तुरुंगासारखी उदास जागा अख्ख्या जगात दुसरी कुठे तरी असेल का? नॅन्सी पॅरिशनं डॉन जेलच्या काँक्रीटच्या मुख्य रॅम्पवरून दरवाजाकडे जाता-जाता मनात म्हटलं. आणि, जगात सगळीकडे ख्रिसमसच्या स्वागताच्या तयारीचं वातावरण असताना माझ्यासारख्या एकट्या बाईला घरात एकटीनं रात्र काढावी लागते, यापेक्षा दुर्दैवी गोष्ट तरी कोणती? हां, आता तुम्ही कैदी असाल, तर गोष्ट वेगळी.

एक जाडसरबाई रॅम्पवरून उलट दिशेनं येत होती. तिनं एका पाच-सात वर्षांच्या, छानदार ड्रेस घातलेल्या, केसांच्या सुंदरशा दोन वेण्या घातलेल्या मुलीचा हात धरलेला होता. त्या मुलीनं दुसऱ्या हातात लहान मुलांचं कसलंसं पुस्तक धरलेलं होतं आणि बोटांमधली पेन्सिल ती रॅम्पच्या कठड्याच्या लोखंडी नक्षीकामामध्ये घालत येत होती. त्यामुळे ती चालता-चालता पेन्सिलचा 'टण - टण - टण - टण' असा आवाज होत होता.

पॅरिशच्या ओठांवर नकळतच हसू उमटलं. लहानपणी आपण डॅडींबरोबर चित्रकलेच्या क्लासला जाताना असाच पेन्सिलीनं आवाज करत जात होतो, हे तिला आठवलं.

तेवढ्यात ती बाई एकदम थांबली. "इकडे आण ती, क्लारा." तिनं चिडून म्हटलं, आणि त्या मुलीच्या हातातून पेन्सिल हिसकावून घेतली. "किती आवाज करतेयस! सरळ चाल की जरा!"

बिचाऱ्या त्या हिरमुसलेल्या पोरीनं समोरून येत असलेल्या नॅन्सी पॅरिशकडे बघितलं. नॅन्सीला क्षणभर वाटून गेलं की, जाऊन त्या बाईच्या हातून ती पेन्सिल हिसकावून घेऊन त्या पोरीच्या हातात परत द्यावी. वेलकम टू द प्रिझन वर्ल्ड क्लारा, तिनं मनात म्हटलं. निदान तुझ्यासारख्या लहान मुलांना तरी अशी वागणूक मिळू नये.

डॉन जेल १९४५ साली बांधलेलं होतं. त्या वेळी नुकत्याच कुठे आकाराला येत असलेल्या टोरोंटो नगरीतल्या प्रत्येकाच्या दृष्टीला ते पडेलच, अशा जागी एका टेकडीच्या माथ्यावर डॉन नदीच्या पलीकडे बांधलेल्या त्या तुरुंगाची जुन्या व्हिक्टोरियन पद्धतीची भक्कम दगडी इमारत लोकांच्या हृदयात धडकी भरवेल अशीच होती. पुढे १९५०च्या दशकात तिचं जुनं, थंड नजरेनं शहराकडे पाहणारं प्रवेशद्वार बदलून त्या जागी एक साधं प्रवेशद्वार बसवलं होतं; पण त्यानं तुरुंगाच्या भयावह रूपात फारसा फरक पडलेला नव्हता.

रॅम्पच्या वरच्या, दाराजवळच्या बाजूला इंटरकॉमची व्यवस्था होती. पॅरिशनं दाराच्या खांबावरचं बटण दाबलं.

"यस-?" आतून एका स्त्रीचा कंटाळलेला आवाज आला.

"मी वकील आहे. कैद्याला भेटायचंय."

"असं? मला वाटलं, सांताक्लॉजच आलाय. या आत."

कसलासा एक इलेक्ट्रॉनिक आवाज झाला, तसं पॅरिशनं ते जड दार जोर करून उघडलं. आतल्या छोट्याशा रिसेप्शन रूममध्ये कचऱ्याच्या तीन पोत्यांनी जवळजवळ सगळीच जागा अडवलेली होती. आत कचऱ्याची ती विचित्र दुर्गंधीही नाकाला जाणवत होती. तिनं आपला कोट तिथल्या दार मोडलेल्या लॉकरमध्ये दाबून बसवला आणि ती रक्षक स्त्रीशी बोलायला मागच्या जाडजूड काचेत केलेल्या खिडकीकडे वळली.

"केव्हिन ब्रेसला भेटायला आलेय." तिनं आपलं व्हिजिटिंग कार्ड खिडकीतून आत सरकवलं.

"ब्रेस... म्हणजे तो बाथटबवाला? तिसऱ्या मजल्यावर ठेवलंय त्याला." त्या बाईनं यादी वाचत म्हटलं. "इथे सही करावी लागेल तुम्हाला."

पॅरिशनं एक नवीन 'बिक'चं स्वस्तातलं पेन पर्समधून काढलं. यादीवर तारीख होती २१ डिसेंबर, पण संध्याकाळचे सात वाजलेले होते, तरीही त्यावर एकही सही नव्हती.

"मीच पहिली दिसतेय आणि आजची बहुतेक शेवटचीच असणार." नाव लिहून सही करत तिनं म्हटलं.

"का? ऑफिसची पार्टी वगैरे नाही का कुठे?"

मी मनोरंजन क्षेत्रात काम करत असते, तर आज मी नक्कीच एखाद्या फोर-स्टार हॉटेलात, वेगवेगळ्या टीव्ही प्रोड्यूसर्स व डायरेक्टर्स आणि कलाकारांबरोबर सुंदर गुलाबाची फुलं असलेल्या, पांढरे स्वच्छ टेबलक्लॉथ घातलेल्या टेबलांशी बसलेली असते... पॅरिशनं मनात म्हटलं. त्याऐवजी आज मी इथे आहे, या तुरुंगात. कचऱ्याच्या वासाची मजा घेतेय.

"हो, पण काय करू, माझा बॉस मला परवानगीच देत नाही." तिनं म्हटलं.

"का बरं?"

"कारण तुम्ही जेव्हा स्वत:च काम करत असता ना, तेव्हा तुमचा बॉस हा एक नंबरचा मठ्ठ माणूस असतो." त्या बाईनं सरकवलेला पास उचलत तिनं म्हटलं.

ती बाई मोठ्यानं हसत असतानाच पॅरिश आणखी एका भक्कम लोखंडी दरवाज्याकडे गेली. तो उघडून ती आत शिरली आणि तिथल्या जुनाट, करकरणाऱ्या लिफ्टनं तिसऱ्या मजल्यावर उतरली. लिफ्टमधून बाहेर आल्यावर ती कॉरिडॉरच्या टोकाला असलेल्या एक लहानशा खोलीत गेली. या खोलीत तिला तिथला ताडमाड उंचीचा, खास सैनिकी पद्धतीनं बारीक केस कापलेला परिचित रक्षक एका भलत्याच बुटक्या खुर्चीवर बसून जेवण करत असलेला दिसला. त्याच्या समोरच्या टेबलावर एनॅमलच्या थाळीत टर्की, ग्रेव्ही, हिरवे वाटाणे वगैरे होते, शेजारी प्लॅस्टिकची एक सुरी व काटाचमचा होता आणि तो टेबलावर 'टोरोंटो सन'चा अंक पसरून वाचत होता. अगदी वरचा ठळक अक्षरांतला मथळा पॅरिशला दारातूनही सहज वाचता आला – 'लीफ्स संघाने तीन गोलची आघाडी फुकट घालविली!"

हा माणूस डॉन जेलमध्ये अनेक वर्षं होता. फार मनमिळाऊ. कोणाला मदत होत असेल, तर एखाद-दुसरा नियम मोडायला किंवा वाकवायला सदा तत्पर. इतक्या वर्षांमध्ये त्याच्या केसांचा कट रेसभरही बदललेला नव्हता. त्यामुळे त्याला सगळे 'मि. बझ' या टोपणनावानंच ओळखायचे

"हाय, मि. बझ." पॅरिशनं म्हटलं.

"इव्हिनिंग, काऊन्सेलर." त्यानं वर पाहिलं आणि तिच्या पासकडे फक्त एक ओझरता दृष्टिक्षेप टाकला. "काय नाव कैद्याचं?" डोक्यावरून हात फिरवत त्यानं विचारलं.

"ब्रेस– केव्हिन ब्रेस."

"ओ हो! तो रेडिओवाला?"

वा! तळमजल्यावरचा बाथटबवाला तिसऱ्या मजल्यावर रेडिओवाला झाला म्हणायचा. बरीच प्रगती केलीय तुम्ही मि. ब्रेस. कॉंग्रॅच्युलेशन्स!

"हा माणूस तुम्हाला काहीही त्रास देणार नाही." तिनं म्हटलं.

"म्हातारी माणसं सहसा त्रास देतच नाहीत." मि. बझ उठून उभा राहिला. "तुम्ही ३०१ नंबरच्या खोलीत जाऊन थांबा. मी त्याला घेऊन येतो."

३०१ नंबरची खोली म्हणजे एक छोटासा कक्ष होता. त्यात एक छोटंसं लोखंडी टेबल पायांना बोल्ट लावून जमिनीवर घट्ट बसवून ठेवलेलं होतं आणि त्याच्या समोरासमोरच्या दोन बाजूंना प्लॅस्टिकची एकेक खुर्ची होती, तीही अशीच जमिनीवर घट्ट बसवून ठेवलेली होती. त्यातल्या दाराजवळच्या खुर्चीवर पॅरिश

जाऊन बसली. तुरुंगातल्या कैद्यांना भेटायचं, तर आपल्याला पट्कन पळून जाण्याचा मार्ग मोकळा असलाच पाहिजे, हे ती वकिलीच्या सुरुवातीच्या काळातच शिकली होती.

ब्रीफकेसमधून एक पॅड आणि पेन काढून टेबलावर ठेवून ती वाट बघत बसली.

तुरुंगात क्लाएंटला भेटायला आल्यानंतर तिला सर्वांत जास्त तिटकारा होता, तो या गोष्टीचा – वाट बघण्याचा. तुरुंगातली ती काहीशी कोंदटलेली हवा, स्वस्तातलं रंगकाम, कामचलाऊ फर्निचर, वगैरे गोष्टींचं तिला काहीही वाटत नसे. तिथल्या माणसाच्या कामुक नजरासुद्धा – कैद्यांच्या आणि रक्षक मंडळींच्याही – तिच्या अंगावरून पाण्यासारख्या सहज ओघळून जायच्या. हे वाट बघणं मात्र तिला भयंकर त्रासदायक वाटायचं. विशेषत: त्यातला असहायपणा.

"हा घ्या काऊन्सेलर, तुमचा कैदी." मि. बझनं आत येत म्हटलं, तशी पॅरिश एकदम सरसावून बसली. पाठोपाठ सावकाश चालत केव्हिन ब्रेस आत आला. त्याच्या अंगावर नेहमीचा कैद्यांचा केशरी वन-पीस जम्पसूट होता; पण तो त्याच्या कृश शरीरयष्टीच्या मानानं खूपच मोठा होता. त्याची निम्मी अर्धी दाढीसुद्धा कॉलरमध्ये लपलेली होती. तिच्या नजरेला नजर न मिळवताच तो शांतपणे समोरच्या खुर्चीवर बसला.

"बंद होण्याची वेळ साडेआठची आहे." मि. बझनं म्हटलं, "पण हवं तर तुम्ही आणखी पंधरा मिनिटं घेऊ शकता. तसंही आज इथे फारसं कोणी येणार नाहीच."

"थँक्स." ब्रेसवरची नजर न काढता पॅरिशनं म्हटलं.

मि. बझ गेला, तसं ब्रेसनं जम्पसूटमध्ये हात घातला आणि पोलीस ठाण्यात असताना तिनं दिलेला कागद बाहेर काढला. त्यावर त्यानं काही तरी लिहिलेलं दिसत होतं. त्यानं तो कागद टेबलावर ठेवून सरळ केला आणि तिच्याकडे सरकवला. थोडं पुढे झुकून तिनं कागदावरचं वाचलं–

'मिस पॅरिश, खालील अटींवर तुम्हाला माझी वकील म्हणून नेमण्याची माझी इच्छा आहे.

१. मी तुमच्याशी बोलणार नाही.
२. माझ्या सर्व सूचना तुम्हाला मी लेखी देईन.
३. मी काहीही बोलत नाही, हे तुम्ही कोणालाही सांगता कामा नये.'

तिनं मान वर करून त्याच्याकडे बघितलं. फक्त तेवढ्यापुरतीच त्यानं तिच्या नजरेला नजर दिली.

"मि. ब्रेस," तिनं शांतपणे म्हटलं. "वकील आणि त्याच्या क्लाएंटमधल्या

गुप्ततेत संभाषणाच्या सगळ्या पद्धती येतात. तुम्ही कोणत्याही पद्धतीनं मला सूचना द्यायला माझी हरकत नाही. तुम्ही मला काय सांगता, ते कसं सांगता, यातलं काहीही मी उघड करण्याचा प्रश्नच येत नाही.''

तिनं टेबलावर ठेवलेलं पेन त्यानं घेतलं आणि तो कागद परत आपल्याकडे घेऊन त्यावर एकच वाक्य लिहिलं–

'उद्या सकाळी काय होईल?'

त्याच्याकडून पेन घेऊन तिनं त्या कागदाच्या वरच्या बाजूला लिहिलं.
'क्लाएंट केव्हिन ब्रेस व त्याची वकील मि. नॅन्सी पॅरिश यांच्यामधील गुप्त चर्चा.'

''प्लीज लक्षात ठेवा, मि. ब्रेस,'' पेन त्याला परत देत तिनं म्हटलं. ''तुम्ही मला उद्देशून जे काही लिहाल, त्या प्रत्येक कागदावर हे, मी लिहिलेलं शीर्षक न विसरता लिहीत चला.''

मान डोलावून ब्रेसनं कागदावरच्या आपल्या प्रश्नाकडे पेननं निर्देश केला.

''उद्या ना? उद्या फारसं काही होणार नाही. कायद्यानं तुम्हाला चोवीस तासांच्या आत कोर्टापुढे हजर करायचं असतं. हेबिअस कॉर्पस. तुमच्यावर खुनाचा आरोप आहे, त्यामुळे तुमची न्यायाधीशांसमोर खास सुनावणी व्हावी लागेल. ती सगळी व्यवस्था मी केलीय. शक्यतो ख्रिसमसच्या आत मी तुम्हाला तुरुंगातून बाहेर काढायचा प्रयत्न करेन– बावीस तारखेला.''

ब्रेसनं मान डोलावली आणि हातांची घडी घालून तो शून्यात बघत बसून राहिला.

पॅरिशनं आपोआपच आवंढा गिळला. हे सगळंच तिला पूर्णपणे अनपेक्षित होतं. याच्याआधी ती दोन वेळा ब्रेसला भेटली होती. एकदा रेडिओ स्टेशनमध्ये आणि नंतर, काही आठवड्यांपूर्वीच त्यानं त्याच्या कॉन्डोमध्ये पार्टी केली होती, तेव्हा पुन्हा एकदा. त्या वेळी तो तिला अत्यंत प्रेमळ, बोलघेवडा, सुस्वभावी वाटला होता. डिटेक्टिव्ह ग्रीनचा जेव्हा तिला फोन आला होता, तेव्हापासून ती एकसारखा विचार करत होती की, ब्रेससारख्या एवढ्या प्रसिद्ध व्यक्तीला देशातला कुठलाही उत्तमातला उत्तम वकील नेमणं सहज शक्य असताना त्यानं आपल्यालाच का नेमावं?

याचं एकच कारण तिला दिसत होतं की, केवळ आपलं व्हिजिटिंग कार्ड आयतंच त्याच्याकडे होतं, म्हणूनच त्यानं आपल्याला नेमलं असावं. पार्टीच्या वेळी

हजर असलेल्या सगळ्यांना त्यानं आपापली कार्डं एका खास ठेवलेल्या बिअरमगमध्ये टाकायला सांगितली होती आणि पार्टी संपत आल्यावर त्यातलं एक कार्ड उचललं होतं. ते कार्ड ज्याचं असेल, त्याला पुढच्या वर्षी शोमध्ये त्याच्याबरोबर भाग घेण्याची संधी मिळणार होती. प्रत्येकानं त्या वेळी तो गोळा करत असलेल्या शिक्षण निधीला दहा-दहा डॉलर देणगीही दिली होती.

ब्रेसनं नेमकं तिचंच कार्ड बाहेर काढलं होतं. खरा अपेक्षाभंग तर इथेच होता. आता त्याच्याबरोबर आपल्याला शोमध्ये जायला मिळणार, म्हणून ती उत्कंठेनं वाट बघत होती; त्याऐवजी तिला आता त्याचं हे वकीलपत्र घ्यावं लागलेलं होतं. आणि त्यातच त्याचं तऱ्हेवाईक वागणं....

"मी तुमच्या मुलींना फोन केलाय आणि त्यांनी तुम्हाला जे जामीन मिळवून देऊ शकतील, अशा साक्षीदारांची यादी करायला सुरुवात केलीय."

ब्रेसनं जेमतेम मान डोलावली.

"तुमच्यासाठी बऱ्याच लोकांना कोर्टात यायचंय. काही लोकांशी मी बोललेय आणि आज मी प्रतिज्ञापत्रं तयार करेन, तुमचा जामीनअर्जही तयार करेन."

ब्रेस पूर्णपणे निर्विकार चेहऱ्यानं ऐकत होता – जणू हे सगळं आपल्यासाठी चाललेलंच नसल्यासारखं. पॅरिशला धक्काच बसला. हा माणूस इतका सुंदर रेडिओ प्रोग्राम खरंच करतो का, अशी जबरदस्त शंका येण्याइतकं त्याचं वागणं बदललेलं होतं.

तू तरी असं कसं म्हणतेस नॅन्सी? तिनं स्वत:लाच विचारलं. त्याला केवढा तरी मोठा धक्का बसला नसेल का? कदाचित त्यामुळेच त्याला मोठ्यानं बोलता येत नसेल अजून. त्यामुळे चूप बस. केव्हिन ब्रेसही इतरांसारखाच तुझा एक क्लाएंट आहे, हे विसरू नकोस.

"उद्या सकाळी ओल्ड सिटी हॉलच्या तळघरातल्या कोठडीत, कोर्टाच्या वेळेआधी आपण भेटू. ओके?" तिनं म्हटलं.

हातांची घडी सोडून ब्रेस तट्कन उठला.

मीटिंग संपलेली होती.

पॅरिशनं आपलं पॅड, कागद वगैरे उचलले.

तेवढ्यात ब्रेसनं तिला हातानं थांबवलं आणि पॅड व पेन द्यायची खूण केली. तिनं पॅड दिल्यावर त्यानं लिहिलं–

'हे पेन मी माझ्याकडे ठेवलं तर चालेल का? आणि मला एखादी छोटीशी वही मिळेल का?'

"जरूर ठेवा." तेवढ्यात तिच्या लक्षात आलं की, आपल्याला पेननं वरचं टोक दातांनी चावण्याची सवय आहे. पण आता त्याच्याकडून ते पेन परत घेणंही शक्य नव्हतं. "उद्या येताना वही घेऊन येते."

ब्रेस तिच्याकडे बघून फिकटसं हसला.

तिनं दारावर थाप मारली, तसा थोड्याच वेळात मि. बझ आला. "चला मि. ब्रेस, पार्टीला जायचं ना परत?"

ब्रेसनं शब्दही न बोलता दोन्ही हात पाठीमागे बांधले आणि तो हळूहळू चालत मि. बझबरोबर निघून गेला. एवढ्यातच हा माणूस कैद्यासारखा वागायला लागलाय! त्याच्या पाठमोऱ्या आकृतीकडे बघत तिनं मनात म्हटलं. चोवीस तासांच्या आत केवढं मोठं स्थित्यंतर घडलंय हे! कुठे तो प्रसिद्ध केव्हिन ब्रेस आणि कुठे हा!

१४

टोरोंटोमधला लोअर जर्व्हिस स्ट्रीटचा भाग अरी ग्रीनला फार आवडायचा. जुन्या पद्धतीचे, विस्तीर्ण आवारात पसरलेले बंगले, सुंदर चर्चेस आणि कसली कसली अगदी साधी दुकानं – असं विचित्र मिश्रण होतं ते. दिवसा हा भाग खरेदी करायला आलेल्या लोकांनी आणि ऑफिसला जाणाऱ्या-येणाऱ्या लोकांनी गजबजलेला असे. रात्री मात्र इथे वेश्या, दारूडे, जुगारी आणि बेघर माणसं– अशाच लोकांचं साम्राज्य असायचं.

बाकी काही असो; पण रात्री फुकटात गाडी लावायला मात्र नक्की जागा मिळते या भागात. ग्रीननं आपली 'ओल्डस' गाडी एका रिकाम्या पार्किंग लॉटमध्ये उभी करत मनाशी म्हटलं. हलकेच स्वत:शी शीळ वाजवत त्यानं मागच्या सीटवरून गिटार काढलं, गाडी बंद केली आणि तो चालत तिथून जवळच असलेल्या 'साल्व्हेशन आर्मी'च्या होस्टेलमध्ये जाऊन पोचला.

"गुड इव्हिनिंग, डिटेक्टिव्ह." ग्रीन दार उघडत असतानाच तिथल्या एका तरुणानं म्हटलं. "एवढ्यातच सुरू होईल."

"ग्रेट." मागच्या बाजूच्या जिन्याकडे जात ग्रीननं म्हटलं. दुसऱ्या मजल्यावरच्या एका लाऊंजमध्ये तो शिरला. आत अगदीच अंधुक प्रकाश होता. दालनाच्या पलीकडच्या टोकाला एक स्टेज होतं. तिथे एक उंच निग्रो तरुण आपलं गिटार ॲम्प्लिफायरला जोडत होता.

"ये. अगदी वेळेवर आलास." त्या माणसानं ग्रीनकडे हात करत म्हटलं.

वाटेत येणारी प्लायवूडची टेबलं चुकवत ग्रीन तिकडे निघाला. बऱ्याचशा टेबलांभोवती त्याच भागातली भकास चेहऱ्याची माणसं दिसत होती. प्रत्येक टेबलावर पॉपकॉर्न आणि चिप्स भरलेल्या कागदाच्या प्लेट्स होत्या.

"लोकहो, हा माझा मित्र डिटेक्टिव्ह ग्रीन." ग्रीन स्टेजवर चढत असताना त्या माणसानं ओळख करून दिली. "हा अधूनमधून इथे येऊन गातो. प्लीज गिव्ह हिम ए बिग हँड."

त्या अंधुक उजेडातून तुरळक टाळ्यांचे आवाज आले. ग्रीननं हसून सगळीकडे एक नजर टाकली. हॉलमध्ये साधारण वीसेक पुरुष आणि आठ-दहा बायका असाव्यात. बरेचसे लोक टेबलांशी बसलेले होते, तर तीन-चार डोकी अगदी भिंतीशी ठेवलेल्या एका मोडक्या सोफ्यावर दिसत होती.

आपलं गिटार काढून ग्रीननं चट्कन सुरात लावलं. "चल डेव्हन, हे कसं वाटतं?" आणि त्यानं एका गाण्याचे अगदी सुरुवातीचे बास गिटारवर वाजवले.

डेव्हननं मान डोलावली. "समजलं." आणि त्यानंही ग्रीनचे सूर पकडून वाजवायला सुरुवात केली. स्टेजच्या मागच्या कोपऱ्यात एका ड्रमनं ताल धरला. तेवढ्यात प्रेक्षकांमधून एक वृद्ध स्त्री हळूहळू चालत स्टेजच्या जवळ ठेवलेल्या पियानोशी येऊन बसली. तिलाही हे गाणं माहीत होतं की काय, तिनंही अचूक सूर पकडले. ग्रीनला आश्चर्यच वाटलं.

त्यानं गायला सुरुवात केली–

"आय वेन्ट डाऊन टू द क्रॉसरोड्स
फेल डाऊन ऑन माय नीज...."

या जुन्या गाण्याचं दुसरं कडवं सुरू करता-करता त्यानं हॉलमधून एक दृष्टिक्षेप टाकला. सगळेच चेहरे मख्ख होते. अरे, कुणाच्या डोक्यात काही शिरतंय की नाही, असा विचार करतच त्यानं गाणं संपवलं. नाही म्हणायला थोड्या फार टाळ्या वाजल्या.

आणखी अशीच दोन-तीन गाणी म्हटल्यावर डेव्हननं माईक हातात घेतला.

"प्रेक्षकांपैकी कुणाला गायचंय का?" त्यानं विचारलं.

साधारण पस्तीस-चाळीस वयाच्या एका जाडसर गोऱ्या माणसानं जरा बिचकतच हात वर केला– एखाद्या पहिलीतल्या पोरासारखा.

"ये टॉमी, ये वर." डेव्हननं स्मित करत म्हटलं.

"हो टॉमी, म्हण ना काही तरी." प्रेक्षकांमधूनही कुणी तरी म्हटलं.

टॉमी शांतपणे चालत पियानोपाशी येऊन बसला आणि त्यानं आपला भला मोठा गोल काचांचा चष्मा ठीक केला. "अं... हे मी... स्वत:च लिहिलंय." काहीसं लाजत म्हणून त्यानं 'ब्लूज'च्या एका साध्या रचनेसाठी कॉर्ड्स वाजवायला सुरुवात केली – जी ७, सी ७, जी ७, डी ७..., आणि याच कॉर्ड्स त्यानं तीनदा वाजवल्या.

डेव्हनकडे बघून डोळा मारत ग्रीननं पाठोपाठ त्या रचनेला साजेशीच एक ट्यून वाजवायला सुरुवात केली. डेव्हननंही तेच सूर पकडून साथ द्यायला लागली आणि नेमक्या समेवर ड्रमरनंही ताल धरला.

ही रचना संपल्यावर डेव्हननं पुन्हा माईक आपल्याकडे घेतला. “थँक्स, टॉमी. मजा आली.”

मग एक अत्यंत हाडकुळी पोरगी आली आणि तिनं एक जुनं, इंग्लिश डान्स-हॉलमधलं गाणं गायलं. पाठोपाठ एका जाडजूड ईस्ट इंडियन माणसानं 'सिटिंग ऑन द डॉक ऑफ द बे' म्हटलं.

“अजून कोणी आहे तयार?” डेव्हननं विचारलं. ग्रीनला हॉलच्या अगदी मागच्या बाजूला एक डोकं जेमतेम हललेलं दिसलं. “येताय का, सर?” त्यानं मोठ्यानं विचारलं.

तो माणूस उठून उभा राहिला. एखाद्या विदूषकासारखा दिसत होता तो. डोक्याच्या संपूर्ण वरच्या भागावर टक्कल, बाजूंचे केस भरपूर लांब वाढवलेले, अंगावर भन्नाट रंगांचं, त्यावरही आणखी रंगीबेरंगी पॅचेस लावलेलं जॅकेट. इथल्या सगळ्यांचेच चेहरे ग्रीननं कुठे ना कुठे पाहिलेले होते. हा माणूस मात्र अपरिचित होता. साधारण पंचेचाळीस-पन्नासचा असावा– त्यानं मनात म्हटलं. काहीसा आढेवेढे घेत असल्यासारखा चालत तो माणूस पियानोपाशी येऊन बसला.

“थोडंफार वाजवतो मी.” त्या माणसानं वर न बघताच म्हटलं. तो बहुधा नजरेला नजर भिडवायचं टाळत होता. “ही ट्यून खरं म्हणजे मला 'जी'मध्ये वाजवायला आवडते, पण आज मी ती 'सी शार्प'मध्ये वाजवून बघतो.” चेहऱ्यावरून दोन्ही हात फिरवून त्यानं बोटं पियानोच्या कीजवर ठेवली – मनगटं उंचवलेली, बोटं उत्कृष्टपणे वळलेली. हा माणूस पियानो 'थोडा फार' वाजवत नव्हता, हे स्पष्ट दिसत होतं.

“ओके.” ग्रीननं गिटार सावरलं. “काय वाजवणार आपण?”

“तुम्हाला 'वॉकिंग ब्लूज' माहितेय?”

ग्रीननं लगेच गिटारचे सूर त्याप्रमाणे जुळवून घेतले, आणि तो हसला. “ओके.”

ग्रीननं आणि डेव्हननं ब्लूजचे सुरुवातीचे परिचित सूर छेडले आणि त्या माणसानं अशा सफाईनं 'एन्ट्री' घेतली की संपूर्ण हॉलमध्ये एक गोड, नादमधुर शिरशिरी उठली.

ग्रीननं आणि डेव्हननं आश्चर्यमिश्रित कौतुकानं एकमेकांकडे बघितलं. ” वा!” दोघांच्याही तोंडून एकदम दाद बाहेर पडली.

'वॉकिंग ब्लूज'नंतर त्यांनी 'ब्लूज'मधल्याच आणखी तीन रचना एकापाठोपाठ एक वाजवल्या.

“आता फक्त एकच गाणं वाजवण्याइतका वेळ उरलाय.” डेव्हननं म्हटलं. “वीस मिनिटांनी आपल्याला सगळं बंद करावं लागेल. अजून एक वाजवणार?”

"ओके." त्या माणसानं म्हटलं. "परत एकदा "क्रॉसरोड्स?"
त्यानं वाजवायला सुरुवात केली आणि त्याबरोबरच तो गाऊही लागला–

"आय ॲम स्टॅंडिंग ॲट द क्रॉसरोड्स
आय बिलिव्ह आय ॲम सिकिंग..."

गाणं संपलं, तशा हॉलमधून उत्स्फूर्त टाळ्या पडल्या आणि लगेचच लोक लगबगीनं जायला निघाले.

"इतकं सुंदर वाजवायला कुठे शिकलात?" गिटार बंद करत ग्रीननं विचारलं.

"असंच, ऐकून-ऐकून." त्या माणसानं उत्तर दिलं. अजूनही तो थेट डोळ्याला डोळा भिडवणं टाळत होता.

"शक्यच नाही. तुम्ही नक्कीच गाणं शिकलंय. हो ना?"

आता मात्र त्या माणसानं वर पाहिलं. अत्यंत फिकट निळे डोळे होते त्याचे. जवळजवळ पारदर्शकच. त्यानं परत नजर खाली वळवली. "हो, काही वर्षं शिकलो." त्यानं हळूच म्हटलं.

काही असो; हा माणूस या वातावरणातला नाही, एवढं मात्र खरं– ग्रीननं मनात म्हटलं. त्याच्या खास पोलिसी नजरेनं बऱ्याच गोष्टी टिपलेल्या होत्या. "पियानो, आठवी ग्रेड, रॉयल कन्झर्वेटरी?" त्यानं विचारलं.

तो माणूस किंचित लाजत हसला. "नाही. आणखी थोडं. माझ्याकडे पियानो शिक्षकाचं सर्टिफिकेट आहे."

तो पुढे काहीच बोलला नाही आणि ग्रीननंही गप्प राहणंच पसंत केलं. कशाला उगीच बिचाऱ्याच्या जुन्या जखमांच्या खपल्या काढायच्या?

"मी डिटेक्टिव्ह अरी ग्रीन." ग्रीननं शेकहँडसाठी हात पुढे करत आपली ओळख करून दिली.

"माझं नाव फ्रेझर डेंट." त्या माणसाचा हात भलताच मऊ होता. "पोलिसांत असूनही फावल्या वेळात इकडे येऊन गाणी वाजवताय म्हणजे..."

ग्रीननं खांदे उडवले. "हो, बरीच वर्षं हा छंद जोपासतोय."

"छान आहे."

"त्या निमित्तानं थोडं फार पोलिसी कामही होतं. अधूनमधून कोणी तरी माझ्या कामात मदत करणाराही भेटतो इथे. मग मीही त्याला मदत करतो, जमेल तशी."

डेंटनं हळूच मान वळवून इकडे-तिकडे नजर टाकली. संपूर्ण हॉलमध्ये ते दोघंच उरलेले होते. त्यानं ग्रीनकडे परत बघितलं.

"घाबरू नका, मि. डेंट." ग्रीननं म्हटलं. "मी कधीही, कुणाला सांगत नाही."

डेंटनं मान डोलावली आणि पुन्हा चेहऱ्यावरून हात फिरवला.

''कशा प्रकारची मदत?''

''त्याच्या आधी तुम्हाला दोन-तीन प्रश्न विचारतो. तुम्ही ब्रिज खेळता?''

''हो.''

''चांगला खेळता?''

''अं... बरा खेळतो.''

''म्हणजे पियानोसारखीच तुम्ही एखाद-दोन युनिव्हर्सिटीच्या डिग्री घेतल्या आहेत की काय?''

''थोड्या जास्त– तीन-चार.''

ग्रीन मोठ्यानं हसला. तेवढ्यात हॉलचं दार उघडलं आणि डेव्हन आत डोकावला. त्याच्याकडे बघून नुसतीच मान डोलावून ग्रीननं डेंटकडे परत बघितलं. ''तुमचं पोलीस रेकॉर्ड कसं आहे?'' त्यानं सरळच विचारलं.

डेंटचे डोळे बारीक झाले. ''थोडा काळ तुरुंगात होतो मी.''

डेव्हननं दार बंद केलं.

''गुड.'' ग्रीननं म्हटलं. ''चला, थोडं चालत जाऊ या.''

''काय चालत? कर्फ्यू सुरू झालाय ना?''

''मी आहे ना!'' ग्रीननं गिटार खांद्याला लावली. ''चला.''

१५

अगदी लहानशी खोली होती ती. कंटाळवाण्या फिकट पांढऱ्या भिंती, एक टेबल, एक काळी खुर्ची, एक टीव्ही आणि डीव्हीडी/व्हीसीआर प्लेअर आणि एका कोपऱ्यात व्यवस्थित एकमेकांवर ठेवलेली पुठ्ठ्याची काही खोकी. खिडक्या नाहीत, भिंतीवर कसली चित्रं नाहीत, की कसली एखादी शोभेची वस्तू नाही.

म्हणजेच असं एखादं महत्त्वाचं; पण कंटाळवाणं काम करत असताना लक्ष विचलित होण्याची शक्यताही नाही – डॅनियल केनिकॉटनं मनात म्हटलं. गेले बारा तास खपून त्यानं एक कोष्टक बनवलेलं होतं, तिकडे तो बघत होता. अडचण एवढीच होती की, पहाटे चार वाजता – विशेषत: गेल्या काही दिवसांमध्ये धड झोप घेतलेली नसताना – त्याला डोळे उघडे ठेवणंसुद्धा जड जात होतं. गेले बारा तास तो याच खोलीत होता, पण हे काम त्यानं स्वत:च अंगावर घेतलेलं होतं, त्यामुळे आता तक्रार करून चालणार नव्हतं – आणि तक्रार करायची त्याची तयारीही नव्हती. मनातल्या मनातही नाही आणि ग्रीनकडे तर मुळीच नाही.

मुळात ही कल्पना ग्रीनचीच होती. केनिकॉटला केव्हिन ब्रेसच्या घरात ती सुरी सोमवारी सकाळी उशिरा सापडली होती, त्यानंतर केनिकॉटला या छोट्याशा ऑफिसात ग्रीन घेऊन आला होता आणि त्यानं त्याला हे काम दिलं होतं : ऑफिसर हो ला काही पुरावे मिळालेत, ते वापर आणि कॅथरिन टॉर्न व केव्हिन ब्रेसचं संपूर्ण वैवाहिक जीवन विंचरून काढ.

पहिले काही तास त्यानं मार्केट प्लेस टॉवरच्या लॉबीतल्या व्हिडिओ टेप्स बारकाईनं बघण्यात घालवले होते. जवळजवळ संपूर्ण तळमजला कॅमेऱ्याच्या 'नजरेत' येत होता. ब्रेस किंवा कॅथरिन टॉर्न, यापैकी कोणीही त्या टेप्समध्ये दिसलं की, त्यांच्या हालचाली त्यानं आपल्या कोष्टकात लिहिल्या होत्या– कोष्टकाला त्यानं कलर–कोड्सही दिले होते. मि. सिंग, टॉवरमधला व्यवस्थापक रशीद आणि ब्रेसच्याच मजल्यावर राहणाऱ्या मिसेस विनगेट, या लोकांसाठीही त्यानं कोष्टकात

रकाने ठेवलेले होते. ग्रीननं त्याला खुनाच्या दिवशीच्या सकाळच्या टेप्सवर खास लक्ष द्यायला सांगितलं होतं.

महत्त्वाची अशी एकच गोष्ट होती. काल – म्हणजे खुनाच्या दिवशी – पहाटे २:०१ ला व्हिडिओमध्ये रशीद आपल्या जागेवरून उठून लिफ्टपाशी गेला आणि तिथलं बटण दाबून तो परत आला. त्यानं कोणाला तरी फोन केला, असं दिसत होतं. ते बघून केनिकॉटनं बेसमेंटमधल्या पार्किंग लॉटची व्हिडिओ पाहिली, तेव्हा त्याला दिसलं होतं की, १:५९ला कॅथरिन टॉर्नची गाडी आत येऊन थांबली होती. म्हणजेच रशीदनं तिच्यासाठी लिफ्ट खाली पाठवली आणि नंतर ब्रेसला फोन करून कळवलं, हे उघड होतं.

टेप्स पाहून झाल्यावर त्यानं रशीदचं रजिस्टर तपासून त्यातली प्रत्येक नोंद आपल्या कोष्टकात टाकली होती. रात्रभरात अधूनमधून वेगवेगळे पोलीस येऊन त्याला बिल्डिंगमधल्या रहिवाशांच्या साक्षी नोंदवलेले कागद आणून देत होते. जवळजवळ सगळ्यांचा सूर एकच होता : कॅथरिन टॉर्न आणि केव्हिन ब्रेसबद्दल आम्हाला फारशी माहिती नाही – फक्त ते जेव्हा कधी एकत्र दिसायचे, तेव्हा प्रत्येक वेळी त्यांनी एकमेकांचे हात हातात धरलेले असायचे.

साधारण मध्यरात्रीच्या सुमाराला केनिकॉटनं ब्रेस आणि टॉर्नची कागदपत्रं, वस्तू वगैरेंचा तपास सुरू केला होता. ब्रेसकडे डायरी, सेल फोन, वेगवेगळ्या लोकांचे पत्ते लिहिलेली एखादी वही, असलं काहीच नव्हतं. नाही म्हणायला त्याच्या कागदपत्रांचं एक खोकं मिळालं होतं, पण त्यातलेही निम्मेअर्धे कागद ब्रिज खेळताना लढवायच्या युक्त्या, डावपेच वगैरेच लिहिलेले होते.

कॅथरिन टॉर्नचा 'पाम पायलट' लॅपटॉप, तिनं लिहिलेली डायरी, सेल फोनवरच्या कॉल्सच्या नोंदी, क्रेडिट कार्डांच्या पावत्या, लहानसहान चिठ्ठ्याचपाट्या, तिला आलेली पत्रं वगैरे गोष्ट ऑफिसर होनं गोळा केल्या होत्या, त्याही त्यानं तपासल्या होत्या.

जसजसं केनिकॉटचं कोष्टक भरलं जात होतं, तसतसं त्या दोघांच्या जीवनाचं एक चित्र उभं राहत चाललं होतं. दोघांचंही दैनंदिन आयुष्य बरंचसं ठरीव, साचेबद्ध होतं. प्रत्येक दिवसाची सुरुवात न चुकता पहाटे ५:०५ला व्हायची – पहिलं दर्शन व्हिडिओ टेपवर व्हायचं, ते वर्तमानपत्रं घेऊन मि. सिंग लॉबीत येत असल्याचं. मि. सिंगनं आपल्या साक्षीत लिहून दिलेलंच होतं की, बरोबर ५.२९ला मी ब्रेसच्या दाराशी असे. ते कायम माझ्यासाठी दार अर्धवट उघडून ठेवायचे आणि माझी चाहूल लागली की, चहाचा मग घेऊन बाहेर यायचे. कॅथरिन टॉर्न त्या वेळी कधीच उठलेल्या नसायच्या.

रोज सकाळी ५:४५ला ब्रेस रेडिओ स्टेशनला फोन करून शो प्रोड्युसरशी

बोलायचा काही खास ताजी बातमी आहे का, ते विचारायचा. ६:१५ला तो व्हिडिओ टेपवर चालत बाहेर जाताना दिसायचा. ६:३०ला तो रेडिओ स्टेशनवर पोहोचायचा आणि आठच्या ठोक्याला त्याचा कार्यक्रम सुरू व्हायचा. १०:००ला कार्यक्रम संपल्यावर तो दुसऱ्या दिवशीच्या कार्यक्रमाबद्दल चर्चा करत एक तास थांबायचा. साधारण दुपारी १२:३०ला तो व्हिडिओ टेपवर परत येताना दिसायचा.

टॉर्नचा दिनक्रम हा असाच वक्तशीर होता. बेसमेंटमधल्या व्हिडिओवर ती दर मंगळवारी, बुधवारी आणि शुक्रवारी साधारण १०:००ला गाडीत बसताना दिसायची. गुरुवारी मात्र ती सकाळी ८:००ला निघायची. तिच्या डायरीतून दिसत होतं की, आठवड्यातल्या बऱ्याचशा दिवशी तिला १०:३० किंवा १२:३०ला हॉर्स रायडिंगचा क्लास असे – किंग सिटी स्टेबल्समध्ये. गाडीनं साधारण तासाभराच्या अंतरावर हे ठिकाण होतं. ती २:००च्या सुमाराल लॉबीतल्या व्हिडिओमध्ये परत येताना दिसायची. लगेच २:३०च्या सुमाराला ती परत बाहेर जायची. अगदी साधे कपडे घालून चालतच. तिच्या क्रेडिट कार्डांच्या पावत्यांवरून ती आसपासच्या कपड्यांच्या किंवा घरात वापरण्याच्या वस्तूंच्या दुकानांमध्ये खरेदी करत हिंडायची, हे दिसत होतं. रोज संध्याकाळी ५:०० ते ६:००च्या दरम्यान ती परत येताना व्हिडिओवर दिसायची.

केव्हिन ब्रेस मात्र दुपारी बहुधा झोप काढत असावा. दुपारी परत आल्यावर तो एकदम संध्याकाळी ८:००च्या सुमाराला दिसायचा – कॅथरिनबरोबर, हातात हात घालून चालत जाताना. दिवसभरात व्हिडिओवर एकत्र दिसायची ही त्यांची पहिलीच वेळ असे. टॉर्नच्या क्रेडिट कार्डांच्या पावत्यांवरून केनिकॉटच्या लक्षात आलं होतं की, ते दोघं कायम जवळपासच्याच एखाद्या फारशा भपकेबाज नसलेल्या रेस्टॅरंटमध्ये जेवायला जायचे. रात्री दहाला ते परत यायचे. तसेच, हातात हात गुंफून.

या सगळ्या घड्याळाला बांधलेल्या साचेबद्ध दैनंदिन आयुष्यात आठवड्यातल्या एका दिवशी मात्र थोडा बदल व्हायचा – दर सोमवारी. त्या दिवशी ती सकाळी बाहेर पडताना दिसत नसे आणि साधारण दुपारी चारपर्यंत परत येताना दिसत असे. पण याचं कारण लक्षात यायलाही केनिकॉटला फार शोधाशोध करावी लागली नव्हती.

नोरा बेरिंगनं टॉर्नच्या रायडिंगच्या शिक्षकाची – ग्वेन हार्डनची – भेट घेतली होती. तोच किंग सिटी स्टेबल्सचा मालक होता. त्यानं सांगितलं होतं :

> केट टॉर्नला जणू निसर्गत:च घोडा चालवण्याची कला अवगत होती. शनिवार सोडून बाकीच्या प्रत्येक दिवशी ती यायची. दर रविवारी ती घोड्यावरूनच तिच्या आईवडिलांच्या घरी जायची आणि रात्री तिथेच रहायची. इथून पुढच घर आहे त्यांचं. सोमवारी ती डबल क्लास करायची.

आज ती सकाळी आली नाही तेव्हा मला धक्काच बसला. ती येणार नसेल तर आधी आवर्जून फोन करून कळवायची.

नोराचं या केसमधलं काम एकंदरीत आता संपल्यातच जमा होतं. ती सहा महिने सुट्टी घेऊन युकॉनला, तिच्या घरी जाणार होती.

''माझ्यासारखं असेल का कुणी?'' तिनं हसत म्हटलं होतं. ''ऐन हिवाळ्यात सुट्टी घेऊन चाललेय मी – पार उत्तरेला, आर्क्टिक समुद्राच्या किनाऱ्यावरच्या आमच्या गावी!''

अख्ख्या महिन्यात केनिकॉटला त्या दोघांच्या ठरीव जीवनाला फक्त एकच अपवाद मिळाला होता, तो मागच्या आठवड्यातल्या बुधवारी, म्हणजे १६ डिसेंबरला, त्या दिवशी कॅथरिन टॉर्न दुपारी १:१५ला लॉबीतल्या व्हिडिओवर दिसली होती, खाली पार्किंगमध्ये नव्हे. तिनं एक सुंदरसा बिझिनेस सूट घातला होता, आणि तिच्या पायात उंच टाचांचे शूज होते. तिच्या हातात एक लांबट पाकीट होतं. थोडंसं रशीदशी बोलून ती लॉबीतल्या एका गुबगुबीत खुर्चीवर बसून राहिली होती – पाच मिनिटंच, खिडकीतून बाहेर बघत. काही तरी दिसताक्षणीच ती घाईघाईनं उठून बाहेर गेली होती. पाठोपाठ रशीदही गेला होता – जणू तिला टॅक्सीपर्यंत पोचवायला गेल्यासारखा. आणि खरंच तसंच घडलेलं होतं – रशीदच्या रजिस्टरमध्ये 'मिसेस ब्रेस यांना टॅक्सी आणून दिली – १:२०' अशी नोंदही केनिकॉटला मिळाली होती.

त्या दिवशी सकाळी ब्रेस नेहमीच्याच वेळी बाहेर पडला होता. रेडिओ स्टेशनच्या लोकांनी सांगितलं होतं की, स्टेशनवर ब्रेसनं सगळी कामं नेहमीप्रमाणेच, त्याच वेळी केली होती. पण नंतर तो दुपारी परत मात्र आला नव्हता.

पाचच्या थोडं आधी ब्रेस आणि टॉर्न, दोघंही लॉबीत चालत परत आले होते. म्हणजेच आधी ते कुठे तरी एकमेकांना भेटले असणार, हे उघड होतं. टेप पुन्हा उलट फिरवून केनिकॉटनं खात्री करून घेतली होती की, त्याच्या अंगावर सकाळचेच कपडे होते. त्या दिवशी दुपारी काही कार्यक्रम असल्याचं कॅथरिन टॉर्नच्या डायरीत किंवा लॅपटॉपमध्ये कुठेच दिसलेलं नव्हतं. त्या रात्री ते दोघं नेहमीप्रमाणे जेवायलाही बाहेर गेले नव्हते. मग कुठे गेले असावेत हे? केनिकॉटनं पुन्हा एकदा स्वतःलाच विचारलं.

आता पहाटेचे चार वाजले होते. कॅथरिन टॉर्नच्या पर्समधल्या वस्तू केनिकॉटनं मुद्दाम सगळ्यात शेवटी पाहायच्या, म्हणून बाजूला ठेवलेल्या होत्या. त्यानं विचार केलेला होता की, तिची पर्स बघण्याआधी तिच्याबद्दलची जास्तीत जास्त माहिती मिळाली, तर तिच्या पर्समधल्या वस्तू बरंच काही सांगू शकतील.

मेलेल्या माणसाची पर्स किंवा पाकीट उचकण्याची ही त्याची पहिलीच वेळ

नव्हती. साडेचार वर्षांपूर्वी त्यानं आपल्याच भावाचं पैशाचं पाकीट आणि बाकी मिळतील त्या सगळ्या वस्तू तपासल्या होत्या. क्रेडिट कार्डांच्या पावत्या, फोनची बिलं, बँकेची कागदपत्रं, इलेक्ट्रॉनिक कॅलेंडर, कॉम्प्युटरची हार्ड डिस्क, टेबलाचे ड्रॉवर, अगदी त्याचा कचरासुद्धा. मृत व्यक्तीच्या वस्तूसुद्धा त्या व्यक्तीबद्दल केवढी माहिती देतात – आणि हे करणंसुद्धा किती क्लेशकारक असतं – हे बघून त्याला फार मोठं आश्चर्य वाटलं होतं. मायकेलच्या – आपल्या भावाच्या वस्तूंमध्ये त्याला एक फ्लॉरेन्सचं विमानाचं तिकीट, भाड्यानं गाडी घेतल्याची एक पावती, हॉटेलमध्ये बुकिंग केल्याच्या पावत्या आणि गुबिओ नावाच्या एका इटलीमधल्या डोंगराळ भागातल्या शहराची माहिती असलेली बरीच काही रंगीत माहितीपत्रकं सापडली होती. पुढच्या आठवड्यात तिथे कसलीशी एक तिरंदाजीची वार्षिक स्पर्धा होती. पण मायकेल तिथे कशाला जाणार होता, हे त्याच्या लक्षात कधीच आलं नव्हतं– अजूनही.

बिचारी कॅथरिन टॉर्न. फारच अबोल, लोकांमध्ये फारशी न मिसळणारी असणार ही... केनिकॉटनं मनात म्हटलं. बिचारी तिकडे शवागारात मरून पडलीय, तिथेही तिचं कोणी ओळखीचं नाहीच म्हणा, आणि इथेही आपल्यासारखा एक सर्वस्वी अनोळखी माणूस तिच्या खासगी वस्तूंची उचकाउचकी करतोय. क्षणभर त्याला कसंसंच झालं. फॉरेन्सिक विभागातल्या लोकांना त्यानं मुद्दाम बजावून सांगितलं होतं की, तिच्या सगळ्या कागदपत्रांच्या कॉपीज काढा; पण नंतर मात्र प्रत्येक गोष्ट बिनचूकपणे जशी होती तशीच, त्याच क्रमानं, त्याच जागी परत ठेवा. त्याच्या तपासाच्या दृष्टीनंही ते अत्यंत महत्त्वाचं होतं. पाकिटातल्या वस्तूंइतकीच त्या ठेवण्याची जागा, क्रम वगैरे सगळंच.

नंतर त्यानं तिची नोटा–सुटी नाणी वगैरे ठेवायची पर्स उघडली. त्याला दोन डॉलर आणि तेवीस सेंटची नाणी, तीन सब-वे टोकन्स आणि लाँड्रीत टाकलेले तीन शर्ट घेऊन येण्यासाठीची एक स्लिप मिळाली. पहिल्या कप्प्यात पंचेचाळीस डॉलरच्या नोटा होत्या आणि लाँड्रीचा साबण, किचन क्लीनर वगैरेंची सहा वेगवेगळी कूपन्स होती. फ्रंट स्ट्रीटवरच्या 'होजेज कॅफे'मध्ये ती बहुधा नेहमी जात असावी – तिथलं अशा नेहमीच्या गिऱ्हाइकांसाठीचं, कोपरे दुमडलेलं एक कूपनही होतं. त्यावरच्या दहा चौकोनांपैकी तीन चौकोनांमध्ये या कॅफेचे शिक्के मारलेले होते.

पैसे खर्च करण्याच्या बाबतीत टॉर्नबाईंचा हात अंमळ आखडताच होता तर, असं मनात म्हणत त्यानं पुढचा कप्पा उघडला. त्यात प्लॅस्टिकची काही कार्ड्स होती. एक व्हिसा कार्ड, एक मास्टरकार्ड, एक लायब्ररी कार्ड, एक रॉयल ओन्टारिओ म्युझियमचं कार्ड आणि वेगवेगळ्या डिपार्टमेंट स्टोअर्सची सहा कार्डं. त्यांतली ती डिपार्टमेंट स्टोअरची कार्डं बघून तो बुचकळ्यात पडला. शहरातली ही

मोठमोठी दुकानं बाकी रकमेवर अठरा टक्के व्याज लावतात. असं असताना कॅथरिन टॉर्नसारखी पैसेवाली बाई क्रेडिटवर वस्तू खरेदी करून व्याजाचे पैसे कशाला फुकट घालवत असेल?

तिसऱ्या कप्प्यात बऱ्याच काही पावत्या आणि तिचं चेकबुक होतं. तिनं किती पैसे, कशावर खर्च केले याच्या अगदी तारीखवार नोंदी करून ठेवलेल्या होत्या. घरखर्च, करमणूक, वैयक्तिक खर्च, वगैरे. तिचं हस्ताक्षर फुटलेल्या काचेच्या कडेसारखं होतं : धारदार, टोकदार, पण ओबडधोबड आणि प्रत्येक अक्षर दाबून लिहिलेलं होतं. बऱ्याच छोट्या वस्तूंची खरेदी त्यात लिहिलेली होती. पैसे उडवल्यासारखं वाटावं, अशी एकच गोष्ट केनिकॉटला दिसली : सौंदर्यप्रसाधनं. अर्थातच! त्यानं मनात म्हटलं. पूर्वी त्याची गर्लफ्रेंड असलेली अँड्रिया जेव्हा मॉडेलिंगमध्ये गेली होती; तेव्हा ती ज्या भपकेबाज, महागड्या दुकानांतून सौंदर्यप्रसाधनं खरेदी करायची, त्याच दुकानातून टॉर्नही भरपूर खरेदी करत होती. यॉर्कव्हिलच्या उच्चभ्रू वस्तीतलं हे दुकान केनिकॉटला चांगलंच माहीत होतं. स्पाँजेस, हर्बल शाम्पू, ऑरगॅनिक साबण, बॉडी लोशन्स. इंपोर्टेड फेस-मास्क, आय क्रीम्स, मॉयश्चरायझर्स....

केनिकॉटला इच्छा नसायची, तरीही अँड्रिया त्याला त्या दुकानात कायम खेचत घेऊन जायची. त्याला तर प्रचंड बोअर व्हायचं. "कटकट करू नकोस, डॅनिअल." ती म्हणायची. "सुंदर बायका आवडतात म्हणतोस ना? पण सुंदर दिसायला आम्हाला किती कष्ट घ्यावे लागतात, खर्च करावे लागतात– बघ जरा!"

पर्सच्या शेवटच्या कप्प्यात फक्त एकच गोष्ट होती – एक सुंदर छापलेलं, एम्बॉस केलेलं व्हिजिटिंग कार्ड. त्यावर छापलेलं होतं : 'अॅलन पील, प्रेसिडेंट, पॅरलल ब्रॉडकास्टिंग.'

'पॅरलल ब्रॉडकास्टिंग!' केनिकॉटला हे नाव नुकतंच वाचल्याचं आठवलं. ब्रेसच्या घरातून ताब्यात घेतलेल्या वस्तूंची लांबलचक यादी त्यानं उघडली. ब्रेसच्या टेबलाच्या सगळ्यात वरच्या ड्रॉवरमध्ये त्याला ब्रेस आणि पॅरलल ब्रॉडकास्टिंग यांच्यामधल्या एका कराराची एक प्रत मिळाली होती. त्यावर सह्या मात्र नव्हत्या. ही प्रत उघडून त्यानं काळजीपूर्वक वाचून काढली आणि वाचून झाल्यावर पुन्हा पीलच्या कार्डाकडे त्यानं बघितलं. टॉर्नच्या पर्समधल्या प्रत्येक कागदाची तिनं अत्यंत व्यवस्थित घडी घालून ठेवलेली होती. पीलच्या या कार्डाचे चारी कोपरे मात्र सुरकुतलेले, वाकलेले दिसत होते. जणू टॉर्ननं कसल्याशा विचारांच्या तंद्रीत किंवा चिंतामग्न मन:स्थितीत विचार करताना त्या कार्डाशी हातानं चाळा केला असावा आणि त्यात ते असे वाकले असावेत, असे.

त्यानं पुन्हा हातातल्या कराराकडे बघितलं. त्याची तारीख बघितली : १६ डिसेंबर.

काही तरी जाणवून त्यानं त्या तारखेची व्हिडिओ टेप पुन्हा बघायला सुरुवात

केली. याच दिवशी कॅथरिन टॉर्न तिच्या हॉर्स रायडिंगला गेली नव्हती. त्यानं टेप थोडी फास्ट-फॉरवर्ड केली आणि ती व ब्रेस दुपारी उशिरा लॉबीत आले, तो भाग तो परत पाहू लागला.

पहिल्यांदा टेप पाहिली, तेव्हा न जाणवलेली; पण किंचित वेगळी वाटलेली गोष्ट या वेळीच्या लक्षात आली.

ब्रेस आणि कॅथरिन टॉर्नचे हात एकमेकांच्या हातात प्रथमच गुंफलेले नव्हते.

१६

मार्केट प्लेस टॉवर्सच्या किंचित पश्चिमेकडे अरी ग्रीनला रस्त्यात पुढेच आयांचा एक घोळका आपल्या पोरांच्या बाबागाड्या ढकलत, हातातल्या ग्लासांमधून कॉफीचे घुटके घेत आरामात चाललेला दिसला. त्यालाही क्षणभर कॉफी प्यावीशी वाटली. जांभई दाबत तो त्यांच्यामागून त्यांच्या गतीनं निघाला. मार्केट प्लेस टॉवर्सजवळून हळूच जाण्याची ही त्याची तिसरी वेळ होती. या वेळी मात्र बिल्डिंगची लॉबी रिकामी दिसली. तो आत शिरला.

रशीद एकटाच बसून 'टोरोंटो स्टार'च्या पहिल्या पानावरची बातमी वाचत होता. खाली दोन पोलीस केव्हिन ब्रेसला हातकड्या घालून घेऊन जात असल्याचा फोटोही होता. फोटो बिल्डिंगबाहेरच काढलेला दिसत होता. पाठीमागे मि. सिंगही दिसत होते. खाली मथळा होता : 'कॅप्टन कॅनडाला खुनाच्या आरोपाखाली अटक.'

"गुड मॉर्निंग, डिटेक्टिव्ह." हातातल्या बॉलपेनशी चाळा करत रशीदनं म्हटलं. "वर चाललात?"

ग्रीननं थांबून त्याच्या टेबलावर आपली ब्रीफकेस ठेवली आणि तिची झिप उघडत म्हटलं, "एवढ्यात नाही. आधी मला थोडे प्रश्न विचारायचे आहेत तुला. काही खास नाही, नेहमीचीच चौकशी."

"मी आधीच ऑफिसर केनिकॉटला माझं स्टेटमेंट दिलंय, शिवाय व्हिडिओ टेप्स आणि इथलं लॉगबुकही दिलंय." रशीदनं समोरच्या लॉगबुकवर कशावर तरी बॉलपेननं खूण करत सावधपणे म्हटलं.

ग्रीननं मान डोलावली आणि ब्रीफकेसमधून काढलेली आपली डायरी उघडली. याला एकदम घाबरवून चालणार नाही– त्यानं मनात म्हटलं. "आमचं पोलिसांचं काम कसं असतं, तुला माहीतच आहे. सारखे प्रश्न विचारत असतो आम्ही."

रात्रभर तो कामच करत होता. साक्षीदारांनी दिलेली माहिती आणि पोलिसांचे रिपोर्ट येतील तसतसे वाचायचे. तपासाच्या कामावर लक्ष ठेवायचं. वगैरे वगैरे.

सकाळी आठला त्यानं ब्रेसच्याच मजल्यावर राहणाऱ्या एडना विनगेटबाईंच्या घरी चहा घेतला होता. त्यांची आणि ब्रेसची अपार्टमेंट अगदी एकसारखी होती; फक्त त्यांच्या अपार्टमेंटमध्ये भरपूर झाडं होती आणि ती अत्यंत नीटनेटकी ठेवलेली होती. प्रत्येक ठिकाणी कोणती वस्तू ठेवायची, याची छोटी-छोटी लेबल्सच चिकटवलेली होती.

रशीदनं बॉलपेनशी चाळा थांबवला. एकदा ग्रीनकडे बघून त्यानं हळूच त्याच्या ब्रीफकेसकडे कटाक्ष टाकला. गुड... ग्रीननं मनात म्हटलं.

त्यानं डायरी उघडली. "तुमचं संपूर्ण नाव?"

"रशीद मुबारक रस्मान सारी."

ग्रीननं लिहून घ्यायला सुरुवात केली. "जन्मतारीख?"

"पाच फेब्रुवारी एकोणीसशे एकोणपन्नास."

"कुठे जन्म झाला?"

"इराणमध्ये."

"शिक्षण?"

"मी तेहरान युनिव्हर्सिटीचा सिव्हिल इंजिनिअर ग्रॅज्युएट आहे."

"कॅनडात केव्हा आलात?"

"दि. २४ सप्टेंबर १९८२ला निर्वासित म्हणून आलो. कॅनडात नागरिक व्हायला पात्र झाल्याच्या पहिल्याच दिवशी नागरिक झालो."

"एटोबिकोक सिव्हिक सेंटरमधल्या एका समारंभात." फट्कन डायरी बंद करत ग्रीननं आवाज किंचित कडक करत म्हटलं. "बरोबर?"

त्याच्या आवाजात अचानक झालेल्या या बदलामुळे रशीद जरा दचकलाच. "हो." तो जरासा हादरलेलाच दिसत होता. ग्रीनला हेच हवं होतं.

"इराणच्या शहाची राजवट पडल्यानंतर तुला पकडून साडेनऊ महिने तुरुंगात ठेवलं होतं. तुझ्या बायकोच्या घरच्यांनी एका अधिकाऱ्याला पैसे चारून तुला सोडवलं. या गोष्टीला पंचवीस दिवस लागले. मार्च १९८०मध्ये तू इटलीमध्ये पोचलास, तिथून स्वित्झर्लंड, मग फ्रान्स आणि मग तिथून तू कॅनडात आलास."

रशीदच्या नजरेला नजर देत ग्रीननं भराभर हे सगळं सांगितलं.

रशीदनंही आपली नजर हटवली नाही. त्याला जणू आपण सापळ्यात पकडले गेल्यासारखं वाटून गेलं. मग त्यानं ग्रीनच्या ब्रीफकेसकडे पाहिलं. "म्हणजे सर, तुम्ही माझ्या रेफ्युजी क्लेम फाईलचा चांगलाच अभ्यास केलेला दिसतोय!"

"एवढंच नाही, तर ती फाईलसुद्धा आणलीय मी." ग्रीननं एक पांढरी फाईल काढली. त्या फाईलमध्ये वेगवेगळ्या पानांवर पिवळे टॅब लावून त्यांवर काही मुद्दे लिहिलेले होते.

रशीदचा पुन्हा बॉलपेनशी चाळा सुरू झाला.

"बऱ्यापैकी सधन कुटुंबातून आलेला दिसतोयस तू." बॅगची झिप लावत ग्रीननं म्हटलं. "रेफ्युजी बोर्डासमोर बोलताना तू सांगितलंस की, तुझा एक भाऊ आणि वडील क्रांतीच्या सुरुवातीलाच मारले गेले."

"तुमच्या कुटुंबातला कोणीही जरी अशा पद्धतीनं मारला गेला, तरी ते भयंकर असतं."

ग्रीनला क्षणभर एकदम वाटून गेलं की, याला आपल्या वडिलांच्या हातावर गोंदलेल्या नंबरबद्दल सांगावं. पण ती इच्छा दाबून त्यानं एक आठवण सांगितली. "तुम्हाला सांगतो सर, १९७०च्या दशकात अगदी शेवटी – मला वाटतं १९८० साल होतं ते – मी एक महिनाभर पॅरिसमध्ये होतो."

"पॅरिस? वा! माझं एकदम आवडतं शहर आहे ते."

"हो, पण माझ्यासारख्या परदेशी माणसाच्या दृष्टीनं तिथली जानेवारीतली थंडी म्हणजे भयंकरच होती. एक दिवस मी रू द माल्तवरच्या एका लहानशा चहाच्या दुकानात मी शिरलो. जमिनीवर मऊ, ऊबदार उश्या पसरलेल्या होत्या. भांड्यात सुंदरसा चहा उकळत होता, मंद वासाचा धूप लावलेला होता. ते दुकान इराणी लोकांच्या मालकीचं होतं. अयातुल्लाच्या राजवटीतून नुकतेच पळून आले होते ते. आमची एकदम घट्ट दोस्ती झाली."

रशीदच्या चेहऱ्यावर एक कृत्रिम स्मित उमटलं. हे हसू यानं तोंडावर अनेक वर्षं ठेवलंय– ग्रीननं मनात म्हटलं. हे हसू इतकं सहज पुसलं जाणं कठीण आहे. "असे माझ्या या मित्रांसारखे कित्येक जण डोंगरदऱ्या पार करून चालत टर्कीमध्ये येऊन पोचले होते." त्यानं हळूच म्हटलं.

या पहिल्या झटक्यानंच रशीदच्या चेहऱ्यावरच्या त्या कृत्रिम हास्याला एक लहानसा का होईना, तडा गेला.

"मी निदान पंचवीस-तीस वेळा तरी अशा हकिगती ऐकल्या असतील, निर्वासित म्हणून पळून आलेल्या तुझ्या देशबांधवांकडून. कोणालाही डोंगराळ भाग ओलांडून टर्कीत यायला चार दिवसांपेक्षा जास्त वेळ लागला नव्हता."

रशीदच्या नाकपुड्या फुलल्या आणि तो एकदम मोठ्यानं हसला. "डिटेक्टिव्हसाहेब, अहो, त्या भागात किती तरी खिंडी आहेत."

शहाणपणा करतोयस तू; पण असू दे– ग्रीननं मनात म्हटलं. त्यानं त्या फाईलमधला पहिला टॅब उघडला – त्यावर लिहिलेलं रशीदला दिसावं, अशाच बेतानं लिहिलेलं होतं : दावा करणाऱ्या व्यक्तीचा मूळ देशामधील इतिहास.

"सर," रशीदनं ते वाचत म्हटलं. "रेफ्युजी बोर्डासमोर माझी चांगली लांबलचक –"

"हो, आणि त्या वेळी तू इराणच्या शहाच्या 'सावाक' या भयंकर गार्ड्समध्ये होतास, हे तू साफ नाकारलंस. त्या एजन्सीचा मुख्य नेमोतल्ला नासेरीच्या हाताखाली तू काम करत होतास, हे नाकारलंस.''

''हो, बरोबर –''

''पुढचं ऐक.'' ग्रीननं फाईलमधला एक कागद वाचत म्हटलं.

''या नासेरीला इराणी हवाईदलातल्या त्याच्या काही मित्रांनी सहिसलामत, विमानानं पॅरिसमध्ये आणून सोडलं. हो का नाही?''

''हो, मीही असं काही तरी ऐकलंय खरं.''

ग्रीननं आणखी काही पानं उलटली. ''तू एक एअरोनॉटिक्समधला उत्तम प्रशिक्षण घेतलेला इंजिनिअर आहेस. काय?''

रशीद आता नुसताच त्याच्याकडे बघत होता.

''फ्रान्समधूनच तू कॅनडाला आलास.''

''डिटेक्टिव्ह, तुम्हीच आत्ता म्हटलंत, तसे माझ्यासारखे शेकडो इराणी निर्वासित फ्रान्समध्ये आले होते.''

ग्रीननं ती फाईल तशीच उघडलेल्या स्थितीत टेबलावर ठेवली. आता दिसत असलेल्या टॅबवर लिहिलेलं होतं : छळ झाल्याचा पुरावा. ''मि. रशीद, पॅरिसमधल्या माझ्या त्या इराणी मित्रांपैकी बऱ्याच लोकांच्या अंगावर छळ झाल्याच्या भयानक खुणा होत्या. अगदी बघवणार नाहीत अशा खुणा पाहिल्या मी.''

''आमचा सगळ्यांचाच भयानक छळ झाला त्या काळात.''

टेबलावर दोन्ही हात ठेवून ग्रीन वाकून उभा राहिला. ''पण तुझ्या अंगावर मात्र कसल्याच छळाच्या खुणा नव्हत्या. हो ना?''

''सर, प्लीज.'' रशीदला आता कुठे बघावं, तेच समजत नव्हतं. त्याला घाम फुटलेला होता. ''या देशातल्या कुठल्याही सरकारी समाजकल्याण योजनेचा मी कधीही फायदा घेतलेला नाही. माझी बायको बेकरीत फुलटाईम नोकरी करते. माझ्या दोन्ही मुली युनिव्हर्सिटीत शिकताहेत–''

''टोरोंटो युनिव्हर्सिटीत. मोठी मुलगी दातांची डॉक्टर होणार आहे, धाकटी फार्मसी शिकतेय.''

''डिटेक्टिव्ह... सर, प्लीज. मी ऑफिसर केनिकॉटला सगळं काही सहकार्य केलंय. टेप्स, लॉगबुक दिलंय, साक्ष दिलीय...''

ग्रीननं सावकाश ब्रीफकेस पुन्हा उघडली आणि आत हात घालून एक कलर-कोडिंग केलेला छापील कागद बाहेर काढला. ''ऑफिसर केनिकॉटनं तुझ्या त्या टेप्स बारकाईनं तपासल्या, त्या लॉगबुकशी ताडून पाहिल्या आणि या दोन्ही गोष्टी मागच्या आठवड्यात इथे कामावर असलेल्या रखवालदारांच्या जबान्यांशी ताडून

पाहिल्या. हे बघ, इथे या कागदावर तू कामावर असलेल्या वेळा निळ्या रंगात दाखवल्या आहेत.''

रशीदनं तिकडे मोठ्या अनिच्छेनं नजर टाकली – निसरड्या पुलावरून घाबरत-घाबरत चाललेला माणूस खालून फोफावत चाललेल्या नदीच्या पाणलोटाकडे हळूच टाकेल, तशी.

''तू रेफ्युजी बोर्डासमोर दिलेल्या साक्षीत भरपूर थापा होत्या, हे कळायला जसा मला वेळ लागला नाही; तसंच तू मि. ब्रेसबद्दल दिलेल्या आधीच्या जबानीत तू सगळंच काही खरं सांगितलेलं नाहीस, हे कळायलाही फार मोठ्या अक्कलहुशारीची गरज नव्हती.''

ग्रीनकडे नजर उचलून रशीद बघू लागला. त्याच्या नजरेतला सारा ताठा वगैरे कुठच्या कुठे नाहीसा झालेला होता.

ग्रीन आणखी थोडा वाकला. ''रशीद, मला हे करण्याची खरोखच अजिबात इच्छा नाही. अरे, माझे स्वत:चे वडीलही निर्वासित म्हणूनच आले इथे. इथलं नागरिकत्व मिळवायला त्यांना जे काही करावं लागलं, ते त्यांनी मला अजूनही सगळं सांगितलेलं नाही.'' त्यानं समोरच्या फाईलवर बोटानं हलकेच वाजवलं. ''ही फाईलसुद्धा मला कुठे तरी पुरून टाकायला आवडेल.''

''डिटेक्टिव्ह... प्लीज,'' रशीदनं गयावया करत म्हटलं. ''मला जर इथून हाकलून दिलं, तर संपलंच सगळं. मी आयुष्या–''

''हे बघ, हा एक खुनाच्या प्रकरणाचा तपास आहे. ब्रेसच्या बायकोचा खून झालाय आणि त्यासाठी त्या माणसाला पंचवीस वर्षांची तुरुंगवासाची शिक्षा होऊ शकते. नेमकं काय घडलंय, हे मला समजलंच पाहिजे.'' ग्रीननं ब्रीफकेसच्या झिपवर हात ठेवला.

रशीद समोरच्या फाईलकडे भेदरलेल्या नजरेनं बघतच होता. जणू आता ती फाईल उडून आपलं नरडं धरणार असल्यासारखा.

''प्लीज, सर, ती फाईल ठेवून द्या.'' त्यानं थरथरत्या आवाजात म्हटलं.

ग्रीननं मात्र ती फाईल तशीच ठेवून झिपर हळूहळू लावायला सुरुवात केली. त्या शांत लॉबीत फक्त तेवढाच आवाज येत होता. सर्र-सर्र-सर्र.

''प्लीज सर. थांबा ना.''

झिपर आणखी थोडासा खेचून ग्रीन थांबला आणि त्यानं रशीदच्या डोळ्यांमध्ये रोखून बघितलं. त्याच्या नजरेत जरब आणि सहानुभूतीचं एक वेगळंच मिश्रण होतं.

''माझ्यावर विश्वास ठेव, रशीद, ही फाईल कुणालाही, कधीही सापडणार नाही अशा रीतीनं गाडून टाकली ना, तर तुझ्यापेक्षाही जास्त आनंद मला होईल.''

१७

आता 'ओल्ड सिटी हॉल' म्हणून ओळखली जाणारी ती कोर्टाची प्रचंड, गॉथिक पद्धतीची इमारत म्हणजे खरोखरच पूर्वीची टोरोंटो नगरपालिकेची इमारत होती. शहरातली ही गुन्हेगारी कोर्टाची प्रमुख इमारत होती आणि शहाराच्या मुख्य भागातली ही एकमेव इमारत अशी होती की, जी एका उंच चबुतऱ्यावर बांधलेली होती.

शहराचा एक अख्खा ब्लॉक ओल्ड सिटी हॉलनं व्यापलेला होता. पाच मजल्यांची ही दगडी बांधकामाची इमारत खरोखर प्रचंड होती. तिचं डिझाईन मात्र बरंच असममितीचं होतं. जागोजागी वळणदार छोटे-छोटे सज्जे, भरीव गोलाकार खांब होते, संगमरवरी भिंती होत्या, ठिकठिकाणी हसऱ्या देवदूतांचे फोटो होते आणि मुख्य प्रवेशद्वाराच्या डावीकडे उंचच उंच घड्याळ्याचा मनोरा होता – केक सोडून भलतीकडेच लावलेल्या एखाद्या वाढदिवसाच्या मेणबत्तीसारखा. दर्शनी भागातल्या प्रवेशद्वाराच्या वरच्या कमानीवरची 'म्युनिनिपल बिल्डिंग्ज' ही अक्षरं दगडात कोरलेल्या वळणदार वेला-पानांच्या आड काहीशी लपल्यासारखी वाटत होती.

या प्रवेशद्वाराचं जणू रक्षण करत असल्यागत एक उंच, चौकोनी दगडी स्तंभ थोडा आत उभा होता. त्याच्या चारी बाजूंना दुसऱ्या महायुद्धात फ्रान्स आणि बेल्जियममध्ये वेगवेगळ्या रणांगणांवर धारातीर्थी पडलेल्या कॅनेडियन सैनिकांची नावं कोरलेली होती. थंड. चिरस्थायी. मृत्यूसारखीच.

इमारतीच्या भल्या लांब-रुंद दगडी पायऱ्या चढत डॅनियल केनिकॉट वर आला. त्याला ही कोर्टाची इमारत एकूणच फार आवडायची. पायऱ्यांवर कुठे कुठे थोडी फार, काहीशी घाबरलेली चिंताग्रस्त वकीलमंडळी आणि त्यांची अशीलं सिगारेटी संपवत घोळक्या-घोळक्यांनी उभी होती. सिगारेटींचा धूर कुठे कुठे हवेत तरंगत होता. त्यानं पुढे जाऊन एक रुंद, ओक लाकडाचं भलं भक्कम दार उघडलं.

आत सुरक्षारक्षकांपाशी लोकांची एक मोठी रांग तपासणी करून आत सोडण्याची वाट बघत उभी होती. नेहमीची सगळ्या प्रकारची संशयित मंडळी रांगेत होती, अत्यंत अस्वस्थपणे चुळबुळ करत उभे असलेले अमली पदार्थांचे व्यसनी लोक होते, साफ निस्तेज पडलेल्या वेश्या होत्या, रनिंगचे शूज व बॅगी जीन्स घातलेली अन् अंगावर सोन्याच्या जाड साखळ्या व मनगटात कडी घातलेली तरुण पोरं होती आणि कुठे तरी एखादाच सुटाबुटातला लब्धप्रतिष्ठित, भलत्याच जागी पकडले गेल्याच्या धक्क्यातून अजून न सावरलेला सभ्य सुशिक्षित माणूसही होता.

केनिकॉटनं आपला पोलिसाचा बॅज काढून हातात उंच धरला आणि तो ''चला, मी पोलीस आहे– मला जाऊ द्या'' असं मोठ्यानं म्हणत रांगेच्या सुरुवातीला जाऊन पोचला. तो सिक्युरिटी डेस्कपाशी पोचला, पण तिथल्या सुरक्षारक्षकानं त्याला अडवलंच आणि त्याचा बॅज पाहायला मागितला. ''सॉरी, दोस्त. नवा नियम. आता आम्हाला आपल्याच लोकांनाही तपासावं लागतं.''

''जरूर. तुमचं काम तुम्ही केलंच पाहिजे.'' त्याच्याकडून बॅज परत घेत केनिकॉटनं म्हटलं आणि तो आतल्या गोलाकार कक्षात शिरला. आतमध्ये अगदी समोरच एका प्रचंड, दोन मजली उंचीच्या काचेवर या शहराच्या स्थापनेच्या वेळचं एक सुंदर भव्य चित्र रंगवलेलं होतं – त्यात गुडघ्यावर बसून फळांचा नैवेद्य वाहणारे इंडियन्स होते, पोलादच निर्माण करत असलेले पोलादी शरीराचे कामगार होते आणि गंभीर चेहऱ्यानं धंदा करत असलेले बँकर्सही होते. या चित्राच्या समोर एक भला रुंद, दोन पायऱ्या असलेला चौथरा होता आणि चित्राच्या उजव्या-डाव्या बाजूनं दुसऱ्या मजल्यावरच्या कोर्टरूम्सकडे जाणारे दोन जिने होते. प्रत्येक जिन्याच्या सुरुवातीलाच एकेक रॉट आयर्नचा अतिमानवी आकृतीचा पाच फूट उंचीचा पुतळा – हॅरी पॉटरच्या सिनेमात शोभेल असा – जिन्याचं जणू रक्षण करत उभा होता.

उंच, भव्य खांब आणि मोझॅक टाइल्सनी सजलेल्या मुख्य मजल्याच्या रचनेवरून माणसाला एखाद्या तुर्की बाजारात आल्यासारखं वाटावं. जो-तो घाईत दिसत होता. कोर्ट सुरू व्हायला अजून जरा वेळ होता, पण लवकरच ख्रिसमसची सुट्टी होती, त्यामुळे एकूणच वातावरण गडबडीचं होतं. कोणा तरी आरोपीला सुट्टीच्या आत जामिनावर सोडवून घरी न्यायला आलेले नातेवाईक, कोर्टाबाहेर चट्कन समेट घडवून आणून कोर्टातून पळण्याच्या घाईत असलेली वकीलमंडळी, आपापल्या कोर्ट कार्डांवर शिक्के मारून घेऊन डबल रेटनं ओव्हरटाईमची कमाई करू बघणारे स्टायरोफोमच्या कपांमधून कॉफी पीत उभे असलेले पोलीस आणि जाडजूड फायली सांभाळत घाईघाईनं कोर्टाकडे निघालेली सरकारी वकीलमंडळी... असे सगळेच जण गडबडीत होते.

लठ्ठ गालांच्या, विनोदी चेहऱ्यांच्या दगडी पुतळ्यांची एक रांगच असलेल्या

पश्चिमेकडच्या कॉरिडॉरमधून केनिकॉट चालत निघाला. जवळजवळ दीडशे वर्षांपूर्वी या इमारतीच्या बांधकामावर देखरेख करत असलेल्या आर्किटेक्ट एडवर्ड लेनॉक्सनं या कॅरिडॉरच्या आतून आणि बाहेरूनही हे विचित्र पुतळे जागोजागी बसवले होते. आपल्या या कामाच्या शेवटच्या दिवसांमध्ये शहराच्या प्रतिष्ठित पौरजनांशी त्याचे खटके उडाले होते. त्याचा सूड म्हणून लेनॉक्सनं आपल्या मूर्तिकाराला मुद्दाम सांगून त्या पौरजनांचेच हे व्यंगचित्रासारखे पुतळे बनवून घेतले होते. कोणाचा चेहरा जाडजूड, तर कोणाच्या फुगलेल्या तोंडात लठ्ठ सिगार, कोणाच्या लठ्ठ गलमिशा गालांशी स्पर्धा करणाऱ्या, तर कोणाच्या चेहऱ्यावर मुळीच न शोभणारा गोल काड्यांचा चष्मा. गंमत अशी की, लेनॉक्सनं काढलेला हा चिमटा आपल्यासाठी होता, हे त्या मंडळींना कळायलासुद्धा काही वर्षं जावी लागली होती. आणि मग हे लक्षात येऊनही काही करणं शक्य नव्हतं. या पुतळ्यांच्या भाऊगर्दीत विनोदी न दिसणारा एकमेव पुतळा होता – खुद्द लेनॉक्सचा! एवढंच नाही, तर आपल्याला ओळखण्यात कुणाची चूक होऊ नये म्हणून त्यानं आपल्या पुतळ्याच्या तळाशी स्वत:चं नावही कोरून घेतलं होतं. या कॉरिडॉरमधून जाताना केनिकॉटला शहरातल्या पुढारीमंडळींची अशी बेमालूम आणि तरीही राजरोस खिल्ली उडवणाऱ्या एडवर्ड लेनॉक्सचं कायम कौतुक वाटायचं.

कॉरिडॉरच्या टोकाला असलेल्या सरकारी वकिलांच्या ऑफिसमध्ये शिरत त्यानं तिथल्या काऊंटरच्या तकलादू काचेपलीकडे बसलेल्या सेक्रेटरी पोरीसमोर आपला बॅज धरला. ''मला रूम नंबर १०१मध्ये जामीनाची कामं करणाऱ्या सरकारी वकिलांना भेटायचंय.''

''आत जा.'' सेक्रेटरीनं मानही वर केली नाही.

आत शिरून केनिकॉट हातानंच ठळक अक्षरात '१०१' असं मोठ्या कागदावर लिहून तो दरवाज्यावर चिकटवलेल्या एक लहानशा ऑफिसात आला. आत एक साधारण त्याच्याच वयाची स्त्री पुढ्यातल्या पांढरट रंगाच्या फोल्डर्सच्या एका गठ्ठ्यातून एकेक फोल्डर काढत काम करत होती. तिनं आपले ब्लाँड रंगाचे घनदाट केस एखाद्या टोपासारखे डोक्यावर रचून बांधलेले होते आणि ती कानाशी रुळणाऱ्या बटेशी डाव्या हातातल्या पेन्सिलीनं चाळा करत होती.

''एक्स्क्यूज मी–'' केनिकॉटनं म्हटलं.

''बोला.'' तिनं मान वर न करताच म्हटलं.

''मी त्या ब्रेसच्या केससाठी आलोय.''

तिच्या केसांच्या वरच्या बाजूला एक वेगळीच दिसणारी काळी क्लिप होती.

''ब्रेस... कॅप्टन कॅनडा– आपल्या सुंदर बायकोचा बाथटबमध्ये खून करणारा शूरवीर.'' तिनं अजूनही वर बघितलेलं नव्हतं. ''आज कोर्टात तोबा गर्दी असेल.

जामीन कोर्टात तर झुंबड उडेल आज. सगळ्यांनाच बाहेर जायचंय सुट्टीसाठी. चोऱ्यामाऱ्या करायला फक्त चारच दिवस उरलेत!''

केनिकॉटला हसू आवरलं नाही.

तिनं मान वर करून त्याच्याकडे बघितलं. आता कुठे केनिकॉटनं तिला ओळखलं. तेच हसरे पिंगट डोळे... तेच, तसेच वर बांधलेले केस आणि तीच ती काळी क्लिप... तिलाही एकदम त्याची ओळख पटली. ''डॅनियलऽ!'', तिनं आश्चर्यानं म्हटलं. तिच्या पुढच्या, वरच्या दोन दातांमध्ये नाजूकशी फट होती. अभावितपणेच तिची जीभ त्या फटीवरून फिरली.

ते दोघं लॉ स्कूलमध्ये बरोबर होते. त्या संपूर्ण काळात तिची तीच हेअरस्टाईल होती आणि तीच क्लिप ती लावत होती. एकदा मात्र तो उशिरापर्यंत लायब्ररीत बसलेला होता, तेव्हा त्याला ती एका लेदरच्या खुर्चीत एकटीच रेलून बसलेली दिसली होती. समोरच्या टेबलावर पुस्तकांची चळत होती आणि सगळे केस मोकळे सोडून तिनं क्लिप दातात धरलेली होती.

''ओ, हाय.'' त्यानं म्हटलं होतं. पहिल्या वर्षातली बाकीची मुलं कायम घोळके करून असायची; पण ती मात्र क्वचितच त्यांच्यात मिसळायची.

''हाय डॅनियल!'' बसती होत, तोंडातली क्लिप काढून तिनं म्हटलं होतं. ''का, माझे मोकळे केस बघून आश्चर्य वाटलं?''

तो कसनुसं हसला होता. आपलं नाव हिला माहितेय, हाच मुळात त्याच्यासाठी एक छोटासा, गोड धक्का होता. ''नाही, तुला लायब्ररीत बघून आश्चर्य वाटलं.''

''ही क्लिप मी मेक्सिकोतून आणलीय.'' क्लिप तळहातावर घासत तिनं म्हटलं होतं. ''मायन काळातली आहे.''

त्या दिवसांमध्ये केनिकॉट आणि त्याची गर्लफ्रेंड अँड्रियामधले संबंध काहीसे ताणलेले होते. ''एनी वे, गुड लक.'' थोडंसं घुटमळून, गुळगुळीत बोलून त्यानं काढता पाय घेतला होता.

आता परत ती भेटल्यावर त्याला हे सारं आठवलं, पण तिचं नाव मात्र त्याला आठवेना. तिच्या टेबलावर त्याला 'क्रिमिनल कोड ऑफ कॅनडा'चं पुस्तक दिसलं आणि त्यावर 'स-म-र्स' असं ठळक काळ्या अक्षरांत लिहिलेलं होतं, तेही दिसलं. आपल्या व्यवसायाला अत्यावश्यक असलेलं आपलं हे पुस्तक हरवू नये, म्हणून सगळीच वकीलमंडळी त्यावर आपलं नाव आवर्जून, ठळक अक्षरात घालण्याची काळजी घेत.

तो कुठे बघतोय, हे लक्षात येऊन ती छानपैकी हसली. ''अरे, मी जो समर्स.''

त्यालाही हसू आलं. ''हो, आलं लक्षात. फार दिवसांनी भेटलीस, त्यामुळे जरा वेळ लागला. शिवाय मी बऱ्याच दिवसांत रात्री नीट झोपलेलो नाही. पण तू सरकारी

वकील कशी काय? तू त्या कुठल्याशा मोठ्या फर्ममध्ये होतीस ना?''

''श्रीमंतांचे पैसे वाचवून कंटाळा आला आणि शिवाय आमच्या सगळ्या कुटुंबाच्या नशिबीच हे लिहिलंय.''

त्यानं मान डोलावली. त्याच क्षणी त्याच्या लक्षात आलं– समर्स. अरे, म्हणजे ही त्या महाखत्रूड न्यायाधीश जोनाथन समर्सची पोरगी दिसतेय! आरोपीचे वकील, सरकारी वकील, पोलीस– कोणालाच आवडत नाही तो माणूस.

नेव्हीत मोठे अधिकारी म्हणून निवृत्त झालेले समर्स त्याच करड्या, कडक शिस्तीनं कोर्ट चालवायचे.

''गुन्हेगारी कायद्याची प्रॅक्टिस करणारी आमची ही चौथी पिढी. माझा भाऊ जेक – लग्न केलंय त्यानं, त्याला दोन मुलंही आहेत – त्यानं स्वत:ची इंटरनेट कंपनी काढलीय आणि तो अक्षरश: खोऱ्यानं पैसा ओढतोय. पण डॅडींना त्याचं फारसं कौतुक नाही आणि मी मात्र एखाद्या फालतू भुरट्या चोराची केसही कशी लढवली हे त्यांना सांगायला लागले की, ते मला फक्त डोक्यावर घ्यायचंच बाकी ठेवतात.''

''त्यांना फार अभिमान वाटत असेल तुझा. हो ना?''

ती एकदम गंभीर झाली. ''डॅनियल, तुझ्या भावाची बातमी समजली मला. फार वाईट झालं. सो सॉरी.''

त्यानं नजर खाली वळवत एक सुस्कारा सोडला. ''थँक्स.'' त्याची नजर तिच्या पाठीमागच्या खिडकीतून बाहेर गेली. रस्त्यापलीकडच्या स्केटिंग रिंकमध्ये लोक स्केटिंग करत होते. सकाळच्या उन्हात त्यांच्या लांब-लांब पडलेल्या सावल्या धावपळ करत होत्या.

''मी तुला कॉल करणार होते, पण–''

''असू दे, जो. नो प्रॉब्लेम.'' त्यानं म्हटलं. ''चल, मी निघतो. कोर्टात भेटूच परत.''

वीस मिनिटांनी कोर्ट नंबर १०१ चं लहानसं दालन माणसांनी भरून गेलेलं होतं– हातातलं पॅड सावरणारे बातमीदार लोक, लीगल–एडवाले तरुण वकील आणि अत्यंत तणावाखाली असलेली नातेवाईकमंडळी– सगळ्यांची एकच गर्दी झालेली होती.

न्यायाधीशांच्या टेबलाच्या उजवीकडचं दार उघडलं गेलं आणि ढगळ काळा डगला घातलेला मध्यमवयीन कोर्ट क्लार्क आला. पुढच्याच रांगेत बसलेल्या केनिकॉटला त्यानं डगल्याखाली घातलेली जीनची पँट आणि पायातले स्नीकर्स सहजच दिसले.

''ऐका, ऐका, ऐकाऽऽ'' त्या क्लार्कनं मोठ्या आवाजात म्हटलं. ''न्यायाधीश मॅडम रॅडेन यांच्या या कोर्टाचं कामकाज आता सुरू होत आहे. कृपया सर्वांनी

जागेवर बसा.''

तो बोलत असतानाच साधारण पन्नाशीतल्या, अंगावर सुंदर इस्त्री केलेला काळा डगला घातलेल्या, अत्यंत व्यवस्थित दिसणाऱ्या एका स्त्रीनं डावीकडच्या दारामधून कोर्टात प्रवेश केला. ती आपल्या जागेकडे जात असताना तिच्या पायातल्या उंच टाचांच्या शूजचा आवाज तालबद्धपणे दालनात घुमला.

क्लार्क आपल्या जागेवर जाऊन बसला. ''कोर्टात कोणीही बोलायचं नाही. आपापले सेल फोन आणि पेजर्स बंद करा. फक्त धार्मिक उद्देशानं डोक्यावर घातलेल्या सोडून बाकीच्या हॅट्स, टोप्या, मफलर्स वगैरे काढून ठेवा.'' तो उगाचच चिडलेला वाटत होता. ''कैद्यांकडे बघून कोणीही हातवारे, खाणाखुणा केलेलं किंवा डोळे मारलेले वगैरे चालणार नाही.''

ठाण्कन आवाज करत कोठड्यांकडून आत येणारं दार उघडलं आणि तुरुंगाचे केशरी रंगाचे जंपसूट घातलेल्या, अर्धवट दाढी वाढलेल्या तीन कैद्यांना बसवण्यासाठी खास बनवलेल्या काचेच्या कक्षात आणण्यात आलं.

''पहिल्या आरोपीचं नाव?'' क्लार्कनं विचारलं.

पहिल्या कैद्यानं काचेतल्या गोल खिडकीशी तोंड नेलं.

''विल्यम्स– डेलरॉय विल्यम्स.''

''माझा क्लाएंट.'' अत्यंत काटकुळ्या पायांची एक उंच निग्रो वकील तरुणी घाईघाईनं हातात कागद घेत उठली. ''त्याची आई आलीय, जामीन म्हणून. सरकारी वकिलांची मान्यता असेल तर, त्याला जामीनावर ...''

जो समर्सनं समोरच्या कागदपत्रांच्या गठ्ठ्यातून शोधायला सुरुवात केली. ''विल्यम्स – विल्यम्स.'' ती सरळ झाली. ''अमली पदार्थांचं व्यसन. गेरार्ड स्ट्रीटवरच्या एका दुकानातून पिझ्झा चोरले. पोलिसांना खोटं नाव सांगितलं. हा त्याच्या आईकडे राहील का?''

त्या निग्रो पोरीनं कोर्टरूममध्ये नजर टाकली, तशी एक जाडजूड बाई आपली पर्स सावरत उठली. ''हो, नो प्रॉब्लेम.''

''त्याचं रेकॉर्ड कसं आहे?'' न्यायमूर्ती रॅडेननं विचारलं. एवढ्यातच त्या कंटाळलेल्या दिसत होत्या.

समर्सनं घाईघाईनं फाईलमधले कागदपत्रं चाळायला सुरुवात केली आणि खांदे उडवले, ''काही खास दिसत नाही. चोरी, अमली पदार्थ हातात सापडलेत. एक-दोनदा चौकीवर बोलावूनही आलेला दिसत नाही. पण मारामारी वगैरे काही केलेली नाही.'' तिनं त्या बाईकडे बघितलं. ''तुम्हीच त्याला कोर्टात घेऊन यायचं.''

''ओके. नो प्रॉब्लेम.''

''आणि हा सगळ्याभर हिंडता कामा नये.'' समर्स पुन्हा न्यायाधीशांकडे

वळली. "उत्तरेला ब्लूरपर्यंत, पश्चिमेला स्पॅडिनापर्यंत, पूर्वेला शेरबोर्नपर्यंत आणि दक्षिणेला लेकपर्यंत. एवढ्याच भागात हा हिंडू शकतो."

"ओके." रॅंडेननं म्हटलं. "एक हजारचा जामीन. आईच जामीन राहील. प्रिस्क्रिप्शन नसलेली कोणतीही ड्रग्ज घ्यायची नाहीत. चला, नेक्स्ट केस."

पुढचा तासभर हे असंच सुरू होतं. समर्स तिच्या कामात एकदम तरबेज होती. मोठ्या कौशल्यानं आपले अधिकार वापरत ती एकामागून एक छोट्या केसेसचा फडशा पाडत होती. फक्त एकदाच मागे बघत असताना तिनं केनिकॉटकडे किंचित हसून बघितलं.

अकरा वाजता ब्रेसची वकील नॅन्सी पॅरिश आत आली. आपल्या सुंदर, जुन्या पद्धतीच्या सूटमुळे ती बाकीच्या तरुण वकीलमंडळींमध्ये चांगलीच उठून दिसत होती. कैद्यांच्या कक्षातल्या पोलिसानं दार उघडलं. "ब्रेसऽऽ" तो मोठ्यानं ओरडला. एखादा जादूगार 'छू!' असं ओरडेल, तसा. पुढच्या रांगेत बसलेल्या तीन स्केच आर्टिस्टलोकांनी लगेच कागद-पेन्सिली सरसावल्या आणि ते भराभर चित्र रेखाटू लागले.

ब्रेसला कैद्यांच्या कक्षात आणण्यात आलं, तशी सगळ्या कोर्टरूमची उत्सुकता एकदम ताणली गेली. त्याच्या अंगात त्याच्या मानानं फारच मोठा दिसणारा एक ढगळ, केशरी जंपसूट होता : इतका की, त्याची मानही धड दिसत नव्हती.

"मला जराही आवाज नकोय कोर्टात!" क्लार्कनं डरकाळी फोडली.

ब्रेसनं डोळ्यांवर त्याचा तो खास मेटल फ्रेमचा चष्मा घातलेला होता. त्याची दाढी विस्कटलेली होती आणि केस एकदम तेलकट दिसत होते – आठवडा-आठवडा शॅम्पू न वापरता आल्यामुळे, तुरुंगातला साबण आणि क्षारमिश्रित पाणी वापरावं लागल्यामुळे इतर कैद्यांचे केस व्हायचे, तसेच. त्याचे खांदे पडलेले होते आणि डोळ्यांमधलं तेज, जाणीव, ओळख– सारं कुठल्या कुठे नाहीसं झालेलं होतं.

कैद्यांच्या कक्षापाशी जाऊन पॅरिश. त्याच्याशी त्या गोल खिडकीतून काही तरी बोलली. ब्रेसची मानसुद्धा तसूभर हलली नाही, मग शेकहँड वगैरे दूरच.

"युअर वरशिप, मी नॅन्सी पॅरिश, मी मि. ब्रेसची वकील आहे." कोर्टाकडे वळून पॅरिशनं म्हटलं. "आम्ही जामीनासाठी उद्या अर्ज करू. को-ऑर्डिनेटरनं विशेष कोर्टाची व्यवस्था केलीय."

"ओके. पुढची तारीख २३ डिसेंबर, वरच्या मजल्यावर १२१ नंबरच्या कोर्टरूममध्ये." रॅंडेननं मान डोलावली. "नेक्स्ट."

तेवढ्यात केनिकॉटच्या मागच्या रांगांमध्ये काही तरी गडबड झाली. त्यानं मागे वळून पाहिलं. दुसऱ्या रांगेतून एक तरुण, आकर्षक दिसणारी तरुणी धडपडत उठून उभी राहिली– कशीबशी. तिच्या एका हातात तिचा ओव्हरकोट होता आणि दुसरा

हात पुढे आलेल्या भल्या मोठ्या पोटावर होता. बिचारीचे दिवस अगदी भरत आल्यासारखे दिसत होते.

"डॅडीऽऽ!" ती इतकी कळवळून ओरडली की, तिच्याकडे वळून-वळून बघणाऱ्या बातमीदारांनाही कसंसंच झालं. "नो डॅडी, नो!"

केनिकॉटनं पुढे, ब्रेसकडे बघितलं. तो आपल्या मुलीकडेच वळून बघत होता. त्याचे डोळे परत जिवंत होऊ लागलेले दिसत होते.

"ऑर्डरऽऽ ऑर्डर!" क्लार्कनं उभं राहून गर्जना केली.

तेवढ्यात ब्रेसजवळच्या पोलिसानं त्याच्या खांद्याभोवती हात टाकून त्याला कैद्यांच्या दाराकडे न्यायला सुरुवात केली.

केनिकॉटनं पुन्हा मागे, ब्रेसच्या मुलीकडे वळून बघितलं. तिचे डोळे बापासारखेच गडद चॉकलेटी हेते. रांगेतल्या लोकांनी उठून तिला जागा करून दिली आणि मोठ्या कष्टानं पावलं टाकत, अश्रुभरल्या डोळ्यांनी ती त्या अरुंद जागेतून चालू लागली. गालांवर ओघळणाऱ्या अश्रुधारांमुळे तिनं लावलेला काळा मस्कारा वाहून गालांवर पसरत होता; पण तिचं तिकडे लक्षही नव्हतं.

पण जरी केनिकॉटला ही पोरगी अशी भर गर्दीत रडताना, ओरडताना दिसत होती, तरी एक गोष्ट त्यानं लगेचच ताडली की, ही पोरगी स्वत:वर अत्यंत सुरेख नियंत्रण ठेवणारी असली पाहिजे.

१८

जवळजवळ सगळ्याच सरकारी वकिलांच्या मते, कामातला सगळ्यात अवघड भाग कुठला असेल, तर तो म्हणजे गुन्ह्यात बळी पडलेल्या व्यक्तीच्या नातेवाइकांना भेटणं. शांतपणे त्यांचं म्हणणं ऐकून घेणं. रडण्यासाठी, मन मोकळं करण्यासाठी त्यांना आपला खांदा देणं. आणि अल्बर्ट फर्नांदिझलाही माहीत होतं की, या बाबतीत आपण अगदीच कच्चे आहोत. प्रत्येक बळीचे नातेवाईक एकदम वेगवेगळे असतात. ते आपलं दु:ख, संताप, वेदना कशा व्यक्त करतील; काहीच सांगता येत नाही.

दोन वर्षांपूर्वी कामाच्या वार्षिक तपासणीच्या अहवालात फर्नांदिझला सांगितलेलं होतं की, या बाबतीत त्यानं आणखी लक्ष घालायला हवं आणि त्याला 'डिलिंग विथ ग्रीव्हिंग फॅमिलीज'वरच्या एका सेमिनारला पाठवण्यात आलं होतं. एका हॉटेलच्या कॉन्फरन्स रूममध्ये हा एका दिवसाचा सेमिनार होता. एकापाठोपाठ एका वक्त्याची एकसुरी भाषणं ऐकत, 'क्लोजर अँड कंटेन्टमेंट – हेल्पिंग फॅमिलीज टर्न द पेज' वगैरे भयंकर शीर्षकांची माहितीपत्रकं चाळत त्यानं तो दिवस कसाबसा काढला होता.

जवळजवळ दुपार होऊन गेली होती. फर्नांदिझच्या पुढ्यात पाणीदार कॉफीचा चौथा कप होता आणि एक कृश देहाची बुटकी स्त्री पोडियमपाशी येऊन उभी राहिली होती. तिचा बिझनेस सूट मात्र मोठा छान होता. गळ्यात एक मोत्यांची सुंदर माळ होती.

"क्लोजर..." एकच शब्द बोलून ती सगळ्यांचं लक्ष वेधून घेईपर्यंत थांबली होती आणि मगच तिनं वाक्य पूर्ण केलं होतं. "इज बुलशिट."

फर्नांदिझचा कंटाळा क्षणात कुठल्या कुठे पळून गेला होता. तो एकदम खुर्चीत सावरून बसला होता.

"ज्या माणसानं आमच्या मुलीवर बलात्कार करून तिला ठार मारलं, त्याचा डीएनए मॅच होण्यासाठी आम्हाला दहा वर्षं वाट बघावी लागली."

सगळीकडे चिडीचूप शांतता होती.

"त्याला दोषी ठरवून शिक्षा झाली, त्या दिवशी कसलंही 'क्लोजर' झालं नाही. ही काही जादूची गोळी नाही, की एखादा हॉलिवुडचा सिनेमा नाही. ही मानसशास्त्र वगैरेची भोंगळ बडबड द्या सोडून. आपण इथे बोलतोय ते दु:खाबद्दल. खरंखुरं दु:ख! त्या संपूर्ण काळात मी आणि माझा नवरा कायम एकमेकांबरोबर होतो. कारण, आम्ही आमच्या अडचणींवर कुठलीही सहज, साधी, सोपी उत्तरं शोधत नव्हतो. आणि तुम्हाला स्पष्टच सांगते– लोकहो, याबाबतीत अशी कुठलीही साधी आणि सोपी उत्तरं नसतात."

सेमिनार संपल्यावर लोकांनी आपापले कोट घेण्यासाठी रांग लावली होती, तेव्हा फर्नांदिझच्या पुढे नेमकी तीच बाई उभी होती. "माझी ओळख करून देतो." त्यानं शेकहँडसाठी हात पुढे करत म्हटलं होतं. "मी अल्बर्ट फर्नांदिझ. मी सरकारी वकील आहे."

तिनं सावध नजरेनं त्याच्याकडे काही क्षण पाहिलं होतं. "त्या तथाकथित एम्पथी ट्रेनिंगसाठी आला होतात?"

"हो. माझ्या बॉसलोकांनी पाठवलं. त्यांचं म्हणणं पडलं की, मला त्याची गरज आहे." फर्नांदिझनं मान डोलावली होती. "खरं सांगू का? मला ते सांत्वन वगैरे करणं नाही जमत."

"उलट चांगलं आहे ते." तिनं म्हटलं होतं. "त्या दिखाऊ सहानुभूतीची मला मनापासून चीड यायची. लोकांचं ते अगदी हळू आवाजात बोलणं... ती फुलांच्या चित्रांची ब्रोशर्स. पण आम्ही इतरांच्या मानानं बरेच सुदैवी होतो. आमची सरकारी वकील एकदम रोखठोक होती."

"कोण?"

"जेन रॅग्लन. तुम्ही ओळखता तिला?"

"तीच तर माझी बॉस आहे."

"गुड. मग तिला सांगा आपण भेटल्याचं, आणि तिच्यासारखं व्हायचा प्रयत्न करा, मि. फर्नांदिझ. गोळी कडू आहे, ती कडूच राहू द्या. निष्कारण तिच्यावर साखर पेरू नका."

एक दिवसाच्या सेमिनारनंतर अल्बर्ट फर्नांदिझ एकदम भावुक होऊन परत येईल अशी जर व्यवस्थापनाची कल्पना असेल, तर तसं काही झालं नव्हतं. पुढे जेव्हा जेव्हा त्याच्यावर गुन्ह्यात बळी पडलेल्यांच्या घरच्यांना भेटायचे प्रसंग आले; तेव्हाही तो पूर्वीपेक्षा जास्त प्रेमळपणे, सहानुभूतीनं असा उघडपणे वागू शकला असंही नव्हे; पण त्याच्यात काही तरी बदल झाला होता, हे मात्र नक्की आणि मग केस संपल्यावर नातेवाईक जे फॉर्म्स भरून देत होते, त्यांच्यातून ही सुधारणा दिसत

गेली होती.

ओल्ड सिटी हॉलमधले सरकारी वकीललोक अशा बळींच्या घरच्या लोकांना तिसऱ्या मजल्यावर, 'व्हिक्टिम सर्व्हिसेस'मध्ये भेटायचे. इथे एक छोटासा प्रतीक्षा कक्ष होता आणि आतमध्ये एक प्रशस्त असं दालन होतं. फर्नांदेझला मात्र इथल्या प्रत्येक गोष्टीचा मनस्वी तिटकारा होता : तिथली मंद प्रकाशव्यवस्था, सॉफ्ट फोकस वापरून काढलेल्या फोटोंची पोस्टर्स, तिथल्या मऊ चॉकलेटी खुर्च्या, भल्या मोठ्या लाकडी साईड टेबलवर मृदू रंगांच्या डॉइलीखाली झाकून ठवलेले बिस्किटांचे ट्रे– सगळ्याच गोष्टी. त्याला ही जागाच एकदम बेचव वाटायची आणि इथल्या लोकांचे तर त्याला हसूच यायचं. एक तर त्यांचे कपडे कुठे तरी जत्रेला निघाल्यासारखे असायचे आणि त्यातच सगळे जण छातीवर हसरा गल्लेलठ्ठ चेहरा काढलेले 'व्हिक्टिम सर्व्हिसेस'चे बॅज लावायचे. बॅजवर या विभागाचं घोषवाक्य छापलेलं असे : रिमेंबर यस्टरडे, सर्व्हाइव्ह टुडे, लिव्ह फॉर टुमारो.

यात भर म्हणूनच की काय, आतल्या दालनातल्या कोपऱ्यातला जुन्या पद्धतीचा प्रचंड रेडिएटर म्हणजे एक विनोदच होता. त्याचा रेग्युलेटर केव्हाच नादुरुस्त झालेला होता. कधी कधी तो रात्रीत पार गारठून जायचा. त्यामुळे सकाळी खोलीतच आता बर्फ पडणार की काय, इतकी भयानक थंडी असायची. आणि मग तो सुरू केला, तरी तो व्यवस्थित चालू होईपर्यंत त्यातून कानठळ्या बसवणारे नॉकिंगचे आवाज यायचे. उलट कधी कधी तो इतकी प्रचंड उष्णता निर्माण करायचा की, खोलीची भट्टी व्हायची. कधी ब्लो हॉट, तर कधी ब्लो कोल्ड! बरं, बाहेरची हवा आत येण्याचीही काही सोय नव्हती. अगदी छताजवळ, उंचावर एक लहानशी खिडकी पूर्वी होती; पण ती बंद करून रंगवून टाकल्यालासुद्धा आता कित्येक वर्षं झालेली होती.

आज सकाळी खोलीतल्या वातावरणाला फक्त उकळी फुटायची बाकी होती. फर्नांदेझनं दार उघडलं आणि आतली असह्य गरमी थोडी कमी करण्यासाठी तो बाहेरचं दार पंख्यासारखं हलवत तो उभा राहिला. माय गॉड! काय काय करावं लागतंय मला– त्यानं मनात म्हटलं. शेवटी त्यानं आपला निष्फळ प्रयत्न सोडून दिला आणि आतलं अन् बाहेरचं, अशी दोन्ही दारं उघडून टाकून तो बघत उभा राहिला.

थोड्या वेळानं डिटेक्टिव्ह ग्रीन एका मध्यमवयी, चांगल्या धडधाकट दिसत असलेल्या जोडप्याला घेऊन तिथे आला. बळीच्या जवळच्या नातेवाइकांची आणि सरकारी वकिलांची भेट ही; ती केस जो हाताळत असेल, त्या पोलीस अधिकाऱ्याच्या समक्ष झाली पाहिजे, असा नियमच होता. त्यांच्यापाठोपाठच अत्यंत सैल ड्रेस घातलेली एक जाड स्त्री आली. तिच्या हातात एक प्लॅस्टिकचा क्लिपबोर्ड होता.

त्या क्लिपबोर्डच्या पाठच्या बाजूवर एक मोठा थोरला लाल बदामाचा स्टिकर होता आणि तिचा 'व्हिक्टिम सर्व्हिसेस'चा बॅज तिच्या भल्या मोठ्या डाव्या वक्षस्थळाच्या वर लावलेला होता. त्यावर तिचं नावही होतं : अँडी.

"डॉक्टर आणि मिसेस टॉर्न," दाराशीच त्यांच्याशी शेकहँड करत फर्नांदिझनं त्यांचं स्वागत केलं. "एवढ्या लांबून आलात, फार बरं वाटलं."

"आम्हाला नावानंच हाक मार. मी आर्देन आणि ही ॲली." डॉक्टर टॉर्ननं म्हटलं. "आम्हाला विनाकारण औपचारिकता आवडत नाही."

टॉर्नला धडधाकट म्हणण्यापेक्षा दणकट म्हणणं जास्त योग्य ठरलं असतं. तो फर्नांदिझच्या कल्पनेपेक्षा चांगलाच उंच होता. त्याच्या अंगात एक जाडजूड स्वेटर होता आणि त्यानं लोकरीच्या अस्तराचा आपला लेदर कोट काढून डाव्या हातावर ठेवलेला होता, आणि थेट तो फर्नांदिझच्या नजरेला नजर भिडवून बघत होता. ही एक चांगली गोष्ट आहे– फर्नांदिझनं मनात म्हटलं.

मिसेस टॉर्नही काही उंचीनं फार कमी नव्हत्या. त्यांच्या डाव्या हातावर एक जाड लोकरीचा कोट होता आणि ड्रेस जुन्या वळणाचा, लांब बाह्यांचा होता. त्यांचा शेकहँड मात्र जेमतेमच होता.

"आम्हाला भेटायला आल्याबद्दल थँक्स." फर्नांदिझनं म्हटलं, "ट्रॅफिकचा फार त्रास नाही ना झाला?"

"ट्रॅफिक काय, नेहमीच असतो." टॉर्ननं म्हटलं. "तुम्हाला इथे कल्पनाही येणार नाही, पण आमच्या किंग सिटीमध्ये प्रचंड बर्फ पडलंय. आमच्या घराचा नुसता ड्राइव्ह-वे साफ करायलासुद्धा ट्रॅक्टर घेऊनही एक तास लागला आम्हाला!"

"चला, आतल्या रूममध्ये बसू." फर्नांदिझनं म्हटलं. "सॉरी, इथे फार गरम होतंय त्याबद्दल. ही बिल्डिंगच जुनी आहे आणि आमचा रेडिएटरही जुनाटच आहे."

"आमचं घर असंच जुनं आहे. तिथेही सारखा 'ब्लो हॉट-ब्लो कोल्ड'च चालू असतो. कधी काय असेल, सांगता येत नाही." सगळं बोलणं टॉर्न करणार, हे एव्हाना उघड दिसत होतं.

हे एक बरं झालं– फर्नांदिझनं मनात म्हटलं. मुख्य बोलणं सुरू करण्याआधी इकडच्या-तिकडच्या गप्पा केलेल्या बऱ्या असतात. त्यानं मिसेस टॉर्नकडे पाहिलं. "तुमचा स्कार्फ ठेवून येऊ का बाहेर?"

त्यांनी हळूच नवऱ्याकडे दृष्टिक्षेप टाकला.

"ॲली स्वभावानं फार लाजाळू आहे." टॉर्ननं म्हटलं. "आज तिनं मलाच सगळं बोलायला सांगितलंय. प्लीज, गैरसमज करून घेऊ नका. केट तिची एकुलती एक मुलगी होती."

"हो, हो." कोण नातेवाईक कसे वागतील, काही सांगता येत नाही. काही

जण फोटो, पत्रं, पदकं बरोबर आणतात. त्यांना तासन् तास फक्त त्या गेलेल्या व्यक्तीबद्दलच बोलायचं असतं. उलट, काही जण तो विषय सोडून बाकी वाटेल त्या विषयावर वाटेल तितका वेळ बोलायला तयार असतात. काही जण मात्र एकदम गप्प असतात. बोलतच नाहीत. आणि सांत्वन करणं सगळ्यात जास्त अवघड असतं, ते या लोकांचं. त्यांच्या दुःखाची, वेदनांची खोलीच समजत नाही.

पण एक मात्र सगळ्यांच्या बाबतीत सारखंच असतं : तुम्ही जे काही सांगाल, ते सगळे जण अत्यंत लक्षपूर्वक ऐकतात. आपल्या मोठ्या ऑपरेशनपूर्वी रोगी जसा सर्जनचं बोलणं ऐकेल, तसं.

सगळे जण व्यवस्थित बसले. समोरासमोर असे दोन कोच मांडलेले होते आणि मधे एक लाकडाचं कॉफी टेबल होतं. फर्नांदिझनं बोलायला सुरुवात केली. "पहिली गोष्ट म्हणजे, मला तुम्हाला आश्वासन द्यायचंय की, तुमच्या मुलीची केस आम्ही अत्यंत गंभीरपणे घेतलीय. बळी पडलेल्या व्यक्तीच्या नातेवाइकांना मी नेहमी एक प्रश्न विचारून सुरुवात करतो. तुमच्या शंका काय आहेत?"

हं, इथून सुरुवात करायला हरकत नाही... त्यानं मनात म्हटलं. लोक अनेकदा त्यांच्या शंका लिहूनच तयार करून आणतात– खटला किती काळ चालेल? आरोपीला काय शिक्षा होऊ शकेल? आम्हाला साक्ष द्यावी लागेल का? वगैरे.

टॉर्ननं आपल्या बायकोकडे एकदा चट्कन कटाक्ष टाकून पुन्हा फर्नांदिझकडे पाहिलं. काही तरी विचार करत त्यानं एक खोल श्वास घेतला. फर्नांदिझनं ग्रीनकडे पाहिलं. टेबलाच्या पलीकडच्या टोकाला पुस्तकांच्या एका गठ्ठ्यात एक क्लीनेक्सचं खोकं मोठ्या खुबीनं ठेवलेलं होतं. सहज दिसू तर नये, पण लागलं तर लगेच हाताशी असावं, अशा बेतानं. अँडीही तिथे जवळच उभी होती.

कोटाच्या खिशात हात घालून टॉर्ननं एक कागद काढला. प्रश्नांची यादी असावी बहुतेक– फर्नांदिझनं मनात म्हटलं किंवा त्यांच्या मुलीचा एखादा लहानपणचा फोटो असेल. पण तो फोटो नव्हता. कागदही लहानसाच होता. पांढरा.

"आधी मला सांगा," टॉर्ननं डाव हरलेल्या एखाद्या पोकर खेळणाऱ्या माणसाच्या आविर्भावात तो कागदाचा तुकडा कॉफीच्या टेबलावर दाण्कन आदळला. "दिवसाला तीस डॉलरचा भुर्दंड न देता इथे गाडी कुठे पार्क करता येईल?"

१९

"तुम्ही इथे आलात, त्याबद्दल थँक्स." केव्हिन ब्रेसच्या जागी काम करणाऱ्या डोनाल्ड डंडाजला अरी ग्रीननं म्हटलं. त्यानं याआधी त्याला कधी पाहिलेलं नव्हतं किंवा कधी त्याचा एखादा फोटोही पाहिलेला नव्हता; पण त्याचा आवाज मात्र रेडिओवर अनेकदा ऐकला होता. त्या आवाजावरून ग्रीननं तो कसा दिसत असेल, याचं मनात एक चित्र रंगवलं होतं. पण प्रत्यक्षात तो अगदीच वेगळा दिसत होता. ग्रीनच्या कल्पनेपेक्षा त्याचं वयही कमी वाटत होतं आणि अंगानंही तो जास्त बारीक दिसत होता.

ते होमीसाईड ऑफिसच्या व्हिडिओ रूममध्ये होते. लांबट, अरुंद आकाराच्या त्या रूममध्ये मध्यभागी एक लांबलचक टेबल होतं आणि त्याच्या एका टोकाला तीन खुर्च्या होत्या. ग्रीन आणि केनिकॉट दुपारपासून तिथे साक्षीदारांकडून माहिती घेत होते– बहुतेक सगळे लोक रेडिओ स्टेशनमधलेच होते.

"काही विशेष नाही, तुमच्या कामात तुम्हाला मदत केलीच पाहिजे." डंडाजनं म्हटलं. "फक्त, आज मला सात वाजता एक क्लास असतो, त्यामुळे मला सहा वाजता तरी इथून निघावं लागेल."

ग्रीननं दाराच्या वरच्या बाजूला असलेल्या घड्याळाकडे बघितलं. पाच वाजत आले होते. "तोपर्यंत संपेल आपलं काम." आणि तो डंडाजला घेऊन खुर्च्यांपाशी आला. डंडाजला एका खुर्चीवर बसवून ग्रीन त्याच्याशेजारच्या खुर्चीवर मुद्दामच अगदी खेटून बसला. व्हिडिओ कॅमेरा खोलीच्या दुसऱ्या टोकाला अगदी वर लावलेला होता, त्यामुळे त्यात ग्रीन त्याला किती चिकटून बसला होता, हे दिसणार नव्हतं. असंच प्रत्येक साक्षीदाराला खेटून बसून तो त्याला एक संदेश द्यायचा. "मी इथेच आहे. कुठेही जाणार नाही. एक तर मी तुझा अत्यंत जवळचा मित्र बनू शकतो किंवा तितकाच वाईट शत्रू. काय ते तू ठरवायचंस."

डंडाजनं एक चॉकलेटी लोकरीचा टर्टलनेक, कॉड्राय स्पोर्टस जॅकेट, वूलनची

पँट आणि गोल भिंगांचा चष्मा घातलेला होता. रेडिओ होस्टपेक्षा तो उतारवयातला विद्यार्थीच जास्त वाटत होता. पण तसं पाहिलं, तर एवढी प्रचंड लोकप्रियता मिळवलेला ब्रेस तरी कुठे तसा वाटायचा? त्याचे कपडे तर भलतेच अव्यवस्थित असायचे. कदाचित आपण कसे दिसतो, याचा फारसा विचार न करणारे लोकच रेडिओतल्या कामांकडे जास्त आकृष्ट होत असावेत.

कॅमेऱ्यात आपण समोरून न दिसता एका बाजूनं दिसलो पाहिजे, अशाच पद्धतीनं ग्रीन बसलेला होता. हेतू हा, की आपल्या उंच्यापुऱ्या देहयष्टीमुळे साक्षीदारावर दडपण आल्याचं कॅमेऱ्यात शक्यतो दिसू नये.

"तुम्ही इथे आल्याबद्दल सगळ्यात आधी मी तुमचे आभार मानतो." ग्रीननं मुद्दामच आवाज मऊ ठेवत म्हटलं. "या रूममध्ये व्हिडिओ शूटिंगची व्यवस्था आहे. तो तिकडच्या भिंतीवर कॅमेरा लावलाय. आपण बोललेलं सगळं काही या क्षणी टेप होतंय."

त्यानं मानेनचं खूण करून कॅमेरा कुठे आहे, ते दाखवलं. डंडाजनं मान डोलावली. त्याच्या चेहऱ्यावर कोणतेही भाव दिसत नव्हते.

"तुम्ही तुमचं निवेदन स्वेच्छेनं देता आहात, हे मला इथे निश्चित करायचंय." आणखी थोडं त्याच्या दिशेनं झुकून ग्रीननं म्हटलं. "दार बंद आहे, ते केवळ आपल्याला व्यत्यय येऊ नये आणि गुप्तता राखली जावी, एवढ्याचसाठी. ते फक्त लोटलेलं आहे. मि. डंडाज, तुम्ही तुम्हाला हवं तेव्हा इथून बाहेर जायला मोकळे आहात."

किंचित खाकरून डंडाजनं दाराकडे बघितलं. हा माणूस घाबरलाय, की आपल्याला भेटलेल्या काही लोकांसारखाच हासुद्धा मीडियात काम करत असूनही काम संपल्यावर गप्प असतो? ग्रीननं स्वत:शीच म्हटलं.

"हो. हे निवेदन मी स्वेच्छेनं देतोय." डंडाजनं म्हटलं. आता मात्र त्याचा आवाज ग्रीनला एकदम ओळखीचा वाटला. "शिवाय मला हवं तेव्हा मी इथून बाहेर जाऊ शकतो, याचीही मला कल्पना आहे."

समोरच्या खुर्चीवर बसलेल्या केनिकॉटनं ग्रीनकडे एक पांढरा हिरवा फाईल फोल्डर दिला. त्याच्या कव्हरवर आणि आतल्या पहिल्या पानावर 'डंडाज' असं ठळक काळ्या अक्षरात लिहिलेलं होतं. प्रत्येक साक्षीदारासाठी असा एक फोल्डर तयार करायला ग्रीननंच त्याला सांगितलं होतं आणि मुद्दाम तो फोल्डर साक्षीदाराच्या समोरच आपल्याकडे द्यायलाही सांगितलं होतं. त्यात पहिली काही पानं कोरी होती, त्यावर साक्षीदार सांगेल त्याच्या नोट्स काढायच्या आणि उरलेली पानं मुद्दामच तो फोल्डर फुगवण्यासाठी घालायची. म्हणजे साक्षीदारावर दडपणही येईल आणि आपल्या माहितीला इतकं महत्त्व दिलं जातंय, हे बघून त्याला बरंही वाटेल.

त्याचबरोबर ग्रीननं केनिकॉटला कागदपत्रं ठेवण्यासाठी वापरतात तशा काही

रिकाम्या खोक्यांवर 'आर. व्ही. ब्रेस' असं ठळक अक्षरात लेबल लावून ती खोकी साक्षीदाराच्या नजरेला सहज पडतील, अशा जागी त्या खोलीत ठेवून द्यायला सांगितलं होतं – अर्थात, या ठिकाणी कॅमेऱ्याची 'नजर' पडता कामा नये, अशी काळजी घ्यायला सांगायलाही तो विसरला नव्हता.

"तुम्ही ज्या प्रकारचे आणि जितके प्रॉप्स वापराल ना, त्यानुसार तुम्ही साक्षीदाराच्या मनावर योग्य परिणाम करू शकता."

ती फाईल जणू प्रथमच पाहत असल्याच्या आविर्भावात ग्रीननं ती उघडली. खरं म्हणजे, डंडाज येण्याआधीच केनिकॉटनं त्यातले महत्त्वाचे मुद्दे हायलाईट करून ठेवले होते आणि त्यानं ग्रीनबरोबर डंडाजबद्दलच्या प्राथमिक माहितीचा आढावा घेतला होता. शेजारी बसलेल्या डंडाजची काहीशी अस्वस्थ चुळबुळ त्याला जाणवत होती.

"ओके." असं म्हणून त्यानं ती फाईल फट्‌कन बंद केली. "मुद्दाम, रेकॉर्डसाठी सांगतो, की मी होमीसाईड विभागातला डिटेक्टिव्ह अरी ग्रीन आणि या हजर असलेल्या पोलीस ऑफिसरचं नाव आहे डॅनियल केनिकॉट. तो इथे मुख्यत: नोट्‌स घेण्यासाठी आहे. जरी सगळं संभाषण रेकॉर्ड होणार असलं, तरी बरोबरच नोट्‌स घेतलेल्या असल्या की, आपलं रेकॉर्ड लगेच तयार होईल. आपल्याला कोणी तरी टेप ऐकून ट्रान्स्क्राईब करेपर्यंत वाट बघावी लागणार नाही."

तो डंडाजकडे पाहत किंचित हसला. "आम्ही लोक जरा जुन्या वळणानं काम करतो इथे. टेक्नॉलॉजी, प्रगती वगैरे सगळं ठीक आहे; पण इथे खरी, हाडामासाची माणसं येऊन आम्हाला माहिती देतात आणि बहुतेक गुन्ह्यांचा शोध त्यांनी दिलेल्या माहितीमुळेच लागतो."

"आय सी."

"आता सर, तुम्ही रेकॉर्डसाठी तुमचं नाव, जन्मतारीख वगैरे सांगा."

डंडाज हलकेच खाकरला. "माझं संपूर्ण नाव डोनाल्ड ॲलिस्टर ब्रॉक नोएल डंडाज. जन्मतारीख २५ डिसेंबर, १९५७."

"अरे वा! ख्रिसमस बेबी आहात वाटतं!"

तो फिकटसं हसला.

ग्रीननं मग त्याला प्राथमिक माहिती घेण्यासाठी नेहमीचे प्रश्न विचारले. अर्थात, त्यात डंडाजला उत्तरं द्यायला आणखी थोडा उत्साह वाढावा, हा उद्देशही होता. त्याचं शिक्षण, त्याचं पत्रकारितेमधलं करिअर, पूर्वायुष्य. डंडाज अविवाहित होता, एकटाच राहत होता. शहराच्या बीच भागात त्याचं एक छोटंसं घर होतं आणि त्याच्या तळघरात स्वत:चा रेडिओ स्टुडिओही होता.

डंडाजच्या आयुष्याबद्दल बोलत ते हळूहळू तीन वर्षांपूर्वी त्याला ब्रेस प्रथम

कसा भेटला आणि मग तो ब्रेसच्या बदली म्हणून त्या प्रोग्राममध्ये कसं काम करू लागला वगैरे भागापर्यंत आले. ग्रीनला डंडाजबद्दल राहून-राहून एक शंका येत होती की, या लोकांचा रंगीत तालमींवर फार भर असतो, तशी या माणसानं इथे काय सांगायचं, याचीही अगदी घोटून रंगीत तालीम केल्यासारखी दिसतेय.

"कामाव्यतिरिक्त तुमची बाहेर कधी ब्रेसशी भेट व्हायची का?" ग्रीननं विचारलं.

"फार कमी वेळा आम्ही असे भेटलो." या वेळी प्रथमच डंडाजनं बोलू की नको, असं एक क्षणभर थांबून उत्तर दिलं. केनिकॉटनं सहेतुकपणे ग्रीनकडे कटाक्ष टाकला. "अगदी खरं सांगायचं, तर आमची दोघांची परिस्थितीच वेगवेगळी होती. त्याचं लग्न झालेलं होतं, तर मी अविवाहित आणि... आमच्या वयातही अंतर बरंच आहे."

ग्रीननं मान डोलावली. 'अगदी खरं सांगायचं तर'चा वापर बहुधा विचार करण्यासाठी वेळ घ्यायला केला जातो. म्हणजेच, हा काही तरी लपवतोय किंवा खोटं सांगतोय, अशी शक्यता आहे. हा बदल जाणवेल-न जाणवेल इतका सूक्ष्म होता; पण होता, हे मात्र नक्की.

पोलीस कॉलेजमध्ये ग्रीन बऱ्याच वेळा 'इंटरव्ह्युइंग टेक्निक्स'वर लेक्चर द्यायला जात असे. तिथे तो नेहमी सांगायचा की, प्रत्येक इंटरव्ह्यूमध्ये एक टर्निंग पॉइंट असतो. एका क्षणी अचानक त्या हकिगतीत, उत्तरात एक जान येते. हा टर्निंग पॉइंट ओळखा आणि तुम्ही आधी व्यवस्थित तयारी केली असेल, तर त्या क्षणी बंदुकीच्या गोळीसारखा अचूक वेध घेणारा प्रश्न विचारा. थेट बुल्स आयवर जाऊ द्या.

केनिकॉटचं लिहून होईपर्यंत ग्रीन थांबला आणि मग त्यानं अचानक हातातली फाईल टेबलावर आपटली. लगेच त्यानं डंडाजकडे वळून, मोठ्या हसऱ्या मुद्रेनं प्रश्न विचारायला सुरुवात केली.

"ब्रेसच्या घरी कधी गेला होतात?"

"नाही."

"केव्हिन ब्रेस कधी तुमच्या घरी आला होता?" आता तो थांबणार नव्हता. त्यानं सरबत्ती सुरू केलेली होती.

"नाही– मला नाही वाटत."

मला नाही वाटत? वेळ काढण्यासाठी दिलेलं आणखी एक उत्तर. आता टर्निंग पॉइंटचा प्रश्न!

"आणि कॅथरिन टॉर्न?" ग्रीननं अगदी सहज, साध्या आवाजात विचारलं. "ती कधी तुमच्या घरी आली होती का?"

डंडाजची नजर त्याची स्वतःचीही नजर चुकवून दाराकडे गेली.

ग्रीन आणि केनिकॉट गप्पच होते. अचानक डंडाजच्या उत्तरांचा तालच नाहीसा

झाल्यासारखा जाणवत होता. त्याला काय उत्तर द्यावं, हे सुचत नव्हतं आणि जसजसा वेळ जात होता तसतसा तो आणखी अस्वस्थ होत होता.

"अं ऽऽअं ऽऽ या प्रश्नाचं उत्तर मी द्यायलाच पाहिजे का?"

ग्रीनला आपल्या हृदयाची धडधड किंचित वाढल्यासारखी जाणवत होती, पण त्यानं चेहरा एकदम निर्विकार ठेवला. सावकाश त्यानं फोल्डर उचलून पुन्हा उघडला. या वेळी मात्र तो अभिनय करत नव्हता. त्याच्या डोक्यात काही तरी विचार आलेला होता आणि त्यासाठी त्याला फोल्डरमधलं काही तरी वाचायचं होतं. त्याला जे वाचायचं होतं, ते सापडायला काही क्षण जावे लागले. मग आणखी काही क्षण स्वत:शीच मान डोलावून तो डंडाजकडे वळला.

"ती तुमच्याकडे गुरुवारी सकाळी येत होती का?"

डंडाजनं हातांची घडी घातली. "मला माझ्या वकिलांशी बोलायचंय."

"त्याची काही गरज नाही. तुम्हाला अटक झालेली नाही. मी आधीच म्हटलंय, तसे तुम्ही केव्हाही इथून जाऊ शकता. दार लोटलेलंच आहे."

ग्रीननं खिशातून पाकीट काढून त्यातलं आपलं व्हिजिटिंग कार्ड काढलं. हा आता एकाही प्रश्नाचं उत्तर देणार नाही, हे त्याच्या लक्षात आलेलं होतं. "हं, हे घ्या." त्यानं ते कार्ड त्याला दिलं. "तुमच्या वकिलाला माझ्याशी बोलायला सांगा." त्यानं फाईलकडे बघितलं. लगेचच त्याला डंडाजनं खुर्ची सरकवल्याचा आवाज ऐकू आला आणि आणखी काही क्षणांनी दार उघडून बंद झाल्याचा.

"काय, मजा वाटतेय ना?" ग्रीननं केनिकॉटकडे मान वर करून पाहिलं. गेले चाळीसेक तास ते दोघं काम करत होते.

"यासाठीच तर ही नोकरी घेतलीय मी."

"आत्तापर्यंत माझ्या करिअरमध्ये इंटरव्ह्यू अर्धवट सोडून फक्त चार लोक गेले होते. हे पाचवे." आपली डायरी बंद करत ग्रीननं म्हटलं.

"त्या चौघांचं पुढे काय झालं?"

ग्रीननं खांदे उडवले. "त्यांच्यावरचे आरोप सिद्ध होऊन त्यांना शिक्षा झाल्या; दुसरं काय!"

केनिकॉटनं क्षणभर त्याच्याकडे बघून स्वत:शीच मान डोलावली.

हुशार आहे पोरगा– ग्रीननं मनात म्हटलं. चट्‌कन शिकतो सगळं आणि जबरदस्त निश्चयी आहे.

केनिकॉटनं घड्याळात बघितलं. "आता ऑटोप्सीकडे जायचंय ना?"

"हो. सहा वाजता मला शवागारापाशी भेट." ग्रीननं मान डोलावली. "आणि तिथून तडक घरी जाऊन झोपायचं. काय?"

२०

शवागाराची आठवण झाली की, डॅनियल केनिकॉटच्या नाकाला तिथली दुर्गंधी जाणवू लागायची– कुजत चाललेल्या मृतदेहांची दुर्गंधी. कधीही न विसरता येणारी... आणि तो इलेक्ट्रिक करवतीचा आवाज– डोक्याच्या कवटीचा सगळ्यात वरचा भाग गोलाकार कापताना होणारा.

तो जरी इथे यापूर्वी एकदाच आलेला असला, तरी या साऱ्या आठवणी त्याच्या मेंदूत जणू तप्त गजानं कोरून लिहिल्यासारख्या बसलेल्या होत्या.

आज ग्रीननं त्याला सहाला यायला सांगितलं होतं, पण तो पावणेसहा वाजताच येऊन बसलेला होता आणि 'न्यूजवीक'चा एक जुना अंक वाचत त्या जुन्या आठवणी जाग्या न होऊ देण्याचा प्रयत्न करत होता.

"गुड इव्हिनिंग, ऑफिसर केनिकॉट." एक ठेंगणा, अंगानं चौकोनी वाटणारा माणूस रिसेप्शन रूममध्ये येत म्हणाला. त्याचा आवाज मात्र भलताच चिरका होता. जाडजूड शरीराच्या मानानं त्याचे हात इतके थोटे होते की, त्याला कोणी हात जोडायला सांगितले तर ते एकमेकांशी जुळतील की नाही, अशी शंका यावी. हम्प्टी डम्प्टीमधल्या कार्टूनसारखाच दिसत होता तो. "मी वॉरन गार्डनर. इथला चीफ अटेंडंट."

मागच्या वेळी– भावाच्या मृतदेहाची ओळख पटवण्यासाठी– तो इथे आला होता, तेव्हा या माणसाला भेटल्याचं त्याला आठवत होतं. इतकंच काय, त्याचं नावही त्याच्या लक्षात होतं.

केनिकॉटनं उठून गार्डनरशी शेकहँड केला. "आपण पूर्वी भेटलो होतो, पण ते तुम्हाला आठवणार नाही. त्या वेळी मी पोलिसांत नव्हतो." गार्डनरची हाताची पकड मात्र चांगलीच घट्ट होती.

"तुमचा मोठा भाऊ. डाव्या कानाच्या मागे पिस्तुलाची गोळी घुसलेली होती." गार्डनरनं चट्कन सांगितलं. "उन्हाळ्याचे दिवस होते. त्याच्याआधी तुमचे आई-

वडील कारच्या अपघातात गेले. दारू पिऊन चालवणाऱ्या ड्रायव्हरनं चिरडलं त्यांना. काय, बरोबर ना?''

केनिकॉट चाटच पडला. ''हो, बरोबर. तुम्ही खूप प्रेमानं सगळी मदत केली होती मला. खरं म्हणजे, तुम्हाला पत्र लिहून तुमचे आभार मानायचे होते मला.''

''ते असू दे.'' तोपर्यंत गार्डनर कॉफी मशिनपाशी पोचलेला होता. ''आमच्याकडे येणाऱ्या लोकांना अर्जन्सी जेवढी जास्त असते, तेवढेच लवकर ते विसरूनही जातात. कॉफी घेणार?''

''नको. थँक्स.''

''चला, मग आपण आतच जाऊ या. ऑफिसर हो नं त्याचं काम आधीच सुरू केलंय.'' केनिकॉटला घेऊन गार्डनर निघाला. खालच्या टाईल्स अत्यंत स्वच्छ पुसलेल्या होत्या आणि उजव्या हाताच्या लांबच लांब भिंतीपाशी भल्या मोठ्या स्टील फायलिंग कॅबिनेटसारख्या दिसणाऱ्या कपाटांची एक प्रचंड रांग होती. इथेच मृतदेह ठेवण्याची जागा होती. ते आतल्या काचेच्या बंद खोलीत गेले. आत एका मोठ्या लांब टेबलावर कॅथरिन टॉर्नचा मृतदेह संपूर्ण विवस्त्रावस्थेत ठेवलेला होता. तिचं शरीर पूर्णपणे पांढरं फटक दिसत होतं आणि तिच्या पायांशी बॉडी बॅग घडी करून ठेवलेली होती.

ऑफिसर हो फोटो घेण्यात गर्क होता. तो कॅथरिन टॉर्नच्या पोटाच्या अगदी वरच्या, छातीच्या भागाजवळ असलेल्या जखमेचा जवळून फोटो घेत होता. जवळच माप घेण्यासाठी करड्या रंगाची फूटपट्टी ठेवलेली होती. एका कोपऱ्यात त्याची जुनाट ब्रीफकेस आणि जेवणाचा डबा ठेवलेला केनिकॉटला दिसला.

''हाय केनिकॉट, गुड इव्हिनिंग.'' शवागारात असूनही होच्या आनंदी आवाजात काहीच फरक पडलेला नव्हता. ''पाण्यातून बाहेर काढल्यावर मिसेस टॉर्न आणखीच सुंदर दिसताहेत; हो की नाही?''

केनिकॉटला हे बोलणं ऐकायला कसं तरीच वाटलं, पण लगेच पटलंही. खरोखरच कॅथरिन टॉर्नचा चेहरा बाथटबमध्ये त्यानं पाहिलं होतं तेव्हापेक्षाही जास्त सुंदर दिसत होता. तिचे दाट, तांबडे लाल केस आता तिच्या डोक्यावर बांधून ठेवलेले होते आणि तिच्या संगमवरासारख्या त्या पांढऱ्या शरीरावर ती लहानशी जखम ठळकपणे उठून दिसत होती.

''पाणी एका बाबतीत फार वाईट असतं.'' होनं म्हटलं.

''म्हणजे?'' केनिकॉटनं विचारलं.

''पाण्यामुळे सगळे ठसे खलास होतात. आता आम्हाला कातडीवरचे ठसेही उत्कृष्टपणे घेता येतात, पण पाणी मात्र ठसे पार धुऊनच टाकतं.''

''आपले पॅथॉलॉजिस्ट कोण आहेत?'' केनिकॉटनं गार्डनरकडे वळून विचारलं.

"मस्त मजा येणार आहे तुम्हाला आज." आपला रबरी एप्रन चढवत गार्डनरनं म्हटलं. "त्या डॉक्टरचं नाव आहे, डॉक्टर रॉजर मॅककिल्टी ऊर्फ द किवी बॉय वंडर."

"न्यूझीलंडमधला आहे. तो जे बोलतो, ते समजणं जवळजवळ अशक्यच असतं." होनं म्हटलं. "फार तर पस्तीस वर्षांचा असेल. थर्मामीटरपेक्षाही जास्त डिग्री आहेत त्याला."

"अरे वा!" केनिकॉटनं म्हटलं.

"तुला जे काही विचारायचं असेल, ते भराभर विचार त्याला. तो इतक्या झपाट्यानं काम करतो की, इथल्या कीर्तीला बट्टा लावलाय त्यानं." हो मोठ्यानं हसला. त्याच्या हसण्याचा आवाज त्या वातावरणाशी पूर्णपणे विसंगत होता.

गार्डनरही हसला. "अर्ध्या तासात चारशे डॉलर खिशात टाकून निघून जाईल तो."

"माझ्या आई-बापाला एवढे पैसे रेस्टॉरंटमध्ये मिळवायला एक आठवडा लागला असता." होनं म्हटलं. "म्हणजे चारशे डॉलरचा नफा मिळवायला किती एग रोल्स विकावे लागले असते, विचार कर जरा."

कॅथरिन टॉन मृतदेहाच्या आणखी जवळ केनिकॉट गेला. "हे ठसे कशामुळे उठले असतील?" तिच्या उजव्या दंडावर उमटलेल्या हातांच्या ठशांकडे बोट दाखवत त्यानं विचारलं.

होनं चट्‌कन वाकून बघितलं. "हे ठसे बहुतेक तिला पाण्यातून बाहेर काढणाऱ्या आपल्याच लोकांचे असतील. असे ठसे नेहमीच दिसतात. एक लक्षात घे की, ती मेल्यावर पाठीवर उताणी पडलेली होती आणि तिचं हृदय थांबलेलं होतं. त्यामुळे रक्तातल्या सगळ्या तांबड्या पेशी– जड असतात त्या– गुरुत्वाकर्षणामुळे खालच्या बाजूला जमतात. याला पोस्टमॉर्टेम लिव्हिडिटी असं म्हणतात. त्यामुळे खालच्या भागाचा रंग जांभळट होतो आणि तिथल्या त्वचेवर सहज काळंनिळं होऊ शकतं. आणि त्यामुळेच असे ठसे उमटतात."

मान डोलावून केनिकॉट टेबलाला वळसा घालून पलीकडच्या बाजूला गेला. त्या दंडावरही असेच ठसे होते. तो काही तरी प्रश्न विचारण्याच्या बेतात असतानाच डिटेक्टिव्ह ग्रीन आत आला आणि त्याच्यापाठोपाठ एक सडपातळ, अत्यंत चटपटीत दिसणारा माणूसही आला. त्याचे केस कमालीचे फिकट ब्लॉंड रंगाचे होते. तो पस्तीस वर्षांचा मुळीच वाटत नव्हता. तो पंचवीसपेक्षाही कमी वयाचा वाटत होता.

"ओऽ हॅलो." केनिकॉट म्हणाला. "मी तिच्या दंडावरचे ठसे बघत होतो."

ग्रीननं आणि त्या माणसानं सहेतुकपणे एकमेकांकडे पाहिलं : अशा गोष्टी

नवशिक्यांच्या लक्षातच जास्त लवकर येतात.

"असे शरीराच्या वरच्या भागावरचे ठसे फॉरेन्सिक्सच्या दृष्टीनं सहसा महत्त्वाचे नसतात." त्या माणसानं खास न्यूझीलंडच्या अनुनासिक पद्धतीनं म्हटलं. पण त्याची एखाद्या लहान मुलाला समजावून सांगावं तशी बोलण्याची पद्धत सहज जाणवत होती. त्याचं बोलणं समजायला त्रास होणार, हे मात्र उघड दिसत होतं.

केनिकॉट टेबलाला पुन्हा वळसा घालून ग्रीनशेजारी जाऊन उभा राहिला.

"डॅनियल केनिकॉट, हे डॉ. मॅककिल्टी." ग्रीननं म्हटलं.

"नाईस टू मीट यू, डॉक्टर." केनिकॉटनं म्हटलं.

"हो." एवढंच उत्तर देऊन मॅककिल्टीनं त्याच्यापाशी जेमतेम शेकहँड केला आणि भिंतीवरच्या मोठ्या घड्याळाकडे पाहिलं. बरोबर सहा वाजले होते. "चला, करायची सुरुवात?" त्यानं कमालीच्या अस्वस्थपणे म्हटलं.

मृतदेहापाशी जाऊन त्यानं त्याचं चट्‌कन आपादमस्तक निरीक्षण केलं. तिचे दोन्ही हात जवळून बघून त्यानं तिच्या पोटाची तपासणी केली, पण उरोस्थीच्या थोडंसंच खाली असलेल्या जखमेकडे मात्र पाहिलंसुद्धा नाही.

"माझ्या मते बाईसाहेब बऱ्यापैकी दारू पीत असल्या पाहिजेत." त्यानं अनुनासिक आवाजात म्हटलं. "तिची बोटं कशी निमुळती झालीयत पाहा, तिच्या धडावरच्या या सुरकुत्याही पाहा. शिवाय पोट सोडलं, तर ती चांगलीच सडपातळ आहे. ही सगळी चिन्हं बराच काळ मोठ्या प्रमाणात दारू पीत असल्याची आहेत."

मग मॅककिल्टी गार्डनरकडे वळला. "तिची प्लेटलेटची लेव्हल बघू आपण." त्यानं काहीशा कंटाळलेल्या नजरेनं केनिकॉटकडे पाहिलं.

"प्लेटलेट्स म्हणजे शरीरातल्या सूक्ष्म पेशी. त्यांना रंग नसतो. त्यांचा पृष्ठभाग चिकट असतो, त्यामुळे रक्त गोठायला मदत होते. त्या नसल्या, तर आपलं रक्त वाहायचं थांबणारच नाही आणि आपण मरून जाऊ. मद्यपी माणसाच्या बाबतीत त्याच्या यकृतावर परिणाम झालेला असतो, त्याला यकृताचा रोग असतो; त्यामुळे त्याची प्लीहा फुगलेली असते. त्याला त्यामुळे थ्रॉम्बोसायटोपेनिया होतो– म्हणजे प्लेटलेट्सची संख्या घटते. हे प्रमाण जर वीसच्या खाली गेलं, तर माणसाच्या अंगावर पिकलेल्या केळ्यासारखे काळे-निळे डाग सहजपणे पडतील. हिच्या बाबतीत थोड्या प्रमाणात हेच झालेलं असेल. त्यामुळे तुम्ही जे हातांचे काळे-निळे ठसे तिच्या दंडांवर पाहिलेत ना, त्यांना तसा काही फारसा अर्थ नाही."

तो कॅथरिनच्या इतकं जवळ जाऊन निरीक्षण करत होता की, केनिकॉटला ते जाणवल्यावाचून राहिलं नाही. त्यातच ती संपूर्णपणे विवस्त्र होती. पण मग लगेच त्याच्या लक्षात आलं की– अरे, ही जिवंत कुठाय? आता सभ्य शिष्टाचारांनुसार आवश्यक तेवढं अंतर ठेवायची गरजच नाही. "आता ती भोसकल्याची जखम पाहू

या.'' मॅकक्लिटीनं म्हटलं. त्यानं केनिकॉटला जवळ यायची खूण केली ''हे बघा.''

केनिकॉट जवळ जाऊन वाकून बघू लागला.

''जवळजवळ सरळ उभ्या दिशेनं जखम आहे ही. म्हणजे घड्याळात साडेअकरा वाजता जशा कोनात काटे असतात, तितकी सरळ– पण बारा आणि सहाच्या स्थितीच्या मानानं किंचित तिरकी. जखमेच्या खालच्या आणि वरच्या टोकाच्या आकारातला फरक दिसतोय का?''

केनिकॉट आणखी थोडा वाकला. ''हो. वरचं टोक किंचित गोलसर आहे आणि खालचं टोक 'व्ही'सारखं दिसतंय.''

''अगदी बरोबर. म्हणजेच ही सुरी एकधारी होती. तिची धारेची बाजू खाली होती. जखमेचा कोन आपल्याला सांगतोय की, सुरी आडवी धरलेली होती – एखाद्या भाजीचे तुकडे करायला धरावी, तशी.''

केनिकॉटनं मान डोलावली. ''आणि जखमेच्या आसपासची कातडी काळसर झालीय, ती कशामुळे?''

''व्हेरी गुड.'' मॅकल्टीच्या नजरेत प्रथमच थोडे कौतुकाचे भाव उमटले. ''त्याला आम्ही हिल्ट मार्क म्हणतो. सुरीच्या मुठीचा अगदी पात्याजवळचा जो भाग असतो, तो तिथे आपटला की असं काळं-निळं होतं. म्हणजेच सुरी पूर्णपणे, पार मुठीपर्यंत आत घुसलीय आणि प्रचंड ताकदीनं मारल्यामुळे मूठ तिथे आपटलीय.'' त्यानं गार्डनरकडे बघून हात पुढे केला. ''मि. गार्डनर, प्लीज.''

गार्डनरनं त्याला धातूची एक अरुंद मोजपट्टी दिली. मॅकक्लिटीनं जखमेची लांबी मोजली. ''पावणेदोन इंच. म्हणजे जवळजवळ साडेचार सेंटिमीटर.'' आता तो कॉलरच्या आत लावलेल्या छोट्याशा मायक्रोफोनमध्ये बोलत होता. मग त्यानं पट्टी जखमेमधून हळूच आत सरकवली. ''जखमेची खोली सुमारे...'' मोजपट्टी जिथपर्यंत आत गेली होती, त्या ठिकाणी बोट ठेवून त्यानं ती बाहेर काढली – एखादा मोटार मेकॅनिक गाडीतली ऑइलची पातळी जशी बघेल, तशी. ''साडेसात इंच. म्हणजे अठरा सेंटिमीटरपेक्षा अगदी थोडी कमी.''

''एकदम बरोबर.'' हो जवळजवळ ओरडलाच. ''आम्हाला तिच्या अपार्टमेंटमध्ये मिळालेल्या सुरीची मापं नेमकी हीच होती. माय गॉड! चांगलंच जोरात भोसकलं की तिला!''

मॅकक्लिटनं त्याच्याकडे बघत नकारार्थी मान हलवली. ''तसंच काही समजू नका.'' त्यानं आपल्या हातांनी एखाद्या फुगीर वस्तूची खूण केली. ''आपलं पोट एखाद्या पिसांच्या उशीसारखं असतं, पण तिच्यावरचा अभ्रा चांगला दणकट असतो– म्हणजे आपली कातडी. कातडीला सहजासहजी भोक पाडणं शक्य नसतं. पण एकदा कातडीतून वस्तू आत घुसली–'' त्यानं फाडकन टाळी वाजवली. ''–

की मग मात्र त्या वस्तूला रोखायला जवळजवळ काहीच नसतं आतमध्ये. त्यामुळे ही साडेसात इंच खोल जखम भोसकल्यामुळे झालेली असणं जितकं शक्य आहे, तितकंच तिचं शरीर सुरीवर पडून ती होणंही सहज शक्य आहे. अगदी त्या मुठीच्या जखमेसकट. त्यामुळे घाई करण्यात काही अर्थ नाही.''

केनिकॉटनं ग्रीनकडे पाहिलं. ग्रीन थोडं दूर उभा राहून शांतपणे, त्रयस्थपणे सगळं निरीक्षण करत होता. इतकी वर्षं केनिकॉट त्याला बघत होता; तो कसला विचार करतोय याच्या थोड्या तरी खुणा कुठे दिसतात का, हे बघत होता, पण त्याला ते जमलेलं नव्हतं. हा माणूस एकाच वेळी वेगवेगळ्या पातळ्यांवर विचार करतो की काय, अशी त्याला शंका यायची.

ग्रीनच्या मेंदूचा एक भाग या क्षणी समोर जे काही चाललंय, त्यावर पूर्णपणे लक्ष केंद्रित करून असल्यासारखा वाटत होता – जणू काही कोर्टात सांगण्यासाठी प्रत्येक गोष्ट रेकॉर्ड करत असल्यासारखा. आणखी एक भाग फक्त किंचित दूर उभा राहून जे घडतंय त्याचं निरीक्षण करत होता. आणखी एक भाग फक्त विचार करत असल्यासारखा, वेगवेगळ्या शक्यता अजमावून पाहत असल्यासारखा वाटत होता. कमाल आहे या माणसाची!... केनिकॉटनं मनात म्हटलं.

''आता इथे जरा घाण होणार आहे, बरं का.'' मॅककिल्टीनं एका धारदार स्काल्पेलनं कॅथरिनची छाती सर्रकन कापून उघडत म्हटलं. याची सुरुवात त्यानं जखमेच्या किंचित उजवीकडून केलेली होती. छातीची आणि उदरपोकळी उघडताक्षणीच भयंकर दुर्गंधी खोलीत पसरली. ''पाहिलंत?'' त्याला तो घाणेरडा वास जणू जाणवतच नव्हता. पोकळीतून बाहेर येत असलेल्या एका चिकट द्रवाकडे स्काल्पेलनं खूण करत म्हटलं. त्याचा आवाज प्रथमच उत्तेजित झालेला होता. ''हे ॲसायटिझ. हे द्रव पोटात तयार होऊन साचणं, ही माणूस निश्चितपणे मद्यपी असल्याची खूण असते. यातलंच थोडंसं द्रव तिला भोसकल्यानंतर बहुधा त्या जखमेतून बाहेर पडलं असेल. शी!''

केनिकॉटला एकदम आपण घाईघाईनं ब्रेसच्या घरात शिरताना किचनच्या टाइल्सवरून घसरून पडल्याचं आठवलं. त्यानं जरा जोरातच मान डोलावली.

गार्डनरनं भयानक दिसणारे फोरसेप्स तयार केले आणि कॅथरिनच्या उघडलेल्या त्वचेच्या दोन्ही बाजू उघडून ठेवल्या. मॅककिल्टी आतलं एकेक इंद्रिय कापून बाहेर तपासत होता आणि त्याचं वर्णन आपल्या मायक्रोफोनमध्ये सांगत होता. दुसरीकडे गार्डनर प्रत्येक इंद्रिय वेगवेगळ्या बरणीत ठेवून त्यावर लेबल चिकटवत होता – वेगवेगळी सॉसेजेस आणि मांसाचे भाग कुठे तरी पाठवण्यासाठी तयार करत असल्यासारखा. त्या दोघांचे टीमवर्क शेफ आणि सूस – शेफसारखं दिसत होतं.

''हं ऽऽ'', मॅककिल्टीनं म्हटलं. ''सुरी तिच्या उरोस्थीच्या खाली घुसली आणि

रक्त पोटात न शिरता तिच्या मध्यस्थानिकेत गेलं." त्यानं ग्रीनकडे वळून पाहिलं. "ती बाथटबमध्ये पडलेली होती म्हणालात ना तुम्ही?"

ग्रीननं मान डोलावली.

"हं ऽऽ" मॅककिल्टीनं म्हटलं. "तिच्या शरीरातून जर काही रक्त बाहेर आलं असलंच, तर ते टबमधल्या पाण्यामुळे. ती जर कोरड्या जागी उभी असती, तर एक थेंबही रक्त आलं नसतं. याचं कारण दाखवतो तुम्हाला." त्यानं आत हात घालून एक फुगीर, पांढरा स्पंजासारखा तुकडा बाहेर काढला. "तिच्या पोटाला रक्त पुरवणारी मोठी रोहिणी पूर्णपणे चिरली गेलीय– पाहा."

तो तुकडा एका स्टेनलेस स्टीलच्या स्वच्छ थाळीत ठेवून त्यानं केनिकॉटला जवळ येण्याची खूण केली. "हे बघा." त्यानं त्या तुकड्याची दोन्ही टोकं व्यवस्थित पसरून ठेवली. "एक जीव जायला किती क्षुल्लक कारण पुरतं, पहा. बिचारी यातून वाचणं शक्यच नव्हतं. रोहिणी हा शरीरातला एक अतिनाजूक भाग असतो. आपल्याला रोहिण्यांमधून रक्तपुरवठा होतो ना? बरं, हृदयाकडून येणारं रक्त भरपूर दाबानं येत असतं. तुम्ही रोहिणी थोडी जरी कापलीत, तरी संपलंच सगळं."

नवख्या माणसाच्या नजरेला ते दिसणं कठीण होतं, पण मॅककिल्टीनं नेमकी जागा दाखवल्यावर मात्र केनिकॉडला ती रोहिणी जिथे कापली गेली होती, ते दिसलं. तिथला आसपासचा रंग वेगळा झालेला होता आणि ती फाटल्याची खूणही दिसत होती.

मागच्या वेळी तो इथे आला होता, तेव्हा गार्डनर अशीच त्याच्या भावाची एकेक इंद्रियं बरण्यांमध्ये भरत होता. ती आठवण दाबून टाकायचा भरपूर प्रयत्न करूनही त्याला ते अवघड जात होतं. पण त्याच वेळी त्याला कॅथरिन टॉर्नच्या उघडून ठेवलेल्या मृतदेहावरून नजर काढणंही जड जात होतं.

बेरिंगबरोबर त्यानं रात्रपाळीला सुरुवात केल्याला एव्हाना अठ्ठेचाळीस तास झालेले होते, तर या केसच्या कामाला सुरुवात करून छत्तीस तास होऊन गेले होते. एवढा वेळ सलग, अथकपणे तो काम करत होता. आता मात्र त्याला शारीरिक आणि मानसिक थकवाही चांगलाच जाणवू लागलेला होता.

गार्डनरनं सुई-दोरा घेऊन कॅथरिनचं प्रेत शिवायला सुरुवात केली.

"चला, आपलं काम झालंय." हातातले सर्जिकल ग्लोव्हज काढून मॅककिल्टी दाराकडे निघाला.

चला, एकदाची आता मला झोप घेता येईल... केनिकॉटनं मनात म्हटलं. पण हे इथलं सगळं स्वप्नात येईल, त्याचं काय?

२१

ब्रीफकेस हातात घेऊन आपल्या किंग स्ट्रीटवरच्या ऑफिसमधून बे स्ट्रीटवरून चालत ओल्ड सिटी हॉलच्या कोर्टाकडे जाताना नॅन्सी पॅरिशच्या अंगात एक वेगळाच उत्साह संचारायचा– विशेषत: सकाळी.

तिचे वडील तिला कायम सांगायचे – त्यांची निरीक्षणशक्ती फार छान होती– की, टोरोंटो शहर वसवताना स्कॉटिश लोकांनी त्यातले सगळे रस्ते सरळसोट बांधलेत आणि अगदी चौकातल्या कोपऱ्यांनासुद्धा गोलाकार न ठेवता कोनच ठेवलेत, कारण त्यांचा उद्देश पैसे कमावण्याचा होता, आसपासच्या प्रदेशातल्या निसर्गसौंदर्याशी त्यांना काहीही देणंघेणं नव्हतं. त्यांचं म्हणणं बव्हंशी बरोबर होतं, पण बे स्ट्रीट हा मात्र त्याला अपवाद होता.

ऑफिसमधून बाहेर पडून ती निघाली. थोडी रेषेत पुढे जाऊन क्वीन स्ट्रीट ओलांडल्यावर डावीकडे, ओल्ड सिटी हॉलला वळसा मारत बे स्ट्रीट गेलेली तिला दिसत होती. ओल्ड सिटी हॉलचा टॉवर एखाद्या उद्‌गारवाचक चिन्हासारखा या वळण घेत असलेल्या रस्त्याच्या मधे उभा असल्यासारखा दिसत होता.

बे स्ट्रीट म्हणजे कॅनडाची आर्थिक राजधानी – जणू कॅनडाची वॉल स्ट्रीटच! आणि या रस्त्याकडेच्या अरुंद, गजबजलेल्या रस्त्यावरून चालणं म्हणजे टोरोंटोच्या आर्थिक इतिहासात एक फेरफटका मारण्यासारखं होतं. अलीकडच्या भागात कॅनडामधल्या मोठ्या पाच बँकांच्या गगनचुंबी, आधुनिक इमारती होत्या – स्टीलच्या आणि दर्शनी भागात मोठमोठ्या काचा लावलेल्या. बँक ऑफ नोव्हा स्कॉशिया, बँक ऑफ मॉंट्रियल, टोरोंटो डॉमिनियन बँक, रॉयल बँक ऑफ कॅनडा आणि कॅनेडियन इंपीरिअल बँक ऑफ कॉमर्स. आणखी पुढे गेल्यावर विसाव्या शतकाच्या दुसऱ्या आणि तिसऱ्या दशकांमध्ये – शहराच्या भरभराटीच्या काळात– बांधलेल्या जुन्या, प्रचंड दगडी इमारती होत्या. पहिलीच इमारत होती ती टोरोंटो स्टॉक एक्सचेंजची. आणि पुढे मोठमोठ्या ऑफिसेसच्या इमारती होत्या. दिमाखदार, सुंदर नक्षीकाम

केलेल्या. नॉर्दर्न ओंटारिओ बिल्डिंग, स्टर्लिंग टॉवर आणि कॅनडा पर्मनंट बिल्डिंग.

डाव्या बाजूला डोनाल्ड ट्रंपनं एक प्रचंड मोठा लॉट विकत घेऊन ठेवला होता आणि त्याच्या उद्घाटनाची जाहिरात करणारा एक भला मोठा जाहिरात फलक तिथे गेली बरीच वर्षं लावलेला होता. त्याच्यापुढे लगेचच एका संपूर्ण ब्लॉकच्या भोवती कुंपण घातलेलं होतं आणि राक्षसी आकाराची यंत्रसामग्री तिथला प्रचंड, जुना काँक्रीटचा पार्किंग लॉट पाडण्याचं काम करत होती.

क्वीन स्ट्रीटच्या एक चौक अलीकडे हडसन्स बे कंपनी या डिपार्टमेंट स्टोअर्सच्या 'आज्जी'ची मूळ इमारत होती. आता तिचं नाव फक्त 'बे' एवढंच झालेलं होतं. मूळच्या प्रचंड इमारतीचा आकारही बराच कमी करण्यात आलेला होता, तरीपण तिचं मूळचं सौंदर्य, दिमाख काही लपत नव्हता.

पॅरिशच्या ऑफिसपासून ओल्ड सिटी हॉल चालत दहा मिनिटांवर होता. रस्ता ओलांडून ती पायऱ्या भराभर चढून दुसऱ्या मजल्यावर आली, तेव्हा बेल टॉवरमधून टोले पडायला सुरुवात झालेली होती. कॉरिडॉरमधून धावतच ती १२१ नंबरच्या कोर्टरूमपाशी आली. कॉन्स्टेबलचा युनिफॉर्म घातलेला एक पांढऱ्या केसांचा कृश माणूस तिथली घंटा वाजवत "कोर्टाचं कामकाज सुरू होतंयऽ कोर्टाचं कामकाज सुरू होतंयऽऽ" असं मोठ्यानं ओरडून सांगत होता, तेवढ्यात ती तिथे पोचली.

"वेळेत पोचले मी, होरेस." पॅरिशनं घाईघाईनं म्हटलं.

"कॅप्टनसाहेबांनी जहाजाचा ताबा घेतलाय!" तो हसून म्हणाला.

रूमच्या त्या प्रचंड, सुंदर लाकडी दरवाजाबाहेर दोन क्षण थांबून नॅन्सीनं स्वत:ला सावरलं आणि मग दार उघडलं. काही वर्षांपूर्वी या दालनात 'शिकागो' या सिनेमाचं शूटिंग झालेलं होतं. दालनातलं वातावरण होतंच तसं : गूढ आणि गंभीर. काळ्या रंगाची ओक लाकडाची बाकं, वकिलांच्या लांबलचक टेबलांकडे जाण्याच्या वाटेतली आपोआप बंद होणारी लाकडी दारं आणि चारही बाजूंना वरच्या बाजूला असलेली बाल्कनी. सगळ्याच गोष्टी त्या गूढ आणि गंभीर वातावरणात भर टाकणाऱ्या होत्या. आणि आज तर या दालनात एकच गर्दी उसळलेली होती. बातमीदार, ब्रेस कुटुंबीयांचे परिचित लोक, स्त्री हक्क चळवळीचे कार्यकर्ते आणि इतर लोक. यात केवळ वेळ घालवण्यासाठी किंवा केवळ सवयीनं वेगवेगळ्या खटल्यांना हजर राहणाऱ्या लोकांचाही बराच भरणा होता.

"ऐकाऽ ऐकाऽ ऐकाऽऽ" न्यायाधीशांच्या टेबलाजवळचं ओक लाकडाचं दार उघडून आत येत कोर्टाचा क्लार्क ओरडला. आपल्या काळ्या डगल्याच्या अस्तन्या वर करत तो मोठ्या तोऱ्यात न्यायाधीशांच्या टेबलाच्या पुढे खाली असलेल्या आपल्या जागेवर जाऊन बसला. "सर्वांनी उठून उभे राहा– कोर्टाचं कामकाज सुरू होतंय." त्याचा खास कमावलेला आवाज साऱ्या दालनात सहज घुमत होता.

“माननीय न्यायमूर्ती जोनाथन समर्स यांचं हे कोर्ट आहे. ज्या कुणाला आपली बाजू मांडायची असेल, त्यानं हजर राहावं; त्याचं म्हणणं ऐकून घेतलं जाईल.”

एक हाडकुळा दिसणारा कोर्टाचा कॉन्स्टेबल हातात पुस्तकांचा भला मोठा गठ्ठा घेऊन घाईघाईनं आत आला आणि जवळजवळ धावतच न्यायाधीशांच्या टेबलाकडे निघाला. पाठोपाठ काळा डगला, पांढराशुभ्र शर्ट आणि टॅब्स घातलेले दणदणीत व्यक्तिमत्त्वाचे न्यायमूर्ती समर्स आत आले आणि जणू एखाद्या टेनिस मॅचला थोडे उशिरा आल्यासारखे त्या कॉन्स्टेबलला मागे टाकून, पायऱ्या चढून आपल्या खुर्चीवर जाऊन बसले. बिचाऱ्या त्या कॉन्स्टेबलनं घाबऱ्याघाबऱ्या त्यांच्या मागून येऊन तो पुस्तकांचा गठ्ठा मोठ्या अलगदपणे टेबलावर ठेवला.

“बसा.” कोर्टाच्या क्लार्कनं फर्मावलं. समर्सनी त्या गठ्ठ्यात सगळ्यात वर ठेवलेली एक हिरवी, कातडी बांधणीची वही काढून घेतली आणि तिचं पहिलं पान उघडलं. मग त्यांनी मोठ्या दिमाखात व्हेस्टच्या खिशातून एक जुनं वॉटरमनचं पेन काढलं आणि ते लिहू लागले.

थोडा वेळ असाच गेला. आणि मग न्यायमूर्तींनी डोकं वर करून समोर जमलेल्या लोकांकडे अशा आविर्भावात पाहिलं की, जणू हे सगळे जण आपल्या स्टडीरूमचं दार किलकिलं करून आपण एवढं काय लिहितोय हे चोरून बघायचा प्रयत्न करताहेत!

त्यांनी समोर ठेवलेल्या दोन्ही पक्षांच्या वकिलांसाठी ठेवलेल्या टेबलांकडे पाहिलं. त्यांच्या उजव्या हाताला फर्नांदिझ, तर डाव्या हाताला नॅन्सी पॅरिश बसलेली होती.

“आणि कैदी कुठाय?” ते गुरगुरले.

“तो इकडेच यायला निघालाय.” कोर्टाच्या क्लार्कनं हळूच कुजबुजत म्हटलं. बॉब क्रॅचिट मि. स्क्रूजला सांगत असल्यासारखं. “डॉन जेलमधून वॅगन त्याला इकडे घेऊन येतेय, पण थोडा उशीर झालेला दिसतोय.”

समर्सनं मोठ्यानं एक नापसंतीदर्शक आवाज काढला. “बघा, लोकहो, बातमीदारांनो, आम्ही इथे सगळे काम करण्यासाठी अगदी तयारीत आहोत. पण आपलं सरकार ही कोर्टं चालवायला पुरेशा सोईच देत नाही. नेव्हीत असताना जर मला अशा परिस्थितीत काम करावं लागलं असतं, तर त्याचा प्रचंड आरडाओरडा झाला असता.”

त्यांनी पॅरिशकडे बघितलं.

“मिस पॅरिश, तुमचे सगळे जामीनासाठीचे सगळे कागदपत्र आणि मि. फर्नांदिझनं त्याला दिलेलं उत्तर, हे सगळं मी काळजीपूर्वक वाचून काढलंय. अर्जदार मि. ब्रेसच्या शपथनाम्यावर त्याची सहीच दिसली नाही मला.”

ती उठली. ''हो, युअर ऑनर. माझ्या क्लाएंटला इथे आणल्यावर मी कोर्टाची परवानगी घेऊन त्याची सही घेईन.'' समर्स फक्त बातमीदारांपुढे आपण किती काळजीपूर्वक काम करतोय याचं प्रदर्शन करतोय, हे तिच्या लक्षात आलेलं होतं. इतक्या घाईघाईनं जामीनअर्ज दाखल केल्यावर अर्जदाराची सही कोर्टासमोरच घेण्याची पद्धत असते, आणि हे समर्सही पुरतेपणी जाणून होते.

''ठीक आहे.''

ती खाली बसली. कधी ना कधी न्यायमूर्ती दोनपैकी कोणत्या तरी एका वकिलावर भडकणार, हे आता ठरून गेलेलं होतं. फक्त तो वकील म्हणजे तुम्ही नाही, एवढी काळजी घेणंच तुमच्या हातात असतं.

न्यायमूर्तींनी पुन्हा लिहायला सुरुवात केली. तेवढ्यात क्लार्कच्या टेबलावरचा फोन खणखणला. तो उचलून क्लार्क हळू आवाजात बोलू लागला. त्याच्या कपाळावरच्या चिंतेच्या आठ्या आणखी थोड्या ठळक झाल्या.

''पाच मिनिटांत येतोय.'' त्यानं पुन्हा कुजबुजत्या आवाजात म्हटलं.

''ठीक. ऑल हँड्स ऑन डेक.'' त्यांनी खास आरमारी हुकूम दिला.

पॅरिश बसल्या-बसल्या समर्सचं एक कार्टून कागदावर काढत होती. आरमाराच्या वेषातले समर्स हातातला खेळण्यातला मोठा हातोडा खालच्या क्लार्कच्या डोक्यावर मारताहेत, असं. तिचं चित्र काढून झालं. पण त्यासाठी तिला योग्य शीर्षकाच्या ओळी सुचेनात.

शेवटी न्यायमूर्तींच्या मागच्या ओकच्या दारावर थाप मारल्याचा आवाज झाला. दार उघडलं आणि दोन रक्षक केव्हिन ब्रेसला घेऊन आत आले.

कोर्टातल्या गर्दीला एकदम जाग आली. आताही ब्रेसच्या अंगावर तोच ढगळ दिसणारा केशरी जंपसूट होता. आता तो मळलेला दिसत होता. त्याचे हात पाठीमागे होते आणि त्यांना बेड्या घातलेल्या होत्या. त्याचे केस आणखी तेलकट होते, रंग आणखी फिकटलेला होता, मान एकदम खाली होती आणि नजर निर्जीव होती. एखाद्या ऐंशी वर्षांच्या म्हाताऱ्यासारखा तो पाय घासत कोर्टात आला.

एका रक्षकानं बेड्या काढण्यासाठी चाव्या काढायला खिशात हात घातला, तसा ब्रेस कळसूत्री बाहुल्यासारखा वळून त्याच्याकडे पाठ करून उभा राहिला. हा तर एवढ्यातच जन्मठेप झालेल्या कैद्यासारखा वागतोय... पॅरिशच्या मनात आलं. बंदिवासातल्या प्रत्येक गोष्टीची सवय झाल्यासारखा. ती एकदम हताश झाली.

ब्रेसच्या विरुद्ध एवढा सबळ पुरावा असताना त्याला जामीनावर सोडण्याची तिची एकमेव आशा होती, ती म्हणजे स्वत: ब्रेसच. त्याची कीर्ती. निष्कलंक चारित्र्य. ज्यूरींनी जर ब्रेसला आत्ता या अवस्थेत पाहिलं, तर त्याला इथल्या इथेच दोषी ठरवतील ते– तिनं स्वत:शी म्हटलं.

लोकांचं लक्ष थोडं तरी ब्रेसवरून विचलित करण्यासाठी ती चट्‌कन उठली. ''युअर ऑनर...'' तिनं हातातला जामीनअर्ज न्यायमूर्तींकडे फडकावत म्हटलं.

''लवकर आवरा.'' समर्सनी फर्मावलं.

नजर खाली ठेवून ती ब्रेसकडे गेली.

ब्रेस अवघडून उभा होता. चांगला उंच होता तो. तिनं सहजच आपला हात त्याच्या दंडावर ठेवला. असं ती मुद्दामच करायची. तिला आपल्या कानात बोलता यावं म्हणून थोडा खाली वाकला.

''हे एक साधं शपथपत्र आहे. एक पानीच आहे. यात फक्त तुम्ही कोण आहात ते आणि तुम्ही जामीनाच्या नियमांचं पालन कराल, एवढंच लिहिलंय. तेवढं फक्त जरा चट्‌कन वाचा आणि त्यावर सही करा.''

त्यानं किंचित मान डोलावली आणि तिनं पुढे केलेलं पेन एकवार शपथपत्राच्या त्या कागदाकडे नजर टाकून त्यानं तो उलटा केला आणि मागच्या कोऱ्या बाजूवर लिहायला सुरुवात केली. तिनं तो छोटासा मजकूर उलट्या बाजूनंच वाचला.

''मि. ब्रेस, हे काय? असंच म्हणणं आहे तुमचं?'' तिनं आश्चर्यानं विचारलं.

''मिस पॅरिश,'' न्यायमूर्ती समर्स मोठ्यानं ओरडले. ''आधीच पुष्कळ उशीर झालाय प्रत्येक गोष्टीला इथे.''

''हो, युअर ऑनर.'' पॅरिशनं त्यांच्याकडे मान वळवून म्हटलं आणि लगेच ती परत ब्रेसकडे वळली. ''मि. ब्रेस, तुम्ही मला हेच करायला सांगताय? नक्की?''

एकदाच मान डोलावून ब्रेस खाली बसला.

तिनं एक मोठा थोरला श्वास घेतला. ''ओके.'' कागद आणि पेन घेऊन ती परत आपल्या टेबलाशी आली. कोर्टाला एखादी अप्रिय गोष्ट सांगायची असेल, तर ती चट्‌कन सांगून मोकळे व्हा.

''युअर ऑनर, आरोपीला कैदेतच राहू देण्यासाठी बचावपक्षाची मान्यता आहे.'' चट्‌कन बोलून पॅरिश खाली बसली.

आधीच शांत असलेल्या त्या कोर्टरूममध्ये एकदम एक सुन्न शांतता पसरली. कोणाला काय बोलावं, हेच सुचेना. न्यायमूर्ती समर्सना धक्काच बसला. ''काय?''

''हो, युअर ऑनर. माझ्या अशिलानं मला हेच करायला सांगितलंय.''

तिनं हळूच फर्नांदेझकडे एक कटाक्ष टाकला. तोही सुन्न झालेला होता. गेले दोन दिवस खपून त्यानं जामीनअर्जाला विरोध करण्यासाठी आपली तयारी केलेली होती आणि आता इथे बचावपक्षानं अगोदरच लोटांगण घातलेलं होतं. बचावालासुद्धा हात करता-न करता प्रतिस्पर्धी बॉक्सरनं सामना सोडून देण्यापैकी होतं हे!

समर्स जाम भडकलेले होते. ''काय म्हणतोय तुमचा क्लाएंट?''

ती पुन्हा उठली. ''आपल्याला कैदेतच राहू देण्याला मि. ब्रेस मान्यता देताहेत,

युअर ऑनर.'' तिनं सावकाश म्हटलं. ''आता ही सुनावणी पुढे चालू ठेवण्याची गरज नाही.''

''कमाल आहे! मी तर...'' त्यांचा चेहरा लालेलाल झालेला होता. ते फर्नांदेझकडे वळले. ''आणि सरकारी वकिलांचं काय म्हणणं आहे त्यावर?''

फर्नांदेझ उठून उभा राहिला. तो अजूनही धक्क्यातून सावरलेला दिसत नव्हता. ''युअर ऑनर, सरकारचं म्हणणं पहिल्यापासूनच असं आहे की, आरोपीला खटला होईपर्यंत कैदेत ठेवावं. त्यानं जर आपला जामीनासाठी अर्ज करण्याचा विचार बदलला असेल, तर तसं का असेना.'' आणि तो खाली बसला.

तो आणखी बोलेल, या अपेक्षेनं समर्स त्याच्याकडे चिडून बघत होते. पण त्याच्यापाशी आणखी सांगण्यासारखं काही नाही, हे उघड दिसत होतं. त्याच्या चेहऱ्यावर कुठलेही विजय मिळवल्यासारखे भाव मात्र दिसत नव्हते.

दात-ओठ खात, त्रागयानं स्वत:शी मोठ्यानं गुरगुरत समर्स ताड्कन उठले आणि फणकाऱ्यानं ताडताड पाठीमागच्या दरवाज्याकडे निघाले.

त्याच सपाट्यात त्यांनी दार उघडलं. ''तुम्ही दोघंही माझ्या चेंबर्समध्ये या ताबडतोब.'' अशी गर्जना करून त्यांनी धाड्कन दार लावून घेतलं. एव्हाना कोर्टरूममधला आवाज वाढत चाललेला होता, त्याच्यावर ताण करून त्यांचा आवाज सगळ्या कोर्टरूममध्ये घुमला.

ते गेल्याबरोबर पॅरिशनं गर्रकन वळून ब्रेसकडे पाहिलं. अजूनही तिचं पेन तिच्या हातात होतं आणि तिला त्या पेननं ब्रेसला जोरानं भोसकावंसं वाटत होतं. तो मात्र तिच्या नजरेला नजरही देत नव्हता. शांतपणानं तो रक्षकासमोर पाठ करून उभा राहिला– सारी आशा सोडल्यासारखा.

२२

आता चांगला आरडाओरडा होणार– एका घाबरलेल्या क्लार्कच्या पाठोपाठ न्यायमूर्तींच्या चेंबरकडे जाताना अल्बर्ट फर्नांदेझनं मानत म्हटलं. त्याच्याबरोबरच पॅरिशही चालत होती. दोघंही न बोलता त्या लांबलचक, लाकडी भिंती असलेल्या कॉरिडॉरमधून जात होते.

त्यानं हळूच तिच्याकडे एक चोरटा कटाक्ष टाकला. ही नक्कीच मनोमन घाबरलेली असणार. समर्ससारख्या एका तापट, वरिष्ठ न्यायाधीशांच्या, लोकांनी खच्चून भरलेल्या कोर्टरूममध्ये दिवसभर दोन्ही बाजूंचे युक्तिवाद ऐकण्याच्या मनोराज्यांना नुकताच सुरुंग लावलाय हिनं; आणि आता ते हिला चेंबरमध्ये बोलावून चांगली तासंपट्टी करणार आहेत.

पॅरिशनंही त्याच्याकडे बघितलं आणि ती चट्‌कन हसली. अपेक्षेप्रमाणे ती फारशा कुठल्याच तणावाखाली दिसत नव्हती.

"युअर ऑनर," चेंबरचं दार उघडत त्या क्लार्कनं भेदरलेल्या आवाजात म्हटलं. "मिस पॅरिश आणि मि. फर्नांदेझ."

न्यायमूर्ती समर्सचं चेंबर म्हणजे कायद्याच्या पुस्तकांच्या लायब्ररीपेक्षा हॉकीचं आणि जहाजांच्या चित्रांचं संग्रहालयच जास्त होतं. भिंतींवरच्या सगळ्याच्या सगळ्या जागांवर युद्धनौकांची हातानं काढलेली चित्रं लावलेली होती. एका बुकशेल्फवर शिडाच्या बोटींच्या छोट्या-छोट्या प्रतिकृती असलेल्या चित्रविचित्र आकारांच्या बाटल्या मांडलेल्या होत्या. त्यांच्या पाठीमागच्या शेल्फवर फ्रेम केलेले बरेच काही फोटो होते. त्यातले बरेचसे फोटो त्यांचे स्वत:चे होते : वेगवेगळ्या प्रकारच्या शिडाच्या बोटींवर समर्स आणि बरोबर त्यांचे वेगवेगळे नातेवाईक. प्रत्यक्ष त्यांच्या टेबलावर त्यांचा आणि त्यांच्या मुलीचा–जो समर्सचा–एक फोटो होता; त्यांनी तिच्या खांद्यांभोवती हात टाकलेला, आणि तिचे घनदाट केस मोकळे सोडलेला. फर्नांदेझनं तिला केस मोकळे सोडलेल्या अवस्थेत कधीच पाहिलेलं नव्हतं. त्या

दोघांनी हातात एक चँपियनशिपचा कप धरलेला होता.

...आणि पाठीमागे होती स्वच्छ निळ्या आकाशात गेलेली पांढरीशुभ्र शिडं.

वेगवेगळ्या युद्धनौकांच्या त्या भिंतीवरच्या चित्रांमध्ये अधूनमधून न्यायमूर्ती समर्सचे निळ्या किंवा पांढऱ्या जर्सीमधले, टोरोंटो मॅपल लीफ्सच्या काही प्रसिद्ध खेळाडूंबरोबर काढलेले फोटोही होते. कोपऱ्यात काही हॉकीस्टिक्स ठेवलेल्या होत्या, त्यांवर या टीममधल्या खेळाडूंच्या सह्याही होत्या. काचेच्या एका मोठ्या फ्रेममध्ये एक जुना हॉकीचा स्वेटर लावलेला होता. त्याच्या छातीवर मोठ्या ठळक अक्षरांमध्ये 'कॉर्नेल' असं लिहिलेलं होतं आणि डाव्या खांद्याच्या किंचित खाली मोठा थोरला 'सी' काढलेला होता.

"काय, चाललंय तरी काय हे?" आपला डगला ओरबाडून शेजारच्या एका खुर्चीवर फेकून देत त्यांनी पॅरिशकडे चिडून बघत विचारलं. फर्नांदिझनंही तिच्याकडे पाहिलं.

तिनं एक मोठा थोरला श्वास घेऊन सावकाश सोडला. "त्याचं असं आहे, युअर ऑनर की, मला माझ्या क्लाएंटनं जे काही करायला सांगितलंय, तसंच मला करावं लागतंय." सावकाश शांतपणे तिनं म्हटलं. "मि. ब्रेसनंच मला हे सांगितलंय."

तांत्रिकदृष्ट्या पाहिलं, तर आपला क्लाएंट जे सांगेल त्यानुसार काम करणं पॅरिशवर बंधनकारकच होतं आणि तिला त्या दोघांमधलं झालेलं बोलणं कोणलाही सांगायला मनाई होती. पण यानं संतापलेल्या न्यायमूर्तींचं समाधान होणं शक्य नव्हतं.

"ते ऐकलंय मी आत्ताच." खाली बसून समर्सनी एक चांदीचा लेटर ओपनर उचलून त्याच्याशी चाळा सुरू केला. त्या लेटर ओपनरवर फर्नांदिझला एक नाव कोरलेलं दिसलं, पण ते बऱ्यापैकी झिजून पुसट झालेलं होतं. "मिस पॅरिश, तुमचा क्लाएंट जर स्वत:ला कैदेतच ठेवायला मान्यता देणार होता; तर आज सकाळी आपण मुळात कोर्टात आलोच कशाला?"

त्यांनी तो लेटर ओपनर हाताच्या तळव्यावर आपटला.

"आणि तुम्ही हे एवढे कागदपत्र तरी कशाला दाखल केलेत?" त्यांनी लेटर ओपनरनंच त्या कागदपत्रांच्या गठ्ठ्याकडे निर्देश केला. "काल रात्री जागून मी हे सगळं वाचून काढलं, माहितेय तुम्हाला?"

फर्नांदिझ शांतपणे खाली बघत बसलेला होता. आपण जरी जिंकलो असलो, तरी ते चेहऱ्यावर दिसू न देणंच चांगलं.

"माझ्या क्लाएंटच्या सूचनांचं पालन करायला मी बांधील आहे, युअर ऑनर." पॅरिशनं अशा आवाजात म्हटलं की, यावर ती आणखी काही बोलणार नाही, हे त्या दोघांनाही कळलं. तिनं खांदे उडवले. फर्नांदिझला क्षणभर तिचे कौतुकच वाटून गेलं.

तिचा निश्चय न्यायमूर्तींच्याही लक्षात आला. तिचा नाद सोडून त्यांनी फर्नांदिझकडे

मोर्चा वळवला.

"मि. फर्नांदिझ, मला माहितेय की, स्त्री हक्क चळवळीचे लोक या निमित्तानं ब्रेसला धडा शिकवण्यासाठी तुमच्यावर दबाव आणताहेत आणि पोलीसप्रमुख चार्लटनला त्याचं बजेट वाढवून हवंय. मी तुमचेही कागदपत्र आणि ती आकडेवारी वाचलीय." समर्सनी एक जाडजूड ब्रीफ शोधून काढलं आणि त्यांनी त्यातलं एक पिवळा टॅब लावलेलं पान उघडलं.

"पाचांपैकी चार बायका म्हणतात की, पुरुष त्यांचा छळ करतात. काही तरीच!"

मागे वळून त्यांनी एक फोल्डर काढला. "मी तुमच्या या आकडेवारीची पार्श्वभूमी तपासून पाहिलीय. ती ज्या पाहणीवर आधारलेली आहे, ती १९९३मध्ये झाली होती, आणि ही जी 'पाचांपैकी चार' आकडेवारी आहे, तिच्यामागची तीन सगळ्यात मोठी कारणं अशी होती – नव्हे, ते प्रश्नच वाचून दाखवतो मी. तुमचा तिरस्कार दर्शवणारं काही कृत्य त्यानं केलं का? त्यानं तुमचा अपमान केला का? आणि त्यानं तुमच्यावर तुमचं एखादं अफेअर असल्याचा आरोप केला का?"

समर्सनी तो फोल्डर टेबलावर टाकला. "हे बघा– मला बायका, पुरुष किंवा कोणाचाच छळ झालेला अजिबात आवडत नाही. पण हे म्हणजे फारच थोड्या पुराव्यावरून काही तरी भयंकर, व्यापक अनुमान काढणं झालं."

"हो, युअर ऑनर." पण ही आकडेवारी दाखल करण्यामागचा माझा उद्देश– आपला आवाज शांत ठेवण्याचा प्रयत्न करत फर्नांदिझनं म्हटलं.

"हे बघा," समर्सनी त्याला तोडत मध्येच म्हटलं. "अगदी आकडेवारीनिशी सिद्ध झालेली एक गोष्ट अशी की, प्रेमप्रकरणावरून आपल्या बायकोचा खून करणारा माणूस पुन्हा हाच गुन्हा करण्याची शक्यता ही एखाद्या भुरट्या चोरानं परत चोरी करण्याच्या शक्यतेपेक्षा दहा पट कमी असते. कोर्टात काम करणाऱ्या प्रत्येकाला हे पक्कं ठाऊक असतं; फक्त ते लेकाचे बातमीदार सोडून."

फर्नांदिझ काही बोलण्याच्या आत ते पॅरिशकडे वळले, पण आता त्यांची चर्या बहुतांशी निवळलेली होती. आता ते 'कडक न्यायमूर्ती'च्या भूमिकेतून 'मनमिळाऊ, चांगल्या न्यायमूर्ती'च्या भूमिकेत शिरलेले होते.

"नॅन्सी, मागच्या आठवड्यातल्या त्या मॅचमध्ये काय झालं, माहितेय का?" त्यांनी हसून विचारलं. "कॉर्नेलनं कोलगेटला चार–एक असं खलास केलं."

नॅन्सी पॅरिशनंही त्यांच्याकडे बघून स्मित केलं. ती हॉकी खेळत होती, हे फर्नांदिझ ऐकून होता; पण तिनं कॉलेजचं शिक्षण अमेरिकेत घेतल्याचं मात्र त्याला माहीत नव्हतं.

"ती पुरुषांची मॅच होती, युअर ऑनर. आता पुढच्या वीकएंडला बायकांची मॅच

आहे, तेव्हा काय होईल बघा.''

''तूशे!'' समर्सनी हसून म्हटलं आणि फर्नांदिझकडे वळून खांदे उडवले. ''सॉरी हं, मि. फर्नांदिझ. ती कोलगेटमध्ये शिकली आणि मी कॉर्नेलमध्ये. त्यामुळे आम्ही एकमेकांचे जुने प्रतिस्पर्धी आहोत हॉकीच्या बाबतीत.'' ते पुन्हा पॅरिशकडे वळले.'' आत्ता नुकतीच झालेली ती लीफ्सची मॅच बघितलीस का तू? काय मस्त जिंकली लीफ्सनं. मी मुख्य न्यायाधीशांबरोबर पाहिली. माझ्या मते, आता लीफ्सला बरे दिवस येतील.''

पॅरिशनं जोरजोरात नकारार्थी मान हलवली. ''शक्यच नाही. त्यांच्या टीममधल्या बऱ्याचशा खेळाडूंची वयं फार जास्त आहेत.'' तिनं म्हटलं. ''फार लवकर दमतील ते.''

हॉकीबद्दल फारच जुजबी माहिती असूनही फर्नांदिझला काही तरी बोलावंसं वाटत होतं, पण तो गप्पच राहिला. उगीच चेष्टा व्हायला नको आपली. शिवाय या विषयावर आपलंही काही मत असू शकेल, असं या दोघांनाही वाटत नाहीसं दिसतंय.

''हे बघा–'' खुर्चीवर मागे रेलून बसत समर्सनी दोन्ही हात पसरले. ''आपण माझ्या चेंबरमध्ये आहोत. तुम्ही दोघंही चांगले अनुभवी वकील आहात. आपण या केसबद्दल दोन गोष्टी स्पष्टपणे बोलायला काय हरकत आहे?''

त्यांच्या चेहऱ्यावर एक मोकळं हास्य विलसत होतं. त्यांनी विचारलेला प्रश्न हा खरं म्हणजे प्रश्न नव्हता, तर ती एक प्रकारे आज्ञाच होती.

''जरूर, युअर ऑनर.'' फर्नांदिझनं म्हटलं.

''काहीच हरकत नाही.'' पॅरिशनंही मान डोलावली.

''तुम्ही दोघं अतिशय हुशार असे तरुण वकील आहात. अशा प्रकारच्या केसमध्ये खरं म्हणजे, सगळ्या न्यायव्यवस्थेचाच कस लागतो. तुम्ही दोघांनी उचललेलं प्रत्येक पाऊल बारकाईनं तपासलं जाईल.'' त्यांनी पॅरिशकडे पाहिलं. ''नॅन्सी, तू जर सरकारी वकिलांच्या ऑफिसशी बसून चर्चा केलीस, तर यातून नक्कीच काही तरी मार्ग निघू शकेल. काही झालं तरी ब्रेसचं वय लक्षात घ्यायला हवं आपल्याला. त्रेसष्ट वर्षांचा आहे तो. त्याला जामिनावर सोडायचा काही ना काही मार्ग असलाच पाहिजे. त्याला कैदेत ठेवणं बरं नव्हे. तो काही कोणी सराईत गुन्हेगार नाही.''

हुशार असे तरुण वकील... सरकारी वकिलांचं ऑफिस... हे आपल्याला काही तरी आडून सुचवताहेत, हे फर्नांदिझनं लगेच ताडलं. आणि ते काय सुचवताहेत, हेही त्याच्या लक्षात आलं. गाजर आणि काठीचा प्रकार आहे हा. गाजर : आपण थोडे आढेवेढे घ्यावेत – त्यातही त्यांच्या मेहेरबानीमुळेच हे सगळं होतंय हे आवर्जून

सांगावं – अशी यांची अपेक्षा आहे. 'युअर ऑनरनी केलेल्या उपयुक्त सूचनांमुळेच आपण आपल्या सहकाऱ्यांशी बोलून सरकारी भूमिकेचा पुन्हा विचार करू.' असं काही तरी बोलून त्यांची मर्जी संपादन करावी. आणि काठी : आपण जर ब्रेसला जामीनावर सोडण्याचा कुठलाच मार्ग शोधू शकलो नाही, तर समर्स भयंकर भडकतील, कारण त्यांच्या मते त्याला सोडणं हेच योग्य आहे.

मुळात मलाच ब्रेसला जामिनावर सोडवायची इच्छा आहे, हे समर्सना माहीत असतं तर फार बरं झालं असतं– फर्नांदिझच्या मनात आलं. या अचानक घडलेल्या प्रसंगामुळे आपण एवढ्या काळजीपूर्वक केलेल्या योजनेचा – म्हणजे कोर्टात जामीनावरची सुनावणी हरायची आणि ब्रेसला सोडवायचं – पुरता फज्जा उडाला! त्याचं डोकंच गरगरत होतं.

''मि. फर्नांदिझनं त्यांच्या भूमिकेचा पुन्हा विचार करण्याची काही गरज नाही.'' उठत नॅन्सी पॅरिशनं म्हटलं. ''मि. ब्रेसनं मला दिलेल्या सूचनांमध्ये काही बदल झाला, तर मी त्यांना तसं कळवेन. थँक्यू व्हेरी मच, युअर ऑनर.'' तिनं शेकहँडसाठी हात पुढे केला. अचानक बोलणं थांबल्यामुळे किंचित गोंधळलेल्या समर्सनी उठून तिच्याशी शेकहँड केला. पुढच्याच क्षणी ती निघून गेली.

न्यायमूर्तींच्या चेंबरमध्ये आपण एकटेच राहिल्याचं एकदम फर्नांदिझच्या लक्षात आलं. गुळमुळीतपणानं काही तरी बोलून तोही त्यांच्याशी शेकहँड करून बाहेर पडला.

तो कॉरिडॉरमध्ये आला, पण तोपर्यंत पॅरिश खूपच पुढे निघून गेलेली होती. ही इतकी पुढे गेलीय की, तिला ते कळणारही नाही– आपला वेग वाढवत असताना त्याच्या मनात आलं. आणि ब्रेस जर कैदेतच राहिला, तर आपल्यापुढे एकच मार्ग उरतो. तो म्हणजे, दुसऱ्या एखाद्या मार्गानं त्याला बोलतं करणं.

२३

त्या शांत रस्त्यावरून अरी ग्रीन सावकाश गाडी चालवत होता. हा सगळा लोकवस्तीचा भाग होता. जवळजवळ प्रत्येक घरावर, आवारातल्या झाडांवर ख्रिसमसची रोषणाई केलेली दिसत होती. इथली बहुतांश घरं छोटीशी, दुमजली होती; पण अधूनमधून विस्तीर्ण आवार असलेले मोठमोठे बंगलेही होते– भडक सजावटीचे, भलतेच रुंद ड्राईव्ह-वे असलेले, बास्केटबॉलची नेट्स आणि मोठमोठ्या गाड्या असलेले. आसपासच्या छोट्या, टुमदार घरांमध्ये ते चांगलेच उठून दिसत होते.

पूर्ण लांबीचा केशरी युनिफॉर्म घातलेला एक रक्षक शाळकरी मुलांना रस्ता ओलांडून देण्याचं आपलं रोज सकाळचं काम संपवून शांतपणे परत निघालेला होता.

अशा जुन्या पद्धतीच्या रहिवासी भागात यायला ग्रीनला फार आवडायचं– एकूणच टोरोंटो शहराचं हे वैशिष्ट्य त्याला आवडायचं. लहानपणी तो असाच आपल्या छोट्याशा बंगल्याच्या खिडकीत बसून दुकानातून डॅडी परत येण्याची वाट बघायचा. रोज सगळं तसंच, त्याच ठरावीक वेळी घडायचं. डॅडी दुकानातून थकून-भागून, रस्त्यावरून सावकाश चालत यायचे. घरापुढच्या छोट्याशा हिरवळीवर एक जाडजूड बुंध्याचं, बुटकं बर्चचं झाड होतं. तिथे आले की, न चुकता त्या झाडाच्या खोडावर हात ठेवून डॅडी काही क्षण शांत उभे राहायचे आणि मगच घरात यायचे.

एकदा सकाळी कांजिण्या झाल्यामुळे छोटा अरी घरीच होता. त्यानं डॅडींना विचारलं होतं, ''डॅडी, रोज संध्याकाळी घरी येताना तुम्ही आत यायच्या आधी त्या झाडाला टेकून का उभे राहता?''

त्याचे डॅडी आपली चोरी पकडली गेल्यासारखे गमतीनं हसले होते. ''माझ्या घरात परत येण्याआधी मला माझ्या सगळ्या कटकटी, त्रास वगैरे घराबाहेरच ठेवायचे असतात. ते मी त्या झाडावर ठेवतो आणि मग घरात येतो.''

आता कुठे त्याच्या डोक्यात प्रकाश पडला होता. ''म्हणूनच ते झाडं इतकं बुटकं राहिलंय का, डॅडी?''

"कोण जाणे, असेलही." त्यांनी उत्तर दिलं होतं. "पण त्यामुळेच तू मात्र चांगला उंच आणि धिप्पाड होणार, हे नक्की."

पुढे दहावीत असतानाच ग्रीनची उंची सहा फुटांपलीकडे गेली होती, तेव्हा त्याला डॅडींची ही भविष्यवाणी आठवली होती.

त्यानं ३७ नंबरच्या घरावरून गाडी पुढे नेली, परत उलट वळवली आणि रस्त्याच्या विरुद्ध बाजूला थांबवून गाडीतूनच त्या घराचं थोडं निरीक्षण आरंभलं. तो एक दुमजली बंगला होता आणि त्याच्या खिडक्या 'ट्यूडर'च्या पद्धतीच्या खास काचेच्या होत्या. घराच्या अरुंद ड्राइव्ह-वेमध्ये एक काहीशी पोचे आलेली होंडा गाडी उभी होती, आणि तिच्या पाठीमागे 'लीसाईड प्लंबिंग' असं दारावर ठळक अक्षरांत रंगवलेली एक व्हॅन उभी होती.

बरं झालं, गाडीतून उतरत ग्रीननं मनाशी म्हटलं. प्लंबिंगची व्हॅन आहे, त्याअर्थी ती घरी असावी. सहज चालत पुढच्या दाराशी जाऊन त्यानं बेलचं बटण दाबलं. या दाराच्या शेजारी उजव्या हाताला आणखी एक छोटं लाकडी दार होतं, ते मात्र लाकडाच्या पट्ट्या ठोकून बंद केलेलं होतं.

घाईघाईनं दाराकडे येणारी पावलं आत वाजली आणि दार सताड उघडलं. आत एक उंच, काळसर सोनेरी केसांची, अगदी आपल्या वडिलांसारखेच चॉकलेटी डोळे असलेली स्त्री उभी होती. तिच्या अंगातल्या ढगळ स्वेटर्सवर 'रूट्स कॅनडा' असं मोठ्या, लाल अक्षरात लिहिलेलं होतं आणि खास योगासाठी वापरली जाणारी स्ट्रेच पँट होती. तिचं पोट चांगलंच पुढे आलेलं होतं. घरातून हातोड्यानं कोणी तरी पाइपावर ठोकत असल्याचा ठणठणाट त्याला स्पष्ट ऐकू येत होता.

"तुम्ही इलेक्ट्रिशियन का?" तिनं ग्रीनकडे शोधक नजरेनं बघत विचारलं.

"नाही, मिस ब्रेस." त्यानं हळूच तिला हातातला बॅज दाखवला. "मी डिटेक्टिव्ह अरी ग्रीन, टोरोंटो होमीसाईड डिपार्टमेंट. थोडं बोलू शकतो का मी तुमच्याशी?"

तिच्या कपाळावर आठ्या उमटल्या. "मला पुढच्या तासाभरात कोणी तरी इलेक्ट्रिशियन यायला हवाय. ख्रिसमसच्या दोन दिवसआधी प्लंबर मिळणं किती कठीण असतं, माहितेय तुम्हाला?"

"कठीण कसलं, जवळजवळ अशक्यच असेल."

"नशिबानं मला प्लंबर तरी मिळालाय. खाली बेसमेंटमध्ये ठोकाठोक करतोय. पण आता मला इलेक्ट्रिशियन हवाय. पहिलंच बाळ होणार आहे मला आणि त्यासाठी मी बेसमेंट ठीकठाक करून घेतेय. एका महिन्यातच डिलिव्हरी आहे आणि माझ्या नवऱ्याला नेमकं आत्ताच त्यांच्या दर वर्षीच्या स्कीइंग ट्रिपला माँट ट्रेब्लँटला जावं लागलं. जावंच लागल म्हणे! त्यातच माझे डॅडी तिकडे कैदेत आहेत, नेमकं त्यांचं पहिलंवहिलं नातवंड जन्माला यायच्या वेळीच! त्यामुळे मला काय, तुमच्याशी

मनमोकळ्या गप्पा मारायला अगदी हवा तेवढा वेळ आहे.''

ग्रीन हसला, पण गप्पच राहिला. तुमचा साक्षीदार काय करतो याकडे कायम लक्ष ठेवा; तो काय बोलतो याच्याकडे नव्हे. किंवा तो काय करत नाही याच्याकडे लक्ष ठेवा. ते जास्त चांगलं. एवढ्या सगळ्या कटकटी डोक्याला असूनही या अमांडा ब्रेसनं दार धाड्दिशी बंद करून घेतलेलं नाही. ब्रेसच्या कोठडीत असलेल्या एका कैद्यानं डॉन जेलमधून तिला कॉल केला होता, ते त्याला आठवलं आणि त्या वेळी ब्रेसनं तिच्याशी बोलायला साफ नकार दिला होता. ग्रीनला पक्की खात्री होती की, आपण जसे तिला प्रश्न विचारायला उत्सुक आहोत, तेवढीच तीही उत्सुक आहे आपल्याला प्रश्न विचारायला.

''या, आत या थोडा वेळ.'' शेवटी तिनं म्हटलं. जणू तिच्यावरच्या चांगल्या संस्कारांनी भावनांवर विजय मिळवल्यासारखं.'' या लोकांसाठी मी कॉफी केलीय. तुम्ही घेणार थोडी?''

''नको. थँक्स.''

''तुमचा बॅज बघू जरा.''

त्यानं प्रश्नार्थक मुद्रेनं तिच्याकडे पाहिलं.

''फुकट मिळत असलेली कॉफी नाकारणारा पोलीस प्रथमच बघितलाय मी.''

तो हसला. त्यानं डावीकडच्या लहानशा रूमकडे हात दाखवला.

''तिथे बसून बोलू या आपण?''

''जरूर.'' तिनं पुढचं दार लावून घेत म्हटलं. छोटंसंच घर होत ते, पण कमालीचं नीटनेटकं दिसत होतं. भिंतीवरच्या एका फळीवर त्याला एक फ्रेम केलेला फोटो दिसला. एका कॉर्पोरेट मासिकाचं कव्हर होतं ते आणि त्यात अमांडा ब्रेस काही फॅशनेबल दिसणाऱ्या तरुण-तरुणींच्या पुढे हसत उभी होती. सगळ्यांच्या शर्टांवर 'रूट्स'चे वेगवेगळे लोगो होते. पाठीमागे व्यवस्थित रचलेली बरीच काही खोकी होती. वर शीर्षक झळकत होतं– 'ऑल इन ऑर्डर क्वीन,' आणि त्याच्या खालची ओळ होती– 'अमांडा ब्रेस अँड हर टीम कीप रूट्स ऑन ट्रॅक.'

अमांडा ब्रेस मुद्दाम पलीकडच्या भिंतीशी जाऊन बसली. इथून तिला समोरच्या खिडकीमधून, येणाऱ्या-जाणाऱ्या व्यक्तीवर लक्ष ठेवता येणार होतं. ग्रीन तिच्या समोरच्या जागेवर बसला.

''तुम्हाला हे सांगितलंच पाहिजे, डिटेक्टिव्ह.'' अमांडानं आपले केस बांधत म्हटलं. ''मी माझ्या डॅडींच्या वकिलांशी आधीच बोललेय. तिनं मला तिच्या पार्टनरकडे पाठवलं आणि त्यानं मला त्याचा स्वतंत्र कायदेशीर सल्ला दिला. त्यानं वेगळे पैसे मात्र घेतले नाहीत. तुम्हाला स्पष्टच सांगते. मी तुमच्याशी बोललंच पाहिजे, असं नाही. बरोबर?''

ग्रीननं मान डोलावली. ''खरंय.''

''मी तुम्हाला सरळ इथून फुटायला सांगू शकते.''

''हो. तुम्ही मला फुटायला सांगू शकता.''

क्षणभर तिला पुढे काय बोलावं, हे समजेना. मग तिनं म्हटलं, ''हे बघा, मला माझी सावत्र आई मुळीच आवडत नव्हती, हे सगळ्यांनाच माहितेय. ती जेव्हा डॅडींच्या जीवनात आली, तेव्हा मी नऊ वर्षांची होते.'' तिनं त्याच्या पाठीमागच्या खिडकीतून एक नजर टाकली. त्यालाही एक गाडी सावकाश पुढे गेल्याचा आवाज ऐकू आला.

''चौथीत असताना मी 'स्टेपमदर' असं तिला म्हणत असे. त्यासाठी शाळेनं मला शाळेच्या मानसोपचारतज्ज्ञाला भेटायला लावलं होतं, शिवाय शिक्षा केली होती. याला आता एकोणीस वर्षं झाली. मी तुम्हाला एवढंच सांगू शकते की, कसल्याही प्रकारची मारामारी, धाकदपटशा, अत्याचार वगैरे करण्याची माझ्या डॅडींची प्रवृत्तीच नाही; मग खुनासारखा गंभीर गुन्हा करण्याची तर गोष्टच सोडा. तुम्ही लोक त्यांना भयंकर खुनी म्हणत असालही, पण ते अजिबातच तसे नाहीत.''

ग्रीननं मान डोलावली.

''एवढंच मला सांगायचंय. ओके?''

तो गप्पच होता. तिनं काही त्याला बाहेरचा रस्ता दाखवला नाही. त्याला आणखी एक गाडी येऊन घरासमोर थांबल्याचा आवाज ऐकू आला.

''आणि मला वाटतं, आता तुम्हाला मी त्या रविवारी रात्री आणि संध्याकाळी कुठे होते, ते हवं असेल. हो ना?''

ग्रीननं पुन्हा नुसतीच मन डोलावली.

''कशी गंमत आहे पाहा. कॅथरिनला ठार मारावं, असं मला कित्येक वर्षं मनापासून वाटत होतं; पण मी तसा निश्चयच कधी करू शकले नाही. त्या वेळी मी बेसमेंटच्या भिंतींची डागडुजी करत घरीच होते.''

''तुम्ही तुमच्या वडिलांना सगळ्यात अलीकडे केव्हा भेटलात?'' त्यानं विचारलं.

''दर आठवड्यात आम्ही एकदा डिनर एकत्र घेत होतो, त्या वेळी.'' तिनं जागेवरून अर्धवट उठून खिडकीबाहेर पाहिलं. ''आला एकदाचा इलेक्ट्रिशियन–थँक गॉड!''

''कुठे?''

''तो काय, बाहेर आहे.''

''ते नाही, मी डिनरला कुठे भेटलात ते विचारत होतो.''

''डिनर?'' ब्रेसनं म्हटलं. ''ओऽऽ'' तो तिथे अजून आहे, हेच ती विसरल्यासारखी दिसत होती. ''आमच्या नेहमीच्या ठिकाणी. हे बघा, आता मात्र मला तुम्हाला जायला सांगणंच भाग आहे.'' ती कशीबशी खुर्चीमधून उठली.'' तो इलेक्ट्रिशियन

परत गेला, तर वाटच लागेल माझी.''

ग्रीनही उठून उभा राहिला. "तुम्ही मला वेळ दिलात, त्याबद्दल थँक्स. तुम्ही खूप कामात आहात, हे तर दिसतंच आहे.''

"हे तर काहीच नाही. त्या बाळाला आमच्या जीवनात कसं सामावून घ्यायचं, हेच अजून समजत नाहीय आम्हाला.''

दरवाज्यापाशी आल्यावर ग्रीन दार उघडत असतानाच ब्रेसनं त्याच्या खांद्याला स्पर्श केला. ''असं आहे की, तुम्ही एखाद्या व्यक्तीचा कितीही प्रचंड द्वेष करत असलात, तरी त्या व्यक्तीचं अस्तित्व सहन करू शकता. कॅथरिनच्या बाबतीत मी हेच केलं, इतकी वर्षं. आणि मला एवढंच करणं शक्य होतं. आतासुद्धा ती मेलीय, तरी कोणालाही आनंद झालाय, असं मुळीच नव्हे. तिचे आई-वडील खासगी रीतीनं तिचं दफन करणार आहेत, असं ऐकलंय मी. पण या जगात माझ्या डॅडींना माझ्याइतकं जवळून ओळखणारं दुसरं कोणीही नाही आणि हा खून त्यांनी केला असणं केवळ अशक्य आहे.''

"मला घरात घेतलंत, त्याबद्दल थँक्स.'' ग्रीननं म्हटलं. "बहुतेक लोकांनी तेवढंसुद्धा सौजन्य दाखवलं नसतं.''

"तो दोष पूर्ण माझ्या आईचा.''

"अं?'' त्यानं गोंधळून विचारलं.

"तिनं केलेल्या उत्तम संस्कारांचा.''

तो किंचित हसला. एक ओव्हरऑल घातलेला, हातात मोठी टूलबॉक्स घेतलेला माणूस सावकाश ड्राईव्ह – वेमधून चालत येत असलेला त्याला दिसला.

"तुमच्या प्लंबिंगसाठी गुडलक.'' ग्रीननं म्हटलं.

अचानक ती मोठ्यानं हसू लागली. मोठं सुंदर, मनमोकळं हास्य होतं ते.

"मला खरोखरच तुमच्या गुडलकची गरज आहे. तासातासाला टॉयलेटला जावं लागतंय मला.'' तिनं म्हटलं.

दारापासून बाजूला होत त्यानं इलेक्ट्रिशियनला आत जायला जागा करून दिली.

तिचा निरोप घेऊन तो निघाला. जाता-जाता त्याला सहजच एक जुनी म्हण आठवली : नवऱ्याचं जेव्हा एखादं लफडं चालू असतं, तेव्हा ते समजणारी सगळ्यात शेवटची व्यक्ती म्हणजे त्याची बायको. पण मग एखादा बाप आणि त्याच्या मुलीबद्दल हेच लागू होतं का? आपला बाप लफडेबाज आहे, हे समजणारी सगळ्यात शेवटची व्यक्ती म्हणजे त्याची मुलगी नसते का? का, ही अमांडा ब्रेस खरोखरच तिच्या बापाला इतर कुणापेक्षाही जास्त चांगलं ओळखते?

२४

त्या लोखंडी रिसेप्शन काउंटरवर बसलेली पोरगी एखाद्या फॅशन मॉडेलसारखी दिसत होती. तिच्या चेहऱ्यावरचे भावही तसेच होते. या पोरी कधीही थेट नजरेला नजर भिडवत नाहीत. तुम्ही त्यांच्याशी बोलत असलात, तरी हे बोलणं म्हणजे त्यांच्या विचारांचा केवळ एक लहानसा भाग असल्यासारखं दाखवतात त्या. या पोरीचे केस घनदाट, लांबसडक होते, चेहरा अतिशय आकर्षक, युरेशियन ठेवणीचा होता आणि ती जरी बसली होती, तरी तिची एकूणच फिगर अत्यंत रेखीव असणार, हे डॅनियल केनिकॉटच्या लगेच लक्षात आलं. तो काउंटरही मोठा चकचकीत, गुळगुळीत दिसत होता. त्याच्यावर फक्त एक लॅपटॉप होता आणि त्याच्या स्क्रीनवर मागच्या बाजूवर 'पॅरलल ब्रॉडकास्टिंग'चा लोगो चमकत होता. तिनं डाव्या कानाला एक छोटासा हेडसेट अडकवलेला होता.

"कॅन आय हेल्प यू?" घाऱ्या डोळ्यांनी केनिकॉटकडे बघत त्या पोरीनं विचारलं.

"मी डॅनियल केनिकॉट. मी मि. पीलना भेटायला आलोय. आमची भेटीची वेळ पाचची आहे; पण मी थोडासा आधी आलोय."

तिनं लॅपटॉपवरचं एक बटण दाबलं. तिची नजर आता केनिकॉटच्या पाठीमागे कुठे तरी खिळलेली होती. "शिरानी, प्लीज जरा रिसेप्शनमध्ये ये." जरी ती माऊथपीसमध्ये हळूच बोलली असली, तरी तिचा आवाज मात्र कुठल्या तरी अदृश्य स्पीकर सिस्टिममधून सगळ्याभर घुमला. "ऑफिसर केनिकॉट मि. पीलच्या पाचच्या अपॉइंटमेंटसाठी आलेत."

केनिकॉटला हसू आलं. एक तर त्याच्या अंगावर युनिफॉर्म नव्हता आणि त्यानं तिला आपण पोलीस असल्याचंही सांगितलेलं नव्हतं.

काचेचं दार उघडून एक उंच तरुणी हातात प्लॅस्टिकचा क्लिपबोर्ड घेऊन आली. ती चांगलीच काळी सावळी दिसत होती. तिचं नाक धारदार होतं आणि चेहरा उभा, ओठ पातळ होते. तिच्या डाव्या नाकपुडीत तिनं एक हिऱ्याची चमकी

घातलेली होती.

"गुड आफ्टरनून, ऑफिसर केनिकॉट." तिनं शेकहँडसाठी हात पुढे करत म्हटलं. तिच्या नखांवर लाल रंगाची नाजूक नक्षी रंगवलेली दिसत होती. "मी शिरानी थिओराजा. मि. पीलची एक्झिक्युटिव्ह असिस्टंट. या माझ्याबरोबर."

पॅरलल ब्रॉडकास्टिंगचं ऑफिस ज्या इमारतीत होतं, ते मुळात एक गोदाम होतं आणि त्याचं संपूर्ण रूपांतर करून ही इमारत तयार केलेली होती. ऑफिस इमारतीच्या सगळ्यात वरच्या दोन मजल्यांवर होतं. सगळ्या खोल्यांची छतं भरपूर उंच होती, भिंती सँडब्लास्टिंग करून काळ्या केलेल्या होत्या आणि जमीन कठीण, सिमेंट काँक्रीटची होती. तिलाही काळाच रंग दिलेला होता. मधोमध असलेल्या कॉरिडॉरमधून थिओराजाच्या पाठोपाठ केनिकॉट जात होता. कॉरिडॉरच्या दोन्ही बाजूंना असलेल्या ऑफिसांना मोठमोठ्या खिडक्या आणि काचेची दारं होती, त्यामुळे भरपूर नैसर्गिक प्रकाश आत येत होता. सगळी टेबलं रिसेप्शनमधल्या टेबलासारखीच जडशीळ, लोखंडी होती. प्रत्येक टेबलावर तसाच 'पॅरलल'चा लोगो असलेला लॅपटॉप होता. कुठेही लाकडाचा एक तुकडाही वापरलेला दिसत नव्हता.

थिओराजा झपाझप चालत होती. तिच्या हाय हिल्सचा आवाज सगळीकडे घुमत होता, पण ऑफिसांमधलं कोणीही मानसुद्धा वर करून बघत नव्हतं.

त्या लांबलचक कॉरिडॉरच्या शेवटच्या टोकाला मात्र महागनी लाकडाचं जड, सुंदर कोरीव काम केलेलं एक दार होतं. दारावर 'हॉवर्ड पील' अशी तकलादू वाटणारी पितळी अक्षरं लावलेली होती. थिओराजानं कसलाही विचार करायला न थांबता सरळ दारावर टकटक केली.

"येस–?" आतून एक कर्कश आवाज आला.

"मि. पील, ऑफिसर केनिकॉट आलेत. त्यांची वेळ पाचची ठरली होती, पण ते दहा मिनिटं आधीच आले आहेत."

काही क्षण काहीच चाहूल लागली नाही आणि मग दार उघडलं. आत एक बुटका माणूस उभा होता. त्याचे अस्ताव्यस्त वाढलेले कुरळे केस एक प्रकारच्या विचित्र केशरी रंगाचे वाटत होते आणि डोक्यावर ठिकठिकाणी प्लग्ज लावलेले होते : त्यानं नुकतंच केसांचं रोपण करून घेतलेलं दिसत होतं. त्यानं पांढरा बटन – डाऊन शर्ट घातलेला होता, पण वरची तीन बटणं उघडीच ठेवलेली होती. त्यातून छातीवरच्या पिकलेल्या केसांचे पुंजके डोकावत होते आणि त्याच्या पायांमध्ये त्याच्या उंचीला मुळीच न शोभणारे काऊबॉय बूट होते. त्याच्या चेहऱ्यावरची सगळ्यात लक्ष वेधून घेणारी गोष्ट होती, ती म्हणजे त्याचे छोटेसे, तेजस्वी निळे डोळे.

"हाय, ऑफिसर केनिकॉट, हाऊ यू डुइंग?" त्यानं आपला बुटका, जाडसर हात पुढे केला. "मी हॉवी पील. मी इथला मुख्य आहे, असं सगळे म्हणतात. या, आत या."

दोघंही ऑफिसात आले आणि दार बंद झालं. मजल्याच्या अगदी शेवटच्या कोपऱ्यात असलेलं पीलचं ऑफिस इतर सगळ्यांपेक्षा पूर्णपणे वेगळं होतं. त्याचं भलं मोठं टेबल, इतर सगळं फर्निचर लाकडाचं, पण बरंच वापरलेलं दिसत होतं. मागे एका जुनाट दिसणाऱ्या फळीवर एक तितकाच जुनाट अंडरवूडचा टाईपरायटर ठेवलेला होता. खिडक्यांवर धुळकट वाटणारे चॉकलेटी पडदे होते.

"ती शिरानी पाहिलीत ना? कशी आहे" पील आपल्या टेबलासमोर ठेवलेल्या दोन खुर्च्यांपैकी एकीवर बसला आणि त्यानं केनिकॉटला शेजारच्या खुर्चीवर बसायला सांगितलं. "मी प्रेअरी भागातल्या एका छोट्या शहरात लहानाचा मोठा झालो, पण तिथे अशा पोरी कधीच नव्हत्या. आमच्या गावात फक्त एक चायनीज रेस्टॉरंट होतं आणि काही बेवारशी पोरं होती, घाणेरडी. बाकी आमच्या गावातला प्रत्येक माणूस बर्फापेक्षाही गोरापान होता."

केनिकॉटनं मान डोलावली. इथे येण्याआधी तो पॅरलल ब्रॉडकास्टिंगचा अध्यक्ष आणि सीईओ असलेल्या हॉवर्ड पीलची थोडी-फार माहिती वाचून आलेला होता. त्याच्यावरच्या प्रत्येक लेखात त्याचं एकच चित्र रंगवलेलं दिसत होतं : अत्यंत निष्णात सेल्समन, तोंडात साखरही न विरघळणारा, प्रसंग आणि वेळ न बघता वाटेल ते बोलणारा. तरीपण एकुणात तो सगळ्यांना आवडायचा असं दिसत होतं.

"शिरानी खूप सुंदर दिसते, चांगली आहे; पण कमालीची संवेदनशील आहे." पीलनं म्हटलं. "आऊच! ती तमिळ आहे. हे मला काय माहीत? मी तिला कामावर घेतलं, तिच्या मैत्रिणींना नाही घेतलं. नंतर एक दिवस मी इंदिरा नावाच्या एका श्रीलंकन पोरीला घेतलं. मला वाटलं, या गँगमध्ये तीही मिसळून जाईल. दुसऱ्याच दिवशी शिरानी आणि तिची गँग एक मोर्चाच घेऊन माझ्या ऑफिसात आली. सगळ्या जणी नोकरी सोडून चाललेल्या होत्या.

"अडचण काय आहे असं मी विचारलं. तेव्हा मला समजलं की, इंदिरा सिंहली होती, तर शिरानी आणि तिची गँग तमिळ होती. सिंहली लोकांनी पूर्वीच्या तमिळी पंतप्रधानांची हत्या केलेली होती. तमिळी लोकांची घरं, चहाच्या बागा जाळून टाकल्या होत्या. इतिहाससुद्धा कसा परिणाम करतो पाहा. त्या शिरानीचे ते काळेभोर डोळे असे पेटतात ना, की तिनं नुसतं बघितलं तरी चॉकलेटसुद्धा सहज वितळून जाईल. –ओके, ओके,– मी म्हटलं, इंदिराला मी काढून टाकीन."

केनिकॉटनं पुन्हा मान डोलावली. त्यानं असंही वाचलेलं होतं की, पील इतका बोलतो की, समोरचा माणूस सहज बहिरा होऊन जाईल. त्यामुळे त्यानं ठरवलं की,

या बुटक्या माणसातली वाफ निघून जाईपर्यंत जरा थांबावं.

शेवटी केनिकॉट गप्पच आहे, हे एकदाचं पीलच्या लक्षात आलं आणि त्यानं केनिकॉटच्या गुडघ्यावर एक चापट मारली. ''माझ्याबद्दल आणि पॅरललमधल्या चिकण्या पोरींबद्दलचं बोलणं पुरे झालं. बोला, काय हवंय?''

''मी कॅथरिन टॉर्नच्या खुनाच्या तपासात सहभागी आहे.'' केनिकॉटनं म्हटलं.

''त्या माणसाला मी ऑफर केलेलं काँट्रॅक्ट वाचलंत तुम्ही? दहा लाख डॉलर– छत्तीस आठवडे– सोमवारी प्रोग्राम नाही. त्याला जे हवं होतं, ते सगळं होतं त्यात. शिवाय त्यात एक लिमोसुद्धा घातली मी. बरं झालं त्यानं सही नाही केली, नाही तर मी त्याला डॉन जेलमधून प्रोग्राम सादर करण्यासाठी पैसे देत असतो.'' पील थोडंसं हसला. ''पण तसा विचार केला तर तुरुंगातून प्रोग्राम ब्रॉडकास्ट करायची कल्पना काही अगदीच वाईट नव्हती. काय?''

''मग ब्रेसनं त्या काँट्रक्टवर सही का केली नाही?''

''का? आता ते मी कसं सांगू?''

''आणि कॅथरिन टॉर्न? तिला कधी भेटलात का तुम्ही?''

''हो. मागच्याच आठवड्यात ब्रेसबरोबर ती इथे आली होती.''

केनिकॉटनं मान डोलावली. त्याला टॉर्नच्या पाकिटात पीलचं चुरगळलेलं व्हिजिटिंग कार्ड बघितल्याचं आठवलं. ''मागच्या बुधवारी दुपारी का?''

''हो, बहुतेक. शिरानीला विचारून सांगतो.''

''त्यानं त्यावर सही करावी, अशी तिची इच्छा होती का?''

''कोण जाणे!'' पीलनं दोन्ही हात एकमेकांवर चोळत म्हटलं. ''तुम्हाला कसं वाटलं ते काँट्रॅक्ट? तुम्हीही पूर्वी वकील होतात, लॉईड ग्रॅनवेलमध्ये काम करत होतात.''

एवढा वेळ सहज गप्पा मारत असलेल्या पीलच्या बोलण्याला अचानक किंचितशी धार आलेली केनिकॉटला जाणवली. त्यानं अजून त्याच्या प्रश्नाचं उत्तर दिलेलं नव्हतं. म्हणजेच, मलाही या साऱ्या प्रकाराबद्दल आणि तुझ्याबद्दल माहिती आहे, हे याला सुचवायचंय– केनिकॉटनं ताडलं.

पोलिसांत भरती झाल्यापासून त्यानं अनेकदा अशा प्रकारचं बोलणं ऐकलेलं होतं. तो पोलीस म्हणून रुजू झाला, त्या पहिल्याच दिवशी पोलीसप्रमुख चार्लटननं पत्रकार परिषद घेतली होती आणि केनिकॉट हा पोलिसात येणारा पहिलाच वकील, म्हणून भरपूर गाजावाजा केला होता. केनिकॉटनं ही प्रसिद्धी टाळायचा प्रयत्न केला होता, पण अजूनही ती सावलीसारखी त्याला धरून होती. दुसऱ्या दिवशी शहरातल्या चारही वृत्तपत्रांमध्ये त्याचे फोटो छापून आले होते.

''मला ही प्रसिद्धी मुळीच नको होती.'' केनिकॉटनं डिटेक्टिव्ह ग्रीनशी बोलताना

म्हटलं होतं.

“प्रेसला हाताळण्याच्या बाबतीत चार्लटन म्हणजे ग्रेट आहे.” ग्रीननं म्हटलं होतं. “ही प्रसिद्धी म्हणजे तुझ्या कामाचाच एक भाग आहे समज आणि सोडून दे.”

शहरात थोडं-फार वजन असलेल्या इतर कोणासारखाच पीलही केनिकॉटच्या गुरूला, ग्रॅनवेलला ओळखत असणार, हे उघड होतं. “अगदी सरळ आणि साधं कॉंट्रॅक्ट होतं ते.” केनिकॉटनं पीलच्या नजरेला नजर देत म्हटलं. “पण टॉर्नी कशासाठी त्या मीटिंगला आली होती?”

“ती माझीच कल्पना होती. एखादा व्यवहार पक्का करायचा, तर त्या व्यक्तीच्या पत्नीला – किंवा पतीला – बोलावणं हा सर्वांत सोपा मार्ग. मला वाटलं होतं की, दहा लाखांचा आकडा बघून हा व्यवहार उत्कृष्ट असल्याची तिची खात्री पटेल.”

“मग नाही पटली?”

पीलनं खांदे उडवले. “त्यानं सही केली नाही, एवढं खरं. आणि आता तो कुठे आहे बघा. जामीनही नाकारला त्यानं. मी ऐकलंय की, तो तुरुंगात एक शब्दही बोलत नाही.”

“हे कुणी सांगितलं तुम्हाला?”

“या फॅन्सी ऑफिसवरून स्वत:ची फसगत करून घेऊ नका. मी मुळात एक छोट्या शहरातल्या लहानशा रेडिओ स्टेशनचा प्रत्यक्ष हिंडून बातम्या गोळा करणारा बातमीदार म्हणून सुरुवात केली. बातम्या काढण्याची माझीही खास व्यवस्था आहेच की!”

केनिकॉटनं चेहरा पूर्णपणे कोरा ठेवला. पीलची चाल लगेच त्याच्या लक्षात आली– निष्णात पत्रकाराची चाल. काही तरी बारीकशी माहिती टाकायची आणि दुसरा माणूस तिला दुजोरा देतोय का, हे पाहायचं. केनिकॉट हललासुद्धा नाही.

“पण तुरुंग म्हणजे मजा असेल, नाही?” हा काही उत्तर देत नाही, हे लक्षात आल्यावर पीलनं म्हटलं. उठून त्यानं येरझाऱ्या मारायला सुरुवात केली. ”आयतं जेवण. दिवसभर ब्रिज खेळा किंवा पेपरमधली स्पोर्टसची पानं वाचत रहा, कोणी काही बोलणार नाही. आता ब्रेसला सेंट जॉनमधल्या, बाटल्यांची हजार बुचं गोळा केलेल्या एखाद्या गृहिणीची मुलाखत घ्यावी लागणार नाही, न्यू लिस्कर्डमधल्या एखाद्या शाळेच्या बॅंडनं बेसूर वाजवलेलं ‘ओ कॅनडा’ ऐकावं लागणार नाही. एकदम खूष असेल तो.”

“कधी गेलायत का डॉन जेलमध्ये?”

पीलनं एकदम गर्रकन मागे वळून आपले निळे डाळे त्याच्यावर रोखले. कामं करून घेण्यासाठी हा असाच डोळ्यांचा वापर करत असणार– केनिकॉटनं

मनात म्हटलं.

"शेकडो वेळा गेलोय." आणि तो हळूहळू चालत टेबलापलीकडच्या आपल्या नेहमीच्या जागेवर जाऊन बसला." सगळ्या प्रकारच्या माणसांना जामीनावर सोडवलंय आजवर. पण याच्याशी बाकी कुणाचा काहीही संबंध नाही."

आता पीलचं बडबड्या सेल्समनचं नाटक संपलेलं होतं. आता खरा पील समोर येत होता – आडगावातल्या आपल्या बारक्याशा रेडिओ स्टेशनचं रूपांतर देशातल्या दुसऱ्या नंबरच्या मीडिया कंपनीत करणारा पक्का, मुरब्बी पील. मागच्या शेल्फवरून त्यानं एक फ्रेम केलेला फोटो घेऊन टेबलावर ठेवला.

"केनिकॉट, तुम्हा आजकालच्या तरुण पोरांना काहीही समजत नाही. हे बघ– हा मी आहे, मागच्या गुरुवारी रात्रीच्या त्या म्युझिक ॲवॉर्ड्सच्या समारंभानंतरचा." त्यानं आपल्या जाड बुटक्या बोटानं फोटोत दाखवलं. त्यानं उत्कृष्ट कटिंग केलेला सूट घातलेला होता आणि त्याच्यापेक्षा बऱ्याच उंच, भरदार असलेल्या एक सुंदर पोरीनं त्याला मिठी मारलेली होती.

"ही सँड्रा लान्स. तू ओळख असशीलच म्हणा – सगळेच ओळखतात हिला. एकटीच राहते. उत्तम गायिका आणि इतकी सेक्सी की, उत्तर अमेरिकेतल्या बहुतेक सगळ्या तरुण पोरांची झोप उडवलीय हिनं. हा फोटो घेतल्यावर पाच मिनिटांनी मी एका लिमोमध्ये मागच्या सीटवर बसलेलो होतो, बरोबर शँपेनची ही एवढी थोरली बाटली. आणि शेजारी ही सँड्रा, एकटीच माझ्या शेजारी. एकसष्ट वर्षांचा, हेअर ट्रान्सप्लँट केलेला मी आणि ही अधाशासारखी शँपेन ढोसत होती. इथपर्यंतसुद्धा ठीक होतं एक वेळ; पण नंतर या पोरीनं चक्क तिचा टॉप काढून भिरकावून दिला आणि गळ्यातच पडली ना माझ्या! मी तरी कशाला सोडतोय हा चान्स! आणि ही सगळी धमाल चाललेली असताना, मि. केनिकॉट, मी कसला विचार करत असेन; सांगा बघू?"

केनिकॉट हललेलासुद्धा नव्हता.

पीलनं आवाज एकदम खाली आणला. "सांग ना, कसला विचार करत असेन मी?" त्यानं हळूच विचारलं.

"कोण जाणे!" शेवटी केनिकॉटनं खांदे उडवले. "काय विचार करत होतात तुम्ही?"

"नाही सांगता येत? मग केव्हिन ब्रेस कसा आहे, हे तरी कसं समजणार तुम्हाला? कुणी सांगावं, तोही माझ्यासारखाच लफडेबाज म्हातारा असू शकेल. तो कसा आहे, हे तुम्हाला त्याच्या डोक्यात शिरूनच बघावं लागेल."

केनिकॉटला केव्हाच उबग आलेला होता. "मला वेळ दिल्याबद्दल थँक्स." तो उठला. दारापाशी जाता-जाता एकदम काही तरी आठवून तो मागे वळला. "ब्रेसला

स्वत:लाच तुरुंगात राहायची इच्छा आहे, असं तुम्ही आताच म्हणालात.''

त्यानं मागे वळून पीलकडे पाहिलं. त्या प्रशस्त टेबलाशी बसलेला पील त्याला अगदीच छोटा भासला.

''मी त्याला काही इतका जवळून ओळखत नाही. मी त्याला विकत घेऊ शकलो नाही, एवढीच माहिती आहे मला त्याच्याबद्दल.'' पीलनं म्हटलं. ''पण माणसाला त्याची महत्त्वाकांक्षा जेव्हा अशा एका ठिकाणी खेचत घेऊन जाते की, जिथे त्याला राहायला आवडेनासं होतं; तेव्हा काय होतं, हे मात्र मला चांगलं माहितेयं.''

''काय?''

''मला वाटतं की, या क्षणी केव्हिन ब्रेस पुढच्या प्रोग्राममध्ये कुठल्या निरर्थक, फालतू गोष्टीबद्दल बोलावं, याची मुळीच काळजी करत बसलेला नसेल.''

''म्हणजे?''

''म्हणजे असं की, अख्ख्या कॅनडानं त्याच्यामधली जी काही क्रिएटिव्हिटी असेल ती शोषून घेऊन त्याला पार कोरडा ठणठणीत करून सोडलंय. तुरुंगातून सुटल्यावर त्याला जर पुन्हा तशीच बाष्कळ बडबड करावी लागणार असेल, तर उगाच कशाला तो बाहेर यायचे प्रयत्न करेल?''

धाड्कन दार उघडून केनिकॉट बाहेर आला आणि जवळजवळ धावतच निघाला. त्यानं त्या सुंदर रिसेप्शनिस्टकडे पाहिलं नाही की जमिनीवर होणाऱ्या आपल्या बुटांच्या आवाजाची पर्वा केली नाही. त्याला ताबडतोब तिथून बाहेर पडायचं होतं.

गेले इतके दिवस अथकपणे केलेल्या कामाचा थकवा त्याला आता एकदम जाणवू लागला. त्याला आता मोकळ्या हवेत श्वास घ्यायचा होता.

तो किंग स्ट्रीटवर आला. एव्हाना अंधार पडलेला होता. आकाश काळंकभिन्न दिसत होतं. त्याच्या घराकडेच जाणारी एक स्ट्रीटकार त्याच्याच रोखानं येत होती, पण त्याला एकदम काही वेळ चालायची इच्छा झाली. कॉलर उभी करून तो शहराच्या मध्यभागाच्या दिशेनं चालत निघाला. त्या बाजूला मात्र भरपूर दिव्यांचा प्रकाश होता. वातावरणात बोचरी, ओली थंडी होती. थोड्याच वेळात केनिकॉट पार हाडांपर्यंत गारठून गेला.

२५

अरी ग्रीनला हा हायवे अगदी पुसट आठवत होता. मागच्या वेळी तो या हायवेवरून गेला होता, तेव्हा तो चौदा वर्षांचा होता, आणि शाळेच्या बसनं समर कँपला गेला होता.

आज सकाळी त्याला टोरोंटो शहराच्या उपनगरांमधून बाहेर पडायलाच एक तास लागलेला होता आणि पुढचा आणखी एक तास तो या शेतीप्रधान भागातून, एकामागून एक छोटी गावं मागे टाकत आलेला होता. तिसऱ्या तासाच्या सुरुवातीला कोबोकाँक गावापाशी येत असताना त्याला कॅनडाचा उत्तरेचा संपूर्ण अर्धा भाग व्यापून टाकणाऱ्या प्रचंड ग्रॅनाईटचं– कॅनेडियन शिल्डचं – पहिलं दर्शन झालं होतं. इथून हॅलिबर्टन एका तासावर होतं.

त्या समर कँपमधली त्याच्या मनात कायमची ताजी राहिलेली आठवण म्हणजे पावलांना झालेल्या त्या कठीण ग्रॅनाईटच्या स्पर्शाची. तो आणि एलिनॉर नावाची त्याची मैत्रीण, असे दोघं एकमेकांच्या हातात हात गुंफून, ग्रॅनाईटवर बसून आकाशातले तारे रात्रभर बघत बसले होते. त्या वेळी त्यानं पहिल्यांदाच चुंबन घेतलं होतं.

कोबोकाँकपाशी तो डावीकडे हायवे ३५ वर वळला आणि वारा आणि हिमवृष्टीचा वेग आणखी थोडा वाढला – जणू उत्तरेचा भयंकर हिवाळा दोन्ही हात पसरून त्याचं स्वागत करत असल्यासारखा.

लवकरच रहदारी थांबली. पुढे बहुधा कुठे तरी रस्त्याचं काम चालू असल्यामुळे गाड्यांच्या लांबच लांब रांगा लागलेल्या होत्या. तिथून बाहेर पडायला ग्रीनला आणखी अर्धा तास लागला, आणि दहा मिनिटांनी त्यानं एका जुन्या बिल्डिंगच्या, उत्तम रीतीनं बर्फ काढलेल्या पार्किंग लॉटमध्ये गाडी आणून उभी केली. पाठीमागेच उंच टेकड्यांची एक रांग होती. मुख्य दरवाज्यावर मोठ्या अक्षरात लिहिलेली, फिकुटलेली पाटी होती – 'हार्डस्क्रबल कॅफे' आणि पार्किंग लॉटमध्ये पिकअप ट्रक्स, एसयूव्ही, स्नोमोबाईल्स वगैरेंची बऱ्यापैकी गर्दी होती.

गाडीतून बाहेर पडताना दार उघडण्यासाठी ग्रीनला जरा जोरच लावावा लागला. तो बाहेर येताक्षणीच घोंघावणाऱ्या थंडगार वाऱ्यामुळे गाडीचं दार आपोआपच खाड्कन बंद झालं. कॉलर वर करून, कान झाकून घेऊन तो रेस्टॉरंटमध्ये शिरला.

ते रेस्टॉरंट म्हणजे एकच मोठी थोरली चौकोनी खोली होती. साधं, अत्यंत स्वच्छ. सात-आठच टेबलं, टेबलांवर प्लॅस्टिकचे टेबलक्लॉथ. भिंतींवर या भागात सुरुवातीला येऊन राहिलेल्या लोकांचे कृष्णधवल फोटो होते. एका फोटोत गावातले सगळे लोक पहिल्या महायुद्धाहून परतलेल्या सैनिकांचं स्वागत करताना दिसत होते. प्रत्येक टेबलाच्या वर घरीच केलेली, पण सुबक अशी ख्रिसमस डेकोरेशन्स छतावरून सोडलेली होती. साधारण निम्मी-अर्धी टेबलं भरलेली होती. सगळे जण पुरुषच होते, जाडजूड कपडे घातलेले.

या साऱ्या अगदी साध्या वातावरणात ताबडतोब जाणवणारी एक गोष्ट भरून राहिलेली होती. ती म्हणजे, ताज्या ब्रेडचा तोंडाला पाणी सुटायला लावणारा वास. त्यामुळे वातावरणात का कोण जाणे, एक प्रकारची ऊब निर्माण झालेली होती. आईच्या स्पर्शात असते, तशी ऊब. ग्रीन एका कोपऱ्यातल्या रिकाम्या टेबलाशी जाऊन बसला.

थोड्या वेळानंतर अंगावर पांढरा एप्रन घातलेली एक तरुणी त्याच्यापाशी आली. "सॉरी, तुम्हाला वाट बघावी लागली." तिनं म्हटलं. "आज सकाळपासूनच फार काम पडलंय आम्हाला. इथली सगळी तळी, तलाव पूर्णपणे गोठलेत, त्यामुळे स्नोमोबाईलसची गर्दी एकदम वाढलीय."

तिनं आपलं छोटंसं ऑर्डर पॅड आणि पेन्सिल सरसावली मग मेनू वाचायला सुरुवात केली. "टोमॅटो सूप – आमच्याच शेतातले टोमॅटो आणि बाकीच्या भाज्या घालून केलंय."

"ब्रेडचा अगदी घमघमाट सुटलाय."

"हो, आमच्या ब्रेडवर तर लोक जाम खूष असतात." ती प्रथमच हसली. तिचे दात वेडेवाकडे, पिवळसर होते. तिच्या जीनच्या मागच्या खिशातून एक सिगारेटचं पाकीट डोकावत होतं. "मॅकगिल रोज सकाळी ताजा ब्रेड बनवतात."

"तुमच्या इथे जे काही खास असेल, ते आणा." ग्रीनही हसला.

तो मुद्दामच अगदी सावकाश, शांतपणे खात होता. रेस्टॉरंट हळूहळू रिकामं होत होतं. त्यानं टेबलावरच्या 'द हॅलिबर्टन एको' या स्थानिक वृत्तपत्राचा अंक उचलला. त्यातल्या एका बातमीनं त्याचं लक्ष वेधून घेतलं. गेल्या शुक्रवारी रात्री स्नोमोबाईल चालवत असलेली दोन तरुण पोरं गावातल्या पुलाजवळ गोठलेल्या नदीत पडली आणि वरचा बर्फाचा थर फोडून आत घुसली. पोलीस तिथे वेळीच पोचले आणि त्यांनी त्या दोघांना वाचवलं. पण शनिवारी रात्री तीच दोन पोरं पुन्हा

स्नोमोबाईलसकट त्याच ठिकाणी नदीत पडली. या वेळी मात्र पोलीस वेळेवर पोचू शकले नव्हते.

सारा मॅकगिल – केव्हिन ब्रेसची पहिली बायको – किचनमधून जेव्हा रेस्टॉरंटमध्ये आली, तेव्हा फक्त दोनच टेबलांवर माणसं होती. एका टेबलावरचा ग्रुप ग्रीनच्या नंतर थोड्याच वेळात आलेला होता आणि दुसऱ्या टेबलावर ग्रीन बसलेला होता. सारा मॅकगिलचे केस जवळजवळ पूर्णपणे पिकलेले होते. तिनं कसलाही मेकअप केलेला नव्हता. पण तिच्या व्यक्तिमत्त्वातच एक प्रकारचं नैसर्गिक सौंदर्य होतं, चालण्यात ताठा होता. काळाचा, कष्टांचा कसलाही फारसा प्रभाव त्यावर पडलेला दिसत नव्हता. हाही इथल्या ग्रॅनाईटचाच परिणाम असावा बहुधा.

ती आलीय, याचाच अर्थ आपली उठायची वेळ झालेली दिसते, असंच बहुधा त्या ग्रुपमधल्या लोकांना जाणवलं असावं. तिनं पाऊल टाकताक्षणीच सगळे जण एकदम उठले.

"काही म्हणा, तुमच्या पदार्थांची चव कायम वेगळीच असते बरं का, मिस मॅकगिल." त्यांच्यातला एक थोराड अंगाचा, छानपैकी दाढी राखलेला माणूस बोलला. त्याच्या चेहऱ्यावर मैत्रीचं, ओळखीचं हसू होतं. हा नक्की इथे नियमितपणे येत असणार, हे उघड दिसत होतं. त्यानं कोटाची झिप लावली.

"जॅरेड, तू दर वेळी फक्त हेच वाक्य, असंच म्हणतोस." सारा मॅकगिलच्या चेहऱ्यावरही हास्य चमकलं. आत्मविश्वासानं भरलेलं हास्य. आणि तिनं त्याच्या खांद्याला स्पर्श केला.

"तुम्ही आता सोमवारीही रेस्टॉरंट उघडं ठेवायला हवं. सोमवारी आमच्यासारख्यांनी कुठे जायचं मग?"

मॅकगिलनं रेस्टॉरंटमधल्या रिकाम्या टेबलांकडे हात केला. "नको रे बाबा, त्या रस्त्याचं काम चाललंय तोपर्यंत मुळीच नको. गेलं वर्षभर काम रखडलंय. असंच काम चालू राहिलं, तर मला उलट जास्त दिवस रेस्टॉरंट बंद ठेवावं लागेल."

तिचा निरोप घेऊन ते सगळे निघून गेले. तिच्या खांद्यावर डिश पुसायचं फडकं होतं. ते हातात घेऊन तिनं नेहमीच्या सरावानं एकेक टेबल साफ करायला सुरुवात केली.

सारा मॅकगिलची जमवलेली, लिहून ठेवलेली माहिती ग्रीनला आठवली. तिचा जन्म नोरांडा नावाच्या एका छोट्या, खाणकाम करणाऱ्यांची वस्ती असलेल्या गावात झाला होता. तिच्या वडिलांची गावात फार्मसी होती, तर आई शिक्षिका होती. आई-वडिलांची ती एकुलती एक मुलगी होती. युनिव्हर्सिटीत नॅचरल सायन्सेसचा अभ्यास करून तिनं ग्रॅज्युएशनसाठी इंग्लंडला जाण्याकरिता स्कॉलरशिप मिळवली होती. लंडनमध्ये एका 'कॅनडा डे'च्या समारंभात तिला केव्हिन ब्रेस नावाचा तरुण

पत्रकार भेटला होता. पुढे ते दोघंही कॅनडाला एकत्रच परतले होते. त्यांनी लग्नही केलं होतं आणि त्यांना एका पाठोपाठ एक अशी तीन मुलं झाली होती. सर्वांत धाकटं मूल फक्त चौदा महिन्यांचं असताना केव्हिन ब्रेस तिला सोडून गेला होता.

केव्हिन ब्रेसची हकिगत मात्र इतकी सरळ आणि साधी नव्हती. टोरोंटोमधल्या एका धनाढ्य कुटुंबात त्याचा जन्म झाला होता, पण त्याच्या वडिलांना मात्र कसल्याही कामात रस नव्हता. त्याऐवजी हा माणूस बहुतांश वेळ बाई आणि बाटलीतच बुडालेला असायचा. त्याचं केव्हिनच्या आईशी लग्न झालं होतं, तेव्हा त्याचं वय त्रेचाळीस होतं. केव्हिनही एकुलता एकच होता. बापाच्या दृष्टीनं मात्र तो म्हणजे एक कटकट होता.

केव्हिन बारा वर्षांचा असताना त्याचे वडील एकदा रात्री दारू पिऊन झिंगत घरी आले होते आणि ते भयंकर संतापलेले होते. त्यांनी संतापाच्या भरात त्याच्या आईला मारहाण करायला सुरुवात केली होती. केव्हिननं त्यांना विरोध केला होता आणि ते उलट केव्हिनवरच चाल करून गेले होते. केव्हिनला त्यांनी भयंकर मारलं होतं. त्याच्या गालावर एक भली मोठी जखम झाली होती आणि तिचा व्रण अजूनही त्याच्या गालावर होता. त्यामुळेच त्यानं तो झाकून टाकण्यासाठी पहिल्यापासूनच दाढी राखलेली होती.

या सगळ्या भानगडीत केव्हिनच्या वडिलांना पोलिसांनी पकडून डॉन जेलमध्ये नेऊन टाकलं होतं. दुसऱ्याच दिवशी सकाळी ते कोठडीत मृतावस्थेत सापडले होते. मेंदूत रक्तस्राव होऊन त्यांना मृत्यू आला होता. त्यांच्या इस्टेटीचा हिशेब वगैरे व्यवस्था केल्यानंतर केव्हिनच्या हाती फक्त प्रचंड प्रमाणात देणी लागली होती. ज्या प्रचंड बंगल्यात केव्हिन लहानाचा मोठा झाला होता, तो बंगला विकावा लागला होता. ब्रेस अन् त्याची आई योंग स्ट्रीटवर एक अपार्टमेंट घेऊन राहू लागले होते आणि पुढे तो एक स्कॉलरशिप मिळवून युनिव्हर्सिटीत गेला होता.

सारा मॅकगिल काम करत होती, ते ग्रीन पाहत होता : टेबलावरच्या मीठ – मिरपुडीच्या बाटल्या घेऊन एखाद्या खुर्चीवर ठेवायच्या, टेबल साफ करायचं, आणि मीठ-मुरपुडीच्या बाटल्या पुन्हा उचलून टेबलाच्या मधोमध ठेवायच्या. बरोबर आणलेल्या ट्रेमधून फोर्क, सुरी आणि चमचा असे चार सेट काढायचे आणि चारही खुर्च्यांसमोर टेबलावर व्यवस्थित ठेवायचे. खुर्च्या पुसून परत नीट ठेवायच्या. ट्रे घेऊन पुढच्या टेबलाकडे जायचं.

मॅकगिल जेव्हा ग्रीनच्या टेबलाशी आली, तेव्हा कुठे अजून एक गिऱ्हाईक हॉटेलमध्ये आहे, हे तिच्या लक्षात आलं. तिला जरा आश्चर्यच वाटलं.

''आता हॉटेल बंद होणार आहे.'' ट्रे एका हातानं सांभाळत, डोळ्यांवर येऊ पाहणारी एक केसांची बट दुसऱ्या हातानं मागे सारत तिनं म्हटलं आणि कॅश

रजिस्टरपाशी हिशेब करण्यात गढलेल्या त्या मघाच्या तरुण वेट्रेसकडे कटाक्ष टाकला. ''पैसे सरळ चार्लिनकडेच द्या.''

''फार ताजे आणि चवदार पदार्थ होते तुमचे.'' ग्रीननं म्हटलं. ''सगळं तुम्ही स्वत:च करता का?''

एवढ्या वेळानंतर प्रथमच मॅकगिल हलायची थांबली आणि तिनं पुन्हा तेच सुंदर हास्य केलं. मनापासून केलेलं, आत्मविश्वासानं भरलेलं.

''हो. नाही तर कॅनमधले पदार्थ खायला इतक्या लांबून कोण येणार?'' तिनं लगेच ग्रीनच्या शेजारचं टेबलं साफ करायला सुरुवात केली.

ग्रीन बसूनच राहिला.

''सकाळी सहा वाजल्यापासून काम करतेय मी.'' तिनं म्हटलं. ''प्लीज, रागावू नका, पण आमची रेस्टॅरंट बंद करायची वेळ खरंच झालीय.''

''मिसेस ब्रेस, मला जरा तुमच्याशी बोलायचंय.'' त्यानं शांतपणे म्हटलं.

आपलं विवाहानंतरचं नाव ऐकून सारा मॅकगिल क्षणभर चमकली. पण लगेच तिनं काम परत सुरू केलं.

''मी डिटेक्टिव्ह अरी ग्रीन. मी मेट्रो टोरोंटो पोलिसांत काम करतो.'' त्यानं झटकन म्हटलं. ''हा माझा बॅज.''

मॅकगिलनं खांद्यावरचं फडकं काढून आधीच साफ केलेलं टेबल पुन्हा पुसलं. तिनं वर मान केली नाही.

''मला केव्हिनबद्दल बोलायचंय तुमच्याशी.''

मॅकगिलनं टेबलावरची नजर हटवली नाही आणि पुन्हा, तिसऱ्यांदा ते पुसलं. मीठ-मिरपुडीच्या बाटल्या उचलून तिनं टेबलावर जोरात आपटून ठेवल्या. तेवढ्यात नेमकी मिठाची बाटली तिच्या हातून सटकली आणि टेबलावर आडवी झाली. टेबलावरच्या प्लॅस्टिकच्या टेबलक्लॉथवर मीठ सगळ्याभर पसरलं.

''शिट्.'' बाटली सरळ उभी करत तिनं त्राग्यानं म्हटलं. ''शिट्''

२६

कॉलेज स्ट्रीटवरून पश्चिमेकडे जाणाऱ्या स्ट्रीटकारमध्ये डॅनियल केनिकॉट बसला, तेव्हा ती जवळजवळ रिकामीच होती. रात्र बरीच झालेली होती. आपला पोलिसाचा बॅज दाखवून तो फुकटात प्रवास करू शकला असता, पण त्यानं सरळ भाड्याचे पावणेतीन डॉलर काढले आणि तो सगळ्यात मागच्या सीटकडे निघाला. गाडीत आणखी फक्त चारच उतारू होते. प्रत्येक जण खिडकीजवळच्या सीटवर एकेकटा बसलेला होता. केनिकॉट सगळ्यात मागच्या कडक, थंडगार पडलेल्या सीटवर जाऊन बसला. त्याला एकदम बरं वाटलं.

शहराच्या मध्यभागातून गाडी मोकळ्या रस्त्यांवरून दूर चाललेली होती, तसतसा शहरात दिसणारा झगमगाट कमी होत होता. पण गाडीनं बाथहर्स्ट स्ट्रीट ओलांडता क्षणीच झगमगाट पुन्हा वाढला. गाडीतही एकदम प्रकाश पसरला. पुढच्या रस्त्यावर जवळजवळ ट्रॅफिक जॅमच झालेला दिसत होता. झगमगीत उजेड असलेल्या रेस्टॉरंट्स आणि कॅफेंमधून लोक जा-ये करत होते. जिकडे-तिकडे गर्दी होती. गाडी आता टोरोंटोच्या प्रसिद्ध लिटल इटली भागात आलेली होती. शहरातला इव्हिनिंग स्पॉट म्हणून हा भाग नावाजलेला होता.

केनिकॉट उठला आणि त्यानं आपण उतरणार असल्याचं ड्रायव्हरला सांगण्यासाठी वरची घंटेची दोरी खेचली. क्लिंटन स्ट्रीटच्या पुढच्या चौकात तो उतरला. रस्त्याच्या दोन्ही बाजूंच्या रेस्टॉरंटमधून संगीताचे आवाज बाहेर रस्त्यावर ऐकू येत होते. 'कॅफे डिप्लोमॅटिको' या प्रसिद्ध रेस्टॉरंटच्या अर्धवट उघड्या खिडकीतून त्यानं आत डोकावून पाहिलं. आत चोखंदळ खवय्यांची भरपूर गर्दी होती, पांढरे एप्रन घातलेल्या वेटर्सची धावपळ चाललेली होती. हसण्याचे, गप्पा मारण्याचे आवाज येत होते. ताज्या पिझ्झांचा गंध वातावरणात पसरलेला होता. पण फार गर्दी दिसतेय, असं म्हणत केनिकॉट पुढे निघाला.

क्लिंटन स्ट्रीट ओलांडून तो 'रिव्हिएरा बेकरीत'त घुसला. नशिबानं इथे मात्र

गर्दी नव्हती. काउंटरवरच्या वृद्ध इटालियन स्त्रीनं त्याच्याकडे बघून स्मित केलं.

"अजून दोन शिल्लक आहेत." त्याच्या पाठीमागे असलेल्या रेफ्रिजरेटकडे बोट दाखवत तिनं म्हटलं. "एकदम ताजे."

मागे वळून केनिकॉटनं फ्रिजचं काचेचं दार उघडलं. सगळ्यात खालच्या जागेत पिझ्झा डफच्या दोन प्लॅस्टिकच्या पिशव्या रचून ठेवलेल्या होत्या. त्यातली तळाची पिशवी काढून घेऊन त्यानं तीन प्रकारचं चीज निवडलं – रोमानो, मोझारेला आणि पार्मेसिअन – मेरिनेटेड रेड पेपर्सचा एक डबा आणि पेपेरोनीचं एक पॅक असं सगळं घेऊन तो काउंटरपाशी आला. तिथं त्यानं आर्टिचोक हार्ट्सची एक बाटली घेतली आणि ऑलिव्हच्या एका टबकडे बोट केलं.

त्या बाईनं मान डोलावली. "आमच्याकडे खास ख्रिसमससाठी प्रोसिउतो आहेत." आणि त्याच्या उत्तराची वाट न बघता तिनं हातांवर करून टांगलेल्या एका लांबलचक रांगेतून मांसाचा एक तुकडा काढून घेतला.

"हं, हे बघा–" त्यातला एक बारीक तुकडा कापून त्याला नमुना म्हणून खायला देत तिनं म्हटलं. "तुमच्या पिझ्झाबरोबर हे जास्त चांगलं लागेल. पेपेरोनी काय, नेहमीचीच असते."

केनिकॉटनं तो तुकडा तोंडात घातला. अत्यंत चविष्ट, आंबट-तिखट, लुसलुशीत मांस होतं ते. तो खूष झाला. "याचे बारा स्लाइसेस द्या." आणि पेपेरोनी परत फ्रिजमध्ये ठेवण्यासाठी म्हणून त्यानं हात पुढे केला.

त्या बाईनं त्याच्या हातावर हात ठेवून त्याला थांबवलं. "असू दे. ते मी ठेवेन."

प्लॅस्टिकची शॉपिंग बॅग घेऊन केनिकॉट बाहेर रस्त्यावर आला. त्याच्या पुढेच एक जोडपं हातात हात घालून ट्रॅफिक लाईटपाशी उभं होतं. पाठीमागून बघत असूनही त्यानं त्या जोडप्यातल्या मुलीला लगेच ओळखलं. पण त्या दोघांनी हातात हात गुंफलेले असल्यामुळे त्यानं दुसरीकडे बघायला सुरुवात केली.

"डॅनियलऽऽ" तेवढ्यात तिनं मागे वळून हाक मारलीच.

ती जो समर्स होती. केस तसेच, त्याच त्या क्लिपनं डोक्यावर घेऊन बांधलेले.

"हाय जो!"

तिच्याबरोबरच्या त्या माणसानंही मागे वळून बघितलं. त्यानं फारसे फॅशनेबल नसलेले कपडे घातलेले होते आणि काहीसे विरळ होत चाललेले ब्लाँड रंगाचे केस व्यवस्थित भांग पाडून जागेवर बसवलेले होते. बहुधा चाळिशीच्या आसपास असावा तो. आणि त्याच्या भल्या रुंद चेहऱ्यावर तितकंच रुंद हास्य होतं.

"हा टेरेन्स." जोनं म्हटलं. एवढंच जास्त काही नाही.

टेरेन्सनं जोच्या हातातून हात सोडवून घेत केनिकॉटशी जोरजोरात शेकहँड केला. "रिअली नाईस टू मीट यू."

"आम्ही दोघं लॉ स्कूलमधले मित्र आहोत." जोनं टेरेन्सकडे बघत म्हटलं. "डॅनियलनं मात्र वेळीच डोकं चालवून प्रॅक्टिस सोडली."

"असं? मग आता काय करतोस तू?" टेरेन्सनं विचारलं. त्याचं हास्य आणखीच रुंदावल्यासारखं दिसत होतं. क्षणभर केनिकॉटच्या मनात चमकून गेलं की, याला 'द ग्रेट गॅट्सबी'मधल्या निकसारखं 'मी आता बाँड्सचं काम करतो' असं उत्तर द्यावं.

"असं खास काही सांगण्यासारखं नाही करत मी." त्यानं म्हटलं. "जरा एक वेगळा प्रयत्न करून बघतोय."

त्यानं जोकडे बघितलं. त्याला वाटलं की, ही आता आपण पोलिसांत असल्याचं टेरेन्सला सांगणार. पण तिनं फक्त हळूच त्याच्या खांद्याला स्पर्श केला –'काळजी करू नकोस, मला माहितेय की, एव्हाना सगळ्यांना तीच हकिगत सांगून तुलाही कंटाळा आला असेल', असं सांगत असल्यासारखा.

तेवढ्यात केनिकॉटला चौकातला पादचाऱ्यांना रस्ता क्रॉस करायला सांगणारा दिवा हिरवा झालेला दिसला.

"आज आम्हाला नशिबानं 'कॅलेंडर'मध्ये रिझर्व्हेशन मिळालंय." टेरेन्सनं हातातल्या घड्याळात हळूच बघत म्हटलं. "तिथे रिझर्व्हेशन मिळणं किती कठीण असतं, तुला माहीतच असेल."

"ओके. मी या बाजूला जाणार आहे." केनिकॉटनं बरोबर विरुद्ध दिशेकडे निर्देश केला.

"बाय, डॅन. थँक्स." टेरेन्सनं म्हटलं आणि तो जो समर्सकडे वळला. त्याच्याबरोबर जायला वळता-वळता तिनं क्षणभरच केनिकॉटच्या नजरेत पाहिलं. टेरेन्सनं तिच्या खांद्याभोवती हात टाकला. तीही टेरेन्सच्या कमरेभोवती हात टाकते का, हे बघायला केनिकॉट मुद्दामच काही क्षण थांबला. पण तिनं तसं केलं नाही.

भाग २ : फेब्रुवारी

२७

मि. सिंगना त्रास होत असे तो कॅनडातल्या हिवाळ्यातल्या थंडीचा नव्हे. भारतात काश्मीरमध्ये असताना त्यांनी कित्येक महिने हाडं गोठवणाऱ्या थंडीचा अनुभव घेतलेला होता. शिवाय टोरोंटोमधल्या हिवाळ्यातल्या लहरी हवामानाचीही त्यांना चांगली सवय होती. कधी आठवडाभर प्रचंड थंडी, तर कधी इतकं उबदार वातावरण की, सगळ्या आईस रिंक्स पार वितळून जायच्या.

त्यामुळे त्यांना कॅनडातल्या हिवाळ्यात जो त्रास होत असे, तो थंडीचा नव्हे; तर अंधाराचा. त्या अंधाराची सवय मात्र त्यांना अजूनही झालेली नव्हती. सप्टेंबर संपत आला की, दिवस झपाट्यानं लहान होऊ लागायचा आणि नोव्हेंबरच्या मध्यानंतर तर ते सकाळी उठायचे ते अंधारात, शहरातून हिंडायचे ते अंधारात आणि मार्केट प्लेस टॉवर्समध्ये पेपर टाकायचे तेही अंधारातच.

आज मात्र मि. सिंग पहाटे बाहेर पडले, तेव्हा चक्क अंधुकसा का होईना, आकाशात थोडा प्रकाश होता. ते मार्केट प्लेस टॉवर्समध्ये आले, तेव्हा तर तिथल्या लॉबीत चक्क उगवत्या सूर्याचं कोवळं ऊन पडलेलं होतं. ते एकदम खूष झाले.

उद्या सेंट व्हॅलेन्टाईन्स डे होता – खास कॅनडातला सण. सगळे पेपर्स फालतू जाहिराती आणि माहितीपर लेखांनी भरून गेलेले होते. रोमान्स काय, चॉकलेट्स काय, प्रेझेंट्स काय... मि. सिंगच्या कुटुंबावरही या साऱ्याचा परिणाम न होता, तरच नवल. काल रात्री सगळी नातवंडं त्यांच्या घरी जमली होती, तेव्हा तेजगीनं – – त्यांच्या छोट्याशा नातीनं – त्यांना भर डिनर टेबलावर – सगळ्यांच्या देखत विचारलं होतं, ''दादाजी, तुम्ही दादीला व्हॅलेंटाईन्स डेचं प्रेझेंट काय देणार?''

''तुझ्या दादीला व्हॅलेंटाईन्स डेसाठी प्रेझेंट देण्याची गरज नाही बेटी,'' मि. सिंगनी मोठ्या मायेनं नातीला सांगितलं होतं. ''तुझ्या दादीवर माझं किती प्रेम आहे, हे तिला चांगलं माहितेय.''

तेजगीनं थोडा विचार केला होता. ''मग दादाजी, तुम्ही दादीचा किस घेताना

कधी दिसत नाही ते?''

डिनर टेबलावर एकच हशा पिकला होता. तेजगीची बिमलादादी चक्क लाजली होती.

"बेटी," मि. सिंगनी म्हटलं होतं, "फक्त किस करणं म्हणजे प्रेम, असं नसतं. प्रेम म्हणजे त्यापेक्षा बरंच काही असतं.''

लॉबीत ठेवलेला वृत्तपत्रांचा गठ्ठा उचलून घेताना मि. सिंगना या आठवणीनं हसू आलं. आजचा गठ्ठा जरा जास्त जड होता, कारण प्रत्येक पेपरमध्ये व्हॅलेंटाईन्स डेच्या वेगवेगळ्या सुट्या जाहिराती घातलेल्या होत्या. खिशातून चाकू काढून त्यांनी पहिल्या पेपरला बांधलेली प्लॅस्टिकची दोरी कापली आणि पेपर उघडला. त्यातूनही काही रंगीबेरंगी जाहिराती खाली पडल्याच.

आता भारतातही हे फॅड बरंच फोफावतंय – त्यांनी मनात म्हटलं. 'द ग्लोब अँड मेल' हा कॅनडातला प्रतिष्ठित पेपर समजला जायचा – निदान त्या पेपरवाल्यांचा तरी तसा दावा होता – पण तोही त्यांना विचित्रच वाटायचा. त्यात कॅनडातल्या राजकारणाविषयी, जगातल्या घडामोडींबद्दल अनेक चांगले लेख असायचे; पण त्याच्या जोडीला पत्रकारलोकांनी स्वतःच्या अनुभवांवर लिहिलेले अनेक फालतू आणि टाकाऊ लेखही असायचे. बर्फात तंबूमध्ये रात्रभर कसा झोपलो (अरे, पण घर नाही का तुला? – मि. सिंग), आपल्या मुलाच्या जन्मानंतर रेस्टॉरंटमध्ये प्रथमच जाता यावं म्हणून बेबीसिटर कशी मिळवली (पण मग तुझे आईबाप कुठे होते रे? – मि. सिंग), वगैरे. एक लेख वाचून तर मि. सिंग सर्दच झाले. एका पत्रकार पोरीनं तर चक्क आपले स्तन कशा आकाराचे आहेत आणि त्यासाठी बरोबर बसेल अशी ब्रा मिळवायला आपल्याला किती शोधाशोध करावी लागली, यावरच लेख लिहिलेला होता.

पण त्यांना सगळ्यात जास्त आश्चर्य वाटत होतं, ते पेपरमध्ये ब्रेसच्या खटल्याच्या कव्हरेजचं. डिसेंबरमध्ये मि. ब्रेसना अटक झाली, तेव्हापासून त्या एकूणच प्रकरणावर इतके लेख आणि बातम्या वेगवेगळ्या पेपरांमध्ये आलेल्या होत्या की, मि. सिंग आश्चर्यानं थक्क झाले होते.

ते लॉबीतून निघाले. तिथला व्यवस्थापक रशीद त्यांना नेहमीप्रमाणे टेबलाशी बसलेला दिसला. त्याच्या टेबलावर 'टोरोंटो स्टार'चा अंक पसरून ठेवलेला होता. स्वतःला 'बुद्धिवाद्यांचा पेपर' म्हणण्याऐवजी 'जनतेचा पेपर' म्हणवणाऱ्या या पेपरमध्ये तर ब्रेसच्या प्रकरणाचं किती तरी जास्त कव्हरेज येत होतं.

"आज काय म्हणतोय पेपर, मि. ब्रेसबद्दल?" अंगातला जडशीळ कोट काढत मि. सिंगनी विचारलं.

"त्यांनी मि. ब्रेसच्या पहिल्या बायकोला शोधून काढलंय.'' रशीदनं उत्तर दिलं.

"तिचं वर उत्तरेला एका छोट्या शहरात एक रेस्टॉरंट आहे वाटतं. हा काय, तिचा फोटोही छापलाय इथे." त्यानं ते पान मि. सिंगना दिसावं म्हणून थोडं तिरकं केलं.

"मि. ब्रेसनाही वेगवेगळे पदार्थ बनवायला आवडतं." मान तिरपी करून ते फोटो बघू लागले. फोटो बऱ्यापैकी अंतरावरून घेतलेला दिसत होता. साठीच्या आसपासच्या एका देखण्या, अंगावर हिवाळ्याचा लांब कोट घातलेल्या स्त्रीचा फोटो होता तो. बर्फानं भरलेल्या एका पार्किंग लॉटमधून बऱ्याच गाड्याही लागलेल्या दिसत होत्या.

"इथे असं म्हटलंय की, तरुणपणी मि. ब्रेस एक पत्रकार म्हणून इंग्लंडमध्ये असताना त्यांची आणि त्यांच्या पहिल्या बायकोची भेट झाली." रशीदनं म्हटलं.

"ते इंग्लंडमध्ये होते? मला हे माहीत नव्हतं." मि. सिंगनी म्हटलं. "कदाचित त्यामुळेच त्यांना चहा इतका छान करता येत असेल."

"त्यांची बायको ऑक्सफर्डमध्ये शिकत होती म्हणे." रशीदनं म्हटलं.

"काय शिकत होती?"

"वनस्पतिशास्त्र. त्या इकडे परत आल्या, त्याच्याआधी एक वर्ष त्यांनी इंग्लंडच्या रॉयल गार्डन्समध्ये काम केलं. मागे एकदा मि. ब्रेसनी एका मासिकाला दिलेल्या मुलाखतीत म्हटलं होतं की, पहिल्या भेटीतच माझं तिच्यावर प्रेम बसलं. तिला माझ्यात इंटरेस्ट असेल, असं मला कधी वाटलंसुद्धा नव्हतं. तिच्या आजूबाजूला इतकी हुशार पोरं होती, त्यांना सोडून ती माझ्याकडे बघेल असंसुद्धा मला वाटलं नव्हतं."

"हे असेच लेख आणि मुलाखती म्हणजे केवळ वेळेचा अपव्यय असतो." फोटोखालच्या ओळी वाचायचा प्रयत्न करत मि. सिंग बोलले.

रशीदनं पेपरचं मधलं पान उघडलं. तिथे तर दोन्ही पानांवर ब्रेस, त्याचे कुटुंबीय वगैरेंचे फोटो होते; शिवाय त्या दोघांवर एक भला मोठा लेखही होता.

मि. सिंगनी घड्याळाकडे बघितलं. एव्हाना त्यांना चांगलं एक मिनिटभर उशीर झालेला होता.

"चांगलीच मोठी हकिगत दिसतेय." रशीदनं उत्सुकतेनं वाचायला सुरुवातही केली.

"शिळोप्याच्या गप्पा आहेत, झालं." मि. सिंगनी थोडं मागे सरकत म्हटलं. मि. ब्रेसची पहिली बायको खरोखरच आकर्षक दिसतेय– त्यांनी मनात म्हटलं. त्या तुलनेत ते स्वत:च जरा डावे वाटतात.

तेवढ्यात रशीदनं एकदम म्हटलं. "ओ माय गॉड! त्यांच्या एका मुलाला नेलेलं दिसतंय."

"खरंच?" मि. सिंग उत्सुकतेनं पुन्हा टेबलाशी आले.

"हो, त्यांचा सगळ्यात मोठा मुलगा." रशीद एकीकडे भराभर वाचत होता. "तो एकटाच मुलगा होता. ऑटिस्टिक होता तो. त्याला बोलता येत नव्हतं."

"अरेरे!" मि. सिंगनी तो फोटो बघत म्हटलं. त्यात ब्रेस, त्याची पहिली बायको, त्यांच्यापुढे त्यांच्या दोन छोट्या मुली होत्या. सगळे थेट कॅमेऱ्यात बघत होते. ब्रेसच्या शेजारी एक उंच, किडकिडीत मुलगा होता; तो मात्र उजवीकडे कुठे तरी बघत होता.

"त्या मुलाला सुधारगृहात नेलं, त्यानंतर लवकरच ते दोघं वेगळे झाले." रशीद माहिती वाचत बोलला.

"इंडियन रेल्वेत मी चीफ इंजिनिअर होतो, त्या काळात मी अशी अनेक कुटुंबं पाहिलीयत. अशी मुलं वाढवणं म्हणजे खरंच फार त्रासदायक असतं.

आता मात्र पेपरचा गठ्ठा घेऊन ते निघाले. चांगला पाच मिनिटं उशीर झाला होता त्यांना. काय दुर्दैव आहे– त्यांनी मनात म्हटलं. एवढा प्रसिद्ध, बडबड्या माणूस, रेडिओवर प्रोग्राम करतो आणि बिचाऱ्याचा मुलगा मात्र मुका!

२८

पुन्हा एकदा ट्रॅफिकच्या सिग्नलचा लाल दिवा लागला, तरीही केनिकॉटला डावीकडे वळता आलं नाहीच. काय भयंकर रहदारी आहे– त्यानं मनात म्हटलं आणि निराशेनं मान हलवली. काही वर्षांपूर्वी फॉरेन्सिक आयडेंटिफिकेशन सर्व्हिसचा कारभार फारच वाढला; तेव्हा कोणाच्या तरी सुपीक डोक्यातून कल्पना निघाली की, आता हे ऑफिस शहराच्या मध्यभागातून सरळ उपनगरी भागात हलवावं. त्यामुळे आता हे ऑफिस जेन स्ट्रीटच्या भयंकर रहदारीच्या भागात आलेलं होतं. इथे कायम रहदारी खोळंबलेलीच असायची.

आणि याचं कारण अगदी उघड होतं. तीस वर्षांपूर्वी बाहेरून शहरात स्थलांतर करणाऱ्या लोकांची संख्या प्रचंड वेगानं वाढत होती आणि नेमक्या त्याच वेळी तत्कालीन राजकारण्यांनी सब-वे बांधायचं बंद केलं होतं. एकदम हुशार जमात.

सिग्नलचा दिवा पुन्हा हिरवा होण्याची वाट बघत असताना केनिकॉटची नजर तिथल्या एका लांबलचक मॉलकडे गेली. सात वेगवेगळ्या देशांमधून आलेल्या लोकांची सात दुकानं त्या रांगेत होती : ट्रॉपिकल फ्रूट; ईस्ट अँड वेस्ट इंडियन ग्रोसरीज; गोल्डन स्टार थाई अँड व्हिएतनामीज कुझिन; महंमदस हलाल मीट; फूड; होजेज हेअर स्टुडिओ; आणि अर्थातच नेहमीच यशस्वी – डॉलर कॅश बूथ, चेक कॅशिंग, पे-डे लोन्स, वायर मनी ओव्हरसीज. केनिकॉट स्वत: जरी शहराच्या जुन्या भागात लहानाचा मोठा झालेला होता, तरी त्याला या बाहेरून आलेल्या लोकांबद्दल फार आपुलकी वाटायची. विशेषत: तो पोलिसांत आल्यावर त्याची ही आपुलकी चांगलीच वाढलेली होती. शहरात खरा उत्साह टिकून असतो तो या लोकांमुळे, असं त्याचं स्वत:चं मत होतं.

शेवटी एकदाचा तो एफआयएसच्या पार्किंग लॉटमध्ये येऊन दाखल झाला. एका बाजूला एक छोटं रोटीचं दुकान आणि दुसऱ्या बाजूला भलं मोठं मॅकडोनाल्डसचं स्टोअर, या दोघांच्यामध्ये हा पार्किंग लॉट होता. होमीसाईडच्या गाड्यांच्या ताफ्यातून

आणलेल्या आपल्या साध्या, जुन्या गाडीतून तो उतरला आणि लगेच त्याला जवळच असलेल्या हायवेवरच्या रहदारीच्या प्रचंड आवाजांचा दणका जाणवला तसा तो एफआयएसच्या त्या पक्क्या सरकारी छापाच्या इमारतीत शिरला.

"हाय! गुड मॉर्निंग यंग मॅन." तो रिसेप्शनमध्ये शिरत असतानाच ऑफिसर हो पुढे आला आणि त्याला फिंगरप्रिंट लॅबमध्ये घेऊन गेला. चौकोनी आकाराच्या या दालनात एका भिंतीजवळ एक लांबलचक स्टीलचं टेबल होतं. तिथेच भिंतीवरच्या शेल्फमध्ये वेगवेगळ्या रंगांच्या पावडरी आणि काही नाजूक, मुलायम ब्रश होते. त्याच्या विरुद्ध बाजूच्या भिंतीपाशी उघड्या दाराच्या ओव्हनसारखं दिसणारं एक मोठं थोरलं मशीन होतं आणि त्या मशीनच्या आतमध्ये काही रॅक्स होते. खाली एक अगदी साधीशी दिसणारी पांढरी किटली होती अन् तिला एक पांढरी कॉर्ड लावलेली होती आणि काउंटरच्या पलीकडच्या टोकाशी एक छोटं, पेटीसारखं यंत्र ठेवलेलं होतं.

स्टीलच्या टेबलावर मधोमध पुराव्यांची एक पारदर्शक पिशवी होती. तिच्या बाहेरच्या बाजूवर ठळक तांबड्या अक्षरांत लिहिलेलं होतं : डिसेंबर २१, केव्हिन ब्रेस, पॅरलल ब्रॉडकास्टिंग कॉंट्रॅक्ट, चार पाने, डिटेक्टिव्ह हो. एका छोट्या चौकटीत होची सही दिसत होती.

"हातांचे ठसे बघायला आपल्याकडे दोन पर्याय आहेत." हातात नायलॉनचे ग्लोव्हज घालत होनं म्हटलं आणि त्या ओव्हनसारख्या मशीनकडे मानेनं खूण केली. "याला म्हणतात निनहायड्रेशन. हा माझा मंदगतीनं काम करणारा कुकर आहे. हा साधारण दोन तास घेतो आणि मग आपल्याला ठसे नुसत्या डोळ्यांनी दिसू शकतील."

"ही किटली कशासाठी?"

"वाफेसाठी. ती ओव्हनचा आतला भाग दमट ठेवते. आपण ही पानं किटलीवर धरूनही डेव्हलप करू शकतो." एक मोठ्या तोंडाची बरणी उघडून त्यानं त्यातला थोडासा पिवळसर द्रवपदार्थ एका चौकोनी ट्रेमध्ये ओतला आणि एका रबरी चिमट्यानं प्रत्येक पान धरून त्यात बुडवलं.

"आणि दुसरा पर्याय?"

होनं त्या छोट्या पेटीसारख्या ओव्हनकडे बोट दाखवलं. "ही डीएफओ ओव्हन आहे. हिला मी माझी प्रिंट मायक्रोवेव्ह ओव्हन म्हणतो. ही फक्त बारा मिनिटांत काम करते, बरोबर शंभर डिग्रीला."

"मग ही का नाही वापरत?"

"इथे निघालेले ठसे बघायला मात्र वेगळा प्रकाश लागेल." होनं एक नारिंगी रंगाचा प्लॅस्टिकचा तुकडा एखाद्या बॉय स्काऊट लीडसारखा डोळ्यांपाशी धरला.

“मी तिकडे आत जाणार,” त्यानं कोपऱ्यातल्या छोट्या बूथकडे हात केला – तो बूथ केनिकॉटला अजून दिसलेलाच नव्हता. “तिथला नारिंगी दिवा लावणार, ठशांचे फोटो घेणार आणि माझ्या कंप्युटरवर डाऊनलोड करणार. एकदम सोपं.” मोठ्या अभिमानानं तो बोलत होता.

“ओके. आपण ती डीएफओच वापरू, म्हणजे लवकर काम होईल.” केनिकॉटनं आपली ब्रीफकेस उघडली. “ही बघ– मी त्या कॉंट्रॅक्टची आणखी एक कॉपी आणलीय.” होला तो करार वाचायची चांगलीच उत्सुकता असणार, हे त्याला पक्कं ठाऊक होतं.

होनं ती ओली पानं त्या ओव्हनमध्ये टाकली आणि केनिकॉटनं दिलेली कॉपी लगेच उघडून वाचायला सुरुवात केली.

“अरे! मी तर या कॉंट्रॅक्टवर डोळे झाकून सही केली असती.” त्यानं म्हटलं. “दहा लाख डॉलर, एक लिमो, सोळा आठवडे सुट्टी. शिवाय दर सोमवारी सुट्टी. आणि तरीही ब्रेसनं सही केली नाही? मग बरोबर आहे. आता त्याला आपण शिक्षाही करू शकणार नाही.”

“म्हणजे?” केनिकॉटनं बुचकळ्यात पडून विचारलं.

“हो, बघ ना. या कॉंट्रॅक्टवर त्यानं सही केली नाही म्हणजे तो नक्कीच वेडा असला पाहिजे. वेड्या माणसानं खून केला, तर त्याला शिक्षा कशी देणार?” होनं डोळे मिचकावत म्हटलं.

पंधरा मिनिटांनी ते दोघं होच्या टेबलाशी आले. टेबलावर कंप्युटरचं एक टर्मिनल एका बाजूला होतं आणि ते वेगवेगळ्या कागदपत्रांनी खच्चून भरलेलं होतं. टेबलावर एक मोठंसं ॲक्वेरियमही होतं. त्यात रंगीबेरंगी तीन मासे येरझाऱ्या घालत होते.

“यांची ओळख करून देतो. हा झीअस, हा गूस आणि हा ॲब्युज.” होनं त्या तिन्ही माशांकडे बोट दाखवत म्हटलं. “ही इंग्लिश भाषा म्हणजे जगातल्या सगळ्यात मूर्ख लोकांची भाषा आहे. एकाच आवाजाचं स्पेलिंग तीन-तीन वेगवेगळ्या पद्धतीनं कसं करता तुम्ही? बिचारे माझे आजोबा. रेल्वेच्या बांधकामावर नोकरी करायला पोल टॅक्स भरला त्यांनी, पंधरा वर्षं बायकापोरांपासून दूर राहून काढली; पण इंग्लिश मात्र कधीच आलं नाही म्हाताऱ्याला.”

केनिकॉटला हसूच आलं.

होनं कंप्युटर सुरू करून ती पानं डाऊनलोड केली आणि छापली. आता त्यांच्यावरचे ठसे एकदम ठसठशीत दिसत होते. कॅथरिन टॉर्न आणि केव्हिन ब्रेसच्या ठशांच्या प्रिंट्स त्यानं आधीच काढून ठेवल्या होत्या. ब्रेसचे ठसे त्याला अटक केल्यानंतर बनवलेल्या फाईलमध्ये होते, तर कॅथरिन टॉर्नचे ठसे तिच्या

शवविच्छेदनाच्या वेळी घेतले होते. टेबलावरच्या पसाऱ्यामधून त्यानं एक भिंग शोधून काढलं आणि तो ब्रेसचे ठसे पाहू लागला.

"ए, हे बघ–" त्यानं केनिकॉटला बोलावलं. "ब्रेसच्या डाव्या हाताच्या अंगठ्यावर ती उभी रेघ दिसतेय का तुला? ही एखाद्या लहानशा जखमेची खूण आहे. तिच्याभोवतीची कातडी बघ, कशी किंचित आवळलीय."

केनिकॉटनं भिंगातून बघितलं. ती खूण चांगली स्पष्ट दिसत होती. "ब्रेस साधारण बारा वर्षांचा असताना त्याच्या बापानं त्याच्या चेहऱ्यावर चाकूनं वार केला होता. पण ही खूण एवढी पूर्वीची असेल?"

"सहज शक्य आहे." होचा आवाज एकदम मृदू झाला. "आपली कातडी कधीच कोणती गोष्ट विसरू शकत नाही. बिचाऱ्यानं चेहरा वाचवायला हात पुढे केला असेल आणि त्या वेळी ही जखम झाली असेल."

केनिकॉटनं होकडे बघितलं. तो त्या कराराचे कागद चाळून बघत होता. सात पानी करार होता तो.

"आतल्या पानांवर फारसे ठसे नाहीत; पाहिलंस?" होनं म्हटलं. "लोक बहुधा पहिलं आणि शेवटचं पानच जास्त हाताळतात."

"हं, बरोबर आहे."

"आणखी दोघांचे ठसे दिसलेत मला." त्यानं शेवटचं पान काढलं. "हे बघ, या सहीच्या ओळीपाशी. पण हा हाताचा ठसा आहे, बोटांचा नव्हे." त्यानं लगेच पेन हातात धरून तो ठसा कागदावर टेकवलेल्या हाताचा कसा असेल, ते दाखवलं. "आणि हा ठसा नक्कीच मि. मनीबॅग्जचा असणार – हॉवर्ड पीलचा. त्याच्याच सहीजवळ आहे हा."

"पटलं."

होनं मग पहिलं पान काढलं. "हा बघ, हा ठसा वेगळाच आहे. हा तिसऱ्या पानावरही आहे – दहा लाख डॉलर पगार वगैरे लिहिलंय ना, तिथे बघ." त्यानं भिंग त्या ठशावर धरलं.

केनिकॉट वाकून पाहू लागला. "या ठशात एक नाही, दोन अर्धवर्तुळं दिसताहेत."

"अरे वा! तुझ्या लक्षात आलं वाटतं?" होनं म्हटलं. "या वर्तुळांना चक्र म्हणतात. अशी शेजारी-शेजारी दोन चक्रं एकमेकांच्या विरुद्ध दिशेला जाणारी असतात ना, त्यांना आम्ही 'डबल लूप व्होर्ल' म्हणतो. साधारण पाच टक्के लोकांच्या हातांवर असतात अशी चक्रं."

होनं तो कागद स्कॅनरवर ठेवला आणि ठसा मध्यवर्ती डेटाबेसला पाठवून दिला. मिनिटभरात त्याला त्या ठशाशी जास्तीत जास्त मिळतेजुळते दहा ठसे

मिळाले. पण त्यांच्यावर नावं नव्हती, नुसतेच नंबर होते. त्यानं ते ठसे छापून घेतले.

"मला स्टोअरेज रूममध्ये जाऊन या दहा फाईली काढून आणायला हव्यात. मग परत येऊन मी ते ताडून पाहीन. इथेच थांब. पण माशांना मात्र काही खायला घालू नकोस."

केनिकॉटला जरा शांतपणे विश्रांती हवीच होती. टँकमध्ये माशांच्या येरझाऱ्या चालूच होत्या. बाकीच्या टेबलांवर ऑफिसरमंडळी आपापल्या कंप्युटरच्या पडद्यावर नजर खिळवून बसलेली होती. मधूनच कोणी तरी टेबलावर ठेवलेला पदार्थ खात होतं. कोपऱ्यातल्या एका काळ्या फायलिंग कॅबिनेटवर थंडगार पिझ्झाचा एक बॉक्स उघडून पडलेला होता.

"हे बघ!" तेवढ्यात हो घाईघाईनं आत आला. "जबरदस्त धक्का बसणार आहे तुला. पण तुला दाखवायच्या आधी मला दहाही ठसे तपासणं भाग आहे. त्यामुळे तोपर्यंत मी एक शब्दही बोलणार नाही!"

नक्की ना? –केनिकॉटनं मनात म्हटलं. हा माणूस न बोलणं म्हणजे केवळ अशक्य आहे.

होनं प्रत्येक फाईल घेऊन भिंगातून ठसे ताडून बघायला सुरुवात केली. भराभर एकेक फाईल बघून तो खाली टाकत होता. नशिबानं तो काही बोलत नव्हता; पण केनिकॉटचा हा आनंद काही फार वेळ टिकला नाही.

"तुमची टेक्नॉलॉजी कितीही प्रगती करू दे," त्यानं आठवी फाईल उघडली. पण त्यानं ती पाहून खाली मात्र टाकली नाही, हे केनिकॉटच्या लक्षात आलं. "पण काही काही कामं हातानंच केलेली चांगली असतात. हे कामही त्यातलंच."

अखेर एकदाचं त्यानं मान वर करून बघितलं. बाकीच्या नऊ फायली जमिनीवर पडलेल्या होत्या. टेबलावरची एकमेव फाईल उचलून त्यानं विजयी मुद्रेनं फडकवली. "या फाईलमधील ठसे जुळतात बघ."

त्यानं ती फाईल केनिकॉटच्या हातात दिली. "मोठा धक्का बसणार आहे तुला."

केनिकॉटनं फाईल उघडून नाव वाचलं आणि त्याला खरोखरचं धक्का बसला. "मिसेस सारा ब्रेस – लग्नापूर्वीचे नाव सारा मॅकगिल."

हो मजेनं हसला. "साधारण १९८०च्या दशकात शेवटी-शेवटी साराबाईंनी कसल्याशा निषेध मोर्चात भाग घेतला होता. त्यात तिनं एका पोलिसाला एका दुकानाच्या काचेच्या डिस्प्ले विंडोवर ढकललेलं होतं. त्या वेळी तिच्यावर आरोप ठेवून तिचे ठसे घेतलेले होते."

केनिकॉटच्या तोंडाला कोरड पडलेली होती.

त्यानं फाईल फट्कन बंद केली. "मला ताबडतोब फोन करायचाय. कुठून करू?" त्यानं विचारलं. त्याचं डोकं गरगरत होतं. "ग्रीनशी बोलायला हवं मला."

२९

फोन ठेवून अरी ग्रीननं आपल्या रिकाम्या किचनमधून एक नजर फिरवली. कमरेला फक्त एक टॉवेल गुंडाळून तो फोन घ्यायला उठला होता. किटलीत गार पाणी भरून त्यानं टॉवेल पुन्हा सोडून घट्ट केला आणि किटलीचं बटण दाबलं. बाहेर येऊन त्यानं खाली पडलेला सकाळचा पेपर उचलला आणि परत किचनमध्ये येता-येता पेपर उघडून ठळक बातम्या वाचायला सुरुवात केली. अचानक थांबून त्यानं कानोसा घेतला.

बेडरूममधून कपड्यांची अस्पष्ट सळसळ ऐकू येत होती. आता त्याला दोन आवाज येत होते. बेडरूममधली कपड्यांची सळसळ आणि किचनमधून किटलीतल्या पाण्याला उकळी फुटत असल्याचा आवाज. क्षणभर काय करावं, हे न समजून तो थांबला. या टेबलाकडे आधी जावं की त्या टेबलाकडे, अशा संभ्रमावस्थेत सापडलेल्या वेटरसारखा. अखेर त्यानं पायानंच बेडरूमचं दार किंचित उघडलं. ''हा बघ, आजचा 'द ग्लोब' आलाय.'' बेडरूममधल्या अंधारात त्यानं अंदाजानंच हातातला पेपर बेडच्या दिशेनं टाकला.

''किती वाजले?'' बेडवरच्या पांघरूणातून एक स्त्रीचा आवाज आला. काहीसा जडावलेला.

''कोण जाणे! मला मात्र लगेचच जायला हवं.''

''फोन आला होता ना?''

''तू झोप.'' त्यानं मागे फिरत म्हटलं. ''मी खालच्या बाथरूममध्ये शॉवर घेईन. तू नंतर गेलीस तरी चालेल.'' खाली बेसमेंटमध्ये एक जुनी, पण अगदीच कामचलाऊ बाथरूम होती. या जागेचा आधीचा मालक बेसमेंट भाड्यानं देत असे, त्यानं ती तयार करून घेतली होती.

तेवढ्यात ते पांघरूण हललं आणि शांत पाण्यावर उठलेल्या लाटेसारखं दूर फेकलं गेलं. जेनिफर रॅग्लननं बसती होत हात लांब करून बेडशेजारचा टेबल लॅंप

लावला. तिच्या अंगावर काहीच कपडा नव्हता. त्यामुळे तिचे उरोज एकदम उघडे पडले. तिकडे लक्षही न देता तिनं दोन्ही हातांनी केस सारखे केले. दुसऱ्या एखाद्या तरुण पोरीची फिगर हिच्यापेक्षा चांगली असेलही, पण हा आत्मविश्वास कुठून येणार तिच्यात? –दारात उभ्या असलेल्या ग्रीनच्या मनात आलं. टोरोंटोमधल्या सरकारी वकिलांच्या विभागाची प्रमुख म्हणून काम करतानाही ती अशीच वागायची. संपूर्ण आत्मविश्वास, पण तोरा कधीही नाही.

त्याच्या नजरेला नजर देत ती केसांवरून हात फिरवत होती. त्यांचं हे प्रेमप्रकरण सुरू झालं, त्या पहिल्याच दिवसापासून त्यांच्यात एक अलिखित करार झाला होता : आपापलं काम बेडरूमच्या बाहेरच ठेवायचं. काहीही न बोलता नुसतंच उभं राहून त्यानं त्यांच्यामधली अबोल शांतता आणखी साठू दिली – ही एक गोष्ट त्याला फार चांगली जमायची. चौकशी करत असताना नेमका क्षण पकडून तो अशा पद्धतीनं गप्प व्हायचा की, समोरच्या व्यक्तीवरचा दबाव वाढून शेवटी तिलाच पुढे बोलावं लागायचं.

"पेपर दिल्याबद्दल थँक्स." शेवटी तिलाच बोलावं लागलं. एका हातानं पांघरूण वर घेऊन छाती झाकत दुसरा हात लांब करून तिनं पेपर घेतला आणि त्याच्याकडे बघत ती छानपैकी हसली. वयानं मोठ्या असलेल्या बाईबरोबर प्रेमप्रकरण करण्यातला हा आणखी एक फायदा – ग्रीनच्या मनात आलं. नाही, दोन फायदे. अनुभव आणि परिपक्वता.

"डॅनियल केनिकॉटचा फोन होता." त्यानं म्हटलं. "तो ब्रेसच्या केसवर काम करतो. ब्रेसनं सही न केलेला तो जो दहा लाख डॉलरचा करार आहे, त्याच्याबाबतीत त्याचा एक कयास होता. तो करार त्यानं एफआयएसला आणून दिला आणि त्या लोकांना त्यावर सारा मॅकगिलच्या हातांचे ठसे सापडलेत!"

रॅग्लननं हातातला पेपर खाली ठेवला. "म्हणजे ब्रेसची पहिली बायको ना?"

त्यानं मान डोलावली. "मला आता तिला जाऊन भेटलं पाहिजे. म्हणजे पुढचे काही दिवस मी बराच कामात असेन."

"आता हा उरलेला आठवडाभर मुलं माझ्याकडे असतील." जेनिफर रँग्लनला तीन मुलं होती. दोघं मुलगे आणि सगळ्यात धाकटी शाळकरी मुलगी. तिनं पेपर उचलून 'क्रीडा' विभाग वाचायला सुरुवात केली. "लीफ्सची टीम चांगलीच अडचणीत आलेली दिसतेय. त्यांचा गोली सोडून गेलाय. आता त्यांच्याकडे फक्त तो वयानं जास्त असलेला गोली शिल्लक राहिलाय."

"खरंय. मी माझ्या डॅडींनी एक मॅच बरोबर घेऊन जाऊन दाखवायची म्हणतोय."

"शॉवर घ्यायला खाली कशाला जातोयस? इथल्याच बाथरूममध्ये जा ना" तिनं बेडरूममधल्याच बाथरूमकडे माननें खूण केली. "त्या खालच्या बाथरूमपेक्षा

ही किती तरी चांगली आहे. शिवाय मीही काही आता परत झोपणार नाहीय.''

''चालेल. पण आधी थोडा चहा करतो.''

किचनमधली पोर्टेबल इलेक्ट्रिक किटली केव्हाच बंद झालेली होती. त्यातलं उकळतं पाणी त्यानं चिनी मातीच्या टी-पॉटमध्ये ओतून घेतलं आणि किटलीत पुन्हा गार पाणी भरलं.

होमीसाईड विभागात नव्यानंच आल्यावर ग्रीनला एका प्राध्यापकाच्या हत्येची केस मिळाली होती. या प्राध्यापकाच्या एका वेडसर विद्यार्थ्यानं त्याच्यावर चाकूनं वार करून त्याला ठार मारलं होतं. तो प्राध्यापक आणि त्याची बायको असे दोघंही शिक्षकच होते आणि लंडन स्कूल ऑफ इकॉनॉमिक्समधून एका वर्षाच्या सुट्टीवर इकडे आले होते. त्यांना मूल नव्हतं आणि मार्गारेट – म्हणजे प्राध्यापकाची पत्नी संपूर्ण खटला पूर्ण होईपर्यंत इकडेच राहिली होती. युनिव्हर्सिटीनं तिच्याबरोबरचा करार आणखी वाढवला होता आणि त्यामुळे ती टोरोंटोमध्येच राहिली होती.

खटला संपून साधारण एक वर्ष झाल्यावर एक दिवस दुपारी ग्रीन आपल्या पार्क केलेल्या गाडीकडे जात असतानाच नेमकी मार्गारेटही तिथून जात होती. ही गाठ योगायोगानंच पडल्याचं मार्गारेटनं भासवलं होतं. ती मुद्दाम आपल्याला भेटायलाच आलीय, हे ग्रीननं एका क्षणात ताडलं होतं; पण त्यानंही उगाचच कशाला तिच्या समजुतीला धक्का द्या, असं म्हणून गप्प राहणं पसंत केलं होतं.

पुढचं वर्षभर ते दोघं एकत्र राहिले होते. त्या वेळी तिनं त्याला चहा कसा करावा, हे शिकवलं होतं. पुढे तिला इंग्लंडमध्ये दुसरी नोकरी मिळाली होती, त्यामुळे ती परत गेली होती. तिचं लग्नही झालं होतं, तिला एक मुलगीही झाली होती. अजूनही ती वर्षातून एकदा त्याला आपले, नव्या नवऱ्याचे आणि मुलीचे फोटो आणि त्याबरोबर उत्कृष्ट प्रतीचा चहा पाठवायची.

''प्रथम भांडं थोडं गरम करायचं, मग त्यात गार पाणी टाकायचं.'' मार्गारेट त्याला सांगायची. ''पाणी उकळायला सुरुवात झाल्याबरोबर थांबायचं. नाही तर सगळा ऑक्सिजन पाण्यातून निघून जातो.''

त्यानं गरम पाणी ओतलेलं टी-पॉट गरगर फिरवलं आणि ते पाणी टाकून देऊन पॉटमध्ये पांढऱ्या चहाच्या दोन बॅग टाकल्या. पुन्हा किटलीत पाणी गरम करायला ठेवून तो ते उकळायला लागेपर्यंत थांबला आणि लगेच किटलीचं बटण बंद करून त्यानं ती उचलली. मग टी-पॉट तिरकं करून त्यानं किटलीतलं पाणी हळूच आत ओतलं – ग्लासमध्ये बीअर ओतावी, तसं.

''गरम पाणी कधीही टी-बॅगवर थेट ओतायचं नाही.'' मार्गारेट सांगायची.

शेवटी त्यानं टी-पॉटवर अर्धवट झाकण ठेवलं. ''चहा जेव्हा मुरू द्यायचा असतो, तेव्हा तो पूर्णपणे झाकायचा नाही. त्याला आत हवा मिळाली पाहिजे.'' तिनं

शिकवलं होतं.

चहा तसाच मुरत ठेवून ग्रीन बाथरूममध्ये शिरला. डोक्यावर शाम्पू लावून तो गरम पाण्याच्या शॉवरखाली उभा राहिला. त्याच्या डोक्यात मात्र सारा मॅकगिलच्या ठशांचेच विचार घोळत होते.

साबण हातात घेऊन त्यानं चेहरा वर शॉवरकडे केला. बरं झालं आपण या बाथरूममध्ये आलो ते– त्यानं मनात म्हटलं. त्याखालच्या बाथरूमची उंची जरा कमी आहे, त्यामुळे तिथे शॉवरची नीट मजा घेता येत नाही. ब्रेसच्या कॉन्डोमिनियमच्या बाबतीतही आपल्याला काही तरी आठवलं होतं. काय बरं होतं ते?

एका हातानं त्याच्या हातातला साबण हळूच काढून घेतला. जेनिफर रॅग्लनचा स्पर्श– मुलायम, सुखद. तिनं त्याच्या खांद्यावरून, मग मानेवरून, मग पोटावरून साबण लावायला सुरुवात केली. त्याच्या डोक्यातले ब्रेसच्या घराबद्दलचे सारे विचार कुठल्या कुठे विरून गेले. जेनिफरनं त्याला पाठीमागून हळूच मिठी मारली.

शॉवरचं पाणी उगाचच गार होऊ लागलं.

३०

एफआयएसच्या ऑफिसमधून डॅनियल केनिकॉट प्रचंड रहदारीला तोंड देत पुन्हा उलटा शहराकडे, ओल्ड सिटी हॉलमध्ये आला आणि तिथे त्यानं शपथ घेऊन हॉवर्ड पीलच्या नावानं एक समन्स जारी करून घेतलं – त्या माणसानं आपल्याशी बोलायचं नाकारलंच, तर त्याला सरळ कोर्टात खेचू, अशा विचारानं. तिथून थेट तो पीलच्या ऑफिसात गेला. कोणावर समन्स बजावायचं असलं, तर त्याला आपण येत असल्याचं आधी न कळवलेलंच चांगलं. ऑफिसवर त्याला समजलं की, हा 'मिनी मीडिया मोगल' त्याच्या खासगी स्की क्लबमध्ये एक पार्टी देतोय. हा स्की क्लब शहराच्या उत्तरेला होता. केनिकॉट धावत-पळत गाडीत येऊन बसला, तेव्हा जवळजवळ दुपारचे दोन वाजलेले होते. आता घाई केली पाहिजे– त्यानं मनात म्हटलं.

केनिकॉट ऑस्गुड स्की क्लबवर पोचला, तेव्हा सूर्य तिथल्या छोटेखानी टेकडीमागे अस्ताला चाललेला होता. क्लबचा पार्किंग लॉट अक्षरशः विस्तीर्ण होता आणि हर प्रकारच्या महागड्या गाड्यांनी खच्चून भरलेला होता : लेक्सस, बीएमडब्ल्यू, अक्युरा, मर्सिडीज... आपली साधीसुधी शेव्ही लावण्यासाठी जागा शोधत हिंडत असताना त्याच्या मनात येत होतं– आफ्रिकेतल्या कित्येक गरीब देशांपेक्षाही जास्त पैसा असेल या आवारात. जवळजवळ पाच मिनिटं हिंडल्यावर एकदाची त्याला गाडी लावायला जागा मिळाली. पार एका कोपऱ्यात.

समन्स घेतल्यावर केनिकॉट इकडे यायला निघण्याआधी घरी गेला होता आणि त्यानं कपडे बदललेले होते. व्यवस्थित निवडून कॉड्रायची पँट, केबल स्वेटर, कार कोट आणि हातानं बनवलेले ऑस्ट्रेलियन बूट. हॉवर्ड पीलला अचानक भेटून धक्का द्यायचा, तर त्यासाठी आत जायला शोभतील असेच आपले कपडे असले पाहिजेत– त्यानं मनात म्हटलं होतं.

आज क्लबचा वार्षिक 'मेन्स डे' होता. स्की लिफ्ट्स बंद होत्या आणि

पुरुषमंडळी गटागटांनी उभी होती. सगळ्यांच्या हातात मोठाले प्लॅस्टिकचे बिअरचे ग्लासेस होते आणि उत्कृष्ट युनिफॉर्ममधले वेटर ताजे सुशीचे खाद्यपदार्थ भरलेल्या डिशेस घेऊन इकडे-तिकडे फिरत होते. वातावरणात एक प्रकारचा उत्साह आणि आनंद होता. कोपऱ्यातल्या भल्या मोठ्या दगडी फायरप्लेस जवळ हॉवर्ड पीलचा दरबार भरलेला होता. त्यानं एक जाडजूड स्की सूट घातलेला होता आणि त्यामुळे तो आणखीच गिड्डा दिसत होता. सगळे जण उभेच होते. आपण त्याच्या नजरेला लगेच पडणार नाही अशा बेतानं चालत केनिकॉट त्याच्या पाठीमागच्या बाजूला जाऊन थांबला.

"मी सांगतो तुम्हाला", हातातल्या हायबॉल ग्लासमधलं पाण्यासारखं स्वच्छ पेय घोळवत हॉवर्ड पील बोलत होता. ग्लासातला बर्फ नाजूक किणकिणत होता. बहुधा व्होडका आणि सोडा घेत असावा हा– केनिकॉटच्या मनात आलं. "तुम्हा लोकांची पॉश, प्रशस्त ऑफिस असतीलही अगदी शहरात; पण तुम्ही लोक जवळजवळ सगळाच वेळ सूट घातलेल्या बाकीच्या पुरुषांबरोबर घालवता. माझी गोष्ट वेगळी आहे. हां! एकदा येऊन बघा पॅरललच्या ऑफिसात. माझ्याभोवती कायम सुंदर तरुण आणि उन्मादक पोरी असतात, पोरी!"

त्याच्या जवळच उभा असलेल्या एका उंच, धिप्पाड माणसानं एका घोटात बिअरचा ग्लास रिकामा केला. "आणि त्या रॉकस्टार पोरीही भेटत असतीलच ना तुला?"

आपलं छोटंसं डोकं मागे करून पील मोठ्यानं हसला. "ती तर धमालच असते. जोपर्यंत तुम्ही एखाद्या लिमोच्या मागच्या सीटवर एखाद्या रॉकस्टार पोरीबरोबर मस्तपैकी रॉक अँड रोल करत नाही, तोपर्यंत तुमच्या जगण्याला काही अर्थच नाही."

"खरंच?" त्या माणसानं आश्चर्यानं म्हटलं. एवढासा बुटका हा पील, लिमोमध्ये एका तरुण रॉकस्टार पोरीबरोबर मजा... काही केल्या त्याच्या नजरेसमोर ते चित्रच येईना. शेवटी नुसतीच मान हलवून त्यानं तो प्रयत्न सोडून दिला.

"हो, हे खरंय." केनिकॉट नेमका हा क्षण साधून पुढे येत म्हणाला. त्याच्या चेहऱ्यावर एक मनमोकळं हास्य होतं. "हॉवीनं मला असे अनेक किस्से सांगितले आहेत. काय हॉवी?" पीलच्या पाठीवर त्यानं एक मस्तपैकी थाप मारली. "पण सॉरी हं, तुम्हा लोकांना मात्र मी ते सांगणार नाही."

पीलनं मान वर करून त्याच्याकडे पाहिलं. हा कोण अचानक येऊन बोलतोय, हे कळायला त्याला जरा वेळच लागला आणि हे केनिकॉटच्याही लक्षात आलं.

पील पुढे काही बोलायच्या आधीच केनिकॉटनं वाकून त्याच्या कानाशी तोंड नेलं. "माझ्या खिशात तुमच्यावर काढलेलं समन्स आहे. उद्या सकाळी ओल्ड सिटी

हॉलमध्ये, कोर्ट रूम नंबर १२१मध्ये यावं लागेल. काय करताय, बोला. इथेच समन्स हातात देऊ, की माझ्याशी आत्ताच थोडं बोलायला तयार आहात?''

पील एकदम दचकला, पण क्षणभरच. लगेच जणू एखादा जुना दोस्त बऱ्याच दिवसांनी भेटल्यासारखी केनिकॉटच्या पाठीवर थाप मारली.

''डॅनियल! अरे, होतास कुठे इतके दिवस? चल, जरा तिकडे जाऊन त्या डीलबद्दल बोलू.'' केनिकॉटचा दंड धरून तो निघाला. ''सॉरी हं, दोस्तहो. याचा त्या रॉकस्टार्स आणि लिमोशी काहीही संबंध नाही. आलोच आम्ही.''

केनिकॉटला घेऊन तो फायरप्लेसच्या अगदी विरुद्ध टोकाला असलेल्या जिन्यापाशी आला. पायात जडशीळ स्की बूट असूनही पील कमालीच्या सहजपणे पायऱ्या चढून वर गेला. पाठोपाठ केनिकॉटही होता. थोड्याच वेळात ते एका पाठीमागच्या दारापाशी आले. केनिकॉटनं खिशातून समन्सचा कागद काढून त्याच्यासमोर धरला.

''हे कसलं लचांड लावलंयस तू माझ्यामागे?'' पीलनं त्रासिकपणे म्हटलं. ''उद्या कोर्टात माझ्या वकिलाला घेऊन येतो आणि दोन मिनिटांत याचा निकाल लावून टाकतो.''

''ते अशक्य आहे. तुमच्याकडे अत्यंत महत्त्वाचा पुरावा आहे.''

''कसला पुरावा?''

''टॉर्नची हत्या झाली, त्याच्या आधीच्या आठवड्यात ती आणि ब्रेस तुम्हाला येऊन भेटले होते.''

''बरं, मग?''

''त्या वेळी तुम्ही ब्रेसला दहा लाख डॉलरची ऑफर दिलीत.''

''हे तर मी आधीच सांगितलंय तुला.''

''हो, पण तुम्ही टॉर्नला दुसऱ्या दिवशी दुपारी पुन्हा भेटलात, हे नाही सांगितलंत तुम्ही!'' हा खरं म्हणजे एक कयास होता, पण तो बरोबर आहे, अशी केनिकॉटला खात्री होती.

पीलच्या कपाळावर आठ्या पडल्या. ''पण तू तसं विचारलंच नाहीस!'' त्याच्या हातात तो ग्लास अजूनही होता. तो इकडे-तिकडे थोडा हलवून, फिरवून त्यानं तो ओठाला लावला.

''मग मी आत्ता विचारतोय. आत्ता बोलताय, की उद्या कोर्टात हजर होताय?'' केनिकॉट एक पाऊल जवळ आला. पील काय पितोय, हे त्याला पाहायचं होतं. त्यानं वास घेण्याचा प्रयत्न केला, पण त्याला कसलाही वास जाणवला नाही.

पीलनं काहीशा त्राग्यानं एक पाय जमिनीवर आपटला. ''नेमका आत्ताच हा त्रास का देतोयस तू मला? अरे, हे सगळे टोरोंटोमधल्या ॲड एजन्सीजमधले अकाउंट

एक्झिक्युटिव्हज आहेत. यांना नुसतं इथे एकत्र आणायलाच दहा हजार डॉलर खर्च आलाय मला.''

केनिकॉट फक्त त्याच्या नजरेला नजर भिडवून शांत उभा होता.

''ओके, ओके.'' पीलनं इकडे तिकडे बघत म्हटलं. ''मी ते काँट्रॅक्ट मागे घ्यावं, अशी कॅथरिनची इच्छा होती. ब्रेसनं ते काम घेऊ नये, असं तिचं म्हणणं होतं.''

''का? तुम्ही तर त्याला एवढा पैसा ऑफर केलात; शिवाय यायला-जायला लिमो, सोळा आठवडे रजा, सोमवारी सुट्टी...''

''हो ना!''

''मी टॉर्न आणि ब्रेसची बँक अकाउंट्स आणि क्रेडिट कार्ड स्टेटमेंट्स तपासली आहेत. त्यांना तर पैशाची गरज होती.''

''खरंय.''

''टॉर्न सेलमधून, तर कधी स्वस्त वस्तूंच्या दुकानामधून वस्तू खरेदी करत होती. ब्रेसला पैशाची पर्वा कधीच नव्हती. त्यामुळे तिला तर या करारामुळे बरं वाटायला हवं होतं.''

पीलनं एक घुटका घेतला आणि सावकाश केनिकॉटच्या नजरेला नजर भिडवली.

''मग?'' केनिकॉटनं विचारलं.

पीलनं उगाचच एक नाटकी सुस्कारा सोडला. ''मी आत्ताच सांगितलं, ऑफिसर. तिला या करारातून बाहेर पडायचं होतं.''

''आणि मीही आत्ताच सांगितलं की, तुमचं म्हणणं पटण्यासारखं नाही.'' पीलनं ग्लास तोंडाला लावून एक घोटात रिकामा केला. हा पाणी पीत असणार– केनिकॉटनं मनात म्हटलं. काल रात्रीच्या हँगओव्हरमधून बाहेर पडण्यासाठी असावं बहुतेक.

''चल, बाहेर जाऊ.'' पीलनं ठाण्कन आवाज करत ते दार उघडलं आणि ते दोघं बाहेर आले. हिवाळ्यातल्या सुरुवातीच्या दिवसातला संध्याकाळचा अंधुक प्रकाश पडलेला होता. सूर्य अस्ताला गेल्यामुळे थंडी वाढलेली होती. केनिकॉट शहारला. बर्फ पडायला नुकतीच सुरुवात झाली होती. तो प्रचंड पार्किंग लॉट अंधारात बुडालेला होता. सगळ्या गाड्या थोराड गाईंसारख्या चुपचाप उभा होत्या.

''काय झालं?'' केनिकॉटनं विचारलं.

''कॅथरिन त्या कराराचा एक भाग होती.'' खिशातून एक च्युइंग गमचं पाकीट काढून पीलनं फोडलं आणि एक च्युइंग गम तोंडात टाकलं. ''तिच्यासाठी आम्ही एक काम शोधलं होतं. एका वीकएंडच्या, पहाटेच्या शोची असिस्टंट प्रोड्युसर म्हणून. त्या वेळी कोणीही रेडिओचे प्रोग्रॅम्स ऐकत नसतं. त्यामुळे तिला तिचं करिअर सुरू करायची ती एकदम योग्य वेळ होती. आठवड्यातून एक दिवस ती

त्यासाठी ट्रेनिंगही घेत होती. ब्रेसच्या एका मित्राचा त्याच्या घरातच स्टुडिओ आहे, तो तिला शिकवत होता.''

केनिकॉटनं मान डोलावली. आता गप्प राहून फक्त ऐकणं, हेच चांगलं. पीलला सांगू दे सगळं. एकीकडे तो उगाचच पार्किंग लॉटमधल्या सगळ्या गाड्यांची एकूण किंमत किती असेल बरं, असा विचार करत होता.

''पण कॅथरिनला काही ते झेपत नव्हतं.''

केनिकॉटनं कॅथरिन टॉर्नच्या जीवनाचा बऱ्यापैकी अभ्यास एव्हाना केलेला होता. कमालीचं नियमित, आखीव आयुष्य. तिचं ते अत्यंत हात राखून खर्च करणं.

पीलचा आवाज दु:खी झालेला होता. ''आणि एक दिवस तिला हे सगळं असह्य झालं.'' अचानक त्यानं अंगावरचं स्की जॅकेट फर्रकन बाजूला केलं आणि स्वेटरची कॉलर खाली खेचली. ''हे बघ, तिनं काय केलं मला.'' केनिकॉट बघतच राहिला. पीलच्या मानेवर आणि खांद्यावर नखानं बोचकारल्याचे ओरखडे होते.

''हे झालं, तेव्हा तुम्ही दोघं कुठे होतात?''

''त्यांच्याच कॉन्डोमध्ये.''

''शक्यच नाही!'' केनिकॉटनं जोरात म्हटलं. ''मी लॉबीतले सगळे व्हिडिओ पाहिलेत.''

''मी बेसमेंटमधून जात असे. तिथलं एक दार ती मध्ये वीट ठेवून उघडं ठेवायची.''

पील आणि टॉर्नचं लफडं? छे! कल्पनाही करवत नाही. बाकी लोकसुद्धा काय काय करत असतात! ''किती वेळा भेटत होतात तुम्ही दोघं?''

''दर मंगळवारी सकाळी.'' पीलनं कसंबसं म्हटलं. ''आठ वाजता.''

''आठ वाजता.'' केनिकॉटनं स्वत:शीच म्हटलं. त्यानं टॉर्नच्या वेळांचं बनवलेलं कोष्टक त्याच्या डोळ्यांसमोर आणलं. लफडं करायला एकदम योग्य वेळ निवडली की यांनी. ''नेमकं जेव्हा ब्रेस रेडिओवर स्टुडिओत आहे, हे साऱ्या जगाला माहीत होतं, त्याच वेळी.''

पीलनं त्याच्याकडे एक जोरदार कटाक्ष टाकला. अचानक तो भडकलाच.

''केनिकॉट, तुझं डोकं गटारातून बाहेर काढ जरा.''

केनिकॉटला हसूच आलं. ''हे कोण बोलतंय? मि. पील? कुठल्या पोरीबरोबर कशी मजा मारली, याच्या बढाया मारायला तुम्हालाच आवडतं ना?''

''हो, पण मी कॅथरिनबद्दल नव्हतो बोलत.'' तो खरोखरच जाम चिडलेला दिसत होता.

केनिकॉटला आता या बडबडीचा वैताग आलेला होता. ''पील, बस झालं हे. ब्रेस रेडिओवर असताना आठवड्यातून एक दिवस तुम्ही चोरून तिला भेटत....''

''ब्रेसला ते माहीत होतं. उलट, तो आमच्या भेटीला उत्तेजनच द्यायचा.''

"काय? पील, आता मात्र कमाल झाली तुमची!"

पीलनं आणखी एक च्युइंग गम काढून तोंडात टाकला. "तुला वाटतंय तसं काहीही नव्हतं. कॅथरिनला एक प्रॉब्लेम होता, हे फारसं कोणाला माहीत नव्हतं. मी त्यात तिला मदत करत होतो."

आता चिडण्याची वेळ केनिकॉटची होती. "पील, तुमचं दोघांचं लफडं होतं अन् ते ब्रेसला समजलं आणि आता तुम्ही काही तरी थापा मारून..."

"शट अप, केनिकॉट." पीलनं फट्कन म्हटलं. "आमची भेट अल्कोहोलिक्स अॅनॉनिमसमध्ये झाली. मीच स्पॉन्सर केलं तिला. पहिलं वर्षभर तर मला फक्त तिचं नाव माहीत होतं. ती नेमकी कोण, कुणाची– मला काहीही कल्पना नव्हती. शेवटी हळूहळू तिनं बोलायला सुरुवात केली. त्यामुळे माझी ब्रेसशी ओळख झाली."

केनिकॉट एकदम गप्प होऊन ऐकत होता.

"कॅथरिनचं व्यसन पूर्ण कधीच सुटत नव्हतं. मध्ये काही दिवस चांगले जायचे आणि ती पुन्हा दारू प्यायला लागायची." त्यानं खेदानं मान हलवत म्हटलं. "फार त्रासदायक होतं ते. आम्ही असं ठरवलं की, तिला एखादी नोकरी मिळाली की, तिला तिचं स्वत्व परत मिळायला मदत होईल. त्या दिशेनं पहिलं पाऊल म्हणून ही कल्पना काही वाईट नव्हती." पीलनं तोंडातलं गम थुंकून टाकलं.

पील कसं आपल्या ग्लासमधलं बर्फ ढवळत होता; एखाद्या पट्टीच्या दारूड्यासारखा ग्लास एका दमात कसा रिकामा करत होता, हे केनिकॉटला आठवलं.

"तुम्ही दारू सोडून किती दिवस झाले?" त्यानं विचारलं.

पीलनं त्याच्याकडे कटाक्ष टाकला. "पाच वर्षं झाली आता. भयंकर त्रास झाला. मी तर जवळजवळ सगळं काही गमावलेलं होतं, दारूपायी."

केनिकॉटनं मान डोलावली.

"हे बघ केनिकॉट, ती कशी मेली, याबद्दल मला काहीही माहिती नाही. पण तुला जर मला पिंजऱ्यात उभं करायचंच असलं, तर खुशाल तसं कर. त्यात बिचाऱ्या कॅथरिनचीही बदनामी होईल विनाकारण." त्यानं झपकन जॅकेटची झिप लावली. "पण ती बोच कायम तुझ्या मनात कायम सलत राहील, हे लक्षात ठेव. मेलेल्या माणसाची फुकट बदनामी होऊ देऊ नकोस." जोरानं दार उघडून तो आत निघून गेला.

काही क्षणांनी दार ठण्कन बंद झालं. केनिकॉट विचारमग्न अवस्थेत अंधारात, थंडीत सावकाश आपल्या गाडीकडे चालत निघाला.

३१

प्रचंड रहदारीला तोंड देत टोरोंटोमधून बाहेर पडणं, हे एक भयंकर कटकटीचं काम होतं. सकाळचे साडेअकरा वाजून गेले होते. म्हणजे खरं तर गर्दीची वेळ टळून गेली, असं कोणीही म्हणेल – विशेषत: माणूस शहरातून उलट्या दिशेनं बाहेर पडत असेल, तर नक्कीच. पण तसं नव्हतं. बिचारा अरी ग्रीन डॉन व्हॅली पार्कवेवर झालेल्या वाहतुकीच्या कोंडीत सापडून, त्रासलेल्या अवस्थेत गाडीत बसून होता. या उपनगरी भागातून दररोज गाडीनं शहरात येणारे लोक डॉन व्हॅली पार्कवेला चेष्टेनं 'डॉन व्हॅली पार्किंग लॉट' असं म्हणायचे.

पाऊण तासानंतर तो एकदाचा डॉन व्हॅली पार्कवेमधून बाहेर पडून मार्गाला लागला आणि मग मात्र चित्र बदललं. रहदारी कमी झाली. शहरात हिवाळ्याची जेमतेम जाणीव होईल इतकंच बर्फ होतं, तर इकडे मात्र सगळ्या जंगलांवर बर्फाची शुभ्र चादर घातलेली होती. पुढचे दोन तास तो जसजसा उत्तरेकडे जात होता, तसतसं सगळा प्रदेश आणखी शुभ्र पांढरा दिसत होता. पण रस्त्यांची अवस्था मात्र वाखाणण्याइतकी सुरेख होती. टोरोंटोमध्ये थोडंसं बर्फसुद्धा छोट्या रस्त्यांवर कित्येक दिवस रेंगाळत राहायचं. इकडच्या भागात मात्र त्या मानानं रस्त्यांची काळजी फारच चांगल्या रीतीनं घेतलेली दिसत होती.

वाटेत फक्त एकदा, मुक्कामाच्या ठिकाणच्या थोडंसंच आधी हायवे जरा खराब होता; तेव्हाच त्याचा जास्त वेळ गेला. त्यामुळे त्यानं हार्डस्क्रॅबल कॅफेच्या आवारात गाडी उभी केली, तेव्हा अडीच वाजत आले होते. आवाराच्या सगळ्या बाजूंना काढलेल्या बर्फाचे मोठमोठे ढिगारे केलेले दिसत होते. त्यामुळे का कोण जाणे, कॅफेची इमारत एखाद्या संरक्षित बंकरसारखी दिसत होती.

आत गेल्यावर मात्र ग्रीनला आता परिचित झालेला ताज्या ब्रेडचा गंध सगळीकडे पसरलेला जाणवला. त्यानं कुठे तरी वाचलेलं होतं की, माणूस अगदी जन्म घेतो, त्या वेळी त्याचं नाक हे एकमेव ज्ञानेंद्रिय पूर्णपणे तयार झालेलं असतं आणि

मरण्याआधी हेच ज्ञान त्याला सर्वांत शेवटी सोडून जाणारं असतं. साक्षीदारांनासुद्धा एखादा प्रसंग आठवायला सांगताना तो 'तुम्हाला त्या वेळी एखादा आलेला वास आठवतोय का?' असं हटकून विचारायचा आणि अनेकदा त्या साक्षीदारांना केवळ त्या वेळी आलेल्या वासावरून तो प्रसंग केव्हा घडला होता, हे आठवायचं.

आत्ता इकडे येताना प्रवासात ग्रीनच्या डोक्यात, केनिकॉटनं ब्रेसच्या त्या कराराच्या कागदांवर सारा मॅकगिलच्या हातांचे ठसे सापडल्याचा फोन केला होता, तेव्हा तेच विचार घोळत होते.

मागच्या डिसेंबरमध्ये जेव्हा तो सारा मॅकगिलला इकडे येऊन प्रथम भेटला होता, ती घटना त्याला आठवली. ती कशी टेबलं साफ करत होती, अजून आपण तिथेच बसलेले बघून तिला कसं आश्चर्य वाटलं होतं, आपण तिला 'मिसेस ब्रेस' असं म्हटल्यावर तिची काय प्रतिक्रिया झाली होती... हे सारं त्याला स्पष्ट आठवतं होतं.

"शिट्!" तिनं म्हटलं होतं. हा शब्द त्या मानी, अत्यंत शिस्तबद्ध बाईच्या तोंडात त्यावेळी मुळीच शोभला नव्हता. तिनं थेट त्याच्या नजरेला नजर भिडवली होती. "आज ना उद्या कोणी ना कोणी तरी येणार, असं वाटत होतंच मला."

"मला याबद्दल तुमच्याशी तुमच्या गिऱ्हाइकांसमोर बोलायची इच्छा नव्हती; पण आम्हाला तुमचा फोन नंबरच कुठे मिळाला नाही." त्यानं म्हटलं होतं. "माझ्याकडे फोनच नाही, डिटेक्टिव्ह." त्याच्या खांद्यावर हात ठेवत तिनं म्हटलं होतं.

"पण कोणाला तुमच्याशी संपर्क साधायची गरज भासली तर?" त्यानं काहीशा आश्चर्यानं विचारलं होतं. "त्यात काय, पत्र पाठवायचं. टोरोंटोहून फक्त दोन दिवसांत पत्र इकडे पोचतं." तिनं सहज, आत्मविश्वासानं म्हटलं होतं आणि ती हसली होती. प्रेमानं, आत्मविश्वासानं.

"बरं, ते जाऊ द्या. तुम्ही त्या हायवेवर चाललेल्या बांधकामाच्या तिथे अडकले असणार, हो ना?" तिनं विचारलं होतं. "हो ना. चांगला अर्धा तास अडकलो होतो." त्यानं उत्तर दिलं होतं. तिनं स्वत:शीच मान हलवली होती. "गेलं दीड वर्ष रेंगाळलंय ते काम. नऊ महिन्यांत संपवू म्हणे. आम्ही धंदा कसा करायचा, अशानं?"

"मला तुम्हाला अगदी थोडे प्रश्न विचारायचे आहेत." ग्रीननं म्हटलं होतं. लगेच सारा मॅकगिल एक खुर्ची ओढून घेऊन त्याच्यासमोर बसली होती. एप्रनमध्ये हात घालून तिनं थोडंसं चुरगाळलेलं सिगारेटचं पाकीट काढलं होतं. अरे! सारा मॅकगिल अपशब्दही वापरते आणि सिगारेटही ओढते तर! त्याच्या मनात येऊन गेलं होतं. त्याला थोडं आश्चर्यही वाटलं होतं आणि गंमतही. "बोला, काय माहिती

हवीय तुम्हाला?'' पाकिटातून एक सिगारेट काढत तिनं विचारलं होतं.

तासभर ते दोघं बोलले होते. तिनं सांगितलेली कहाणी अगदी सरळ होती. ब्रेस आणि मॅकगिलचा मोठा मुलगा – केव्हिन ज्युनिअर – दोन वर्षांचा असतानाच त्याला गंभीर स्वरूपाचा ऑटिझमचा विकार असल्याचं समजलं होतं. आपला मुलगा वेगानं आपल्याच जगात घसरत चाललेलं त्यांनी वर्षानुवर्षं डोळ्यांनी बघितलं होतं. प्रचंड यातना भोगल्या होत्या. किशोर वयात आल्यावर केव्हिन ज्युनिअर शरीरानं प्रचंड थोराड आणि भयंकर आक्रस्ताळ्या वृत्तीचा झाला होता. एव्हाना त्यांच्या मुली – अमांडा आणि बेट्राईस – आठ आणि सहा वर्षांच्या झालेल्या होत्या. त्यामुळे आता केव्हिन ज्युनिअरला घरात ठेवून चालणार नव्हतं. 'चिल्ड्रेन्स एड'नं त्याची जबाबदारी घेतली होती. पण या प्रदीर्घ काळ सोसलेल्या प्रचंड ताणामुळे त्यांचं वैवाहिक जीवन मात्र संपुष्टात आलं होतं. ब्रेसला कॅथरिन टॉर्न भेटली होती; तसं सारा मॅकगिलनं आपल्या पहिल्या घरी, म्हणजे इथे हॅलिबर्टनला यायचं ठरवलं होतं.

''हा आमचा उत्तरेचा भाग जरा गमतीशीर आहे.'' तिनं म्हटलं होतं. ''जन्मापासून तुम्ही इकडे राहत असलात, तर तुम्हाला दुसरीकडे राहावंसं वाटत नाही. शहरात शिक्षणाची सोय चांगली असल्यामुळे मुली काही वर्षं केव्हिनबरोबरच राहिल्या. त्रासदायक होतं ते, पण तोच निर्णय बरोबर होता. आणि केव्हिननं बापाची सगळी भूमिका व्यवस्थित पार पाडली. मलाही त्यानं पोटगीचे पैसे पाठवण्यात कधीच कसूर केलेली नाही. मग मी हा कॅफे विकत घेतला आणि तेव्हापासून तो चालवतेय.''

''आणि केव्हिन ज्युनिअर?''

तिनं खिन्नपणे खांदे उडवले होते.'' फार त्रास झाला आम्हाला, त्याला ते लोक घेऊन गेले तेव्हा. पण आता तो खूपच सुधारलाय. खूप शांत झालाय. मी त्याला डिनरला घेऊन जाते.''

''आणि तुमच्या मुली?''

ती छानपैकी हसली होती. ''त्या दोघीही आता नव्या पाहुण्याची वाट बघताहेत. लागोपाठ दोनदा आजी होणार आहे मी.'' हात ताणून तिनं एक आळस दिला होता. ''डिटेक्टिव्ह, मी खरंच थकलेय. पहाटेपासून काम सुरू होतं माझं– पाच वाजल्यापासून. दररोज– गेली तीस वर्षं.''

ग्रीननं हळूच तिच्या डाव्या हाताच्या करंगळीत अंगठी दिसते का, तिकडे कटाक्ष टाकला होता. पण तिच्या हाताला करंगळीच नव्हती. तिच्या एकंदर मानी, खंबीर, वास्तववादी मनोवृत्तीचं मनातल्या मनात कौतुक करतच तो निघून बाहेर पडला होता.

आज कॅफेमध्ये मागच्या वेळेपेक्षाही कमी गर्दी होती. पलीकडच्या कोपऱ्यात त्याला रिकामं टेबल दिसलं आणि तो गिऱ्हाइकांमधून वाट काढत तिकडे गेला. बहुतेक सगळे जण पुरुषच होते. अंगावर जाडजूड स्वेटर्स आणि पायांत जाडजूड बूट घातलेले.

"सॉरी, तुम्हाला थांबावं लागलं." डार्लिननं म्हटलं. मागच्या वेळी हीच वेट्रेस होती, हे ग्रीनला लगेच आठवलं. "आजची आमची स्पेशल डिश आहे स्पाघेट्टी अन् मीटबॉल आणि बरोबर घरच्या, ताज्या टोमॅटोचं सॉस."

ग्रीनला जाम भूक लागलेली होती. केनिकॉटचा कॉल आल्यावर तो तडक इकडे आला होता. "वा! पण या हिवाळ्याच्या दिवसांत तुम्हाला घरचे ताजे टोमॅटो मिळतात तरी कसे?"

डार्लिननं त्याच्याकडे पाहिलं. "मिसेस मॅकगिलनी बॉटनीचा अभ्यास केलाय. त्या ते पानझडीच्या काळातच ताजे असताना बाटल्यांमध्ये भरून ठेवतात."

सावकाश जेवत ग्रीन रेस्टॅरंटमधून बाकीचे लोक निघून जाईपर्यंत वाट बघत बसला. सगळी माणसं त्याला मागच्या वेळी दिसलेल्या लोकांसारखीच होती. दणदणीत प्रकृतीची, सहज वावरणारी, ताठ मानेची आणि गोरी. टोरोंटोसारख्या मोठ्या शहरात ग्रीन राहत होता, त्यामुळे त्याला कुठेच फक्त गोरी, कॉकेशियन वंशाची माणसं बघायची सवय नव्हती.

मागच्या वेळी आणि आताही तो आत आला, त्या वेळी लोकांचं बोलणं एकदम बंद झाल्याचं जाणवलं होतं. सगळेच जण एकमेकांना ओळखणारे लोक होते, त्यामुळे तिऱ्हाईत माणूस सगळ्यांना लगेच ओळखू येणं स्वाभाविकच होतं.

सारा मॅकगिल किचनमधून बाहेर येऊन उरलेल्या गिऱ्हाइकांशी हास्यविनोद करू लागली, तेव्हा तीन वाजून गेले होते.

"काही म्हणा, पण सोमवारी आम्हाला इथे येऊन तुमच्या हातचं जेवता येणार नाही, हे काही बरं नाही." थोराड अंगाच्या एका माणसानं टेबलावरून उठत म्हटलं. "तुम्ही खरं म्हणजे रेस्टॉरंट उघडं ठेवलं असतं, तर फार बरं झालं असतं." त्याच्या भाबड्या चेहऱ्यावरचे भावही एखाद्या रुसलेल्या पोरासारखे होते.

"जॅरेड, अरे, मला आठवड्यातून एक दिवस तरी विश्रांती घेऊ दे की!" त्याच्या पाठीवर थाप मारत ती त्याला सोडायला दारापर्यंत गेली. तिनं नाव घेतल्याबरोबर ग्रीनला आठवलं की, आपण मागच्या वेळी या माणसाला इथे पाहिलंय.

"काय डिटेक्टिव्ह, एवढ्या लांबून तुम्ही इकडे खायला येता, इतकं तुम्हाला इथलं जेवण आवडतंयसं दिसतंय!" परत येऊन ग्रीनसमोरच्या खुर्चीत बसत तिनं म्हटलं. ती थकलेली दिसत होती, पण शांत वाटत होती. तिच्या डाव्या खांद्यावर टेबलं पुसायचं फडकं टाकलेलं होतं आणि तिचे हात रिकामे

होते. ते ग्रीननं लगेच हेरलं.

"तुमचे पदार्थच इतके चांगले असतात की, एवढ्या लांबून आल्याचं काहीच वाटत नाही." ग्रीननं म्हटलं. "आज तुमच्या हातात सिगारेट दिसत नाही ती?"

"दिली सोडून. सिगारेटमुळे मला पदार्थांची चवच कळेनाशी झाली होती."

"आणि तुमची वाढही खुंटली होती." ग्रीननं हसत म्हटलं.

सारानंही नेहमीसारखं मनमोकळं, खळाळतं हास्य केलं. तिचं हसणं होईपर्यंत "ग्रीन बोलायचं थांबला." ब्रेसच्या घरातल्या एका वस्तूवर आम्हाला तुमच्या हाताचे ठसे सापडले." तिच्याकडे निरखून बघत मग त्यानं म्हटलं.

तिनं एकदम विस्फारलेल्या नजरेनं त्याच्याकडे थेट बघितलं.

"एका कराराच्या शेवटच्या पानावर होते ते." ग्रीननं म्हटलं. "केव्हिनला दुसऱ्याच एका रेडिओ स्टेशनवर एक जॉब आला होता. भरपूर मोबदला ऑफर केलेला होता. हे तुम्हाला माहीत आहे ना?"

सारा मॅकगिल शांत होऊन मागे टेकून बसली आणि तिनं हात ताणून झक्कपैकी एक आळस दिला– एखाद्या मांजरीसारखा. तोंडाबाहेर येत असलेली जांभई तिनं दाबली.

"हो, प्रश्नच नाही. मी तुम्हाला मागे सांगितलंय तसं केव्हिन पोटगीचे पैसे अत्यंत नेमानं पाठवायचा. हे एक नवलच आहे, कारण पैशाच्या बाबतीत अत्यंत बेहिशेबी आहे तो."

"त्यानं तो करार दाखवला तुम्हाला?"

तिच्या चेहऱ्यावरचं हास्य आणखीन रुंदावलं. "हो. कोणत्याही महत्त्वाच्या कागदपत्रांवर तो आधी मी वाचल्याशिवाय केव्हिन कधीच सही करत नाही."

"केव्हा दाखवला त्यानं तो करार?"

"त्यानं तो माझ्याकडे पाठवून दिला असणार."

"पाठवून दिला?"

"हो, म्हणजे पोस्टानं किंवा कुरिअरनं पाठवून दिला असेल. टोरोंटोहून इथे पत्र यायला दोन दिवस लागतात. एक्स्प्रेस डिलिव्हरीनं पाठवलं तर एक दिवस लागतो."

"खरंच की– विसरलोच होतो! तुमच्याकडे फोनही नाही म्हणजे फॅक्सही नसणारच."

सारा मॅकगिलनं हसत गुणगुणायला सुरुवात केली. "नो फोन, नो पूल, नो पेट्स, आय एन्ट गॉट नो सिगारेट्स.... आठवतंय का गाणं? तसं बरंच जुनं आहे म्हणा."

"हो. रॉजर मिलरचं ना?" ग्रीननं म्हटलं. "माझ्या आईला फार आवडायचं."

ती गुणगुणतच होती. "शॉर्ट बट नॉट टू बिग अराऊंड.... अगदी माझ्यावरच

केल्यासारखं वाटतंय की नाही?'' ती मोठ्यानं हसली. ''खर्च करण्याच्या बाबतीत केव्हिन आणि मी, आम्ही दोघंही अगदी ल्युडाईट्स आहोत, डिटेक्टिव्ह. क्रेडिट कार्ड्स नाहीत, सेल फोन्स नाहीत. कुठल्याही आधुनिक गोष्टींचा वापर करायच्या बाबतीत आमच्यासारख्या लोकांचा कायम विरोधच असणार. फार कशाला, इथे या रेस्टॉरंटमध्ये साधा डिशवॉशर बसवायलासुद्धा कित्येक वर्षं तयार नव्हते मी.''

तिची नजर टेबलावर त्याच्यासमोर पडलेल्या खरकट्या डिशेसवर गेली आणि आपोआपच तिचा हात खांद्यावरच्या फडक्याकडे गेला.

''त्यानं तो करार तुमच्याकडे कधी पाठवला, काही आठवतंय?''

''एकदम सोपं आहे.'' तिनं म्हटलं. ''दर महिन्याच्या पंधरा तारखेला तो मला माझा चेक आणि आणखी जे काही मी वाचून बघावं किंवा ज्याबद्दल त्याला माझी मदत हवी असेल, ती गोष्ट पाठवतो. म्हणजे ते पाकीट मला सतरा डिसेंबरला मिळालं असेल आणि मी ते दुसऱ्या दिवशी त्याला परत पाठवलं असेल.'' उठत तिनं फडकं हातात घेतलं. ''डिटेक्टिव्ह, राग मानू नका –प्लीज, पण मला बरंच काम पडलंय अजून.''

''एकच प्रश्न, शेवटचा.'' ग्रीननंही उठत म्हटलं. त्यानं टेबलावर भरपूर टिप आणि बिलाचे पैसे आधीच काढून ठेवलेले होते. ''मग तुम्ही त्याला सल्ला काय दिलात?''

सारा मॅकगिल खळखळून हसली. ''डिटेक्टिव्ह, मी बुरसटलेल्या विचारांची असेनही कदाचित; पण मी मूर्ख नाही. मी त्याला सांगितलं, ताबडतोब सही कर, फक्त ती लिमो वगैरे मुळीच नको. नाही तर जाड होशील निष्कारण.''

३२

अल्बर्ट फर्नांदिझ आपल्या ऑफिसात येरझाऱ्या घालत होता– म्हणजे फार काही नाही, एका दिशेनं दोन पावलं चालायचं, मागे वळायचं आणि पुन्हा दोन पावलं चालायचं. हे काय हे? मी इथे ही एवढी मोठी केस चालवतोय आणि माझं ऑफिस तर तुरुंगातल्या कोठडीएवढं असेल, जेमतेम. कदाचित लहानच असेल. त्यातच या कागदपत्रांच्या खोक्यांनी केवढी तरी जागा व्यापलीय.

थांबून त्यानं त्या खोक्यांकडे बघितलं. प्रत्येक खोक्यात तीस–चाळीस फायली होत्या. प्रत्येक खोक्यावर त्यानं त्यात कोणकोणत्या फायली आहेत, याचं हातानं लिहिलेलं लेबल चिकटवलेलं होतं.

फर्नांदिझला कॉम्प्युटरची भीती होती, असं मुळीच नव्हे. उलट, कॉम्प्युटर चालवण्यात तो चांगला वाकबगार होता. पण केसची अंतिम तयारी करताना त्याला प्रत्येक कागद प्रत्येक फाईलमध्ये स्वतःच्या हातानं लावलेला आवडायचा. प्रत्येक कागदाला स्पर्श करायला आवडायचा. म्हणजे मग कोर्टात गेलं की, त्याला प्रत्येक गोष्ट अचूक सापडायची.

तो टेबलापाशी गेला. तिथे एक साधा काळा बाइंडर गुपचुप, एकटाच पडलेला होता. त्याच्यावरही लेबल होतंच– 'ट्रायल बाइंडर – ब्रेस.' त्यानं तो उघडून वरचंच पान काढलं. त्यावर त्यानं 'महत्त्वाच्या गोष्टी' असं शीर्षक देऊन खाली एकेका ओळीत केसमधल्या महत्त्वाच्या गोष्टी लिहिलेल्या होत्या –

- न्यायालयीन कक्षा – ८५ ए, फ्रंट स्ट्रीट, टोरोंटो.
- नाव– केव्हिन ब्रेस, वय ६३
- कॉन्डो १२ ए– एकच प्रवेशद्वार, बाहेर जाण्याचा दुसरा मार्ग नाही, जबरदस्तीने प्रवेश केल्याचा पुरावा नाही.
- डिसें. २१, सकाळी ५.२९, ब्रेस दाराशी मि. सिंग यांना भेटला.

- हात रक्ताळलेले.
- टॉर्नचा मृतदेह बाथटबमध्ये – भोसकल्याची एकच जखम.
- मृत व्यक्तीच्या अंगावर प्रतिकार करतानाच्या कोणत्याही जखमा नव्हत्या.
- रक्ताळलेला सुरा किचनमध्ये लपवलेला.
- कसलीही सबब सांगितलेली नाही.
- इतर कोणीही संशयित व्यक्ती नाहीत.
- कबुली.
- स्लॅम डंक.

शेवटचे शब्द वाचताना फर्नांदिझ किंचित हसला. वरच्या सगळ्या गंभीर गोष्टींच्या पार्श्वभूमीवर हे शब्द अगदीच विनोदी, उथळ वाटत होते आणि त्यांना तसा काही अर्थही नव्हता. बाइंडर बंद करून त्यानं पुन्हा येरझाऱ्या घालायला सुरुवात केली.

ही केस मिळाल्यापासून तो रोज ऑफिसातून उशिरा घरी जात होता. बिचारी मरिसा मात्र हळूहळू याला वैतागली होती. मागच्या आठवड्यात जेव्हा त्याच्या लक्षात आलं होतं की, मरिसानं माहेरी चिलीला फोन करण्यात जवळजवळ चारशे डॉलर घालवले आहेत, तेव्हा मात्र प्रथमच त्याचं जोरदार भांडण झालं होतं. मरिसा जाम रडली होती – मला इथे कॅनडातल्या या कडाक्याच्या थंडीचा, बर्फाचा त्रास होतो, माझं इथे कुणीच नाही, वगैरे वगैरे आणि शेवटी तर तिनं घर सोडून माहेरी परत जायची धमकीच दिली होती.

"चल, मरिसा." ती जरा शांत झाल्याचं बघून त्यानं म्हटलं होतं. "आपण बेडरूममध्ये जाऊन–"

"बेड, बेड, बेड!" ती डाफरली होती. "एवढं एकच सुचतं तुला!" आणि तिनं बेडरूममध्ये शिरून धाड्कन दार बंद केलं होतं.

बिचाऱ्या अल्बर्टला पुढच्या पाच रात्री कोचावर काढाव्या लागल्या होत्या. सहाव्या दिवशी त्यानं तिला एक लांबलचक, भला मोठा मळखाऊ रंगाचा कोट आणून दिला होता, आणि बरोबर कोटाला छानपैकी शोभतील असे बूट. "तू कशी दिसतेस इकडे दुर्लक्ष करून तू जर हा कोट आणि बूट घालून स्वत:ला नीट उबेत ठेवलंस ना, तर तुला या थंडीचं आणि बर्फाचं काहीच वाटणार नाही." त्यानं म्हटलं होतं.

मोठ्या अनिच्छेनं तिनं तो कोट आणि बूट हातात घेतले होते.

"त्याच्या खिशात हात घालून बघ ना–" त्यानं गंभीर चेहरा करत म्हटलं होतं.

तिनं कोटाच्या खिशात हात घातला होता आणि तिच्या हाताला चक्क एक चिलीचं विमानाचं तिकीट लागलं होतं.

"मार्चमध्ये तू तुझ्या आई-वडिलांकडे जा. परत येशील, तेव्हा थंडी संपलेली असेल."

आनंदानं अक्षरश: नाचत मरिसा ते तिकीट घेऊन बेडरूममध्ये पळाली होती. पुढचा अर्धा तास ती अत्यंत उत्साहानं आईशी फोनवर बोलत असल्याचं फर्नांदिझला ऐकू येत होतं. नंतर बेडरूममधून मरिसा बाहेर आली होती. तिच्या अंगावर फक्त एक टॉवेल होता आणि चेहऱ्यावर सुंदरसं हसू.

आता उद्या व्हॅलेंटाईन्स डे होता. फर्नांदिझनं आठच्या आत घरी यायचं कबूल केलेलं होतं. संध्याकाळचा संपूर्ण प्रोग्राम ठरलेला होता. रात्री वेलिंग्टन स्ट्रीटवरच्या एका प्रसिद्ध मेक्सिकन रेस्टॉरंटमध्ये डिनर. नंतर तिथून जवळच आणखी एका रेस्टॅरंटमध्ये खास घरगुती दक्षिण अमेरिकन पदार्थ मिळायचे, तिथे जायचं ठरलं होतं. रात्री दहापर्यंत घरी, की लगेच बेडरूम...

वा! फर्नांदिझ स्वत:शीच हसला. रात्री दहालाच मरिसाच्या बाहुपाशात!

अचानक ऑफिसच्या दारावर हळूच टकटक झाली. फर्नांदिझ दचकलाच. दहा मिनिटांपूर्वीच रात्रीचा वॉचमन येऊन गेला होता. आता या वेळी कोण कडमडलंय? "कोण?"

"होला" तो सुपरिचित आवाज किणकिणला. हळूच दार उघडलं. बाहेरच्या कॉरिडॉरमधल्या अर्धवट अंधारात मारिसाच उभी होती. अंगावर तो अवजड, जाडजूड पायघोळ कोट आणि पायात ते घाणेरडे बूट.

"तू आत्ता इथे..."

"शूऽऽऽऽ..." तोंडावर बोट ठेवत तिनं गप्प राहायची खूण केली आणि आत येऊन दार बंद केलं.

"पण तू कशी...."

"उठू नकोस. मी आत्ताच गार्डशी बोललेय." ती टेबलाला वळसा घालून त्याच्यापाशी आली.

"काय सांगितलंस त्याला?"

"मी सांगितलं, एक्सक्यूज मी सर, माझा नवरा रोज रात्री उशिरापर्यंत काम करतो; त्याच्यासाठी थोडंसं चांगलं, सकस खायला-प्यायला घेऊन आलेय." तिनं त्याची खुर्ची वळवून त्याला आपल्यासमोर आणलं.

"अस्सं. खायला ठीक आहे, पण प्यायला? आणि सकस? ही काय भानगड आहे?"

"दाखवते." तिनं कोट उघडला. ऑफिसातल्या जेमतेम उजेडातही फर्नांदिझला दिसलं की, तिनं कोटाच्या आत अंगावर एकही कपडा घातलेला नाहीय. त्याच्या मांडीवर बसून तिनं त्याचं डोकं आपल्या छातीशी दाबलं. "आहे की नाही सकस?"

हॅपी व्हॅलेंटाईन्स डे– फर्नांदिझनं मनात म्हटलं. एक दिवस आधीच असलं म्हणून काय झालं? आपल्या पँटची झिप तिनं उघडल्याचं त्याला जाणवलं. पुढच्याच क्षणी त्याची ती जुनाट, सरकारी खुर्ची कुरकुर करायला लागली.

तेवढ्यात त्याला बाहेरचं एक दार उघडल्याचा आवाज ऐकू आला. तो आणि त्याचे सहकारी रात्रीच्या वेळी ये-जा करायला वापरायचे, तो हा दरवाजा होता.

"लेटेस्ट न्यूज. अँड द ग्रेटेस्ट." एक दमदार पुरुषी आवाज बोलला हा तर कटरचा आवाज. हा काय करतोय इथे, इतक्या उशिरा?

फर्नांदिझनं तोंड मरिसाच्या कानाशी नेलं. "शूऽऽऽ" तिनं मान डोलावली खरी; पण तिनं ते ऐकलंय की, हा तिच्या तालबद्ध हालचालीचाच एक भाग आहे, त्याला नक्की कळेना.

"बघू मला." – स्त्रीचा आवाज. ही बार्ब गिल्ड, सारखी कटरबरोबर हिंडत असते.

फर्नांदिझला त्या दोघांच्या पावलांचे आवाज जवळ येत असलेले ऐकू आले. एकीकडे मरिसाचा वेग वाढत होता. तिनं पुन्हा त्याचं डोकं छातीशी दाबून धरलं.

"तो ब्रेस – फार हुशार समजतो स्वत:ला." कटरच्या हसण्याचा आवाज त्या रिकाम्या ऑफिसात घुमला. ते दोघं आता अगदी दाराशीच आलेले दिसत होते.

फर्नांदिझनं आपला श्वास रोखला आणि खुर्चीची कुरकुर कमी करण्यासाठी त्यानं दोन्ही पाय जमिनीवर दाबून ठेवले. मरिसाचं मात्र त्याच्याकडे लक्षच नव्हतं.

"आता काय लिहिलंय त्यानं?" गिल्डनं विचारलं. ते दोघंही त्याच्या ऑफिसच्या दाराबाहेरच, बहुधा काही तरी बघायला थांबलेले होते. मरिसानं त्याची मान घट्ट धरलेली होती. त्यानंही तिला शक्य तितकं घट्ट मिठीत धरलं– तिच्या हालचालींचा जोर – आणि खुर्चीचा आवाज – कमी करायला. पण त्या दोघांना आपले आवाज नक्कीच ऐकू जात असणार, त्यानं धास्तावून स्वत:शीच म्हटलं.

पण कटर पुन्हा हसला. "कमाल आहे!"

फर्नांदिझला पुन्हा त्यांच्या पावलांचे आवाज ऐकू येऊ लागले – पण नशिबानं ते लांब जात होते. "बघ, बार्ब..." कटरचा आवाज. तोही आता अस्पष्ट होत होता. फर्नांदिझ जिवाचा कान करून ऐकायचा प्रयत्न करत होता, पण मरिसानं त्याच्या कानांवरच हात घट्ट दाबलेले होते.

"त्या पॅरिशला जर हे समजलं..." कटरचा आवाज जवळजवळ ऐकू येईनासा झालेला होता.

फर्नांदिझ आपलं डोकं सोडवायचा प्रयत्न करत होता, पण एव्हाना त्यांचे आवाज ऐकू येत नव्हते. त्यातच आता गिल्डच्या ऑफिसबाहेरच्या फोटो कॉपी मशीनची घरघर सुरू झाली.

"काय झालं?" मरिसा त्याच्या कानात कुजबुजली.

हाच प्रश्न मलाही पडलाय– फर्नांदिझनं मनात म्हटलं. या कटर आणि गिल्डचं काय चाललंय तरी काय?

"बिचारा अल्बर्ट." मरिसानं त्याच्या डोक्यावर थोपटलं. "किती काम करतोस रे."

तिच्या स्पर्शानं फर्नांदिझ भानावर आला. त्यांच्या लग्नानंतर लगेचच त्याच्या लक्षात आलं होतं की, सेक्सच्या बाबतीत आपण अगदीच अनभिज्ञ आहोत, पण मरिसाला मात्र शरीरसुखाचा नक्कीच अनुभव आहे. नंतर लवकरच या बाबतीत ती त्याची मार्गदर्शक बनली होती आणि तो तिचा शिष्य. अर्थात, उघडपणे कोणीच काही बोललं नव्हतं, पण दोघांनीही आपपल्या भूमिका परस्पर सामंजस्यानं पत्करल्या होत्या.

एव्हाना त्याचं या क्षणी तरी त्यांच्या या छुप्या शरीरसंभोगातून मन विचलित झालेलं होतं. याचा परिणामही व्हायचा तो झालेला होता.

पण या अपेक्षाभंगानं ती चिडलेली दिसत नव्हती; उलट ती जास्त निग्रही दिसत होती.

"सॉरी. फार काम पडतं हल्ली." त्यानं म्हटलं.

"नाही, तुला 'सकस' कमी पडतं." तिनं आपला हात खाली नेला.

३३

ओल्ड सिटी हॉल कोर्टाच्या अगदी आतल्या भागातल्या असलेल्या, पुरुष कैद्यांना ठेवण्याच्या त्या भल्या प्रशस्त दालनाशेजारून जाताना – याला पोलिसांनी 'बुल पेन' असं मोठं समर्पक नाव ठेवलेलं होतं – अरी ग्रीनला जाणवलेली सगळ्यात पहिली गोष्ट कोणती असेल, तर ती म्हणजे कुबट वास. कमीत कमी दीडशे माणसं होती तिथे. त्यांतल्याही निम्म्याहून जास्त लोकांनी कित्येक दिवस अंघोळ केलेली नव्हती. बहुतेक जणांच्या अंगावर नारिंगी रंगाचे जंपसूट होते. त्यांना आदल्या रात्रीच अटक झालेली असणार, हे उघड होतं. हे सगळे जण त्यांच्या जामीनअर्जांची सुनावणी होण्याची वाट बघत त्या दालनात उभे होते. जंपसूटवाले कैदी अर्थातच डॉन जेलमधून आणलेले होते.

ग्रीन तिकडे वळूनही न बघता तसाच पुढे निघाला.

दालनाच्या मागच्या बाजूला एक छोटी, बिनखिडक्यांची खोली होती. आत एक लोखंडी टेबल आणि दोन खुर्च्या होत्या, त्यांचे पाय बोल्ट लावून फरशीत घट्ट बसवलेले होते. या खोलीला 'पी.सी.' इंटरव्ह्यू रूम असं म्हणत. म्हणजे 'प्रोटेक्टिव्ह कस्टडी'मध्ये ठेवलेल्या कैद्यांना भेटण्याची खोली. लहान मुलांचं लैंगिक शोषण, बलात्कार वगैरे 'खास' गुन्हे केलेल्या कैद्यांना बाकीच्या कैद्यांपासून सुरक्षित ठेवावं लागत असे, त्यांना भेटण्याची ही खोली होती. बाकीच्या कैद्यांना भेटण्याच्या खोल्या काचेच्या पॅनेल्सच्या असायच्या. तिथे कैदी आपल्या वकिलांना, नातेवाइकांना भेटू शकत होते. पण ही खोली मात्र तशी नव्हती. इथल्या कैद्यांची कॅटेगरीच वेगळी होती.

ग्रीन त्या खोलीत गेला आणि दारापासून सगळ्यात लांब असलेल्या खुर्चीवर वाट बघत बसून राहिला. दहा मिनिटांनी एक रक्षक फ्रेझर डेंटला घेऊन आला.

साल्व्हेशन आर्मीत त्या रात्री डेंटशी त्याची पहिली भेट झाल्यापासून ही तिसरी भेट होती. डेंटनं त्याचा नारिंगी जंपसूट जणू अगदी एखाद्या रोजच्या वापरण्यातल्या

पायजम्यासारखा घातलेला होता. त्याच्या पायांमध्ये तुरुंगात कैद्यांना दिलेले निळे रनिंग शूज होते. या शूजचे मागचे टाचेकडचे भाग मात्र आत दुमडून पुरते सपाट केलेले होते. इतर सगळ्या कैद्यांसारखेच.

रक्षकानं चाव्यांचा जुडगा काढला, त्याचा आवाज ऐकून डेंट मुकाट्यानं त्याच्याकडे पाठ करून उभा राहिला – मागे बांधलेल्या हातांमधल्या बेड्या काढण्यासाठी.

रक्षक निघून गेला, तसा डेंट परत ग्रीनकडे वळला आणि त्यानं खांदे उडवले. त्याचे ते विनोदी केस तेलकट दिसत होते, निष्काळजीपणानं दाढी केल्यामुळे चेहऱ्यावर कसे तरीच वाढलेले खुंट होते आणि हातांच्या बोटांची नखं कुरतडलेली होती. त्याचे निळसर डोळेही निस्तेज, भकास दिसत होते.

''गुड मॉर्निंग, डिटेक्टिव्ह.'' त्यानं काहीसं चिडक्या आवाजात म्हटलं.

''कसं काय चाललंय, मि. डेंट?'' ग्रीननं म्हटलं. डेंट आत आला, तेव्हा तो त्याला भेटायला उठून उभा राहिला होता. आता खाली बसत त्यानं खिशातून एक सिगारेटचं पाकीट काढलं.

''ठीक.'' समोरच्या खुर्चीवर बसत डेंटनं म्हटलं आणि नजर खाली वळवली. ''मी... मला आणि ब्रेसला पाचव्या मजल्यावर हलवण्याची व्यवस्था केली – हॉस्पिटल विंगमध्ये. त्या बाकीच्या सगळ्या गुंडांपासून दूर असलेलंच बरं. थोडेफार बेडपॅन वगैरे साफ करायला लागतात, पण ते एक वेळ चालेल. तिकडे एक टीव्ही आहे, शिवाय एक स्पोर्ट्स चॅनेलही लावलिय त्यांनी. त्या लीफ्सची मात्र कमाल आहे, नाही?''

ग्रीन हलकेच हसला. सुरुवातीलाच लीफ्सचा खेळ कमालीचा उंचावलेला होता. त्यांच्यापेक्षा किती तरी चांगल्या क्लब्सना एकामागून एक हरवत त्यांनी पुन्हा प्ले-ऑफ रेसमध्ये स्थान मिळवलं होतं. त्यामुळे शहरात एकदम उत्साहाचं वातावरण निर्माण झालेलं होतं. रेडिओवरच्या टॉक-शोजमध्येही लीफ्सचे चाहते 'आपणच जिंकणार', असं मोठ्या उत्साहानं जोरजोरात सांगत होते. एवढंच कशाला, ग्रीनच्या डॅडींनीसुद्धा 'एखाद्या तरी मॅचला जायला पाहिजे', असं बोलून दाखवलं होतं.

पण पुढे लवकरच लीफ्सचे 'पहिले पाढे पंचावन्न' झाले होते. एकामागून मॅच हरण्याचं त्यांचं सत्र पुन्हा सुरू झालं होतं आणि ग्रीनच्या डॅडींचा उत्साह मावळला होता. त्यांच्या आताच्या 'लेटेस्ट' मतानुसार लीफ्सच्या पराभवांच्या मालिकेचं एकमेव कारण 'त्या तुमच्या तरुण गोलीला काही खेळता येत नाही, त्याच्या जागी एखादा अनुभवी गोली आणा.' असं होतं. जाम उखडले होते ते.

''टंपा आणि कॅरोलिनामधली टीमसुद्धा स्टॅन्ले कप जिंकून जाईल.'' लीफ्सच्या टीमनं लागोपाठ चौथ्यांदा मार खाल्ल्यावर त्यांनी उद्वेगानं म्हटलं होतं. ''त्यांच्याकडे तर स्केटिंग रिंक्सही नसतात. एवढ्या दक्षिणेला कुठला आलाय बर्फ?''

"जाऊ दे, डॅड. लीफ्सच्या टीमनं १९६७पासून एकदा तरी कप जिंकलाय का?"

"माहितेय मला, माहितेय." त्यांनी म्हटलं होतं. "पण मी अजून धीर सोडलेला नाही. ते कधी जिंकणार याची वाट कितीही वर्षं बघायला तयार आहे मी."

"माझे डॅडी म्हणजे लीफ्सचे एकदम कडवे फॅन आहेत." ग्रीननं म्हटलं. "ते तर जाम भडकलेत." त्यानं डेंटला काड्यापेटीतल्या थोड्या काड्या काढून दिल्या.

"त्यांच्या त्या कोचला हाकललं पाहिजे आधी." डेंटनं म्हटलं. "काल काय झालं, पाहिलंत ना? मॅच संपायला दोन मिनिटं बाकी असताना हा माणूस थर्ड-लाइन सेंटरला फेस-ऑफ घ्यायला लावतो; याला काय म्हणावं?"

मान डोलावून ग्रीननं आपला कॉफीचा रिकामा स्टायरोफोमचा कप डेंटला ॲश ट्रे म्हणून वापरण्यासाठी दिला. त्यात त्यानं मुद्दामच तळाशी अगदी थोडी कॉफी शिल्लक ठेवलेली होती – सिगारेटमुळे कपला भोकं पडू नयेत म्हणून. एक सिगारेट पेटवून डेंटनं काही झुरके भराभर घेतले. तो बोलण्याची वाट बघत ग्रीन शांतपणे बसून राहिला.

"ब्रेसनं अजूनही तोंड उघडलेलं नाही." मान वळवून डेंटनं धुराचा लोट सोडला. त्याची नजर अजून डावीकडेच होती. "एक शब्दही बोललेला नाहीय तो. सुरुवातीला विचित्रच वाटायचं; आता मात्र सवय झालीय. आता तर उलट तो काही बोलला, तरच दचकायला होईल मला."

"अजूनही तो सगळं लिहूनच सांगतो?"

"हो, त्याच्या त्या वहीत लिहितो तो. कशाचा अर्थ काय, हे त्यानं आम्हाला शिकवून ठेवलंय आणि आम्ही ब्रिज खेळतो, तेव्हा तो हातानं खुणा करून दाखवतो."

"त्यानं कधी तुझी चौकशी केलीय की नाही?"

"खरं म्हणजे, त्याची काही गरज पडत नाही. तुम्ही सांगितलंत तसा मीच मला हवं तेव्हा माझ्याबद्दल बोलतो. बऱ्याचदा तर मी माझ्या बंकमध्ये झोपूनच बोलतो स्वतःबद्दल. तेव्हा मात्र एखाद्या सायकॉलॉजिस्टच्या केबिनमध्ये असल्यासारखं वाटतं– पूर्वी त्या बँका माझ्याकडून माहिती काढून घेताना जसं करायच्या, त्याची आठवण येते अगदी. त्याही असेच सायकॉलॉजिस्ट लोकांकरवी माझी चौकशी करायच्या." तो कसं तरीच, जोरानं हसला आणि त्याला जोरदार ठसका लागला.

"हो, कारण तू त्यांना पाच लाखांना गंडा घातलास ना?"

"तेच ते.'' डेंटनं आणखी एक झुरका घेतला.

"तो काय वाचतो? पेपर वगैरे?''

"पेपर तर अख्खेच्या अख्खे वाचून काढतो. अगदी शब्द न् शब्द. त्यातली शब्दकोडी नेमानं सोडवतो.''

"पुस्तकं वगैरे?''

"हो, हो. पुस्तकांच्या गाडीवरून येतील ती सगळ्या प्रकारची पुस्तकं वाचतो. रहस्यकथा, कादंबऱ्या, प्रवासवर्णनं, आत्मचरित्रं... त्याला काहीच फरक पडत नाही.''

"ओके. अजून काही सांगण्यासारखं?''

"काहीही नाही. बाकी काही घडतच नाही. इतका साधा कैदेतला सोबती पहिल्यांदाच दिसला मला.''

ग्रीन शांतपणे खुर्चीत मागे टेकला आणि थेट डेंटच्या नजरेला नजर भिडवून बघत एक शब्दही न बोलता बसून राहिला. डेंट मात्र डावीकडेच नजर वळवून गप्प बसून राहिला. त्यानं हळूच एकदा ग्रीनकडे कटाक्ष टाकला आणि चट्कन नजर खाली वळवली. त्यानं आपली अर्धवट ओढलेली सिगारेट खाली टाकली आणि बुटाच्या टाचेनं विझवली.

"डेंट, तू चांगला हुशार, डोकेबाज माणूस आहेस. त्यानं अजिबात बोलणं कशामुळे बंद केलं असेल? तुला काय वाटतं?''

डेंटनं खाली वाकून ती सिगारेट उचलली आणि हातानं साफ केली. "सांगणं कठीण आहे.'' शेवटी तो बोलला.

ग्रीनच्या लक्षात आलं की, तो ब्रेसला पाठीशी घालायचा प्रयत्न करतोय. "तू निदान प्रयत्न तरी करून बघ ना–''

"मला आठवतंय – तो रेडिओवर असताना किती बोलायचा... केवढी बडबड करायचा तो! कदाचित त्यामुळेच त्याला बोलायचा कंटाळा आला असेल.''

"हां, हे म्हणणं पटण्यासारखं आहे खरं.''

खांदे उडवत डेंटनं ती जराशी चपटी झालेली सिगारेट हातानं पुन्हा गोलसर केली, पँटचा डावा पाय खालून थोडा दुमडला आणि ती सिगारेट आपल्या मोज्यात हळूच ठेवून दिली. "पण तो तसा खुशीत असल्यासारखा दिसतो.''

"या केसबद्दल तो काहीच बोलला नाही अजून?''

"त्याची प्री-टायल उद्या आहे एवढंच त्यानं लिहिलं होतं. त्यासाठीच आपण आत्ता भेटलोय का?''

"समर्सच्या कोर्टात ही प्री-ट्रायल आहे, असं लिहिलं होतं का त्यानं?'' त्याच्या प्रश्नाकडे दुर्लक्ष करून ग्रीननं विचारलं.

डेंट जरासा चिडला. ''समर्स!'' त्यानं जरा जोरात म्हटलं. ''मि. नेव्हल ॲकॅडमी! नालायक आहे लेकाचा. मी एका शॉपर्स ड्रग मार्टमधून ॲस्पिरिनच्या चार गोळ्या चोरल्या, तर त्यानं मला सहा महिन्यांची शिक्षा सुनावली.''

ग्रीननं मान डोलावली. ''बरोबर. त्या दुकानातला नोकर तुझ्यामागे पैसे मागायला आला आणि तू त्याला चक्क काचेच्या दारावर ढकलून दिलंस.''

''हो.'' डेंटनं खाली बघितलं. ''पण तरी समर्स नालायकच आहे.''

''जाऊ दे. बरं, ब्रेसला त्याची वकील भेटायला येते, हे माहितेय आम्हाला. आणखी कोणी येतं?''

डेंटनं नकारार्थी मान हलवली.

''अजून कोणाच्या संपर्कात असतो का तो?''

''फक्त आम्ही ज्या दोघांबरोबर ब्रिज खेळतो ते दोघं कैदी आणि मि. बझ. हा मात्र डॉन जेलमधला माझा एकदम आवडता रक्षक आहे. त्यानंच आम्हा चौघांना पाचव्या मजल्यावर हलवलं. आता तोही वरच असतो. स्वत:ला आमचा बॉडीगार्ड म्हणवतो.''

''हं. त्या बाकीच्या दोघांबद्दल सांग मला.''

''सांगतो. त्यातला एक तो जमैकन आहे. तो त्यानं केलेल्या खुनाचा खटला सुरू होण्याची वाट बघतोय. दुसरा आहे तो कॅनेडियनच आहे. शाळामास्तर होता. बायको, मुलं– अगदी साधा माणूस. आणि मग बिचाऱ्याला दारूचं व्यसन लागलं.''

''त्यांचं काय मत आहे ब्रेसबद्दल?''

डेंटनं खांदे उडवले. ''ब्रेस उत्कृष्ट ब्रिज खेळतो. बस, एवढंच.''

''ओके. खटल्याची आधीची सुनावणी मे महिन्यात आहे– म्हणजे प्राथमिक चौकशी.''

डेंटनं पुन्हा खांदे उडवले. ''असू दे. मला या दोन्हींतला फरकच समजलेला नाही आजपर्यंत.'' त्यानं चेहऱ्यावरून दोन्ही हात चोळले. ''हे बघा डिटेक्टिव्ह, आता मी हॉस्पिटल वॉर्डमध्ये आहे आणि त्यामुळे मी या मॅचेस संपेपर्यंत थांबेन. म्हणजे साधारण मे महिन्याच्या शेवटपर्यंत. पण एकदा ही टूर्नामेंट संपली की, मला बाहेर काढा इथून.''

''तोपर्यंत ब्रेसनं तोंड उघडायला हवं.'' खिशात हात घालून ग्रीननं एक मिंटच्या गोळ्यांचं पाकीट काढून त्याला दिलं.

''आणि लीफ्सच्या टीमनं कसंही करून टूर्नामेंटमध्ये शेवटपर्यंत राहायला हवं.'' पाकीट उघडून डेंटनं थोड्या गोळ्या काढून तोंडात टाकल्या आणि पाकीट आपल्या जंपसूटच्या बाहीच्या घडीत ठेवून दिलं. उठून त्यानं पायानंच दार वाजवलं. ''त्या गार्डनं लवकर बेड्या घालू देत मला. नाही तर बाकीच्यांना संशय यायचा

उगाच. आधीच उशीर झालाय.''

ग्रीनही उठला. तेवढ्यात मघाच्याच रक्षकानं दार उघडलं आणि लगेच डेंट दोन्ही हात पाठीमागे बांधून त्याला पाठमोरा उभा राहिला. हळूहळू कर्र कर्र आवाज करत बेड्या बंद झाल्या.

या आवाजानं ग्रीनच्या अंगावर नेहमी काटा उभा राहायचा–भिंतीवर नखानं खरवडल्यासारखा आवाज.

३४

ब्रेसला अटक झाल्यानंतर त्याच्या 'टॉक शो'च्या बाबतीत चांगलीच नाजूक परिस्थिती झाली असणार, हे उघड होतं. आता डोनाल्ड डंडाज ही परिस्थिती कशी निभावून नेतो, याच्या कुतूहलापोटी डॅनियल केनिकॉटनं मुद्दामच तो कार्यक्रम नियमितपणे ऐकायला सुरुवात केली होती. पहिले काही दिवस डोनाल्डनं जणू आपण ब्रेसच्या बदली काम करत असल्यासारखे कार्यक्रम सादर करणं पुढे चालू ठेवलं होतं. ख्रिसमसच्या सुट्टीत हा कार्यक्रम सादरच होईनासा झाला होता. त्याच्या जागी कुठले तरी रटाळ कार्यक्रम होत होते. जानेवारीत मात्र त्या जागी एक नवीनच कार्यक्रम डंडाज सादर करू लागला होता. त्याचं नाव होतं–'मॉर्निंग हॅज ब्रोकन.' एवढ्या संपूर्ण काळात ब्रेसच्या अटकेबद्दल या रेडिओ स्टेशननं एका शब्दानंही कधी उल्लेख केला नव्हता.

जॉर्ज ऑर्वेलच्या पुस्तकातल्या 'स्नोबॉल'सारखं केव्हिन ब्रेसचं नाव पार पुसून टाकलं गेलं होतं.

आणि डंडाजही स्वत: एक उत्तम, बहुश्रुत सादरकर्ता होता. अनेक विषयांवर तो लोकांशी उत्तम गप्पा मारू शकत होता; पण ब्रेसनं या कार्यक्रमात जी एक खोली आणली होती, ती मात्र आता जाणवत नव्हती. डंडाजच्या विनोदांमध्ये ब्रेसची तिरकस झाकही नव्हती आणि त्याचा आवाजही मोठा गोड, प्रेमळ होता. भरपूर सिगारेटी ओढल्यामुळे घोगरा झालेल्या ब्रेसच्या आवाजाची लज्जत त्याच्या आवाजात नव्हती.

केनिकॉटनं ब्रेसच्या रोजच्या जीवनक्रमाचा दोन महिने कसून अभ्यास केलेला होता, त्यामुळे डंडाजचा नित्यक्रम कसा असेल याचा चांगला अंदाज त्याला आला होता. टोरोंटोच्या वेळेनुसार सकाळी १० वाजता रेडिओवरचा डंडाजचा कार्यक्रम संपत असे आणि नंतर तो एकेक तासाच्या अंतरानं क्रमाक्रमानं देशाच्या पश्चिम भागातल्या रेडिओ स्टेशनांवरून सादर व्हायचा – टेप करून. दहानंतरचा एक तास

जो कोणी सादरकर्ता असेल, तो पुढच्या कार्यक्रमांचे प्रोमोज रेकॉर्ड करण्यात आणि दुसऱ्या दिवशीच्या कार्यक्रमाच्या मीटिंगमध्ये घालवायचा. म्हणजे साधारण अकरा वाजेपर्यंत डंडाज मोकळा झालेला असायला हरकत नव्हती.

त्यामुळेच आज सकाळी अकराला काही मिनिटं बाकी असताना केनिकॉट त्या रेडिओ स्टेशनच्या इमारतीच्या आसपास घुटमळत होता. इमारतीतून बाहेर यायला तीन दरवाजे होते. त्यामुळे आता डंडाज कोणत्या दारातून बाहेर येणार, याचा अंदाज करण्याची एक बारीकशी अडचण होती. उत्तरेकडच्या दरवाजा वेलिंग्टन स्ट्रीटवर होता, पण त्या रस्त्यावर फार गर्दी असायची. त्यामुळे त्या दरवाज्यातून काही तो येणार नाही– केनिकॉटनं विचार केला. पश्चिमेकडच्या दरवाज्याबाहेर एक कमी गर्दीची गल्ली होती आणि गल्ली ओलांडून गेलं की, पलीकडे एक मोठं 'स्टारबक्स' होतं. कंपनीतली बरीच तरुण मंडळी रस्ता ओलांडून तिकडे कॉफी पिण्यासाठी जाताना दिसत होती.

असल्या 'ट्रेंडी' कॉफी शॉपमध्ये डंडाजसारखा जुन्या आठवणींत रमणारा माणूस जाईलसं वाटत नाही, केनिकॉटनं मनात म्हटलं. शिवाय डंडाजचे बरेचसे कार्यक्रम छोट्या, सामान्य लोकांच्या विषयांना धरून असायचे. इमारतीच्या दक्षिणेकडच्या दरवाजाशी एक छोटंसं, साधं कॉफी शॉप होतं आणि त्याच्या दर्शनी भागातल्या काचेच्या विंडोमध्ये जुन्या पद्धतीच्या टी-पॉट्स वगैरेंचा एक लहानसा संग्रह मोठ्या आकर्षक रीतीनं मांडलेला होता. बरोबर! डंडाज आला तर इथेच येणार... त्यानं स्वतःशी म्हटलं. तो आत शिरून अगदी पाठीमागच्या एका जागेवर जाऊन बसला. शेजारच्या टेबलावरचा एक 'ग्लोब अँड मेल'चा ताजा अंक त्यानं उघडून वाचायला सुरुवात केली. त्याचं लक्ष मात्र समोरच्या दारावर होतं.

अकरा वाजून गेल्यावर थोड्याच वेळात खरोखरच डंडाज हातात एक जुनी लेदर ब्रीफकेस घेऊन एकटाच आत आला. त्याच्या अंगावर एक मोठा ओव्हरकोट होता आणि हातांमध्ये कातड्यांचे जाडजूड हातमोजे होते. आत आल्याबरोबर त्याच्या गोल चष्म्याच्या काचांवर एकदम धुकं जमलं. लगेच चष्मा साफ करत तो कॉफी घेण्यासाठी तिथल्या सर्व्हिस काउंटरपाशी जाऊन उभा राहिला. त्याच्या पुढेही आणखी एक-दोघं रांगेत उभे होते.

चट्कन उठून वर्तमानपत्राची घडी काखेत ठेवत केनिकॉट त्याच्यामागे जाऊन उभा राहिला.

"गुड मॉर्निंग, मिसेस नुयेन." डंडाजनं काउंटरमागे उभ्या असलेल्या बुटक्या, मंगोलियन चेहऱ्याच्या स्त्रीला म्हटलं.

"हॅपी व्हॅलेंटाईन्स डे, मि. डंडाज." तिनं हसतमुखानं म्हटलं. "ग्रीन टी?"

"हो, एक पॉट द्या." डंडाजनं हातातली ब्रीफकेस वर केली. "मी थोडा वेळ

बसणार आहे इथे. पेपर तपासायचेत.''

केनिकॉट रांगेतून थोडा मागे सरकून उभा राहिला. चहाचा पॉट घेऊन डंडाज एका कोपऱ्यातल्या टेबलाशी गेला आणि पॉट आणि ब्रीफकेस टेबलावर ठेवून खुर्चीवर बसला. लगेच त्यानं ब्रीफकेसमधून काही पेपर काढले आणि पुढे वाकून वाचायला सुरुवात केली. केनिकॉटही तिकडे गेला आणि एक खुर्ची ओढून घेऊन त्याच्यासमोर बसला.

''एक्सक्यूज मी–'' वर न बघताच डंडाजनं म्हटलं. ''प्लीज, मला जरा...'' त्यानं वर बघितलं आणि केनिकॉटला ओळखल्याबरोबर त्याचे पुढचे शब्द तिथेच थिजले.

''गुड मॉर्निंग, मि. डंडाज.''

''हॅलो, ऑफिसर केनिकॉट.'' डंडाजनं दबक्या आवाजात म्हटलं. ''आपल्या भेटीनंतर मी माझ्या वकिलाला भेटलोय आणि त्यानं डिटेक्टिव्ह ग्रीनला कळवलंय की, मला आणखी काहीही बोलायची इच्छा नाही.''

''मला माहितेय ते.''

''मग?''

''तरी पण आपल्याला आमचा तपास चालू ठेवण्यात कसलीच अडचण नाही.''

डंडाजनं नुसतीच मान डोलावली – तरीही, मी काही बोललंच पाहिजे, असं काही नाही.

''म्हणजे तुम्हाला जरी उत्तर द्यायचं नसलं, तरी तुमच्याशी बोलण्यात आम्हाला काहीच अडचण नाही.'' केनिकॉटनं म्हटलं.

''बरोबर आहे.'' डंडाजनं कपाळाला आठ्या घालत अनिच्छेनं म्हटलं आणि हातानं टेबलावरचा टी-पॉट अन् कप जवळ सरकवला.

''मी काल हॉवर्ड पीलशी बोललो.'' केनिकॉटनं आपलं म्हणणं पुढे रेटलं.

''हे बघा, तुम्ही माझ्याशी काहीही बोलू शकता; पण मी उत्तर देणार नाही.''

''पीलही आधी असंच बोलला; पण मी जेव्हा मला सापडलेल्या काही गोष्टी त्याला सांगितल्या, तेव्हा त्यानं लगेच बोलायला सुरुवात केली.''

केनिकॉट त्याचं बारकाईनं निरीक्षण करत होता. डंडाजनं टी-पॉटचं झाकण उघडून वास घेतला, त्याबरोबर त्याच्या चष्म्यावर लगेच पुन्हा धुकं जमलं. केनिकॉटलाही सुगंधित चहाचा सुंदर वास जाणवला. डंडाज जरी काही बोलत नसला, तरी त्यानं केनिकॉटच्या बोलण्यावर आक्षेप घेणं मात्र बंद केलेलं होतं.

''पीलनं ब्रेसला जे कॉंट्रॅक्ट ऑफर केलं होतं, ते तुम्हाला माहीत होतं. हो ना?'' त्यानं म्हटलं.

डंडाजनं त्याच्याकडे दुर्लक्ष करत चष्मा पुसला.

"दहा लाख डॉलर, वर्षात छत्तीस आठवडे काम, न्यायला-आणायला लिमोसिन. शिवाय सोमवारी सुट्टी." केनिकॉटनं म्हटलं.

"सॉरी, पण मला हे पेपर तपासायचेत."

केनिकॉटनं बोलणं सुरूच ठेवलं. "पीलनं मला सांगितलं की, ब्रेसला सही करायची होती; पण त्याला कॅथरिनचा प्रॉब्लेम होता. एकंदरीतच कॅथरिनला बरेच प्रॉब्लेम्स होते, असं दिसतंय."

डंडाजच्या कपाळावर आठ्या उमटल्या.

"पीलनं सांगितलं की, कॅथरिनलाही रेडिओ प्रोड्यूसर व्हायचं होतं. बरोबर?" केनिकॉट बोलतच होता.

डंडाजनं टी-पॉटशी चाळा करणं बंद केलं. त्याचे खांदे पडलेले होते.

आता पकडायचं याला– केनिकॉटनं ठरवलं. "पीलनं मला सांगितलं की, ती एका मित्राकडे त्याच्या घरच्या स्टुडिओमध्ये ट्रेनिंग घेत होती. म्हणूनच मागच्या डिसेंबरमध्ये जेव्हा डिटेक्टिव्ह ग्रीननं तुम्हाला विचारलं होतं की, कॅथरिन कधी तुमच्या घरी आली होती का, तेव्हा लगेच बोलणं बंद केलंत." केनिकॉटनं आवाजात जरब आणली. "हो की नाही, मि. डंडाज?"

डंडाजनं ओठ घट्ट मिटून घेतले.

"मी 'द डॉन ट्रेडर'च्या अर्काइव्हजमध्ये जाऊन तपास केलाय." केनिकॉट पुढे झुकला. "मागच्या वर्षी एप्रिलमध्ये ब्रेसनं तुमच्या घरच्या रेडिओ प्रॉडक्शन स्टुडिओबद्दल तुमची वीस मिनिटं मुलाखत घेतली होती. बरोबर?"

डंडाज काही क्षण आपल्या कपाशी चाळा करत गप्प बसून राहिला. "हो." शेवटी त्यानं उत्तर दिलं.

गुड. एकदाचं तोंड उघडलं यानं.

डंडाजनं किंचित थरथरत्या हातानं कपात चहा ओतायला सुरुवात केली.

"आधी तुम्ही कॅथरिनला रेडिओ प्रॉडक्शनचे धडे दिलेत."

डंडाजची हाताची थरथर वाढली. तो ओतत असलेला चहा बशीत सांडला. त्यानं एक मोठा थोरला नि:श्वास सोडला.

"पण यात गुप्त असं काहीच नाही." त्यानं म्हटलं. "मी माझ्या स्टुडिओत दर सहा महिन्यांनी जर्नालिझमचे क्लासेस घेतो."

शाब्बास! आता हा पूर्ण वाक्यं बोलायला लागलाय. पण यानं माझा प्रश्न मात्र टाळलाय– केनिकॉटनं मनात म्हटलं.

"हे बघा, मि. डंडाज." त्यानं म्हटलं. "मी ब्रेसच्या घराच्या बिल्डिंगमधल्या लॉबीतल्या व्हिडिओ तपासल्या आहेत. कॅथरिन टॉर्नचा जीवनक्रम अत्यंत आखीव,

ठरीव होता. दर मंगळवारी, बुधवारी आणि शुक्रवारी ती सकाळी दहाच्या सुमाराला बाहेर पडायची आणि साडेअकरापर्यंत रायडिंग शिकण्यासाठी हजर व्हायची. पण दर गुरुवारी मात्र ती सकाळी आठला दुसरीकडे कुठे तरी जायची.''

''त्यामुळे तुम्हाला प्रश्न पडलाय की, ती कुठे जायची? हो ना?''' डंडाजनं स्वत:च विचारलं.

''ते तर आपल्या दोघांनाही माहितेय, नाही का? मी रेडिओ स्टेशनवर चौकशी केलीय. फक्त गुरुवार या एकाच दिवशी तुम्ही ब्रेससाठी बॅकअप करायला उपलब्ध होत नव्हतात.''

डंडाजच्या हातातून चमचा गळून पडला.

''तुम्ही समजताय तसं काही नाही.'' त्यानं म्हटलं.

नेमके हेच शब्द हॉवर्ड पीलही बोलला होता! ''सांगा बरं, मी काय समजतोय?''

''माझं कॅथरिनबरोबर कसलंही लफडं नव्हतं.'' डंडाजनं प्रथमच केनिकॉटच्या नजरेला नजर देत म्हटलं. केनिकॉटला त्याच्या डोळ्यांच्या कडांजवळच्या सुरकुत्या स्पष्ट दिसल्या. आता डंडाज एकदम थोडा जास्त वयस्कर, थकलेला आणि घाबरलेला दिसत होता.

''एक गंमत आठवली, ती सांगतो मि. डंडाज.'' केनिकॉटनं म्हटलं. ''मागच्या वेळी ग्रीनशी बोलणं बंद करून तुम्ही जेव्हा निघून गेलात तेव्हा ग्रीननं मला सांगितलं की, त्याच्या अख्ख्या करिअरमध्ये फक्त चारच लोक असं बोलणं बंद करून निघून गेले होते – तपासासाठी त्यांची चौकशी करत असताना.''

''काय ते स्पष्ट सांगून टाका!''

''त्या चौघांनाही पुढे त्याच गुन्ह्यांसाठी शिक्षा झाली.''

''म्हणजे माझ्यावर संशय आहे, असं म्हणताय तुम्ही?''

''तसं मानायला आता बरीच जागा आहे, मि. डंडाज– प्रत्यक्ष तुमच्या बॉसच्या बायकोबरोबरच...''

''स्टॉप इट!'' डंडाज एकदम ताठ बसला. ''मी तुम्हाला आधीच सांगितलंय की, आमचं कसलंही लफडं नव्हतं. हे अगदी खरं तेच बोलतोय मी. हवं तर तुमच्या त्या मशीनवर माझी चाचणी घ्या.''

''मग कशासाठी भेटत होतात तुम्ही? चहा पीत गप्पा मारायला?''

''नाही.'' तो आता चिडलेला होता. त्यानं डोळे मिटून घेतले. आता सांगावं की नाही, असा विचार करतोय हा– केनिकॉटनं मनात म्हटलं. ''पण मला काही पर्यायच नव्हता.''

कप उचलून डंडाजनं एक मोठा घोट घेतला. ''ओके.'' शेवटी त्यानं म्हटलं, ''मी तिला दर गुरुवारी भेटत होतो.''

“का?”

“याचं उत्तर तुम्हीच दिलंय. कॅथरिनला बरेच प्रॉब्लेम्स होते. सगळ्यात मोठा प्रॉब्लेम म्हणजे, तिचा आत्मविश्वास पूर्णपणे नाहीसा झालेला होता. त्यासाठी तिला नोकरीची गरज होती.”

डंडाजनं पुन्हा कप उचलायचा प्रयत्न केला, पण त्याचा हात चांगलाच थरथरत होता. असहाय नजरेनं त्यानं केनिकॉटकडे बघितलं.

“मला ब्रेसच्या त्या काँट्रॅक्टबद्दल माहीत होतं.” त्यानं भराभर सांगायला सुरुवात केली. “निदान माझ्यासाठी तरी कॅथरिनला ट्रेनिंग दे, असं स्वत: केव्हिननंच मला सांगितलं होतं. ही कल्पना त्याचीच होती.”

पीलनंही नेमकं असंच सांगितलं होतं – तो आपल्या बायकोला भेटत असल्याचं ब्रेसला माहीत होतं. आता केनिकॉटनं पवित्रा बदलायचं ठरवलं. “असं आहे तर! ओके. म्हणूनच दर गुरुवारी केव्हिन ब्रेसला तुम्ही त्याच्या बदल्यात काम न करणं मान्य होतं.”

डंडाजनं नुसतीच मान डोलावली.

त्याच क्षणी केनिकॉटच्या लक्षात आलं की, हा खरं तेच सांगतोय. त्याला ब्रेसची नव्हे, तर आपली नोकरी जाण्याची भीती वाटत होती.

“मला वाटतं, रेडिओच्या मॅनेजमेंटला याची काहीच कल्पना नसेल?” त्यानं म्हटलं.

“रेडिओ स्टेशनच्या एका जगप्रसिद्ध होस्टला मी त्यांच्याच स्पर्धक रेडिओ स्टेशनवर काम मिळवून द्यायला मदत करतोय, हे समजलं असतं; तर सगळंच संपल असतं. केव्हिनला त्या काँट्रॅक्टवर सही करायची होती. आमची योजना अशी होती की, मी कॅथरिनला शिकवून तयार करायचं, म्हणजे मग तिला एखादं वीकएंड प्रॉडक्शन करण्याइतका आत्मविश्वास आला असता.” डंडाजनं आपल्या आसपास कुणी नाही ना, हे बघण्यासाठी इकडे-तिकडे पाहिलं. “आमच्या रेडिओ स्टेशनला हे समजलं असतं– तर मला हाकलूनच दिलं असतं त्यांनी. माझं करिअर तिथेच खलास झालं असतं – केवळ मित्राला मदत केली म्हणून.”

“हो, मित्राला मदत करायची आणि नंतर त्याचीच नोकरी मिळवायची.”

डोळ्यांवरचा चष्मा फट्कन काढून डंडाज त्याच्याकडे संतापून पाहू लागला. क्षणभर केनिकॉटला वाटलं की, हा बहुतेक आता आपल्याला मारणार. व्हेरी गुड! माणूस चिडला की, खरं बोलायला लागतो.

“पण हे असं काही होईल, हे मला तेव्हा काहीच माहीत नव्हतं.” डंडाजनं दात-ओठ खात म्हटलं.

“हो, पण हे असं घडल्यावर एका खुनाच्या तपासात मदत करण्याऐवजी

स्वत:ची नोकरी वाचवण्यातच जास्त इंटरेस्ट होता तुम्हाला. कॅथरिन मेली, केव्हिन ब्रेस पंचवीस वर्षांची शिक्षा होण्याची वाट बघत तुरुंगात पडलेला आणि आम्हाला थोड्या प्रश्नांची उत्तरं द्या म्हटलं; तर त्यालाही तयार नाहीत तुम्ही? कशासाठी? तर केवळ तुमची नवी नोकरी टिकावी म्हणून – तीसुध्या ब्रेस नसल्यामुळे मिळालेली!''

डंडाजला त्याच्या नजरेला नजर देता येईना.

केनिकॉटनं त्याच्या पुढ्यातला पेपर्सवर बोटानं वाजवलं. ''तुम्हाला रेडिओतली पहिली नोकरी देणाऱ्या माणसाच्याच पाठीत खंजीर खुपसलात तुम्ही. जर्नालिझम एथिक्स १०१मध्ये हेच शिकवता का तुम्ही?''

खुर्ची मागे ढकलून केनिकॉट उठला.

डंडाज त्याच्याकडे एखाद्या रस्ता चुकलेल्या लहान मुलासारखा बघत होता.

''तिनं दारू सोडावी म्हणून केव्हिन अगदी अगतिक होऊन प्रयत्न करत होता. काही दिवस ती दारू सोडायची, पण नंतर....''

केनिकॉट डंडाजच्या शेजारच्या खुर्चीवर येऊन बसला. आता याला छळणं पुरे; आता जरा चुचकारलं पाहिजे.

डंडाजनं मान किंचित तिरकी करून त्याच्याकडे पाहिलं – जणू त्याचा आधार वाटत असल्यासारखं. ''कॅथरिन जेव्हा भडकायची, तेव्हा तिचा एकदम तोलच सुटायचा.'' त्यानं अंगातल्या कोटाची आणि आतल्या स्वेटरची उजवी बाही कोपरापर्यंत वर केली.

केनिकॉटनं पाहिलं, तर त्याच्या हातावर एक मोठा थोरला ओरखडा उमटलेला होता. इतके दिवस उलटूनही तो ओरखडा चांगलाच ताजा वाटत होता.

''आम्ही जेव्हा शेवटचं भेटलो, तेव्हा हा ओरखडा तिनं काढला.'' डंडाजनं हळूच म्हटलं. ''मी तुमच्या प्रश्नांची उत्तरं देईन, माहितीही सांगेन; पण एवढंच सांगण्यासारखं आहे माझ्याकडे.''

एवढं पुरेसं आहे– केनिकॉटनं मनात म्हटलं. कालच पीलनंही दाखवलेले कॅथरिनचे बोचकारे त्याला आठवले.

३५

अल्बर्ट फर्नांदिझ टेबलावर एक वकिलांचं खास पिवळट कागदांचं पॅड काढून ठेवत होता, तिकडे अरी ग्रीनचं लक्ष होतं. समोरच्या डबल एस्प्रेसोचे घुटके डॉ. टॉर्न घेत होता. सकाळचे अकरा वाजले होते आणि ते सगळे एका पॉश इटालियन रेस्टॉरंटमध्ये आलेले होते. प्री-ट्रायलपूर्वी टॉर्न मुद्दाम त्यांना भेटायला आलेला होता. आज दुपारीच फर्नांदिझ या प्री-ट्रायलसाठी कोर्टात हजर होणार होता. टॉर्ननं आपली बायको येऊ शकत नसल्याबद्दल दिलगिरी व्यक्त केलेली होती – त्याची बायको कुठल्याशा घोडेस्वारीच्या स्पर्धेसाठी अमेरिकेत गेलेली होती.

"डिटेक्टिव्ह ग्रीन मात्र कॉफी घेणार नाही, त्याचं उलट मलाच वाईट वाटतंय." फर्नांदिझनं खिशातून पेन काढत म्हटलं. "कॉफी न पिणारा दुसरा कुठलाही डिटेक्टिव्ह निदान माझ्या माहितीत तरी नाही."

डॉक्टर टॉर्नच्या चेहऱ्यावर आश्चर्य उमटलं. त्यानं ग्रीनकडे पाहिलं. "खरंच?"

"एकदाच चव घेऊन बघितली मी." ग्रीननं म्हटलं.

टॉर्न प्रथमच मोठ्यानं हसला. "नक्कीच एखाद्या पोरीवर इंप्रेशन मारण्यासाठी घेतली असणार!"

ग्रीनलाही हसू आलं. "त्या वेळी मी फ्रान्समध्ये राहत होतो. त्यामुळे निदान ती कॉफी चांगली तरी होती."

त्यानं कॉफी घेऊन आता पंधरा वर्षं होऊन गेली होती. एका गुन्ह्याचा तपास करता-करता तो एका जिवावरच्या प्रसंगातून वाचला होता, त्यामुळे तो रजा घेऊन विश्रांतीसाठी फ्रान्सला गेला होता. त्याचं शालेय शिक्षण फ्रान्समध्येच झालेलं होतं. त्याच्या आठवणींना उजाळा देण्यासाठी तो त्या वेळी तिकडे हिंडला होता. ऑक्टोबर महिन्याच्या शेवटी-शेवटी तो फ्रान्सच्या दक्षिण भागात नाईस शहराजवळच्या एका छोट्या शहरात गेला होता. एका रात्री तो सिनेमाला गेला होता आणि तिथल्या डोअरकीपर पोरीला पटवूनच आपल्या मुक्कामावर आला होता.

त्याची ती मैत्रीण फ्रान्सबाहेर कधीही गेलेली नव्हती – किंबहुना, तिच्या म्हणण्याप्रमाणे नाईस शहरसुद्धा खऱ्या अर्थानं फ्रेंच नव्हतं, तर इटालियन होतं. दुसऱ्या दिवशी ते दोघं एका कॅफेत गेले होते, तेव्हा ग्रीननं कॉफीऐवजी चहा मागवल्यावर तिनं त्याची चेष्टाच केली होती. सकाळी तिनं स्वत:च आपल्यासाठी एक्स्प्रेसो बनवली होती आणि ग्रीनलाही ती पिण्याचा आग्रह केला होता. ती काळी कॉफी इतकी स्ट्रॉंग होती की, ती ग्रीनच्या घशाखाली उतरलीच नव्हती. त्याला भयंकर ठसका लागला होता. त्याची ही पहिलीवहिली कॉफी शेवटचीच ठरली होती.

दिवसभर ती एक ग्राफिक आर्टिस्टची नोकरी करायची; पण तिची आवड होती, ती मात्र गाड्या दुरुस्त करण्याची. शनिवार-रविवारच्या सुट्टीच्या दिवशी मग दोघंही जुन्या गाड्या दुरुस्त करून भरपूर हिंडायचे.

"बाकी एका बाबतीत आपल्या दोघांच्याही कामात साधर्म्य आहे, डिटेक्टिव्ह." डॉ. टॉर्ननं म्हटलं. "तुमच्यासारखेच मलाही समोरच्या माणसाच्या मनातले विचार, त्याची मनोवृत्ती ओळखावी लागते."

ग्रीननं मान डोलावली. "तुमचे घोडे कसे आहेत?"

"या गरम हवामानात पार गोंधळून जातात बिचारे. त्यांना थंडीच जास्त आवडते."

"कॅथरिनलाही हॉर्स रायडिंग आवडायचं. हो ना?" फर्नांदिझनं मध्येच म्हटलं.

"अशा गरम हवेत आमच्या इकडची जमीन निसरडी बनते, ते त्यांना मुळीच चालत नाही." टॉर्ननं फर्नांदिझकडे तीव्र नापसंतीचा कटाक्ष टाकत म्हटलं. उगीच कोरडी, तोंडदेखली सहानुभूती नकोय मला. मला मुळीच आवडत नाही हा प्रकार. "केट म्हणजे एक जन्मजात रायडर होती." त्यानं एक घुटका घेतला. "उत्तम रायडर होण्यासाठी दोन गोष्टी लागतात– सहज समतोल आणि हातांचा समन्वय. केटमध्ये या दोन्ही गोष्टी उपजतच होत्या – तिच्या आईसारख्याच."

फर्नांदिझनं आपल्या एस्प्रेसोचा एक घुटका घेतला. "या सगळ्या प्रकरणाचा तुम्हाला खूप त्रास होत असेल, याची मला चांगली कल्पना आहे –"

"काय सांगता?" टॉर्ननं अनपेक्षितपणे जोरात विचारलं. "हे तुम्हाला काय माहीत?"

"म्हणजे काय, तुमच्या एकुलत्या एका मुलीचा मृत्यू –"

टॉर्ननं आपला जाडजूड हात दाणकन टेबलावर आपटला. रेस्टॉरंटमधल्या सगळ्यांनी एकदम चमकून तिकडे बघितलं.

"आमच्या एकुलत्या एका मुलीचा मृत्यू, त्याचं दु:ख वगैरे पचवणं... आम्हाला सांगायची गरज नाही, फर्नांदिझ!" त्याचा चेहरा संतापानं तांबडालाल झालेला होता.

त्याचे निळे डोळे आग ओकत होते. "समजलं?"

फर्नांदेझनं गोंधळून जात ग्रीनकडे एक कटाक्ष टाकला.

टॉर्ननं खिशात हात घातला. "हे बघा, हे माझं पार्किंग तिकीट. याची व्यवस्था कोणी बघेल का तुमच्यापैकी?" आणि तो उठून उभा राहिला.

ग्रीनही चट्कन उठला. फर्नांदेझनंही घाईघाईनं उठत त्या तिकिटाकडे हात नेला. "ते द्या मला; मी स्वत:च भरतो त्याचे पैसे." आणि त्यानं खिशातून पैशाचं पाकीट काढलं.

त्यानं पुढे केलेले पैसे खिशात कोंबून स्वत:शीच मान हलवत टॉर्न पुन्हा खाली बसला.

"आज प्री-ट्रायल आहे." फर्नांदेझनं बसत म्हटलं. "न्यायमूर्ती समर्सच्या ऑफिसात मी बचाव पक्षाच्या वकिलांना भेटणार आहे. ब्रेसवरचा ठरवून केलेल्या खुनाचा आरोप आम्ही कमी करून अचानक घडलेल्या खुनाचा किंवा सदोष मनुष्यवधाचा करावा, म्हणून समर्स आमच्यामागे लागतील. पण आम्ही त्यांचं मुळीच ऐकणार नाही."

"हे तुम्ही आम्हाला न विचारताच ठरवलंत?" टॉर्ननं चिडून फर्नांदेझकडे पाहिलं. मग तो ग्रीनकडे वळला. "म्हणजे हा खटला नुसता जिंकायचाच नाही, तर दणदणीत जिंकायचाय तुम्हाला; हो ना?"

"क्राऊन– सरकारी पक्ष – खटला जिंकत किंवा हरत नसतो." फर्नांदेझनं म्हटलं. "आणि आपली केस एकदम भक्कम आहे."

"हो, पण हे कशाला? आधीच त्या माणसाचं वय साठीच्या पलीकडे आहे."

"त्रेसष्ट." ग्रीननं मधेच म्हटलं. हे बोलणं भलतीकडेच चाललंय, हे त्याच्या लक्षात आलेलं होतं. "तुमच्या बायकोनं या खटल्यात एकसारख्या साक्षीपुराव्यांसाठी कोर्टात निष्कारण चकरा माराव्यात, अशी तुमची नक्कीच इच्छा नसणार. हो ना?"

"त्यानं जर आपल्या हातून हत्या घडल्याचं मान्य केलं, तर त्याला दहा-एक वर्षं शिक्षा होणार; बरोबर?"

"कमीत कमी दहा. त्याच्या वयाचा विचार केला तर कदाचित अकरा किंवा बारा वर्षांची शिक्षा होईल त्याला." फर्नांदेझनं म्हटलं.

"तेच म्हणतो मी." टॉर्ननं म्हटलं. त्याचा आवाज पुन्हा चढत होता. "केटच्या बाबतीत आधीही एकदा प्रचंड त्रास भोगावा लागलाय आम्हाला – ते बातमीदार, टीव्हीवर बातम्या, वर्तमानपत्रांत बातम्या..."

फर्नांदेझनं प्रश्नार्थक मुद्रेनं त्याच्याकडे बघितलं.

"आधी जेव्हा ब्रेस आणि केटचं ते प्रेमप्रकरण झालं, तेव्हा त्याचा केवढा तरी गवगवा झाला होता." ग्रीननंच फर्नांदेझला परस्पर उत्तर दिलं.

"केव्हिन म्हणजे देशातला प्रचंड प्रसिद्ध ब्रॉडकास्टर होता. त्याचं सुखी कुटुंब, वगैरेचे केवढे तरी फोटो छापून आले होते– सगळ्या वर्तमानपत्रांमध्ये, मासिकांमध्ये." टॉर्ननं म्हटलं. "आणि मग तो म्हणे आमच्या केटचा हात धरून पळून गेला. एक साधी रिसेप्शनिस्ट होती केट. सुंदर, उंच. तिला सगळ्यांनी एक सुखी कुटुंब उद्ध्वस्त करणारी खलनायिका म्हणून रंगवलं."

तो पुन्हा उठला. आता मात्र तो परत खाली बसण्याच्या मूडमध्ये दिसत नव्हता.

"सुरुवातीला तर मी केव्हिनशी बोलणंच सोडलं होतं." त्यानं म्हटलं. "पण त्यांच्या मुलाला ते लोक घेऊन गेले, तेव्हा नंतर त्यानं त्याच्या मुलींना फार प्रेमानं वाढवलं. अशा गोष्टींना फार महत्त्व देतो मी. आणि केटवरही खूप प्रेम केलं त्यानं. तिला रायडिंग शिकवणारा जो म्हातारा इन्स्ट्रक्टर होता – ग्वेन हार्डन त्याचं नाव – तो म्हणायचा की, तिथे शिकायला येणाऱ्या बायकांच्या नवऱ्यांपैकी एकटा ब्रेस असा होता की, ज्याचं आपली बायको कसं रायडिंग करते याच्याकडे बारीक लक्ष असे. बाकीच्या बायकांचे नवरे फक्त सेल फोनवर गप्पा मारत."

"थँक्यू, डॉक्टर, तुम्ही दिलेल्या महत्त्वाच्या माहितीबद्दल आणि तुमच्या मताबद्दल." फर्नांदिझनं उठत म्हटलं. ग्रीनही उठून उभा राहिला.

"तिला रायडिंग करणं फार बघण्यासारखं होतं. आणि त्याची तर नजरही हटत नसे तिच्यावरून. मी स्वत: पाहिलंय. तिला मृत्यू कसा आला; मला खरंच माहीत नाही. पण तुम्ही ब्रेसला तुरुंगात पाठवताय? पंचवीस वर्षं? अरे, मी भरपूर मृत्यू बघितलेत आयुष्यात. तुमच्या त्या पोलीसप्रमुखाला ब्रेसला जबर शिक्षा देऊन एक धडा घालून द्यायचाय लोकांना. कशाला उगीच लोकांचे पैसे वाया घालवताय? त्याला उगाचच एवढी मोठी शिक्षा भोगायला पाठवू नका. आज त्या समर्सबरोबर बोलून काय ते ठरवा, नाही तर मी आणि माझी बायको आमचे घोडे घेऊन सरळ अमेरिकेत राहायला जाऊ. हा सगळा त्रास तिला पुन्हा द्यायची तयारी नाही माझी."

वळून टॉर्न तडक बाहेर निघून गेला. फर्नांदिझ सुन्न होऊन बघतच राहिला.

ग्रीननं त्याच्या हातातलं ते पार्किंग तिकीट घेतलं. "ते दे मला. मला ते माझ्या खर्चात दाखवता येईल."

फर्नांदिझनं नुसतीच मान डोलावली.

"त्याची शिक्षा कमी करता येईल का आज?"

"माझे हात बांधलेले आहेत. वरून आदेशच आहे तसा." फर्नांदिझनं मान हलवत म्हटलं. "टॉर्नचं म्हणणं बरोबर आहे. ब्रेसला त्यांना अशी शिक्षा द्यायचीय की, घरातल्या भांडणावरून असे प्रकार करणाऱ्यांना – बायकोचा किंवा नवऱ्याचाही – छळ करणाऱ्यांना, त्यांना मारणाऱ्यांना जरब बसली पाहिजे. आणि मला वाटतं, माझं सरकारी वकील म्हणून असलेलं करिअरही या खटल्यावरच ठरेल बहुधा."

ग्रीननं डोळे बारीक करून त्याच्याकडे बघितलं. बिचारा!

"आणि तो त्याच्या मुलीच्या मृत्यूबद्दल कसं बोलत होता; बघितलंस तू?" फर्नांदिझनं म्हटलं. "कायम फक्त तिचा मृत्यू झाला, असंच बोलत होता तो."

"हो. तिला मारलं, तिचा खून झाला– असं तो चुकूनही कधी बोलला नाही." ग्रीननं तीस डॉलर त्याच्या हातात कोंबले.

"थँक्स." फर्नांदिझनं म्हटलं. "चला, मला आता निघायला हवं– समर्सचा ओरडा खायला. इतका वेळ टॉर्नचं बोलणं ऐकलं; आता समर्सचं ऐकतो."

३६

“गुड आफ्टरनून, काउन्सेलर्स.” न्यायमूर्ती समर्सनी फर्नांदिझ आणि नॅन्सी पॅरिशचं आपल्या ऑफिसात स्वागत करत म्हटलं. घड्याळात बरोबर दीड वाजलेला होता आणि त्यांना दोन वाजेपर्यंत काम संपवायचं होतं. “चला, लगेच कामाला सुरुवात करू या.” चष्मा घालून आपलं खास ‘वॉटरमन’ पेन उघडत त्यांनी म्हटलं. “आधी हे फॉर्म भरून टाकू म्हणजे एक कटकट जाईल.” त्यांनी एक तांबडी फाईल टेबलावर ठेवून उघडली.” फार पेपरवर्क असतं हल्ली. आमच्या नेव्हीत एवढं नव्हतं.”

त्यांनी एकेक प्रश्न विचारायला सुरुवात केली.

“आरोपीच्या ओळखीबद्दल काही वाद आहेत?”

“नाही.” पॅरिशनं म्हटलं.

“गुन्हा ज्या अधिकारक्षेत्रात घडलाय, त्याबद्दल काही शंका?”

“नाही.”

“आरोपी खटल्यासाठी मानसिक दृष्ट्या सक्षम आहे?”

“हो.”

प्रत्येक उत्तरासाठी ते फॉर्मवर खूण करत होते. ही खरं म्हणजे, पुढच्या मारामारीची पूर्वतयारी होती. असेच आणखी थोडे प्रश्न विचारल्यावर त्यांनी चष्म्यावरून फर्नांदिझकडे बघितलं.

“सरकारी पक्ष खुनाच्या हेतूबद्दल आरोप ठेवतोय का?” त्यांनी निर्विकार आवाजात विचारलं. हा फार महत्त्वाचा प्रश्न होता.

“हेतू सिद्ध करणं सरकारवर बंधनकारक नाही.” फर्नांदिझनं उत्तर दिलं.

“मला हा कायदा माहितेय, मि. फर्नांदिझ.” समर्सनी चष्मा काढला. “पण ज्यूरींचं काय? त्यांना दोन प्रश्नांची उत्तरं निश्चित लागतील. कसा आणि का. या प्रकरणात मृत व्यक्तीला फक्त एकदाच भोसकलंय. आता एकदाच भोसकलंय,

यावरून तुम्ही हेतू कसा सिद्ध करणार? आणि 'का' या प्रश्नाचं उत्तर नसेल तर ज्यूरींकडून तुम्ही खुन्याला नुसत्या मनुष्यवधाबद्दलसुद्धा शिक्षा मिळवली तरी खूप झालं; मग खून तर फार दूरची गोष्ट आहे.''

खास समर्स स्टाईलची प्री-ट्रायल दिसतेय ही– फर्नांदेझनं मनात म्हटलं. दोन्ही पक्षांपैकी कोणाच्याही बाजूला थोडी जरी फट दिसली, तरी ते त्या पक्षाला बरोबर धरतात. मोठमोठ्या, नामांकित वकिलांनाही ते ओरडाआरडा करून नामोहरम करतात; अगदी गुडघे टेकायला लावतात – मग ते वकील सरकारी असोत की बचाव पक्षाचे. एका पक्षाला असं शरण आणलं की, मग ते दुसऱ्या पक्षाच्या मागे लागतात आणि मग तडजोड करायला भाग पाडतात– कसंही करून.

''खुनाच्या हेतूचा आमचा तपास अजून चालू आहे.'' त्यानं उत्तर दिलं.

''काय?'' समर्सनी धक्का बसल्यागत चेहरा करून म्हटलं. ''अरे, ही घरगुती कारणावरून झालेली हत्या आहे. हा खून आहे की नाही, ते नंतर सिद्ध होईल. ते जाऊ दे. आणि आरोपी केव्हिन ब्रेससारखा प्रसिद्ध माणूस असला, तरी काय फरक पडतो? अशा घटना सारख्याच घडत असतात. हेतू नंबर १०१ – तो तिच्यापेक्षा सोळा वर्षांनी मोठा आहे; कदाचित त्याची मशिनरी तिला समाधानी ठेवू शकत नसेल, त्यामुळे कदाचित त्यानं तिला दुसऱ्या एखाद्या पुरुषाबरोबर पाहिलं असेल. ओ. जे. सिम्प्सन. साधी गोष्ट आहे. मला वाटतं, मीच असे शंभर खटले बघितले असतील.''

''ही शक्यता नाकारता येत नाही, हे खरं–'' फर्नांदेझनं म्हटलं. ''पण अजून तरी आमच्यासमोर तसा काही पुरावा आलेला नाही.''

समर्सनी चेहरा वाकडा-तिकडा केला. ''ओके. बरं, हेतूबद्दल आणखी काही सांगायचंय तुम्हाला? उदाहरणार्थ– त्याला तिचा इन्शुअरन्सचा पैसा हवा होता, म्हणून त्यानं तिला बाथटबमध्ये भोसकलं – या आशेनं की, तो एखादा अपघात वाटावा?''

''नाही, युअर ऑनर. आमचा आरोप तसा नाही.'' फर्नांदेझनं म्हटलं. समर्स असे बुलडोझरसारखे अंगावर येत असताना तुम्ही जरा जरी कमजोरी दाखवलीत, तरी तुम्हाला जमीनदोस्तच करणार ते. ''आणि ब्रेसनं दिलेली कबुली आहेच आमच्याकडे.''

''ती वाचलीय मी.'' आपण खटल्यातला प्रत्येक कागद वाचतो, ही गोष्ट समर्स पदोपदी जाणवून द्यायचे. त्यांनी पॅरिशकडे कटाक्ष टाकला. ''म्हणजे तो त्याच्याकडे पेपर टाकणाऱ्या भारतीय माणसाकडे जे बोलला, तेच ना?''

''हो.''

त्यांनी मान डोलावली आणि प्रथमच ते जरा शांत झाले. त्यांनी घड्याळाकडे

पाहिलं. एक वाजून पन्नास मिनिटं. चला, दहाच मिनिटं राहिली... फर्नांदिझनं स्वत:शीच म्हटलं.

एक दीर्घ श्वास घेऊन ते नॅन्सी पॅरिशकडे वळले. एखाद्या मोठ्या घराच्या विक्रीचा व्यवहार काही झालं तरी पूर्ण करण्यासाठी हपापलेल्या रिअल इस्टेट एजंटसारखे ते दोन्ही पक्षांच्या मागे लागायचे आणि आपलं म्हणणं त्यांच्या गळी उतरवायचे, आणि त्यांना तडजोड करायला भाग पाडायचे. हीच त्यांची पद्धत होती.

"मिस पॅरिश." आता ते पॅरिशला 'बंगला विकायच्या' मागे लागले. "मला खात्री आहे की, तुमचा माणूस मनुष्यवधाच्या आरोपाला मान्यता द्यायला एका क्षणात तयार होईल. आधी कुठल्याही गुन्ह्याची त्याच्या नावानं नोंद नाही. शिवाय मृत व्यक्तीच्या शरीरावर फक्त एकदाच भोसकल्याची खूण आहे. मला वाटतं, फार तर पाच किंवा सात वर्षांची शिक्षा. शिवाय, एकतृतीयांश शिक्षा भोगल्यावर त्याला सुट्टी सहज मिळू शकेल. म्हणजे दोन-चार वर्षंच तुरुंगात राहावं लागेल त्याला – तेही गोल्फ कोर्स असलेल्या तुरुंगात. गोल्फ खेळायला आवडतं त्याला; हो ना?"

समर्स म्हणजे तडजोड 'विकायला'च जणू बसलेले होते.

"बायकोला मारायला त्याला कशामुळे तरी चिथावणी मिळाली, असं काही म्हटलं नाही का तुमच्या क्लाएंटनं? तिच्या एखाद्या दोस्तामुळे वगैरे?"

"नाही, युअर ऑनर." पॅरिशनं म्हटलं.

समर्सनी नापसंतीची मान हलवली.

"सरकारी पक्षानं मनुष्यवधाच्या आरोपाची जर आम्हाला ऑफर दिली," पॅरिशनं म्हटलं. "तर मी ती माझ्या क्लाएंटला जरूर सांगेन. मात्र जर अशी ऑफर आली, तरच." ही खेळी तिनं मोठ्या हुशारीनं खेळलेली होती. म्हणजे, चेंडू पुन्हा फर्नांदिझच्या कोर्टात आलेला होता.

समर्सनी लगेच भुवया उंचावत फर्नांदिझवर नजर रोखली. "काय मि. फर्नांदिझ? सरकारी पक्षाची तयारी आहे का अशी ऑफर द्यायला? अर्थात, तुम्ही शिक्षेची आणखी मोठी मुदत मागू शकता. दहा, बारा वर्षं. त्यासाठी तुम्ही मला मृत व्यक्तीच्या कुटुंबीयांचं मोठ्या शिक्षेची मागणी करणारं स्टेटमेंटही नक्कीच देऊ शकता. ती त्यांची एकुलती एक मुलगी होती. हो ना?"

"हो, युअर ऑनर." फर्नांदिझनं म्हटलं. "पण आम्ही नुसत्या मनुष्यवधाचा आरोप ठेवण्याचं कधीच मान्य करणार नाही." तो फक्त एवढंच बोलला, पण त्यानं 'फर्स्ट डिग्री'ऐवजी 'सेकंड डिग्री' खुनाचा आरोप ठेवण्याचं पान मोठ्या खुबीनं स्वत:च्या हातात ठेवलेलं होतं. ते तो प्रत्यक्ष बोललेला नव्हता, एवढंच.

"अं-हं." समर्सनी त्याच्याकडे बोट करत म्हटलं. "कोणाही वकिलानं 'कधीच

नाही' वगैरे शब्द चुकूनही वापरू नयेत. खटला हा भर समुद्रात चाललेल्या एखाद्या बोटीसारखा असतो. समुद्रातले प्रवाह तिला कोणत्या दिशेनं खेचून नेतील, हे कधीच सांगता येत नाही.''

''हो, युअर ऑनर.'' फर्नांदिझनं म्हटलं. शेवटचा शब्द समर्सचा राहू देणं फार महत्त्वाचं होतं. ''पण आम्ही हेतुतः खून केल्याचाच आरोप कायम ठेवणार आहोत.''

समर्स काही क्षण गप्प बसल्यासारखे दिसले. आणि मग ते उखडलेच. त्यांनी हाताची मूठ दाण्कन फाईलवर आदळली. ''गॉड, डॅम इट! हा काय पोकरचा खेळ चाललाय का इथं? एक बाई मेलीय, तिचा नवरा तुरुंगात आहे. दोन जितीजागती माणसं आहेत ही. मि. फर्नांदिझ, हेतू सिद्ध करता आला नाही, तर तुमचा 'हेतुपुरस्सर', ठरवून केलेल्या 'फर्स्ट डिग्री' खुनाचा आरोप सिद्ध होणंच शक्य नाही. आणि मिस पॅरिश, त्या बाईला ज्या सुरीनं मारलं, ती त्याच्या घरात किचनमध्ये लपवलेली होती. हा मनुष्यवध होत नाही, मिस पॅरिश. मनुष्यवध म्हणजे मारण्याचा हेतू नसताना हातून एखादा माणूस मारला जाणं.''

ते खुर्चीवर मागे टेकून बसले. ''हा 'सेकंड डिग्री' खून आहे. हत्या आहे. म्हणजे पॅरोलशिवाय किमान दहा वर्षांची शिक्षा. पण पॅरोलशिवाय पंचवीस वर्षांपेक्षा पुष्कळच बरी. मि. फर्नांदिझ, तुम्ही बारा-तेरा वर्षांची शिक्षा मागा आणि मिस पॅरिश, तुम्ही जी किमान आहे ती, दहा वर्षांची शिक्षा मागा.''

काहीशा घुश्श्यातच उठून त्यांनी फाईल उचलली. ''तुम्ही दोघंही एका आठवड्यानं इथे या आणि काय ती तडजोड करा. एखाद्या फालतू प्राथमिक चौकशीसाठी महिनाभर कोर्टरूम अडवून ठेवायची माझी मुळीच तयारी नाही. एका आठवड्यानं भेटू आपण.''

फर्नांदिझ उठून उभा राहिला. ''थँक्यू व्हेरी मच, युअर ऑनर.'' घड्याळात दोन वाजायला एक मिनिट बाकी होतं.

''थँक्यू, सर.'' पॅरिशही उठली.

कॉरिडॉरमध्ये आल्यावर फर्नांदिझनं तिला म्हटलं, ''मी जवळजवळ हीच अपेक्षा केली होती.''

ती मोठ्यानं हसली. ''याहीपेक्षा वाईट मूडमध्ये बघितलंय मी त्यांना.''

दोघांनाही पक्कं ठाऊक होतं की, आणखी आठवड्यानं काहीही वेगळं घडणार नाही; समर्स याच तिकिटावर हाच खेळ पुन्हा करतील आणि त्याचाही काही उपयोग होणार नाही. खटला कोर्टात उभा राहणार, हे नक्की होतं.

३७

घाईघाईनं आपल्या ऑफिसात शिरून नॅन्सी पॅरिशनं कोट एका खुर्चीवर टाकला, तशीच येऊन ती आपल्या जागेवर बसली. लगेच तिनं ब्रीफकेस जमिनीवर टाकली, एका हातानं व्हॉईस मेल बघण्यासाठी फोनची बटणं दाबली आणि दुसऱ्या हातानं त्याच वेळी ई-मेल बघायला कंप्युटर सुरू केला.

''अठरा नवीन मेसेजेस आले आहेत,'' तिच्या व्हॉईस मेलचा आवाज आला आणि कंप्युटर बत्तीस नवीन ई-मेल आल्याचं दाखवत होता.

''काय कटकट आहे! जरा गप्प बसा की सगळे जण!'' स्वत:शीच पुटपुटत तिनं सेल फोन टेबलावरच्या चार्जरमध्ये ठेवला. आपण त्या प्रसिद्ध कार्टूनसारख्या दिसत असणार– तिच्या मनात आलं. बिझिनेस सूट घातलेली एक बाई – गळ्यात मोत्यांची माळ, लेदरची ब्रीफकेस वगैरे सगळं काही – नरकात बसलेली. आजूबाजूला सगळीकडे आग भडकतेय, छोटे-छोटे तांबड्या रंगाचे सैतान हातातल्या पिचफोर्कनं तिला टोचताहेत आणि ती फोनवर व्हॉईस मेल बघतेय. खाली लिहिलंय, 'तुम्हाला दोन हजार चारशे सहासष्ट संदेश आले आहेत... बीप!'

समर्सकडून बाहेर पडल्यावर तिचा दिवस अत्यंत धावपळीत गेला होता. तिला भरपूर धंदा देणाऱ्या एका मोठ्या वकिलाच्या पोरीला पोलिसांनी तिच्या शाळेत अमली पदार्थ विकताना पकडलेलं होतं. या पोरीला कोर्टात जाऊन जामीन मिळवून देण्याच्या कटकटीत तिचा बराच वेळ गेला होता. त्यातच आणखी एक नवी भानगड उपटली होती. तिचा एक जुना क्लाएंट तुरुंगातून पॅरोलवर सुटलेला असतानाच भूमिगत झाला होता, तोही पोलिसांच्या हाती लागला होता. त्याला सरळ तुरुंगात पाठवण्याऐवजी पोलिसांना त्याच्याकडून दुसऱ्याच एका खुनाच्या प्रकरणाबद्दल माहिती हवी होती. ते बोलणं नॅन्सी पॅरिशनं सेल फोनवरून, त्या पोरीच्या जामीनाच्या सुनावणीदरम्यान मिळालेल्या मोकळ्या वेळात केलं होतं. शेवटी ती ऑफिसला आली, तेव्हा पावणेसहा वाजून गेले होते.

तेवढ्यात तिला डोळ्यांच्या कोपऱ्यातून ऑफिसच्या दाराशी काही तरी हालचाल दिसली. तिचा पार्टनर टेड डीपॉलो उभा राहून आत डोकावत होता.

"हाय, नॅन्सी!" त्यानं हसतमुखानं म्हटलं. हा माणूस सदा हसतमुख होता. "तुझी प्री-ट्रायल काय म्हणते?"

तिनं उत्तर देण्याआधीच व्हॉईस मेल सांगणाऱ्या पोरीचा गोड आवाज आला. "तुम्ही न ऐकलेला पहिला संदेश." लगेच मेसेज ऐकू येऊ लागला. "हॅपी व्हॅलेंटाईन्स डे, नॅन्सी. तुझे डॅडी आणि मी..." नॅन्सीनं चट्कन 'स्किप'चं बटण दाबलं.

"काय म्हणणार? नेहमीचाच बिनडोकपणा, झालं." तिनं डीपॉलोकडे बघत म्हटलं. "समर्सनं दबाव टाकायचा बराच प्रयत्न केला. पण फर्नांदेझ 'फर्स्ट डिग्री'पासून जराही मागे यायला तयार नाही.." तिनं कोपऱ्यात पडलेल्या ब्रेसच्या केसच्या कागदपत्रांच्या चार खोक्यांकडे हात केला. "अजून काम करावं लागणार मला."

"प्रसिद्ध लोकांच्या केसेसमध्ये नेहमी हाच प्रॉब्लेम असतो." टेडनं मान डोलावली. "क्राऊनच्या ऑफिसातल्या सगळ्यांचीच विचारशक्ती एकदम नाहीशी होते."

"तरी समर्सनं त्याच्यावर चांगलाच दबाव आणला. हेतूच सिद्ध होत नसेल, तर 'फर्स्ट डिग्री'ला काय अर्थ उरतो– असं म्हणत होता म्हातारा."

"समर्स– भयंकर चढेल माणूस. पण आत्ता मात्र त्याचं म्हणणं बरोबर आहे."

तेवढ्यात दुसरी व्हॉईस मेल ऐकू येऊ लागली. "हाय, मी कोस्टा रिका..."

नॅन्सीनं चिडून फोनच बंद केला.

बराच वेळ दोघंही गप्प होते. मग टेड डीपॉलोनं विचारलं, "तू ठीक आहेस ना, नॅन्सी?" त्याच्या आवाजात काळजी डोकावत होती.

नॅन्सीनं नुसतीच मान डोलावली. ही केस तिनं घेतल्यापासून त्यांच्यात जणू एक प्रकारचा मूक करार झालेला होता. त्यांनी बाकीच्या केसेस, ऑफिस, वगैरे सगळ्या गोष्टींवर बोलणं केलं होतं, गप्पा मारल्या होत्या, हास्यविनोद केले होते; फक्त ज्या एकमेव केसचे विचार त्या दोघांच्याही मनात कायम घोळत असायचे, ती केव्हिन ब्रेसची केस सोडून. टेड आपल्याला पार्टनर म्हणून, मित्र म्हणून, सल्लागार म्हणून या केसबद्दल वाटेल ती मदत करायला केव्हाही, मनोमन तयार आहे, हे तिलाही पक्कं ठाऊक होतं.

तिलाही त्याला मनापासून सांगायचं होतं. 'टेड, अरे, असला विचित्र क्लाएंट पहिल्यांदाच बघतेय मी. तो माझ्याशी काही बोलायलाच मागत नाही. फक्त आठवड्यातून एकदा मला तो अगदी थोडक्यात लिहून दाखवतो. त्यानं अजून

कधीच काही मागितलेलं नाही. फक्त तो बोलत नाही, हे मी कोणालाही – तुलासुद्धा – सांगता कामा नये, एवढंच.'

"हो, मी ठीक आहे, टेड." तिनं कसनुसं हसून उत्तर दिलं.

"हे बघ," टेडनं म्हटलं. "या केसबद्दल खरं तर मी बोलू नये, पण तरी राहवत नाही म्हणून सांगतो. या केसमध्ये निश्चितपणे 'सेकंड डिग्री' खुनासाठीच शिक्षा मागायला हवी. दहा वर्षांची शिक्षा भोगून ब्रेस बाहेर येईल, तेव्हा तो त्र्याहत्तर वर्षांचा असेल! त्याला फर्स्ट डिग्री खुनाची शिक्षा सुनावली काय; आणि मृत्युदंडाची शिक्षा सुनावली काय, काहीच फरक पडणार नाही. का माझं काही चुकतंय?"

"खरंय तुझं. समर्सही तेच म्हणतोय. त्यानं तर त्यासाठी आम्हाला पटवायचाच प्रयत्न केला. पण फर्नांदिझ ऐकायलाच तयार नाही. अर्थात, त्याच्यावरही वरून भरपूर दबाव येत असणार, हे उघड आहे."

टेडनं मान डोलावली. "आणि जरी फर्नांदिझला हे मान्य असलं, तरी तो फिल कटर आणि ती बाकीची माणसं त्याला तसं करू देणार नाहीत. तरी पण, खुनाच्या उद्देशाचा जर काहीच पुरावा नाही; तर फर्स्ट डिग्री खुनाच्या शिक्षेचं समर्थन तो तरी कसं करणार?"

पॅरिशनं हात वर करून एक बोट वर केलं. "कॅथरिन टॉर्नचा बाथटबमध्ये भोसकून खून झाला. दुसरं – खुनाचं हत्यार ब्रेसच्या किचनमध्ये लपवलेलं होतं. नंबर तीन – ब्रेसनं त्याच्याकडे पेपर टाकणाऱ्या त्या मि. सिंगकडे खुनाची कबुली दिली." ती थोडं हसली. "चार – आता या केसबद्दल आपण बोलायचं नाही आणि पाच – घरी जा आणि पोरांबरोबर मजा कर."

टेड डीपॉलो मुळात सरकारी वकीलच होता, पण चार वर्षांपूर्वी त्याची बायको आजारी पडल्यावर तो पॅरिशचा पार्टनर म्हणून आला होता. त्याला दोन मुलगे होते. एक पंधरा वर्षांचा होता, दुसरा तेरा वर्षांचा. आपल्याला बायकोकडे लक्ष द्यायला जरा मोकळा वेळ मिळेल, म्हणून त्यानं सरकारी वकिलाची नोकरी सोडली होती. सुरुवातीला तसं झालंही होतं, पण दोन वर्षांपूर्वी त्याची बायको मरण पावली होती. हल्ली-हल्ली पॅरिशच्या लक्षात यायला लागलं होतं की, मुलं जसजशी मोठी होत होती, तसतसा तो स्वत:ला जास्त जास्त कामात गुंतवून घेत होता.

"ब्रेसला मोठी शिक्षा देऊन सरकारला दाखवून द्यायचंय बहुधा की, कायद्यापुढे सगळे सारखेच असतात." त्यानं म्हटलं.

"टेड, घरी जा आणि पोरांना काही तरी छान खायला करून घाल."

"त्या समर्सच्या बोलण्याकडे लक्ष ठेव. म्हातारा असला तरी त्याला मुळीच कमी लेखू नकोस. तो जर सरकार पक्षावर चिडलेला असेल, तर तो तुला झुकतं माप द्यायचा प्रयत्न करेल. तसे काही संकेत दिलेत का त्यानं?"

"नाही. निदान माझ्या लक्षात तरी तसं काही आलेलं नाही." पॅरिशनं म्हटलं. "आज डिनरला काय बेत करणारेस?"

टेडनं एक थोरला मोठा श्वास घेतला. "आज ना– लासाना, सीझर सॅलड, स्प्रिंग रोल्स आणि हॉट अँड सॉअर सूप आहे. म्हणजे पोरांची चायनीज खाण्याची हौसही भागेल."

"चला तर, मग उद्या भेटू, सुपरडॅड." पॅरिशनं म्हटलं. टेडची बायको चिनी होती आणि पोरं अत्यंत देखणी अन् गोड होती. "अजून असल्या पंधरा फालतू व्हॉईस मेल चेक करायच्या आहेत मला."

"रात्री फार वेळ थांबू नकोस हं, नॅन्सी." टेडनं हसून म्हटलं. "आणि हो, व्हेरी हॅपी व्हॅलेंटाईन डे." त्यानं पाठीमागे हातात लपवलेलं एक महागड्या चॉकलेट्सचं एक खोकं हळूच तिच्याकडे टाकलं आणि तो निघून गेला.

काही क्षणातच बाहेरचं दार बंद झाल्याचा हलका आवाज झाला. नॅन्सी फोनकडे बघत राहिली, मग तिची नजर कंप्युटरकडे गेली. समोरचं चॉकलेटचं खोकं लक्षात यायला तिला जरा वेळच लागला. आणि मग मात्र तिला राहावेच ना.

अधाशीपणानं तिनं ते खोकं उघडलं. आत वेगवेगळ्या आकारांची, खास हातानं बनवलेली डझनभर चॉकलेट्स होती. तिनं एक चॉकलेट तोंडात टाकलं, लगेच दुसरं टाकलं. बायकांना चॉकलेट पुरुषांपेक्षा जास्त आवडतं, कारण त्यात म्हणे टेस्टोस्टेरॉन असतं – असं तिला कुठे तरी वाचल्याचं आठवलं. असू दे, हवंच आहे ते; निदान या मार्गानं तरी मिळू दे!

तरी पण तिच्या मेंदूच्या मागच्या कुठल्या तरी कोपऱ्यात खटल्याचे विचार चालूच होते... तिसरं चॉकलेट. समर्स खरंच काही सूचक बोलला का? अहाहा! काय चव आहे पण! काय बोलला बरं तो? चौथं चॉकलेट... वा! आठव नॅन्सी, आठव!

"ओ माय गॉड!" नववं चॉकलेट चघळत असताना अचानक काही तरी लक्षात येऊन ती ओरडलीच. "हे कसं लक्षात नाही आलं माझ्या?" बोटं मोजत ती मोठ्यानं हसली. "टेडच्या लक्षात आलंय की काय?"

बाकीची तीन चॉकलेट्स एकदम हातात घेऊन ती एकदम उठली आणि 'ब्रेस' असं मोठ्या अक्षरात लिहिलेल्या, ब्रेसच्या खटल्याची कागदपत्रं असलेल्या खोक्याकडे घाईघाईनं निघाली. ताबडतोब अ‍ॅवोट्‌वेला फोन केला पाहिजे, तिनं मनात म्हटलं.

३८

तुम्ही जेव्हा दिवसाचे चोवीस तास, आठवड्याचे सातही दिवस एखाद्या माणसाबरोबर त्याच्याच कोठडीत राहता, त्याच्याबरोबर लाँड्रीत काम करता, त्याचा ब्रिजमधला पार्टनर म्हणून खेळता; तेव्हा हळूहळू तो माणूस एक चकार शब्द बोलत नसल्याची तुम्हाला आपोआप सवय होऊन जाते. नव्हे, उलट तुम्हाला ते आवडायलाही लागतं... फ्रेझर डेंट विचार करत होता. तो त्या लोखंडी टेबलाभोवती बसलेल्या बाकीच्या तिघांना पत्ते वाटत होता. तसाही तो स्वत: अबोलच तर होता. त्यामुळे ब्रेस काही बोलला नाही तरी त्याच्याशेजारी तितकंच शांतपणे, न बोलता वावरण्याचा त्याला काहीच त्रास होत नव्हता.

हे चौघं जण म्हणजे डॉन जेलमधले सगळ्यात वयोवृद्ध कैदी होते – म्हणजे एका निग्रो पोराच्या शब्दात सांगायचं तर 'चार डोळे'! ही चौकडी वयानं मोठी होती आणि ती कुणाच्या अध्यात-मध्यात नसे, त्यामुळे त्यांनाही बाकीचे कैदी त्रास देत नसत. आणि आता तर ते पाचव्या मजल्यावर हॉस्पिटल रेंजमध्ये होते. त्यामुळे सगळंच शांत, आबादी आबाद होतं.

पत्ते खेळता-खेळता बोलण्याचा आज रात्रीचा विषयही एकच होता. टोरोंटो मॅपल लीफ्स. या चौकडीला इथे पाचव्या मजल्यावर टीव्हीवर संपूर्ण मॅच पाहायलाही मुभा होती – मग ती मॅच भले किती का वेळ चालेना.

"आधी मला सगळा दोष त्या कोचचा आहे, असं वाटायचं; पण आता मात्र मी म्हणतो की, टीमचा जनरल मॅनेजरच खरा दोषी आहे. "डेंटनं पत्ते वाटत म्हटलं. हा आता शेवटचाच हँड होता. "आणि आता नव्यानं कुणाला घेण्याची मुदतही संपून गेलीय, त्यामुळे आपल्याला हाच गोली घेऊन खेळावं लागणार. वयानं किती मोठा आहे तो! त्याचं नावही कधी कोणी ऐकलेलं नाही. हा तर म्हणे लॉ स्कूलमध्येही गेला होता. मेलो आता आपण!"

काल रात्रीही लीफ्सचा आणखी एकदा धुव्वा उडालेला होता. त्यांचा कट्टर शत्रू

असलेल्या लॉस एंजेलिस किंग्जच्या टीमनं गेमच्या तिसऱ्या वेळात लागोपाठ दोन गोल करून बरोबरी साधली होती आणि जादा वेळात आणखी एक गोल करून मॅच जिंकली होती. त्यातच भर म्हणून की काय, लीफ्सच्या गोलकीपरचा हात मोडला होता आणि त्यामुळे या म्हाताऱ्या गोलीला आता चान्स मिळाला होता. त्यानं तर अजून मोठ्या लीगची एकही मॅच खेळलेली नव्हती. उद्या रात्री ॲनाहाईममधल्या मॅचमध्ये तो पहिल्यांदाच एवढ्या वरच्या दर्जाची मॅच खेळणार होता.

पत्ते वाटून झाले, तसे डेंटनं आपले पत्ते उचलले. तीन एक्के, शिवाय इस्पिकची बरीच काही वरची पानं बघून तो जरा खूष झाला. ''माझं बिडिंग आहे– वन स्पेड.'' त्यानं म्हटलं आणि ब्रेसच्या नजरेत नजर मिळवली. आता याच्याकडे आणखी एक एक्का आणि दुसऱ्या कुठल्याही कलरची थोडी-फार वरची पानं असली, तर मग झकासच.

पण ब्रेसचा चेहरा नेहमीप्रमाणेच निर्विकार होता.

बिडिंग भराभर पुढे सरकत होतं. ब्रेसची वेळ आली की, तो फक्त हाताची बोटं वर करून दाखवायचा आणि इस्पिक-बदाम-किलवर-चौकट – जे काही असेल त्याची खूण करायचा. इस्पिक असेल तर केसांवरून हात फिरवायचा – खरं तर आता ते काळ्यापेक्षा पिकलेलेच जास्त होते. बदाम म्हणजे अर्थातच छातीवर हात. चौकट म्हणजे तो करंगळी दाखवायचा – करंगळीत आपण हिऱ्याची अंगठी घालत होतो, असं त्यानं मागेच एकदा लिहून दाखवलं होतं. त्याच कागदावर त्यानं असंही लिहिलं होतं की, लहानपणी आपलं उजवं पाऊल 'क्लब फूट' होतं. त्यामुळे किलवरसाठी तो उजव्या पावलाकडे बोट करायचा.

''थ्री स्पेड्स.'' पुढच्या राऊंडला बिडिंग करायची वेळ आली, तेव्हा डेंटनं म्हटलं आणि पार्टनरकडे अपेक्षेनं बघितलं. ब्रेस मख्खच होता.

हा माणूस म्हणजे अक्षरश: एखाद्या बंद पुस्तकासारखा आहे – डेंटनं मनात कितव्यांदा तरी म्हटलं. हे पुस्तक उघडायला सांगितलं आपल्याला त्या डिटेक्टिव्हनं; पण कसं जमणार हे?

त्या बाबतीत त्यानं ग्रीनच्या सूचना तंतोतंत पाळलेल्या होत्या. ग्रीननं त्याला सांगितलं होतं, ''तू कोणत्या गुन्ह्याबद्दल तुरुंगात आलायस असं विचारलं, तर सांगायचंस की फसवणुकीबद्दल. झेलर्स अँड ऑफिस डेपोमधले काही चेक्स पळवून तू वटवण्याचा प्रयत्न केला होतास. ब्रेसनं जर 'कशाबद्दल?' असं विचारलंच तर सांगायचं की, तुला विवाहबाह्य संबंधातून झालेल्या मुलाच्या सपोर्ट पेमेंटसाठी पैसे हवे होते.''

''आणि सावकाश, सावधगिरीनं काम कर.'' ग्रीननं सांगितलं होतं. ''त्याला चलाख माणसं आवडतात, पण शेखी मिरवणारी माणसं चालत नाहीत. वर्तमानपत्र

आल्यावर सगळे जण आधी 'स्पोर्टस'च पान उघडतात. ब्रेसही हॉकीचा वेडा आहे. तू मात्र 'बिझनेस'ची पानं उघडून सुरुवात करत जा. तुझी हकिगत हळूहळू समजू दे सगळ्यांना. तू एक मोठा बाँड ट्रेडर होतास, मग तुला दारूचं व्यसन लागलं, मग बायको घर सोडून निघून गेली आणि शेवटी तू रस्त्यावर आलास. इथपर्यंत सगळं खरंच आहे आणि तसंच सांग आणि त्याच्याबरोबर ब्रिज खेळशील तेव्हा अक्कलहुशारीनं खेळ.''

ब्रेसची बिडिंगची पाळी आली. त्यानं हातानं 'पास'ची खूण केली. ब्रेस किती तरबेज खेळाडू आहे, हे डेंटलाही समजलेलं होतं. आता त्यानं 'पास' म्हटलं याचा अर्थ एकच असू शकतो : तुझ्याकडे मस्त पानं असतील, पार्टनर, पण माझ्याकडे सगळी चिल्लरच आहे.

डेंट काय ते समजून चुकला. तुझ्याबद्दल माझ्याकडे तरी काय आहे, पार्टनर? चिल्लरच तर आहे. गेल्या दोन महिन्यात ब्रेसनं एक अक्षरही उच्चारलेलं नव्हतं आणि त्यानं जे काही लिहून दाखवलं होतं, तेही अगदी जेवढ्यास तेवढंच होतं.

डेंटच्या उजव्या हाताला बसलेल्या माणसानं 'फोर डायमंड्स' असं बिडिंग केलं.

सापडला! ''डबल,'' डेंटनं त्याची पाळी आल्याबरोबर चटकन म्हटलं.

बिडिंगची आणखी एक राऊंड झाली. ''पास, पास, पास, पास.''

''लास्ट गेम प्रोफेसर्स.'' इतक्यात मि. बझचा जडशीळ आवाज आला. पाठोपाठ तोही आला. ''काय बिडिंग झालंय?'' त्यानं डेंटला विचारलं.

''फोर डायमंड्स, डबल.''

''वा!'' मि. बझनं डेंटच्या दंडाला हलकेच स्पर्श करत म्हटलं. ''हॅपी व्हॅलेंटाईन डे, लोकहो. मी बाकीच्यांची व्यवस्था करून येतो आणि तुमचा हा हँड झाला की, तुम्हीही उठा.''

तो शेवटचा हात डेंट-ब्रेस जोडगोळीनं सहजच जिंकला आणि थोड्याच वेळात ते आपल्या कोठडीकडे निघाले.

''शांत झोपा हं, पोरांनो.'' मि. बझनं त्यांना कोठडीत सोडून परत कुलूप लावलं. ''उद्या आता लीफ्स तो नवा म्हातारडा गोली घेऊन खेळणार. म्हणजे, निकालच लागणार म्हणा की!''

मि. बझ स्वतः मॉंट्रिअल कॅनेडियन्सच्या टीमचा कट्टर चाहता होता, त्यामुळे लीफ्सच्या पराभवाच्या बातम्या आल्या की भयंकर खूष होऊन बोलायचा.

''मि. बझ –'' डेंटनं म्हटलं. ''कधी ना कधी लीफ्सची टीम एकदम छान होईल. बघाच तुम्ही.''

''हो, हो. आणि एक दिवस गुन्हेच घडायचे थांबतील आणि माझी नोकरी जाईल!'' मि. बझनं तिरकसपणे म्हटलं. स्वतःच्याच विनोदावर मोठ्यानं हसत तो

निघून गेला.

डेंट आपल्या त्या अरुंद बिछान्याकडे गेला आणि तो त्या पातळ उशीवर डोकं टेकणार, तेवढ्यात...

"माझ्या वडिलांचा मृत्यू याच तुरुंगात झाला." अत्यंत घोगऱ्या, बसलेल्या आवाजात कुणी तरी बोललं.

डेंटनं चमकून तिकडे पाहिलं.

ब्रेसच बोलला होता!

डेंटला एवढा धक्का बसला की, तो चटकन परत उठून बसला.

"केव्हिन!"

"तो जो तरुण गोली होता ना, त्यालाच नीट खेळता येत नव्हतं. हा नवा, जास्त वयाचा गोली चांगला खेळेल बघ."

डेंटच्या आश्चर्याचा भर अजूनही ओसरलेला नव्हता. "तुला... तुम्हाला खरंच असं वाटतं?"

पण आता मात्र प्रत्युत्तर आलं नाही.

थोड्याच वेळात ब्रेसच्या घोरण्याचा मंद आवाज येऊ लागला.

डेंटही बिछान्यावर आडवा झाला. या लीप्सनी सगळ्यांनाच वेड लावलंय... या ब्रेसलासुद्धा बोलायला लावलंय त्यांनी!

३९

सिटी हॉलमधल्या तरुण राजकीय पुढाऱ्यांनी एक नवा सिटी हॉल बांधण्यासाठी १९६०च्या दशकाच्या सुरुवातीला त्याचा आराखडा कसा असावा, यासाठी एक स्पर्धाच घेतली. या मंडळींनी आपल्या महानगराचं जुनाट स्वरूप बदलून त्याला आधुनिक युगात नेण्याचा चंग बांधलेला होता. गंमत म्हणजे, एका अगदीच नवख्या आर्किटेक्टनं बाजी मारली. त्यानं एकमेकांसमोर उभे असलेले, अंतर्वक्र आकाराचे दोन टॉवर्स आणि त्यांच्या मधोमध बुडबुड्याच्या आकाराचं कौन्सिलचं सभागृह– अशी एक वैशिष्टपूर्ण, आधुनिक रचना सादर केली आणि ही बिल्डिंग त्यानं आधीच्या, 'ओल्ड सिटी हॉलच्या' बरोबर समोर, रस्त्याच्या विरुद्ध बाजूला एका मोठ्या चौरस आकाराच्या भूखंडावर, जरा मागच्या बाजूला उभारली.

आता या चौकालाच 'सिटी हॉल स्क्वेअर' असं नाव पडलेलं होतं. वाढत्या गजबजाटात ही एकमेव जागा शहराच्या मुख्य भागात असूनही बरीच मोकळी आणि चांगली विस्तीर्ण अशी उरलेली होती. त्यामुळे सभा, समारंभ, निदर्शनं, प्रदर्शनं अशा गोष्टींचं हे एक हक्काचं ठिकाण बनलेलं होतं. इथे एक भली मोठी स्केटिंग रिंकसुद्धा होती – या रिंकसाठी त्या द्रष्ट्या आर्किटेक्टनं मुद्दाम ही जागा चौकाच्या नैर्ऋत्य कोपऱ्यावर राखून ठेवलेली होती. द्रष्ट्या अशासाठी की, देशाच्या बऱ्याच उत्तरेकडच्या भागात असलेल्या या शहरात हिवाळ्यात भरपूर बर्फ असणार, हे त्यानं अचूक हेरलं होतं. आणि त्याचा अंदाज अचूक ठरला होता. हिवाळ्यात ही रिंक म्हणजे लोकांचं एक मोठंच आकर्षण बनायचं. यात एकान्त शोधायला आलेली जोडपी असायची; मुलाबाळांना कॅनेडियन वातावरणाची सवय लावायला अधीर असणारे जगभरातून स्थलांतर करून आलेले लोक असायचे, दंगामस्ती करणारी पोरं असायची, इतकंच काय, आजूबाजूच्या ऑफिसांत काम करणारे लोकही खास स्केटिंग करायला जेवणाच्या सुट्टीत इथे यायचे.

रात्र झाली, रिंकवरचे दिवे बंद करून पालिकेचे कर्मचारी घरी गेले की, इथे

हॉकी खेळणाऱ्या हौशी 'कलावंतां'च राज्य सुरू व्हायचं. यात बहुधा शहराच्या मध्यवर्ती भागातली गरीब घरांतली पोरं, काही थोडे विद्यार्थी आणि उघड्या बर्फाच्या शोधात असलेले हौशी हॉकी खेळाडू तलवारींसारख्या हॉकीस्टिक्स खांद्यावर टाकून इकडे यायचे.

आणि मग अंधारात चमकणाऱ्या पांढऱ्या शुभ्र बर्फात हॉकीच्या मॅचेस रंगायच्या. खेळाडूंच्या असल्या अत्रंग मिश्रणामुळे गोंधळच जास्त असे. तरी पण मॅचेस जवळजवळ पहाटेपर्यंत छान रंगायच्या. अर्थात, हा अंधार म्हणजे पूर्ण नसायचा; कारण आजूबाजूच्या टोलेजंग इमारतींमधल्या दिव्यांचा प्रकाश इथे बऱ्यापैकी पडत असे. दर पंधरा मिनिटांनी ओल्ड सिटी हॉलच्या टॉवरमधल्या घड्याळाचे टोले ऐकू यायचे.

नॅन्सी पॅरिशनं ही रात्रीची हॉकी खेळायला सुरुवात केली होती, ती अमेरिकेतलं कॉलेज शिक्षण संपवून परत आल्यानंतर. बरेचसे खेळाडू तिच्या मानानं बरेच कमी वयाचे होते. एकदा एका रात्री तिची निवड झालेल्या टीममध्येच तिची –गाठ अॅवोट्वे अमनक्वाशी पडली होती. हा एका वृत्तपत्राचा बातमीदार होता आणि तो कोर्टात नेहमी दिसत असल्यामुळे तिनं त्याला ओळखलं होतं. त्यांची एकमेकांशी मैत्री झाली होती, ती दोन गोष्टींमुळे : हॉकी आणि दोघांनाही एकमेकांच्या मदतीची असलेली आवश्यकता. अमनक्वाला जेव्हा एखाद्या बातमीसाठी काही माहिती हवी असेल किंवा एखाद्या नालायक न्यायाधीश वा सरकारी वकिलाबद्दल माहिती हवी असेल, तेव्हा तो तिला कॉल करायचा. पॅरिशला स्वत:ला जर एखादी माहिती मिळवणं शक्य नसेल, तर ती त्याच्यामार्फत मिळवायची.

ब्रेसच्या खटल्यादरम्यान त्या दोघांना गुप्तपणे भेटून बोलण्यासाठी रिंकसारखी सोईस्कर दुसरी जागा नव्हती. एकमेकांना केव्हा भेटायचं, हे ठरवण्यासाठी त्यांनी एक सोपी पद्धतही ठरवलेली होती. आजच पॅरिशनं अमनक्वाहला त्याच्या ऑफिसात व्हॉईस मेलवर एक निरोप ठेवला होता–

'मि. अमनक्वा, मी डॉमिनियन लाईफ इन्शुअरन्समधून बोलतेय आणि मला तुमच्या कव्हरेजबद्दल बोलायचंय.' तिनं एक खोटाच फोन नंबर सांगितला होता, त्याचे शेवटचे चार आकडे ११४५ असे होते. कुठे भेटायचं, हे नव्यानं ठरवण्याची गरजच नव्हती.

ठरल्याप्रमाणे ओल्ड सिटी हॉलच्या घड्याळात ११.४५ झाल्याचे टोले पडत असतानाच अमनक्वा रिंकवर पोहोचला होता.

"कसं काय चाललंय?" पॅरिशनं विचारलं. स्केटर्सच्या गर्दीपासून काही अंतरावर असलेल्या एका लाकडी बाकावर बसून ती खाली वाकून स्केट्स बांधत होती.

''समर्सच्या कोर्टातल्या तुझ्या प्री-ट्रायलबद्दल लिहिण्यासारखं काहीच नव्हतं, त्यामुळे माझे एडिटर लोक जाम चिडलेत.'' अमनक्वानं तिच्याशेजारी बसत पायांतले बूट काढत कुजबुजत्या आवाजात म्हटलं. ''ब्रेसबद्दल काही तरी खास बातमी आण, म्हणून ते माझ्यामागे लागलेत. मी नुसती त्याच्या शाळेतल्या टीचरबद्दल जरी माहिती लिहिली ना, तरी ती पहिल्या पानावर छापतील ते!''

''तुला एक अनधिकृत बातमी सांगते.'' नॅन्सीनं म्हटलं. ''समर्सनं पटवायचा बराच प्रयत्न केला की, ब्रेसनं 'सेकंड डिग्री' खुनाचा आरोप मान्य करावा. पण सरकारचा पक्ष ऐकायलाच तयार नाही.''

''पण ब्रेस असं करेल का?''

स्केट्स बांधून नॅन्सी पॅरिश उठून उभी राहिली. ''तुला माहितेय की, हे मी तुला सांगू शकणार नाही.''

''कबूल.'' अमनक्वा अजून स्केट्स बांधत होता.

रिंकवर एक मॅच सुरू होती. खेळाडूंचे आवाज, हाका ऐकू येत होत्या. ''मला तुझी थोडी मदत हवीय.'' स्टिकशी चाळा करत नॅन्सीनं म्हटलं.

अमनक्वा काहीही बोलला नाही.

ती पुन्हा त्याच्याशेजारी बसली. ''माझ्या बचावासाठी हे फार महत्त्वाचं आहे. ब्रेसनं जी तथाकथित कबुली दिलीय, त्याबद्दल आहे हे.''

''ओके, सांग.''

तिनं एक मोठा थोरला नि:श्वास सोडला. त्याबरोबर तिच्या नाकातून वाफेचा एक मोठा लोट बाहेर पडला. ''तुला मदतीसाठी तुमच्या पेपरमधल्या परदेशी वार्ता विभागातल्या कोणाला तरी बरोबर घ्यावं लागेल.''

''त्या विभागात जायची तर माझी महत्त्वाकांक्षा आहे. तिथल्या लोकांशी फार चांगले संबंध आहेत माझे.''

तेवढ्यात ओल्ड सिटी हॉलच्या घड्याळाचं संगीत पुन्हा सुरू झालं आणि बारा टोले पडले.

पॅरिशला सुटल्यासारखं वाटलं. फ्रीडम ॲट मिडनाईट– तिनं मनात म्हटलं. ''गुड. आता नेमकं काय ते तुला नंतर सांगेन. आधी जरा हॉकी खेळू या, चल.''

४०

"डॅनियल, तू इथे भेटशील अशी कधी कल्पनाही केली नव्हती मी." डॅनियल केनिकॉटनं डोळ्यांसमोर धरलेल्या चायनीज मेनूकार्डाच्या पलीकडून एक स्त्रीचा परिचित आवाज आला. त्यानं मेनूकार्ड खाली केलं. समोर जो समर्स उभी होती. नेहमीप्रमाणेच तिचा विपुल केशसंभार डोक्यावर चढवलेला होता. तिच्याशेजारी एक काळ्या केसांचा, स्मार्ट दिसणारा, अंगावर सुंदर बिझिनेस सूट घातलेला तरुण उभा होता.

"हाय, जो." केनिकॉटनं उठत म्हटलं.

"डॅनियल, हा रॉजर हम्फ्रीज. माझ्या जुन्या फर्ममधला सहकारी. मि. एव्हिरीथिंग. रॉजर, हा डॅनियल केनिकॉट. आम्ही दोघं लॉ स्कूलमध्ये बरोबर होतो."

रॉजरनं पुढे होऊन त्याला जोरदार हँडशेक दिला. "ग्रेट टू सी यू. जोचा कोणीही दोस्त म्हणजे माझाही दोस्त."

"तू आमच्याबरोबर का येत नाहीस डॅनियल?" जोनं डॅनियलचा हात धरून हलकेच ओढत म्हटलं.

"छे, मी कशाला उगीच?"

"चल रे," तिनं आग्रह केला. "जितके जास्त लोक, तितकी चायनीजची चव वाढते. पाठीमागे आमचं एक टेबल बुक केलंय."

"चल ना, मजा येईल." रॉजरनंही हसत म्हटलं. "आमच्या फर्ममधलेच लोक आहेत सगळे. आमच्या स्पेशल कमिटीचा मी मुख्य आहे."

"माझी आधीची लॉ फर्म." जोनं म्हटलं. "दर वर्षी व्हॅलेंटाईन्स डेला सगळे एकत्र जमतात इथे."

"हो, आणि जो जरी आम्हाला सोडून पळून गेली असली, तरी तिलाही यायला लावतोच आम्ही. पैशाची आस सोडून सत्याची कास धरायची दुर्बुद्धी झालीय बिचारीला." रॉजरनं डोळे मिचकावत म्हटलं. "तिला बोलवण्यात आमचाही स्वार्थ

असतो, कारण ती चिनी भाषेत ऑर्डर करू शकते!''

"खरं सांगतेस?'' केनिकॉटनं आश्चर्यानं जोकडे बघत म्हटलं.

"हो.'' तिनं त्याच्या हातातलं मेनूकार्ड खेचून घेतलं. "मला कँटनीज आणि मँडरिन येते.''

ते एका लाल पांढऱ्या मण्यांच्या पडद्यातून आतल्या प्रशस्त खोलीत गेले. आत सगळीकडे झगझगीत प्रकाश होता, टेबलांवर प्लॅस्टिकचा टेबलक्लॉथ होता आणि डिशेसचे आवाज येत होते. बरीच चिनी जोडपी होती – एकदम मॉडर्न, एका हातात चॉपस्टिक्स आणि दुसऱ्या हातात सेलफोन्स मिरवणारी. शिवाय वयस्कर आई-वडील, त्यांची लग्न झालेली मुलं, सुना, नातवंडं अशी कुटुंबंही होती. खोलीच्या मध्यभागी एक मोठं थोरलं गोल टेबल होतं, त्याच्याभोवती बिझिनेस सूट घातलेल्या तरुण-तरुणी बसलेल्या होत्या. खोलीतल्या या एकमेव टेबलावरचे लोक गोरे, काळे आणि ईस्ट इंडियन होते.

समर्सनं केनिकॉटची सगळ्यांशी ओळख करून दिली.

"हे बघा, ऐका जरा–'' तिनं मोठ्यानं म्हटलं. "सगळ्यांनी हातातली मेनू-कार्ड खाली ठेवून द्या. आपण आजचे जे काही खास पदार्थ आहेत, ते मागवणार आहोत.'' तिनं पलीकडच्या भिंतीवर चिनी भाषेतल्या मेनूकडे बोट दाखवलं. सगळ्यांना त्यातल्या फक्त किमती वाचता येत होत्या.

एक सडसडीत बांध्याची, लहानखोर चणीची चिनी वेट्रेस टेबलापाशी आली. "हॅलो, हाऊ आर यू?'' तिनं मोडक्या तोडक्या इंग्लिशमध्ये विचारलं. "सगळे पदार्थ चांगले आहेत. मेनूवरचे कोणते नंबर मागवणार तुम्ही?'' समर्सकडे बघून तिनं हसून विचारलं.

समर्सनं भिंतीवरच्या मेनूकडे बोट करत अस्खलित चिनी भाषेत सांगायला सुरुवात केली. त्या वेट्रेसचे छोटेसे डोळे आश्चर्यानं – आणि आनंदानंही विस्फारले. तिनं मान डोलावत ऑर्डर भराभर लिहून घ्यायला सुरुवात केली.

ती निघून गेल्यावर समर्सनं केनिकॉटकडे बघून एक बनेल स्मित केलं. "मी याच भागात मोठी झाले. माझ्या डॅडींचं ठाम मत होतं की, आम्ही याच भागातल्या शाळेत शिकलं पाहिजे. पहिलीत तर माझ्या वर्गात फक्त दोनच कॅनेडियन मुलं होती – मी धरून! नंतर ग्रॅज्युएट झाल्यानंतर मी चीनमध्ये हुनान प्रांतात जाऊन दोन वर्षं इंग्लिश शिकवलं. अनेकदा याचा मला उपयोगही होतो. एखाद्या चिनी पोरांच्या गँगला अटक करून पोलीस घेऊन आले की, ती पोरं कैद्याच्या पिंजऱ्यात चिनी भाषेतच बोलतात. त्यामुळे भलती मजा येते आणि कामातही उपयोग होतो.''

समर्सचे हे सगळे पूर्वीचे सहकारी तरुण-तरुणी छान, मनमोकळे होते. केनिकॉटला

कायद्याची प्रॅक्टिस करणं कधीच मनापासून आवडलेलं नव्हतं; तरी अशा हुशार, उत्साही, समवयस्क सहकाऱ्यांबरोबर गप्पाहास्यविनोद करण्यातली मजाही तो जणू विसरून गेलेला होता.

पोलिसांतही तो वेगळाच होता. तिशीत असूनही पोलिसांत नवा होता, शिवाय पूर्वी वकिली केलेला होता, खास हँडमेड शूज घालणारा होता. शिवाय अजून अविवाहित होता आणि मुख्य म्हणजे, शहराच्या मध्यवर्ती भागात राहत होता. इतर पोलीस केव्हाच लग्न करायचे आणि उपनगरी भागात राहायचे – निदान डायव्होर्स होईपर्यंत तरी, आणि उन्हाळ्याच्या दिवसांत आपल्याच घराच्या मागच्या अंगणात बार्बेक्यू पार्टी करायचे. आजूबाजूच्या इतर पोलिसांना बोलवायचे. सुरुवातीला केनिकॉटलाही आमंत्रण यायची. पण मग एका पोलीस मित्राच्या बायकोनं केनिकॉटची जोडी तिच्या बहिणीशी लावून द्यायचा प्रयत्न केला होता. त्या वेळी नेमकं त्याचं आणि अँड्रियाचं प्रकरण पुन्हा सुरू झालेलं होतं. त्यानंतर मात्र त्यानं काही ना काही थाप मारून पार्ट्यांना जायचं टाळलं होतं आणि मग पुढे बोलावणीही कमी होत गेली होती.

गप्पा मारता-मारता जेवण केव्हा संपलं, हे कोणालाही समजलं नाही. वेट्रेस येऊन चक्क अख्ख्या टेबलक्लॉथ घड्या घालून तसाच्या तसा उचलून घेऊन गेली. समर्सनं केनिकॉटच्या दंडावर हात ठेवला.

''टोरोंटोमधल्या चायनीज फूडबद्दल मी एक अनुमान काढलंय.'' तिनं म्हटलं. ''तुम्ही जितके लेकच्या जवळ जाल, तितकं चायनीज फूड जास्त चांगलं मिळत जातं.''

केनिकॉटनंही मान डोलावली. ''उपनगरी भागात चायनीज कधीही खाऊ नये.''

''एवढंच नाही, मुळात उपनगरी भागात जाऊच नये. मी तर शहराच्या सगळ्यात दक्षिण टोकाला राहते – आयलंड्सवर.''

शहरासाठी टोरोंटोची जागा पहिल्या ब्रिटिश रहिवाशांनी निवडली होती. याचं कारण म्हणजे, किनाऱ्यापासून साधारण अर्धा मैल समुद्रात असलेल्या बेटांमुळे तिथे आपोआपच एक नैसर्गिक बंदर झालेलं होतं. या बेटांना 'आयलंड्स' असंच नाव होतं. एकोणिसावं शतक संपता-संपता या आयलंड्सवर टोरोंटोमधल्या धनिकांची 'सेकंड होम्स' होती आणि पुढे १९४०च्या दशकात आयलंड्सवर पार्कलँड्स बनवली गेली होती. साठच्या दशकात काही साहसी मंडळींनी ही जुनी पडकी घरं ताब्यात घेतली होती आणि शहराच्या कौन्सिलशी वर्षानुवर्षं भांडून तिथे एक स्वतंत्र वस्ती तयार केली होती.

''इतक्या दूर राहायला आवडतं तुला?'' केनिकॉटनं विचारलं.

''हो, प्रश्नच नाही!''

"कामावर जायला फार वेळ लागतो का?"

"फेरीबोट चुकली नाही, तर मोजून अर्धा तास लागतो. फेरीबोट हीच खरी मोठी अडचण आहे. त्यामुळे माझी सिंड्रेला होते. शेवटची बोट इथून रात्री साडेअकराला निघते, त्यामुळे रात्री माझं एकसारखं घड्याळाकडे लक्ष असतं."

"आणि सकाळची बोट चुकली तर?"

"मग आणखी अर्धा तास थांबावं लागतं; नाही तर वॉटर-टॅक्सीवाल्या वॉल्टरला गाठावं लागतं. हा वॉल्टर म्हणजे मला वाटतं, गेली शंभरेक वर्षं वॉटरटॅक्सी चालवत असेल!"

तेवढ्यात केनिकॉटला तिच्या सेलफोनमधून घड्याळाचा नाजूक आवाज ऐकू आला. लगेच तिनं गजर बंद केला.

"ए, ऐका–" तिनं म्हटलं. "चला, सिंड्रेलाची जायची वेळ झालीय. गुड नाईट, एव्हरीबडी!" उठून तिनं प्रत्येकाला हलकेच आलिंगन देत सगळ्यांचा निरोप घेतला. केनिकॉट उठून उभा राहिला आणि तिच्या मागोमाग तोही निघाला. "थँक्स डॅनियल. तू होतास, त्यामुळे आणखी मजा आली."

चल, मीही निघतोच, असं म्हणत तिच्याबरोबरच बाहेर पडावं, असं त्याच्या मनात होतं; पण त्याचा मूळचा बुजरा स्वभाव आड आला. तो थांबला.

"उलट मीच तुझे आभार मानायला पाहिजेत, जो. अशी साध्या लोकांशी गप्पा मारायची संधी फारशी मिळत नाही हल्ली."

"आणि तुझ्या भावाबद्दल मी जे बोलले, ते मनापासून बोलले होते– बरं का." तिनं हळूच म्हटलं. "तुला नक्कीच त्याची आठवण येत असेल."

केनिकॉट कसंबसं हसला. "गेलेल्या नातेवाइकांची आठवण सणांच्या, सुट्टीच्या दिवशी येत असेल, असंच सगळे म्हणतात. पण खरं सांगू का? त्यांची खरी आठवण येते, ती रोजच्या आयुष्यात एखादा चांगला सिनेमा बघून आलं की, त्याबद्दल जवळच्या व्यक्तीशी गप्पा माराव्याशा वाटतात. फार दिवस बाहेर राहून घरी आलं की, आपोआप फोनकडे हात जातो. कधी कधी कित्येक दिवस मला त्याची आठवण होत नाही आणि कधी कधी एखादं चांगलं पुस्तक वाचताना किंवा एखादा छान विनोद ऐकल्यावर अचानक त्याची आठवण असह्य होते."

तिनं सहानुभूतीनं त्याच्या दंडाला तिनं स्पर्श केला आणि लगेच ती निघून गेली.

"ही जो म्हणजे खरंच फार ग्रेट आहे." तेवढ्यात रॉजरनं मागून येत म्हटलं. "ऑफिसात आम्हाला सगळ्यांनाच तिची फार आठवण येते– अजूनही येते."

"खरंय." केनिकॉटनं मान डोलावली. "सगळ्यांनाच फार आवडत असणार ती."

"हो, सगळ्यांनाच. आणि काय हुशार आहे ती. खरंच खूप पुढे गेली असती

ती. पण मुळातच ते तिच्या मनोवृत्तीविरुद्धचं काम होतं.''

"हं.''

"जो अतिशय हुशार तर आहेच–'' रॉजर बोलतच होता. "पण खरं सांगू का? कोणालाही ती फारशी कधी समजलीच नाही.''

"खरंय तू म्हणतोयस ते.'' जो समर्स बाहेर पडल्यावर अजूनही हलत असलेल्या त्या मण्यांच्या पडद्याकडे बघत केनिकॉटनं म्हटलं.

४१

त्या लहानशा आडरस्त्यावर दोन्ही बाजूंना बर्फाचे दोन-दोन फूट उंचीचे ढीग – खरं तर बंधारेच – जमलेले होते, त्यामुळे अरी ग्रीनला आपली गाडी उभी करायला जागा शोधण्यासाठी त्या अख्ख्या ब्लॉकला पाच वेळा चकरा मारायला लागल्या. गाडीतला रेडिओ बंद करून त्यानं गाडीचं इंजिन बंद करण्यापूर्वी आतला हीटर थोडा वेळ जोरात चालू ठेवला. अर्थात, त्यानं काहीही फरक पडणार नव्हता. डॅडींना सिनेगॉगमधून घेऊन चालत परत येईपर्यंत गाडी पुन्हा भयंकर गार पडलेली असणार, हे उघड होतं. पण असू दे; निदान थोडी तरी कमी गार पडेल गाडी – त्यानं मनात म्हटलं.

फुटपाथवरही चांगलं भरपूर बर्फ होतं, त्यामुळे ग्रीन रस्त्यावरूनच चालत निघाला. वरून पडणारं हिम फक्त दोन्ही बाजूंच्या दिव्यांच्या प्रकाशात आल्यानंतरच चमकत होतं – जणू काही ते त्या दिव्यांमधूनच पडत असल्यासारखं!

दर शुक्रवारी रात्री त्याचे डॅडी या छोट्याशा सिनेगॉगमध्ये प्रार्थनेसाठी यायचे. तिथपर्यंतचं अंतर तीन चौक एवढंच होतं. सिनेगॉगच्या आवारातला पार्किंग लॉट – जवळजवळ सिनेगॉगच्या बिल्डिंगइतकीच जागा व्यापलेली होती यानं – आठवड्यातल्या इतर सगळ्या दिवशी पूर्ण भरलेला असे. आज मात्र शुक्रवार – खास सबॅथच्या प्रार्थनेचा दिवस – असल्यामुळे इथे गाड्या आणायलाच बंदी होती. चारी बाजूंनी साखळ्या लावून तो बंद केलेला होता. म्हणजेच, प्रार्थनेला येणाऱ्या सगळ्यांनाच आजूबाजूच्या रस्त्यांवर गाड्या लावणं भाग पडायचं आणि याचा आजूबाजूला राहणाऱ्या लोकांना नाही म्हटलं तरी त्रास व्हायचाच.

त्या सिनेगॉगच्या पांढऱ्या शुभ्र इमारतीकडे ग्रीन येऊ लागला. त्याच्याच वयाचे आणखी पाच-सहा जण त्याच्यासारखेच तिकडे चालत जात होते. त्याची जरी त्यांच्याशी प्रत्यक्ष ओळख नसली, तरी दर शुक्रवारी त्याची या सगळ्यांशी गाठ पडायची, त्यामुळे त्या अर्थानं ते सगळेच एकमेकांना ओळखत होते. कारण तेही

सगळे दर शुक्रवारी आपापल्या वडिलांच्या शोफरचं काम करायचे.

''मी ऐकलंय की, दुसऱ्या पीरियडनंतर लीफ्स दोन-शून्य असे जिंकताहेत आणि त्या नव्या गोलीनं वीसेक शॉट अडवलेत.'' चॅपेलमधून आल्याबरोबर ग्रीनचे डॅडी त्याच्या जवळ येत हळूच कुजबुजले. ''मी तुला सांगत होतो, तो आधीचा गोली हाच खरा प्रॉब्लेम होता.''

ग्रीननं मुकाट्यानं मान डोलावली. खरं म्हणजे सिनेगॉगमध्ये प्रार्थनेच्या वेळी कोणालाही रेडिओ, सेलफोन वगैरे ऐकायला सक्त मनाई होती आणि तरीही हे मॅचचे स्कोअर आत सगळ्यांना कसे काय समजतात, हे एक मोठं आश्चर्यच होतं आणि या बातम्या कशा पोहोचतात, हे सांगायचं त्याचे डॅडी कटाक्षानं नाकारायचे. ''युद्धाच्या काळात दोस्तांचं सैन्य नेमकं कुठे आलंय, हे जसं आम्हाला कायम समजायचं; तसंच आहे हे.'' ते एकदा बोलले होते. ''त्यामुळे हे कसं होतं, हे विचारू नकोस तू.''

''तो नवा गोली – त्याला सगळे म्हातारा म्हणत होते – त्यानंच फार मस्त खेळ केला, डॅड.'' ग्रीननंही हळूच म्हटलं. ''तुमचं म्हणणंच बरोबर होतं.'' खरं म्हणजे, त्याच्या डॅडींनी गेल्या दीड महिन्यात लीफ्सचा सांगितलेला हा निदान पाचवा 'प्रॉब्लेम' होता.

''तू गाडी कुठे लावलीयस?'' त्याच्या डॅडींनी प्रार्थनेच्या वेळी अंगावरची घालण्याची शाल आणि टोपी काढून खांद्यावरच्या निळ्या वेलवेटच्या पिशवीत कोंबली आणि ते चालत निघाले.

''इथून तीन चौक गेल्यावर, ॲलेक्सिस स्ट्रीटवर. गाडी लावायच्या नेहमीच्या निम्म्या-अर्ध्या जागी भरपूर बर्फ साठलंय.''

''आणि ती बर्फ काढायची यंत्रं कुठे गेली सगळी?''

''डॅड,'' ग्रीननं त्यांना कोट चढवायला मदत करत म्हटलं, ''मी जाऊन गाडी घेऊन येतो.''

सबॅथच्या वेळचा एक अलिखित नियम होता की, कोणीही गाडी थेट सिनेगॉगच्या दाराशी आणायची नाही आणि हा नियम सगळेच जण बिनतक्रार पाळायचे. हां, पण तुम्ही 'चुकून' गाडी आणलीत, तर मात्र हरकत नव्हती. त्याच्या वडिलांनी त्याच्याकडे रोखून बघितलं.

''डॅड, ते रब्बी जाईपर्यंत इथेच थांबू या आपण. बाहेर उणे वीस तापमान आहे.'' इथून चालत जाण्याच्या अंतरावर सिनेगॉगच्या मालकीचं एक घर होतं, ते रब्बीला भाड्यानं दिलेलं होतं. त्यामुळे रब्बीला जायला-यायला फारच सोपं व्हायचं. यावरही ग्रीनचे डॅडी तिरकसपणे म्हणायचे,

''त्याला काय होतंय, सबॅथच्या वेळी कुणी वाहन वापरू नये असा उपदेश करायला? तो तर बारीकसारीक कारणासाठी घरी जाऊन येऊ शकतो!''

एक उंच, सडसडीत तरुण माणूस आला आणि त्यानं ग्रीनच्या डॅडींच्या पाठीवर थाप मारली. "गुड शबोस, मि. ग्रीन." त्याचे उच्चार अमेरिकन धाटणीचे वाटत होते. हे बहुतेक न्यूयॉर्क किंवा न्यू जर्सी भागातले असावेत – ग्रीननं मनात म्हटलं.

डॅडींनी कपाळावर आठ्या घालत आपल्या मुलाकडे बघितलं. हा रब्बी नव्यानंच आलेला होता आणि सिनेगॉगमधल्या वयस्करमंडळींना तो फारसा आवडत नव्हता. यात विशेष असं काही नव्हतं. या जुन्या लोकांना नवा माणूस आवडायला चांगली पाचेक वर्षं जावी लागायची.

"गुड शबोस, मि. क्लिमन्स." त्यांनी म्हटलं.

"तुम्हाला तुमची एवढी काळजी घेणारा मुलगा आहे, ही देवाची कृपाच म्हणायची, मि. ग्रीन." असं म्हणून रब्बी दुसऱ्या माणसाकडे गेला.

डॅडींनी ग्रीनकडे बघून चेहरा वाकडातिकडा केला. "काहीही बोलत असतो, झालं." ते नेहमी म्हणायचे. "किती तोंडदेखलं! कुठून शोधून आणतात यांना, कोण जाणे!"

दोघंही शांतपणे बर्फातून चालत गाडीकडे निघाले. त्यांच्या बुटांखाली बर्फ चुरडल्याचा 'कर्रर कर्रर' असा आवाज येत होता.

"चला, डॅड." ग्रीननं गाडीचं ड्रायव्हरशेजारचं दार उघडलं. आत बाहेरच्या इतकीच कडाक्याची थंडी होती. काय उपयोग झाला मी हीटर चालवल्याचा – ग्रीननं मनात म्हटलं आणि चावी फिरवली. पाच-सहा वेळा खटपट केल्यावर गाडी एकदाची सुरू झाली. इंजिन गरम होण्याची वाट बघत ते तसेच त्या थंडगार गाडीत थोडा वेळ बसून राहिले. हीटर एवढ्यातच सुरू करून काहीच उपयोग नव्हता. त्यानं वायपर्स सुरू केले.

"तुझी ती केस काय म्हणते रे?" डॅडींनी विचारलं.

ग्रीननं मान हलवली. "आतापर्यंत मी खुनाच्या आरोपाखाली निदान तीस-चाळीस जणांना पकडलं असेल. अटक केल्यावर प्रत्येक जण काही ना काही बोलतो, शिव्या देतो, 'मी काहीही बोलणार नाही' असं म्हणतो; पण काही तरी बोलतो. पण या ब्रेसनं अजूनही एकही शब्द उच्चारलेला नाही, अक्षरश: एकही नाही. मी त्याच्या कोठडीत माझाच एक माणूस ठेवलाय, त्यालाही दोन महिने झाले. पण हा गडी एक शब्दही बोललेला नाही."

गाडीच्या वायपर्समुळे हिमतुषार चट्‌कन उडून गेले होते; पण काचांवर असलेला फ्रॉस्टचा थर तसाच होता.

"काय म्हणतोस!" डॅडींनी त्यांच्याशेजारच्या खिडकीच्या काचेवर बोट गोल फिरवून त्या फ्रॉस्टच्या थराला एक गोलाकार भोक पाडलं आणि ते गप्प बसून राहिले.

आपले डॅडी जेव्हा काहीही न बोलता बसलेले असतात, तेव्हा ते विचारात बुडून गेलेले असतात, हे ग्रीनला माहीत होतं. त्यांचं अशा केसेसबद्दल नेहमी बोलणं

व्हायचं. ग्रीनला एखाद्या केसमध्ये काही प्रश्न असला की, तो अनेकदा डॅडींशी बोलायचा. ते एखाद्या गोष्टीकडे अशा एका वेगळ्याच दृष्टीनं बघून विचार करायचे की, त्यांच्या म्हणण्याचा त्याला नेहमीच उपयोग व्हायचा.

"ब्रेसच्या मुलाला त्याच्यापासून तोडलं होतं ना रे?" थोड्या वेळानंतर त्यांनी म्हटलं.

"हो. तो ऑटिस्टिक होता. सरकारच्या लोकांनी हॉस्पिटलमध्ये नेऊन टाकलं होत त्याला." ग्रीननं हीटरचं बटण दाबलं, पण हीटरमधून इतक्या थंडगार हवेचा झोत आला की, त्यानं तो लगेच बंद करून टाकला. "त्या काळात हे प्रकार फार अमानुषपणे केले जायचे."

डॅडींनी एकदम त्याच्याकडे मान वळवून बघितलं. "कॉन्संट्रेशन कॅम्प्समध्ये अनेकदा असं व्हायचं की, लोक महिनेच्या महिने एक चकार शब्दही बोलायचे नाहीत. विशेषत: जेव्हा काही तरी अतिशय वाईट बातमी समजायची, तेव्हा तर फार व्हायचं असं."

ग्रीननं मान डोलावली आणि आतला फॅन विंडशिल्डवर आणून सुरू केला. हळूहळू पुढच्या काचेवरचं फ्रॉस्ट वितळायला सुरुवात झाली.

"त्याला दोन मुलीही आहेत ना?" डॅडींनी विचारलं. "काय नावं आहेत त्यांची?"

"अमांडा आणि बेट्राईस."

डॅडींनी मान डोलावली. "खास ब्रिटिश नावं आहेत." मग ते कसंबसं बोलले, "माझ्या पहिल्या बायको-मुलांची हत्या झाल्यावर मीसुद्धा जवळजवळ महिनाभर एक शब्दही बोललो नव्हतो... बोलूच शकलो नव्हतो."

ग्रीननं मूकपणे मान डोलावली. त्याचे डॅडी त्यांच्या पहिल्या बायको-मुलांचा विषय फार क्वचित काढत असत.

"डॅड," त्यानं विषय बदलला. "काल मला आमच्या चीफनं वॉशिंग्टनच्या मॅचची दोन तिकिटं हवीत का, असं विचारलं. येणार का तुम्ही? तसेही तुम्ही एकदाही एसीसीवर आलेला नाहीत." एसीसी म्हणजे एअर कॅनडा सेंटरचं हे टोरोंटो मॅपल लीफ्सचं स्वत:च नवं मैदान होतं.

"बघू."

त्याला माहीत होतं की, डॅडी प्रत्यक्ष मॅच कधीच बघायला येणार नाहीत. बऱ्याच वर्षांपूर्वी त्याला अशीच एकदा जुन्या मॅपल लीफ्स गार्डनची दोन तिकिटं मिळाली होती. त्याचे डॅडी कॅनडात टीव्हीवर वर्षानुवर्षं लीफ्सचे सामने बघत आलेले होते, पण त्यांनी एकही सामना कधी प्रत्यक्ष जाऊन पाहिलेला नव्हता.

ग्रीन मोठ्या हौसेनं त्यांना घेऊन गेला होता.

शहरात गाडी पार्क करायला जागा मिळणार नाही, म्हणून त्यांनी सब-वे ट्रेननं जायचं ठरवलं होतं. एग्लिंग्टन स्टेशनवर ते एका डब्यात शिरले होते. डब्यात

प्रचंड गर्दी होती. दार बंद होताक्षणीच डॅडींना दरदरून घाम फुटला होता. धक्काबुक्की होत होती. त्याचे डॅडी उभ्या-उभ्याच थरथर कापू लागले होते.

शेवटी पुढच्या डेव्हिसव्हील स्टेशनवर ग्रीननं डॅडींना बळेच खाली प्लॅटफॉर्मवर ढकललं होतं आणि पाठोपाठ स्वतःही उतरला होता. शनिवारची संध्याकाळ होती, त्यामुळे प्रचंड गर्दी होती. कडाक्याच्या थंडीत वीस मिनिटं थांबल्यावर त्यांना एकदाची टॅक्सी मिळाली होती. ते गार्डन्सवर पोहोचेपर्यंत पहिला पीरियड जवळजवळ संपलेला होता. त्यांच्या सीटकडे जायचं, तर त्यांना एका लांबलचक बोगद्यातून जाणं भाग होतं. अर्ध्या वाटेतच त्याचे डॅडी साफ गोंधळून गेले होते. भरपूर झगझगीत दिवे असलेल्या उघड्या एरिनावर ते बाहेर आले होते आणि योगायोगानं त्याच क्षणी लीफ्सच्या टीमनं एक गोल केला होता, आणि तिथल्या सतरा हजार प्रेक्षकांनी एकदम उभे राहून जल्लोष सुरू केला होता. जन्मात पहिल्यांदाच ग्रीनला डॅडींच्या चेहऱ्यावर मूर्तिमंत भीती दिसली होती.

तो त्यांना घेऊन त्यांच्या सीटपाशी कसाबसा पोचला होता. पुढचे दोन पीरियड डॅडी खुर्चीला अगदी घट्ट चिकटून मॅच बघत होते. मधल्या विश्रांतीच्या वेळातही ते उठायला तयार नव्हते. पुढचा पीरियड साधारण निम्मा झालेला असताना ते त्याच्या कानात कुजबुजले होते, "मला बाथरूमला जायचंय.''

पण तोपर्यंत लीफ्सची टीम तीन गोलनी हरणार, अशी चिन्हं दिसू लागली होती. आता बस झालं – असं मनात म्हणत ग्रीन त्यांना घेऊन बोगद्यामधून पुरुषांच्या टॉयलेटमध्ये आला होता.

वॉशरूम चांगलीच प्रशस्त होती. पण मूत्रविसर्जनाची व्यवस्था अगदीच कामचलाऊ होती. वेगळी भांडी अशी नव्हतीच. मधोमध फक्त एक लांबलचक भिंत होती आणि खाली एकच गटार होतं. भिंतीच्या दोन्ही बाजूंना माणसं मुतत होती. गटारातून मूत्राची पिवळी फेसाळती नदी वाहत होती आणि त्याची असह्य दुर्गंधी वॉशरूममध्ये भरून राहिलेली होती.

आता मात्र हे सगळं डॅडींच्या सहनशक्तीबाहेर गेलं होतं आणि त्यांना भडभडून उलटी झाली होती.

गाडीतला हीटर हळूहळू गरम होत होता. काचांवरचं फ्रॉस्ट वितळत होतं. पण बाहेर पडणाऱ्या बर्फामुळे ग्रीनला बाहेरचं पुन्हा दिसेनासं झालेलं होतं. एखाद्या मऊ कापसाच्या पांढऱ्या शुभ्र कोशात गुरफटल्यासारखे ते दोघं वाट बघत आणखी थोडा वेळ बसून राहिले. आतली हवा एकदम कोरडी होती.

"माणूस आपल्या मुलाबाळांना विसरू शकत नाही, अरी–'' अचानक डॅडी बोलले. "कधीच नाही.''

भाग ३ : मे

४२

मे महिन्याच्या मध्यानंतर मोठे होत जाणारे दिवस मि. सिंगना सगळ्यात जास्त आवडायचे आणि मानवायचे. विशेषत: पहाटेची वेळ, त्या वेळचा रंग बदलत जाणारा सूर्यप्रकाश... पहाटे ४.१३ ला उठलं की, त्यांना एकदम ताजंतवानं वाटायचं. सकाळी ५.०२ वाजता ते मार्केट टॉवर्सकडे पेपरचं वाटप सुरू करायला चालत निघायचे. तोपर्यंत सूर्य वर आलेला असे.

तरी पण आज त्यांना जरासं दमल्यासारखं वाटत होतं. काल त्यांची नातवंडं रविवार संध्याकाळच्या डिनरसाठी आली होती आणि त्यांच्या नातवाला – रमेशला – पाण्याच्या उद्धरणशक्तीचं तत्त्व शिकवत जरा जास्तच वेळ जागे होते. त्याच्या प्रयोगात त्यांचं थोडं पाणी खाली सांडलं होतं आणि त्यावरून त्यांच्या बायकोनं – बिमलनं – कटकट केली होती. सांडू देत की पाणी; नाही तर त्या पोराला फिजिक्सची तत्त्वं कशी समजणार?

रमेश चांगलाच चौकस होता. ''मम्मीनं सांगितलं की, तुम्ही एक मेलेली बाई बघितलीत?'' त्यानं विचारलं होतं.

''हो, खरंय.''

''दादाजी, मेलेल्या माणसाचे डोळे बंद असतात की उघडे?''

''उघडे, बंद– कसेही असू शकतात.''

फ्रंट स्ट्रीटवरून मार्केट टॉवर्सकडे चालत जाताना मि. सिंगना हा प्रसंग आठवला. या भागात उष्णतेची लाट आलेली होती, त्यामुळे एवढ्या सकाळच्या वेळीसुद्धा चांगलंच उकडत होतं. तरीही बिमलनं त्यांना ओव्हरकोट घ्यायला लावला होता – कारण कदाचित पाऊस येऊ शकेल, म्हणून. शिवाय त्यांना आज मि. ब्रेसच्या केसमधल्या चौकशीसाठी जायचं होतं.

''कोर्टातलं एअरकंडिशनिंग सहन होईल का तुम्हाला?'' बिमलनं म्हटलं होतं.

''तेही खरंच.'' आणि तसंही व्यवस्थित ओव्हरकोटशिवाय कोर्टात जाणं

त्यांना आवडलं नसतं.

गेला आठवडाभर वर्तमानपत्रांमध्ये ब्रेसच्या त्या प्रकरणाबद्दल भरभरून माहिती आणि बातम्या छापून येत होत्या. अगदी रमेशलासुद्धा त्याबद्दल माहिती असावी, असं दिसत होतं. पण आता मात्र सगळ्यात मोठा विषय होता तो टोरोंटोच्या आईस हॉकी टीमचा. गंमत अशी की, मे महिना सुरू असूनही आईस हॉकीच्या मॅचेस सुरूच होत्या.

सकाळच्या सगळ्याच – म्हणजे शहरातून प्रसिद्ध होणाऱ्या चारही – वृत्तपत्रांमध्ये लीफ्सची खास निळा-पांढरी जर्सी घातलेला, हेल्मेट घातलेला कुणी ना कुणी खेळाडू हॉकीस्टिक उंचावून टीममधल्या इतर खेळाडूंना मिठ्या मारतानाचे फोटो छापून येत होते... तर रात्री तरुण मुलं-मुली गाड्यांमधून जोरजोरात आरडाओरडा करत, निळे-पांढरे झेंडे फडकवत मोठमोठ्यानं हॉर्न वाजवत इकडून-तिकडे रस्त्यांवरून भरधाव जाताना दिसत होती.

आज मात्र ब्रेसच्या प्रकरणाचीच बातमी सगळ्या वृत्तपत्रांमध्ये पहिल्या पानावर असेल, हे मि. सिंगना पक्कं ठाऊक होतं. त्यामुळे मार्केट टॉवर्सच्या दाराशी ते आले, तेव्हा तिथे दाराशीच बातमीदारांची गर्दी पाहून त्यांना मुळीच आश्चर्य वाटलं नाही. नशिबानं रशीदनं त्यांना लॉबीबाहेरच रोखून ठेवलेलं दिसत होतं.

या लोकांना टाळून गेलेलंच बरं– त्यांनी मनात म्हटलं. ते हळूच तिथून पुढे जात असतानाच एका बातमीदारानं त्यांना पाहिलं. "अरे, हे बघा– यांनाच ते प्रेत सापडलं होतं." तो मोठ्यानं म्हणाला, त्याबरोबर सगळी गर्दी त्यांच्याकडे धावली.

"मि. सिंग, मि. सिंग– तुम्हीच पहिले साक्षीदार आहात, हे खरं आहे का?" एका स्त्रीनं विचारलं.

"तुमच्या पूर्वीच्या कस्टमरविरुद्ध साक्ष देताना कसं वाटतं?" दुसऱ्या एका पोरीनं नेहमीचा निरर्थक प्रश्न केला.

"सॉरी, मला जाऊ द्या, प्लीज." मि. सिंग पुढे जायचा प्रयत्न करत होते. सकाळची वेळ होती, तरी हवा बऱ्यापैकी गरम होती. पण म्हणून काय झालं? माणसानं आपल्या व्यवसायाला शोभतील असे कपडे नकोत का करायला? काय हे एकेकाचे कपडे! टी-शर्ट, शॉर्ट सँडल्स? आणि या पोरी तरी कसे असे अर्धं अंग दाखवणारे कपडे वापरतात? त्यांनी स्वत:शीच हताशपणे मान हलवली.

"जाऊ द्या मला, आधीच दोन मिनिटं उशीर झालाय." रंगीत गॉगल घातलेल्या, मुलासारखे केस कापलेल्या एका पोरीला चुकवत त्यांनी म्हटलं .

"पण मि. सिंग–"

"तुम्हाला समजलं नाही का, मी काय म्हटलं ते?" त्यांनी आवाजात थोडी जरब आणली. "चला, दूर व्हा."

मंडळी गप्प होऊन मागे सरकली. मि. सिंग लॉबीत शिरले आणि खिशातून छोटी सुरी काढून त्यांनी पेपरच्या पहिल्या गठ्ठ्याला लावलेली प्लॅस्टिकची पट्टी कापून गठ्ठा मोकळा केला.

आता आठवडाभर पुन्हा पेपर्सच्या पुरवण्यांमुळे पेपरचं वजन वाढेल– त्यांनी मनात म्हटलं. कारण येत्या रविवारी 'मदर्स डे' होता. पण त्या बातमीदारांचा प्रश्न बरोबर आहे. कारण आज मला कोर्टात जावं लागणार आहे आणि बहुतेक मीच पहिला साक्षीदार असेन.

–आणि माझ्या कस्टमरविरुद्ध साक्ष देताना कसं वाटेल मला? अत्यंत अवघडल्यासारखं वाटेल. मलाही आणि मि. ब्रेसनाही. एवढा प्रसिद्ध रेडिओ प्रोग्राम करणारा हा माणूस– लाखो लोक याचं बोलणं ऐकतात, पण प्रत्यक्षात मात्र तो फारसा कोणाशी स्वत:हून बोलणाऱ्यांपैकी नाही.

त्या दिवशी सकाळीसुद्धा मि. ब्रेस एवढंच बोलले की, आपण आपल्या बायकोला मारलं. त्यानंतर ते एक शब्दही बोलले नाहीत. चहा घेणार का, असं मी विचारल्यावरही त्यांनी फक्त मान डोलावली होती. दुपारी त्या डिटेक्टिव्हनंही मला 'मि. ब्रेस आणखी काय बोलले, हे आठवायचा प्रयत्न करा', असं पुन्हा पुन्हा सांगितलं होतं; तर मागच्या आठवड्यात त्या सरकारी वकिलानंही तेच सांगितलं होतं. पण मि. ब्रेस जर काही बोललेलच नाहीत, तर काय सांगणार त्यांना?

या केसमध्ये एवढी काय गुंतागुंत आहे, हेच मि. सिंगना कळत नव्हतं. आपण बायकोला मारलं हे मि. ब्रेस स्वत:च सांगताहेत... मिसेस कॅथरिन बाथटबमध्ये मरून पडलेली होती, हेही जर माहितेय; तर आता आणखी काय हवं?

पण झालं ते फार वाईट झालं, हे मात्र निर्विवाद. आज आता कोर्टात साक्ष देताना फार अवघडल्यासारखं होणार आहे.

४३

''**आ**लाऽ आलाऽऽ शेवटी एकदाचा 'टॉक्सिकॉलॉजी'चा रिपोर्ट आला!'' जेनिफर रॅग्लननं अरी ग्रीनला आपल्या ऑफिसात येताना पाहून म्हटलं. तिच्या हातात एक जाडसर पाकीट होतं. पाकिटावर 'ऑफिस ऑफ द कॉरोनर ऑफ ओन्टारिओ' असं मोठ्या अक्षरात छापलेलं होतं. अरी ग्रीनच्या एका हातात तिच्यासाठीचा चहा होता.

ती जेव्हा रात्री त्याच्या घरी मुक्काम करायची, तेव्हा तो तिला ऑफिसपासून थोड्या अंतरावर सोडायचा आणि स्वत: नंतर कधी तरी यायचा.

''वा! वेळेवर आला म्हणायचा.'' तिच्या टेबलावर थोडी मोकळी जागा पाहून ग्रीननं तिची कॉफी खाली ठेवली.

''थँक्स.'' कॉफीचा एक घुटका घेत जेनिफरनं म्हटलं.

''फर्नांदिझ केव्हाच आलेला दिसतोय. तो तर मला वाटतं, इथेच झोपत असावा.''

''फार मनापासून काम करतो नाही, तो?''

एक मोठा नि:श्वास सोडत जेनिफरनं पाकीट फोडून रिपोर्ट काढला. ''या तरुण सरकारी वकिलांवर जरा नजर ठेवावी लागते. तरुण रक्त असतं, त्यामुळे त्यांना काहीही करून प्रत्येक केस जिंकायचीच असते. त्यामुळे त्यात ते वाहवत जाण्याची शक्यता असते. मला ना, इथे आणखी एक फिल कटर झालेला नकोय.''

आपल्या सराईत नजरेनं तिनं तो रिपोर्ट भराभर वाचला. अगदी शेवटच्या ओळी वाचल्यावर तिच्या तोंडातून आपोआपच शब्द बाहेर पडला.

''शिट्!'' आणि तिनं तो रिपोर्ट त्याच्याकडे टाकला.

ग्रीननंही तो रिपोर्ट वाचला. शेवटच्या ओळी वाचून त्यानं हलकेच एक शीळ घातली. ''अरे बाप रे! पहाटे पाच वाजतासुद्धा तिच्या शरीरात केवढं अल्कोहोल होतं– दोन पॉइंट पाच! तिचा अल्कोहोलिक्स ॲनॉनिमसमधला पार्टनर हॉवर्ड पील म्हणालाच होता की, तिचं दारूचं व्यसन पुन्हा वाढलेलं होतं.''

जेनिफर रॅग्लननं आपला खालचा ओठ चावला. "ही केस आली तेव्हा फार सरळ, सोपी वाटली होती. पण तसं काही दिसत नाहीय."

"कुठलीच केस दिसते तशी नसते." ग्रीननं रिपोर्टची पानं चाळत म्हटलं. "हे बघं." तो टेबलाला वळसा मारून तिच्या शेजारी जाऊन उभा राहिला. "तिची प्लेटलेट लेव्हल बघ, किती खालावलेली दिसतेय."

तीही त्याला खेटून उभी राहून खाली वाकून वाचू लागली. "सतरा. म्हणजे हा जवळजवळ हिमोफिलियाच म्हणायचा की."

"अगदीच तसं नाही, पण तरी खूपच कमी लेव्हल आहे. दहाच्या खाली गेली, म्हणजे मग हिमोफिलिया असतो. डॉक्टर मॅककिल्टी सांगत होता की, लेव्हल वीसच्या खाली असेल तर, तिच्या अंगाला कुठेही जरासा स्पर्श झाला तर तिथे काळं-निळं होईल – एखाद्या पिकलेल्या केळ्यासारखं. तिच्या दोन्ही दंडांवर कसले तरी काळेनिळे ठसे होते. ते काय, कशामुळेही असू शकतील."

"ती इतकी दारू पीत असल्यामुळेच बहुधा तिची प्लेटलेटची लेव्हल इतकी उतरली असावी. पण तिची तब्येत तर एकदम ठणठणीत होती. जवळजवळ रोजच हॉर्स रायडिंग नाही का करायची ती?"

ग्रीननं मान डोलावली. "व्यसन कुठलंही असलं, तरी ते वाईटच. या कॅथरिनला दोन-दोन व्यसनं होती – एक दारूचं, दुसरं व्यायामाचं."

रॅग्लननं आपला हात त्याच्या कमरेभोवती घातला आणि ती त्याला आणखी घट्ट बिलगली.

"पॅरिशनं हा रिपोर्ट वाचला की, नक्कीच ती आरोप बदलण्यासाठी मागे लागणार." त्यानं म्हटलं.

"हो, आणि तो समर्स तर ओरडाआरडाच करेल! तो तर आपण मनुष्यवध नाही, तर निदान 'सेकंड डिग्री मर्डर'चा आरोप ठेवावा, अशी मागणीच करेल. मला त्याच्या ऑफिसात बोलावून घेईल आणि भयंकर दडपण आणेल माझ्यावर. पण माझे हात बांधलेले आहेत. वरून ऑर्डरच आहे – कुठल्याही परिस्थितीत तडजोड करायची नाही." तिनं त्याच्या गालांचा हळूच चावा घेतला. "अजून दोन दिवस आहेत आपल्याला– मग मुलं परत येतील."

ग्रीननं मान डोलावली.

तेवढ्यात तिच्या हिप पॉकेटमधला तिचा ब्लॅकबेरी वाजू लागला. तिनं चट्कन तो काढून कॉल कोणाचा आहे, ते पाहिलं.

"दानाचा फोन आहे." तिनं ग्रीनपासून दूर सरकत म्हटलं.

"हाय स्वीट हार्ट!" तिनं हातातल्या घड्याळात बघितलं. "एवढ्या लवकर कशी उठलीस आज?...ओ हो, प्राणिसंग्रहालयात ट्रिप आहे. मजा कर अन् काय.

पण मला वाटलं डॅडी...''

काही क्षण शांतता होती आणि मग तिची मूठ वळलेली ग्रीनला दिसली. ''फॉर्म? तुझ्या बॅकपॅकमध्ये नाही का?...पण तू मला काल रात्रीच का फोन केला नाहीस?'' तिचा चेहरा गोरामोरा झाला होता. ''हो, मी रात्री इथेच काम करत होते, म्हणून घरचा फोन उचलला नाही. स्वीटी, पण तू मला माझ्या सेलफोनवर फोन करायचा होतास ना? ओके, असू दे. मी थोड्याच वेळात इथून निघते, घरी जाऊन फॉर्म घेते आणि शाळेत पोचवते. लव्ह यू.''

तिनं फोन बंद केला. ''चौथीतल्या पोरांची ट्रिप ती काय आणि त्या फॉर्मसाठी अडून बसतात. तिला बसमध्येसुद्धा यायला दिलं नाही त्यांनी.''

इतक्यात दारावर टक्‌टक् झाली. पाठोपाठ अल्बर्ट फर्नांदेझ हातात काळा बाइंडर घेऊन मोठ्या तोऱ्यात आत आला. बाइंडरवर हातानं ठळक अक्षरात मधोमध लिहिलेलं लेबल होतं : आर. व्ही. केव्हिन फर्नांदेझ, असिस्टंट क्राऊन ॲटर्नी.

''अल्बर्ट, तुला बोलावणारच होते मी.'' जेनिफर रॅग्लननं म्हटलं. ''डॉ. मॅककिल्टीचा टॉक्सिकॉलॉजी रिपोर्ट आलाय एकदाचा. आपल्यासाठी बॅड न्यूज आहे. कॅथरिनच्या रक्तात दोन पॉइंट पाच अल्कोहोल सापडलं आणि तिची प्लेटलेटची लेव्हलही भयंकर खाली गेलेली होती.''

फर्नांदेझनं न बोलता तो रिपोर्ट घेऊन आधी त्याची एक झेरॉक्स काढली. मग तो एका खुर्चीवर बसला आणि शांतपणे रिपोर्ट वाचू लागला. सावकाश, पद्धतशीरपणे– एकेक ओळ.

रॅग्लननं ग्रीनकडे एक कटाक्ष टाकून फर्नांदेझकडे बघितलं.

''अल्बर्ट, मला ताबडतोब जाऊन माझ्या मुलीला भेटावं लागणार आहे. एक प्रॉब्लेम आहे.''

फर्नांदेझनं चमकून तिच्याकडे पाहिलं. ''ती ठीक आहे ना?'' त्याच्या आवाजात काळजी होती.

''हो, हो. शाळेत एक फॉर्म द्यायचाय लगेच. विशेष काही नाही. तुझ्या आजच्या प्री-ट्रायलसाठी गुड लक.''

त्यानं खांदे उडवले. ''काही नाही, आपण कसलीच तडजोड ऑफर करत नाही, त्याबद्दल समर्सचा ओरडा खावा लागणार आहे मला आणि आता हा रिपोर्ट बघितल्यावर तर थयथयाट करेल तो.''

तेवढ्यात रॅग्लनचा सेलफोन पुन्हा वाजला. तिनं चट्‌कन तो उचलून कुणाचा कॉल आहे, ते पाहिलं. ''एकच मिनिट, अल्बर्ट.''

तिनं तोंड दुसरीकडे फिरवलं. ''हाय स्वीटी, निघालेच आहे मी... काय? त्यानं दिला? ग्रेट! त्याला म्हणावं, थँक्स. रात्री परत बोलू आपण. लव्ह यू.''

फोन बंद करून तिनं ग्रीनकडे बघितलं. ''तिच्या डॅडीनं दुसऱ्या एका पालकाकडून कोरा फॉर्म मिळवला आणि भरून शाळेत पाठवला. थँक गॉड.''

फर्नांदिझ उठला. ''चला, मी निघतो. शेवटी काय, कोणतीही तडजोड ऑफर करायची नाही; असंच ना?''

ग्रीननं त्याच्याकडे विचारी नजरेनं बघितलं. जेनिफर म्हणते ते बरोबर आहे. या तरुण पोरांना प्रत्येक खटला कसंही करून जिंकायचाच असतो.

''हो, तडजोड नाही.'' रॅग्लननं म्हटलं. ''सध्या तरी.''

''सध्या तरी हेच योग्य आहे.'' ग्रीननं म्हटलं. ''पळून जायला थोडी जागा नेहमी राखून ठेवावी. तासाभरानं कॅथरिन टॉर्नचे आई-वडील आपल्याला भेटायला येणार आहेत. आपण कसलीही तडजोड करणार नाही, हे समजल्यावर त्यांना जरा बरं वाटेल – अशी निदान माझी कल्पना आहे.''

४४

बरोबर दहा वाजता न्यायमूर्ती समर्स कोर्टात आले, तशी नॅन्सी पॅरिश त्यांच्याकडे पाहून छानपैकी हसली. ती अख्खं एक मिनिट आधी आल्याचं पाहून होरेसला– दारावरच्या कॉन्स्टेबललासुद्धा आश्चर्य वाटलं होतं.

खच्चून भरलेल्या त्या कोर्टरूममधले सगळे जण उठून उभे राहिले. क्लार्कनं घाईघाईनं येऊन नेहमीप्रमाणे पुस्तकांचा गठ्ठा त्यांच्या टेबलावर ठेवला. खिडकीतला जुनाट एअरकंडिशनर आवाज करत होता, तिकडे त्रासिक चेहऱ्यानं बघत त्यांनी हातानंच क्लार्कला तो बंद करून टाकण्याची खूण केली.

न्यायमूर्तींनी सगळ्यांना बसायला सांगितलं. पॅरिश आणि फर्नांदेझ मात्र उभेच होते. एकदाचा त्या एअरकंडिशनरचा आवाज बंद झाला.

''गुड मॉर्निंग, युअर ऑनर.'' तिनं म्हटलं.

''गुड मॉर्निंग, युअर ऑनर.'' त्यानं म्हटलं.

''गुड मॉर्निंग, काऊन्सेल.'' समर्सनी अशा रीतीनं म्हटलं की, जणू आजचा दिवस नेहमीसारखाच, कोर्टाच्या नेहमीच्या कामकाजाचा असावा. संपूर्ण कोर्टरूममध्ये खच्चून भरलेल्या गर्दीकडे त्यांनी नजर वर करून साधं पाहिलंसुद्धा नाही.

''इफ इट प्लीजेस द कोर्ट, मी नॅन्सी पॅरिश, मि. केव्हिन ब्रेसची – हे माझ्या पाठीमागे कैद्यांच्या पिंजऱ्यात बसले आहेत, त्यांची वकील.''

''हो. आज त्यांना वेळेवर आणून त्यांनी हजर केलंय. बरं झालं.''

''थँक्यू, सर, आपण सांगितल्यानंतर ते आता त्यांना आधीच्या गाडीनं घेऊन येतात.''

''गुड.'' समर्सनी स्वत:वरच खूष होऊन म्हटलं.

अजूनपर्यंत खूष आहेत हे माझ्यावर; आता मी बॉंबगोळा टाकला की...

''काही प्रिलिमिनरी मोशन्स आहेत का, काऊन्सेल?'' फर्नांदेझनं स्वत:ची ओळख करून दिल्यावर समर्सनी विचारलं आणि पेन सरसावलं. ''नेहमीप्रमाणे

साक्षीदारांची छाननी असेलच ना?''

''हो, सर. तशी मी कोर्टाला विनंती करते.''

''मीही विनंती करतो, युअर ऑनर.'' मध्येच फर्नांदेझनंही म्हटलं. समर्सनी त्याच्याकडे रोखून पाहिलं.

थँक्यू फर्नांदेझ, पॅरिशनं मनात म्हटलं. दिवसाच्या सुरुवातीलाच त्यांचा राग स्वत:वर ओढवून घेतल्याबद्दल.

''आणि मिस पॅरिश, मला वाटतं – तुम्ही नेहमीप्रमाणेच या कामकाजाला प्रसिद्धी दिली जाऊ नये, अशीही विनंती करणार असाल?'' समर्सनी एक नवी हिरवी वही उघडली. वही लिहिणं थांबेपर्यंत बोलायचं नाही; नाही तर ते भडकतात, हे पॅरिश अनुभवानं शिकलेली होती. तशी ती थांबली.

त्यांनी लिहिणं संपवून वर बघितलं. ही काहीच बोललेली नाही याचं त्यांना आश्चर्य वाटून गेलं. ती आणखी दोन क्षण थांबली.

''आपण केलेल्या सूचनेबद्दल थँक्स सर, पण बचाव पक्ष अशी विनंती करणार नाही.'' आणि ती चटकन बसली.

मागच्या प्रेक्षकांच्या गॅलरीत थोडी गडबड झाली. पहिल्या काही रांगांमधल्या बातमीदारांमध्ये हलक्या आवाजात किंचित बोलणं सुरू झालं, कागद-पेनं सरसावल्याचे आवाज झाले.

''कोर्टात एकदम शांतता हवीय मला!'' न्यायमूर्तींनी गर्जना केली. ''कोणी आवाज केला, तर त्यांना बाहेर काढण्यात येईल.'' पुढच्याच क्षणी ते पॅरिशकडे बघून किंचित हसले.

हा ओरडाआरडा करून त्यांनी बसलेल्या धक्क्यातून स्वत:ला सावरून थोडा विचार करण्यासाठी अवधी निर्माण केलाय, हे नॅन्सी पॅरिशनं लगेच ओळखलं.

''निर्णय तुमचा आहे, मिस पॅरिश.'' त्यांनी शांतपणे म्हटलं.

फर्नांदेझ आपल्याकडे रोखून बघतोय, हे तिच्या लक्षात आलेलं होतं आणि हे तिला अपेक्षितच होतं.

तो एकदम उठला.

''येस, मि. फर्नांदेझ?'' समर्सनी म्हटलं.

''युअर ऑनर, बचाव पक्षाला कोर्टाच्या कामकाजाला प्रसिद्धी द्यायची विनंती करायची नसेल, तर सरकारी पक्ष तशी विनंती करतोय.''

''असं?'' न्यायमूर्ती गुरगुरले.

पॅरिशला हे अपेक्षित असल्यामुळे ती तयारीनंच आलेली होती.

''युअर ऑनर, या मुद्यावर केस लॉ अगदी स्पष्ट आहे.'' तिनं एक पिवळी फाईल उघडून टेबलावर ठेवली. ''कोर्टाच्या कामकाजाला प्रसिद्धी देऊ नये, अशी

विनंती करण्याचा संपूर्ण हक्क बचाव पक्षाला आहे; सरकारी पक्षाला नाही; अशी विनंती करायची असेल तर सरकारला खास कारणं दाखवावी लागतात – देशाच्या सुरक्षेला धोका, जनतेच्या सुरक्षेला धोका, अशा प्रकारची. पण आपल्या केसमध्ये असा कोणताच मुद्दा नाही.''

तिनं फाईलमधून एक निळ्या रंगाचं छोटं केसबुक काढून क्लार्कला दिलं, क्लार्कनं ते न्यायमूर्तींकडे दिलं. दुसरी कॉपी तिनं फर्नांदिझकडे दिली. आंबट चेहरा करून त्यानं ती घेतली.

समर्सनी ते केसबुक घेऊन न बघताच बाजूला ठेवून दिलं.

''मिस पॅरिश, केसबुक दिल्याबद्दल थँक्स; पण गेली तीस वर्षं न्यायाधीश म्हणून काम पाहिल्यावर मला या मुद्द्यावरच्या केसेस अगदी चांगल्या माहीत आहेत. सगळ्यात महत्त्वाची केस म्हणजे द ला सॉलची, हो ना? साधारण ८७-८८ ची... व्हॉल्यूम... अं... ५०-५१. कॅनेडियन क्रिमिनल केसेसचा व्हॉल्यूम ५०-५१. बरोबर ना?'' एखाद्या कसलेल्या नटासारखे हातवारे करत त्यांनी म्हटलं.

समर्सना असा देखावा करायला फार आवडतो, हे पॅरिशला चांगलंच माहीत होतं आणि त्यांच्यावर कुरघोडी करायचा प्रयत्न कधीही करायचा नाही, त्यांच्या विनोदाला कधीही विनोदानं प्रत्युतर द्यायचं नाही, हेही तिला पक्कं माहीत होतं.

''व्हेरी गुड, युअर ऑनर.'' तिनं म्हटलं. ''ती केस ८८मधली आहे.'' खरं म्हणजे ती द ला सॉलची केस नाही, देसजार्डिन्सची आहे आणि व्हॉल्यूम नंबर ५२ आहे... तिनं मनात म्हटलं, पण भर कोर्टात या क्षुल्लक गोष्टीवरून त्यांच्याशी वाद घालायचंही काही कारण नाही. तिला हेही माहीत होतं की, इथून गेल्यावर ते या गोष्टी तपासून बघतील आणि आपण त्यांच्या चुका कोर्टात उघड न केल्याबद्दल उलट आपल्याला मनोमन धन्यवाद देतील.

समर्सनी स्मित केलं. ''वेल, मि. फर्नांदिझ? आता काय म्हणणं आहे सरकारी पक्षाचं?''

पॅरिश शांतपणे नजर खाली ठेवून बसली. फर्नांदिझची काय अवस्था आहे, हे तिला बघायचीही गरज नव्हती. कोर्टात – कोर्टातच काय, कुठेही – आपल्या विजयाचा झेंडा कधी मिरवू नये, जिंकल्यावर आढ्यतेखोरपणे वागू नये, हे ती केव्हाच शिकलेली होती.

''थँक्यू, युअर ऑनर.'' फर्नांदिझनं काहीशा पराभूत आवाजात म्हटलं. ''मला वाटतं, बचाव पक्षाच्या वकिलांनी काढलेला मुद्दा योग्य आहे. त्यामुळे त्याचा विचार करता सरकारी पक्षानं विचार बदलला आहे.''

एक पाऊल मागे यावं लागूनही फर्नांदिझनं स्वत:ला त्या मानानं चट्कन सावरून पवित्रा बदलला होता. नाही म्हटलं तरी पॅरिशला त्याचं कौतुक वाटलं.

''पण युअर ऑनर,'' तो पुढे म्हणाला. ''पण पुढे अशी काही विशिष्ट परिस्थिती उद्‌भवू शकते की, ज्या वेळी मला या विषयावर पुन्हा चर्चा करावी लागेल. जर अशी काही विशिष्ट परिस्थिती निर्माण झाली, तर आपण कृपया त्या वेळी माझी विनंती मान्य करावी, एवढीच माझी प्रार्थना आहे.''

पॅरिशनं चमकून त्याच्याकडे बघितलं. भर कोर्टात 'विशिष्ट परिस्थिती'चा उल्लेख करण्याला एक खास असा सांकेतिक अर्थ होता. बहुतेक वेळा याचा अर्थ असा असे की, तुरुंगात कोणी तरी एक छुपी व्यक्ती आहे आणि ती त्या विशिष्ट केसमधल्या कैद्यानं तुरुंगात बोलताना आपला गुन्हा कबूल केल्याचं आपण ऐकलं, असा दावा करणार आहे. बचाव पक्षाचं काम पाहणाऱ्या प्रत्येक वकिलाला ही सार्थ भीती असायची. तिनं हळूच समर्सकडे पाहिलं. ते फर्नांदिझकडे 'आपल्याला समजलं' अशा अर्थानं मान डोलावत होते.

''हो, मि. फर्नांदिझ,'' ते अत्यंत गोड आवाजात बोलले. ''अशी काही गरज भासली, तर हे न्यायपीठ नक्कीच या विषयावर पुन्हा चर्चा घडवून आणेल.''

पॅरिशनं नकळत आपली मूठ घट्ट आवळली आणि मागे ब्रेसकडे एक कटाक्ष टाकला. माझ्याशी एक चकार शब्दही बोलायला नकार देतो हा, आणि तुरुंगात मात्र नको ते बडबडला की काय? अशानं स्वत:च्याच केसवर टॉर्पेडो सोडून ती पाण्यात बुडवणार हा. शिट्!

''मिस पॅरिश, याला तर तुमचा आक्षेप असण्याचं काहीच कारण नाही. हो ना?'' समर्सनी विचारलं. ते मनात काय विचार करताहेत, हे तिला जवळजवळ स्पष्ट ऐकू येत होतं– नॅन्सी, तुझ्या त्या क्लाएंटला थोबाड बंद ठेवायला सांगितलं नाहीस का तू?

'हो, सांगितलं ना.' तिलाही उठून ओरडून सांगावंसं वाटलं. ''शंभरदा तरी सांगितलं. माझ्याशी – खुद्द स्वत:च्या वकिलाशी – एक शब्दही बोलला नाही हा आणि तिथे मात्र बादलीत तोंड खुपसून बडबडलेला दिसतोय!''

पण त्याऐवजी ती सावकाश उठून उभी राहिली आणि म्हणाली,

''थँक्यू, युअर ऑनर.'' तिचं हृदय जोरजोरानं धडधडत होतं. ओ गॉड! काय बडबडला असेल ब्रेस? काय समजलं असेल या फर्नांदिझला?

न्यायमूर्ती समर्सकडे बघून तिनं स्मित केलं. ''कामकाज पुढे सुरू करायला बचाव पक्षाची तयारी आहे.''

४५

"सरकारी पक्षाच्या पहिल्या साक्षीदाराचं नाव आहे, मि. गुरुदयालसिंग." आपल्या टेबलाशेजारच्या पोडियमपाशी जाऊन फर्नांदेझनं सावकाश, सुस्पष्ट आणि कणखर आवाजात म्हटलं.

काही सरकारी वकिलांच्या मते, प्राथमिक चौकशी पोलिसांमधल्या साक्षीदारांपासून सुरू केलेली चांगली असते– गुन्ह्याचं नेमकं दृश्य उभं करायचं, फॉरेन्सिक पुरावे मांडायचे, वगैरे. फर्नांदेझला मात्र गुन्हा ज्या क्रमानं उघडकीला आला, त्या क्रमानं काम केलेलं चांगलं, असं वाटायचं– भले मग त्या भानगडीत कोर्टात आलेल्या पोलीसमंडळींना दिवसभर वाट का बघावी लागेना! त्यामुळेच त्यानं मि. सिंगचं नाव पहिला साक्षीदार म्हणून सांगितलं होतं.

शिवाय मि. सिंगसारखी माणसं म्हणजे सरकारी वकिलांच्या दृष्टीनं आदर्श साक्षीदार. कोणतेही गुन्हे नावावर नसलेले. साधे, सामान्य नागरिक. खोटं बोलण्याचं काही कारणच नसलेले आणि अशी माणसं ज्यूरींनाही आवडणार, कारण ती त्यांना त्यांच्यापैकीच वाटणार.

"मि. गुरुदयालसिंग!" दाराशी उभ्या असलेल्या एका पोलीस ऑफिसरनं बाहेरच्या लॉबीत मोठ्यानं नाव पुकारलं. लगेचच मि. सिंग कोर्टरूममध्ये आले. उकडत होतं, तरीही त्यांनी पांढरा शर्ट, टाय, करडी फ्लॅनेलची पँट आणि पायांत जाड सोलचे शूज घातलेले होते आणि डोक्यावर त्यांचा खास फेटा. एका हातावर त्यांनी एक मोठा रेनकोट घडी घालून ठेवला होता. आत येता-येताच त्यांनी आता हा रेनकोट कुठे ठेवावा, म्हणून इकडे-तिकडे बघायला सुरुवात केली. त्यामुळे वरकरणी ते जरासे गोंधळून गेल्यासारखे दिसले. फर्नांदेझनं मनात म्हटलं– हे जर ज्यूरींनं पाहिलं, तर त्यांचं प्रथमदर्शनी मत असंच होईल की, हा एक गोंधळून गेलेला म्हातारा आहे. आणि प्रथमदर्शनी झालेल्या मताचा फार मोठा प्रभाव अंतिम मतावर असतो, हे त्याला पक्कं ठाऊक होतं. म्हणजे माणसाच्या विश्वासार्हतेवरच

एकदम प्रश्नचिन्ह उभं राहू शकतं! त्यानं लगेच आपल्या वहीत एक छोटीशी टीप लिहून टाकली – मुख्य खटल्यापूर्वी त्यांची पूर्वतयारी करून घेणे आणि त्यांच्या हातातील कोट ठेवण्याची व्यवस्था त्वरित करणे!

फर्नांदिझ त्यांच्याशी बोलायला सुरुवात करणार, इतक्यात न्यायमूर्ती मध्येच सस्मित मुद्रेनं बोलले, "गुड मॉर्निंग, मि. सिंग."

"ओऽ हॅलो, युअर ऑनर." कोट ठेवलेला हातच उंचावत मि. सिंग म्हणाले.

"तुमचा कोट क्लार्क घेतील. तुम्ही या, इथे माझ्याशेजारी." समर्सनी त्यांच्या टेबलाशजारीच असलेल्या स्टँडकडे हात केला.

ताबडतोब, घाईघाईनं उठून क्लार्कनं मि. सिंगकडे जाऊन त्यांचा कोट घेतला.

मि. सिंग स्टँडवर जाऊन बसले. त्यांना रीतसर शपथ दिली गेली आणि मग फर्नांदिझनं म्हटलं, "गुड मॉर्निंग, मि. सिंग."

"गुड मॉर्निंग, मि. फर्नांदिझ."

"मि. सिंग, माझ्या माहितीप्रमाणे तुमचा जन्म भारतात १९३३मध्ये झाला आणि मग तुम्ही साधारण चाळीस वर्षं भारतीय रेल्वेमध्ये नोकरी केलीत अन् उत्तर विभागाचे चीफ इंजिनिअर म्हणून निवृत्त झालात."

"नेमका आकडा सांगायचा, तर मी बेचाळीस वर्षं नोकरी केली."

फर्नांदिझनं स्मित केलं. त्यानं मुद्दामच 'साधारण चाळीस वर्षं' असं म्हटलं होतं. मि. सिंग लगेच आपली चूक दुरुस्त करतील, अशी त्याची अपेक्षाच होती. अशा छोट्या-छोट्या गोष्टींवरूनच ज्यूरींच्या लक्षात यायला पाहिजे की, मि. सिंग प्रत्येक बाबतीत नेमकेपणाबद्दल आग्रही आहेत– त्यानं मनात म्हटलं.

"आणि तुम्ही कॅनडाचे नागरिक आहात; हो ना?" फर्नांदिझनं विचारलं. महत्त्वाच्या साक्षीदाराची तपासणी करणं, ही एक कलाच आहे. यात लक्षात ठेवण्याची गोष्ट अशी की, न्यायमूर्ती किंवा ज्यूरींना साक्षीदाराची काहीच माहिती नसते. त्यामुळे प्रत्येक बाबतीत पहिल्यापासून सुरुवात करावी लागते आणि जरी त्याची हकिगत तुम्ही दहा वेळा ऐकलेली असली, तरी ती पुन्हा तितक्याच उत्सुकतेनं ऐकल्याचा देखावा करावा लागतो.

"हो, हो. मी, माझी पत्नी बिमल आणि आमच्या तिघी मुली. आम्ही इकडे स्थायिक झाल्यापासून बरोबर तीन वर्षांनी इथलं नागरिकत्व घेतलं."

पुढची दहा मिनिटं फर्नांदिझ त्यांना त्यांच्याबद्दलची माहिती विचारत होता– त्यांची रेल्वेतली नोकरी, कुटुंबाला कॅनडाला घेऊन येण्याचा त्यांचा निर्णय आणि गेली तीन वर्षं ते करत असलेलं पेपर टाकण्याचं काम. "माणसानं नेहमी काम करत राहावं – हे चांगलं. ते हलकं असं म्हणू नये." मि. सिंगनी म्हटलं.

फर्नांदिझनं समर्सकडे हळूच एक कटाक्ष टाकला. हे वाक्य बोलल्यानंतर

मि. सिंग हा माणूस न्यायमूर्तींना एकदम 'पटला' आहे, हे त्यानं लगेच हेरलं. मुख्य खटल्यात ज्यूरींनासुद्धा हा साक्षीदार असाच 'पटेल'.

मग मि. सिंगनी काही वर्षांपूर्वी आपली मि. ब्रेसशी कशी ओळख झाली, पुढे दररोज सकाळी पेपर टाकायला आल्यावर आपलं आणि त्यांचं थोडा वेळ कसं बोलणं व्हायचं, वगैरे सांगितलं. शेवटी त्यांची साक्ष २१ डिसेंबरपर्यंत येऊन पोचली. त्यांनी त्या सगळ्या प्रसंगाचं अत्यंत स्पष्ट, तपशीलवार वर्णन केलं : आपण दाराशी पोचलो तरी आतून कोणीच आलं नाही, आपल्याला आतून कण्हल्याचा आवाज ऐकू आला आणि मग मि. ब्रेस दाराशी आले, त्यांचे हात रक्तानं माखलेले होते.

"त्या वेळी मि. ब्रेस तुम्हाला काही म्हणाले का? आणि असेल, तर काय म्हणाले?" फर्नांदेझनं विचारलं. अशा पद्धतीनं विचारलं की, आपण आपल्या सगळ्यात महत्त्वाच्या साक्षीदाराला काही एका विवक्षित उत्तराकडे घेऊन जाणारा प्रश्न विचारतो आहोत, असं कोणाला वाटू नये.

"मी मारलं तिला, मि. सिंग."

"नेमके हेच शब्द?"

"हो." मि. सिंग बोलले. "मला जे ऐकू आलं, ते असंच होतं."

फर्नांदेझ क्षणभर चमकला. आता हे काय आणखी? तो भराभर विचार करू लागला. बोलताना ब्रेसचा आवाज केवढा होता– मोठा की बारीक, हे कोणी विचारलं असेल का? बहुधा नसावं. पण याला खरंच काही महत्त्व आहे का? मुख्य प्रश्न असा, की हे बोलणं मि. सिंगना आणखी स्पष्ट करून सांगायला सांगावं, की न सांगावं? पण आत्ता असू दे. पुढे त्यांना विचारायला पुष्कळ वेळ मिळेल आपल्याला. त्यापेक्षा त्यांची साक्ष आहे अशीच पुढे रेटावी, हेच बरं.

"मग तुम्ही कुठे गेलात?" त्यानं विचारलं.

"थेट घरात गेलो."

पुढची साक्ष व्यवस्थित पार पडली. फर्नांदेझनं मि. सिंगना सगळं बारीकसारीक वर्णन करायला लावलं : ब्रेसपाठोपाठ अपार्टमेंटमध्ये जाणं, आधी किचनमध्ये, मग मास्टर बेडरूम आणि तिथली बाथरूम पाहणं, दुसरी बेडरूम पाहणं आणि मग शेवटी हॉलमधली बाथरूम – तिथल्या टबमध्ये कॅथरिन टॉर्नचं प्रेत दिसणं, ती 'निश्चितपणे मरण पावल्याची' खात्री करणं, पोलिसांना कॉल करणं, आपण आणि ब्रेस किचनमध्ये चहा घेत असताना ऑफिसर केनिकॉट धावत-पळत आत शिरणं, त्याचं पिस्तूल खाली पडणं आणि केनिकॉटला चहा देऊ करणं... आणि या ठिकाणी फर्नांदेझनं त्यांना थांबवलं.

न्यायमूर्ती समर्सनी मि. सिंगकडे बघून प्रसन्न स्मित केलं. फर्नांदेझला नेमकं

हेच हवं होतं. आपल्या रोजच्या जीवनात आपण आपल्याला आवडलेल्या व्यक्तीच्या चुका माफ करण्याची शक्यता जास्त असते. कोर्टातही परिस्थिती वेगळी नसते. त्यामुळे वकिलीच्या पेशातला पहिला नियम असा की, न्यायमूर्ती किंवा ज्यूरींना तुमचा साक्षीदार आवडेल असं करा. पुढे मुख्य खटल्याच्या वेळी तर ज्यूरींना मि. सिंग म्हणजे आपल्या घरातले आवडते काका वाटले पाहिजेत आणि मग पॅरिशनं त्यांची उलटतपासणी घेतल्याबद्दल ते तिच्यावर रागावले पाहिजेत, अशी फर्नांदिझची इच्छा होती.

समाधानानं खाली बसत त्यानं पॅरिशकडे कटाक्ष टाकला.

"काही प्रश्न विचारायचेत का, मिस पॅरिश?" समर्सनी विचारलं.

"मि. सिंग," पॅरिश सावकाश उठून उभी राहिली. "आज तुम्ही प्रत्येक प्रश्नाचं उत्तर तुमच्या क्षमतेनुसार जास्तीत जास्त चांगलं देण्याचा प्रयत्न केलाय, हो ना?"

"ऑफ कोर्स मॅम."

वा! माझ्या साक्षीदाराबद्दलचं मत तू आणखी चांगलं बनवलंस की नॅन्सी– फर्नांदिझनं तिला मनातल्या मनात धन्यवाद दिले.

"आणि सर, गुन्ह्याची ठिकाणी पोहोचलेले पहिले पोलीस ऑफिसर, केनिकॉट – ते, त्या दिवशी त्यांच्या हातातलं पिस्तूल पडलं होतं ते– ते आठवतं का तुम्हाला?" ही पोलिसांना जाता-जाता उगाचच मारलेली कोपरखळी फर्नांदिझला जाम आवडली.

पॅरिशचं बोलणं अगदी सौम्य होतं. बाकीचे बचाव पक्षाचे वकील कसे, एकदम सरकारी साक्षीदारांची कत्तल करणं हे आपलं आद्य कर्तव्य आहे, असं समजून एकदम आक्रमक व्हायचे. पण त्यामुळेच ती जास्त प्रभावीही होती.

"ऑफ कोर्स मॅम."

"आणि तुम्ही त्या वेळी त्यांच्याही सगळ्या प्रश्नांची उत्तरं अशीच दिलीत?"

"ऑफ कोर्स मॅम."

"आणि तो दिवस तुम्हाला स्पष्ट आठवतो?"

"मॅम, माझ्या इंडियन रेल्वेतल्या बेचाळीस वर्षांच्या नोकरीत मी कित्येक दुर्घटना, अपघात, मृत्यू, अपराध पाहिलेत. पण असे प्रसंग विसरले जाऊच शकत नाहीत."

"ऑफ कोर्स, सर." अभावितपणे पॅरिशनं मि. सिंगसारखंच म्हटलेलं होतं. शाबास– फर्नांदिझनं मनात म्हटलं. यांचा चांगलाच परिणाम झालेला दिसतोय हिच्यावर.

"आणि सर, तुमच्या नावावर कोणत्याही गुन्ह्याची नोंद नाही; इतकंच काय, एखाद्या गुन्ह्याबद्दल पोलिसांनी तुमची कधी तपासणी केलेली नाही." ती सहज, गप्पा मारल्यासारखी बोलत होती – जणू ते खच्चून भरलेल्या कोर्टात बोलत नसून एखाद्या पार्कमध्ये एकाच बाकावर बसून बोलत असावेत, अशी.

"ऑफ कोर्स नॉट, मॅम."

"आणि तुम्ही कधी एकही गुन्हा केलेला नाही?"

"ऑफ कोर्स नॉट, मॅम."

फर्नांदिझला समजेना, पॅरिशला नेमकं काय करायचंय?

"आणि तुम्ही कधी एखादा खूनही केलेला नाही."

"ऑफ कोर्स नॉट, मॅम."

फर्नांदिझनं पॅरिशकडे विचारी नजरेनं पाहिलं. या प्रश्नाला साक्षीदारानं आधीच उत्तर दिलंय, असा आक्षेप आपण घेऊ शकतो; पण त्याचा उपयोग काय? ती मि. सिंगवर प्रश्नांची फैरी थोडीच झाडतेय?

"पण मि. सिंग, तुम्ही पुष्कळ लोकांना मारलंय, हे मात्र खरं."

फर्नांदिझ एकदम उभा राहिला. "ऑब्जेक्शन, युअर ऑनर." त्यानं जोरात म्हटलं. "साक्षीदारानं आधीच दोनदा सांगितलंय की, त्यानं कधी कोणताही गुन्हा केलेला नाही आणि पोलिसांनी त्याची कोणत्याही गुन्ह्याबद्दल..."

"मी कोणताही गुन्हा केल्याबद्दल पोलिसांनी माझी कधी तपासणी केलेली नाही, हे खरं... पण हो, मी पुष्कळ लोकांना मारलंय, हेही खरं." मि. सिंग बोलले.

त्यांना थांबवण्यासाठी समर्सनी हात वर केला, पण तोपर्यंत त्यांचं बोलून झालेलंही होतं. समर्सनी त्यांच्याकडे बघून स्मित केलं. "थँक्यू मि. सिंग, माझ्या मते तुम्ही कोर्टात पहिल्यांदाच साक्ष देत असाल; हो ना?"

"नाही– नाही, सर. भारतात मी कोर्टात अनेकदा साक्षी दिलेल्या आहेत. मी चीफ इंजिनिअर होतो, त्यामुळे मला अनेक प्रकारच्या खटल्यात साक्षी द्याव्या लागल्या आहेत. खून, बलात्कार, लहान मुलांना तसंच सोडून जाण्याच्या घटना, बेकायदा जुगार, अमली पदार्थांची चोरटी वाहतूक..."

समर्सचं हास्य आणखी रुंदावलं. "आय सी, सर. म्हणजे मग कॅनडातल्या एखाद्या कोर्टात साक्ष देण्याचा हा तुमचा पहिलाच प्रसंग असावा, बहुधा."

सिंगनी मान डोलावली. "हो, सर. माझ्यासारख्या साध्या पेपर टाकणाऱ्या माणसाला कुठून गुन्हे घडताना दिसणार?"

फर्नांदिझच्या मागे बसलेल्या लोकांमध्ये हास्याची एक हलकीशी लहर उमटली.

"बरोबर." समर्स म्हणाले. "आमच्या कोर्टामध्ये एखादा वकील जेव्हा आक्षेप घ्यायला उभा राहतो, तेव्हा मी त्यावर निर्णय देईपर्यंत साक्षीदारानं न बोलता थांबायचं असतं. एका वेळी फक्त एकानंच बोलायचं असतं."

मि. सिंग काहीसे गोंधळून गेले. "युअर ऑनर, या देशातही अनेकदा मला अनेक लोक एकाच वेळी बोलताना दिसतात. उदाहरणार्थ– माझी नातवंडं तर त्यांच्या आई-बापांनी त्यांच्याशी बोलायच्या आधी स्वत:च बोलायला सुरुवात करतात."

या वेळी मात्र हास्याचा आवाज चांगलाच मोठा होता. न्यायमूर्ती समर्सनी एकदा प्रेक्षकांच्या गॅलरीकडे नजर टाकली आणि मग पुन्हा हसत फर्नांदिझकडे बघितलं.

पॅरिश केव्हाच खाली बसलेली होती. फक्त तोच न्यायमूर्तींसमोर उभा होता.

''मि. फर्नांदिझ,'' समर्स म्हणाले. ''त्या दिवशी सकाळी मि. सिंगशी मि. ब्रेस जे काही बोलले होते, त्याबद्दल तुम्ही मि. सिंगना आधीच विचारलंय; बरोबर?''

समर्स पॅरिशकडे बघून हसले. फेब्रुवारीतही 'कबुली' असा स्पष्ट शब्द न वापरता ते असंच अस्पष्ट बोलले होते. हाच तर संकेत त्यांनी पॅरिशला केला होता. शिट्. आपल्या लक्षात कसं आलं नाही हे? फर्नांदिझनं मनातल्या मनात स्वत:ला शिव्या हासडल्या.

''बरोबर आहे, युअर ऑनर.'' तो आपला आवाज कणखर ठेवण्याचा प्रयत्न करत म्हणाला.

''मग मिस पॅरिशना उलटतपासणीत याची चाचपणी करण्याचा नक्कीच अधिकार आहे.''

आता कुठे फर्नांदिझच्या डोक्यात प्रकाश पडला. पॅरिशनं रचलेल्या सापळ्यात आपण स्वत:च चालत गेलो की! मघाशी कामकाजाला प्रसिद्धी द्यायला तिची हरकत का नव्हती, हेही त्याच्या लक्षात आलं. तिनं त्याचा सगळ्यात सबळ पुरावा – म्हणजे ब्रेसनं मि. सिंगकडे दिलेली खुनाची कबुली – घेतला होता आणि जाहीरपणे त्यावर डांबर फासलं होतं. आणि या गोष्टीलाच तिला प्रसिद्धी द्यायची होती; म्हणजे पुढे जे कोणी लोक ज्यूरी म्हणून येतील, त्यांच्या डोक्यात आधीच शंका निर्माण झालेल्या असतील! स्मार्ट! महा कावेबाज आहे!

''हो, युअर ऑनर. मी माझा आक्षेप मागे घेतो.'' फर्नांदिझ मुद्दामच आत्मविश्वासाचा देखावा करत सावकाश खाली बसला. विरुद्ध पक्षाला कधीही आपण घाबरल्याचं किंवा निराश झाल्याचं दाखवू नये – भले मग त्यानं आपल्याला हातोहात चकवून लागोपाठ दोन गोल का केलेले असेनात!

पॅरिशनं उठून आपल्यासमोर टेबलावर एक नारिंगी रंगाचा फोल्डर उघडून ठेवला. लगेच तशीच मागे वळून तिनं मागे बसलेल्या बातमीदारांच्या रांगेकडे एक दृष्टिक्षेप टाकला.

फर्नांदिझनंही त्या दिशेनं बघितलं. बातमीदारमंडळी अत्यंत उत्सुकतेनं वह्या-पेनं सरसावून आपापल्या खुर्चीच्या अगदी कडेवर बसलेली होती. त्याला अमनक्वाचा चेहराही दिसला – त्यानं पॅरिशकडे बघून अगदी हलकेच मान हलवलेलीही त्याला दिसली.

फर्नांदिझनं पॅरिशकडे नजर वळवली. आपल्या कोटाच्या खिशात हात घालून तिनं वाचायचा एक नाजूक चष्मा डोळ्यांवर चढवला. अगदी सावकाश. आता

हिला कधी लागला वाचायचा चष्मा? पण छान दिसतोय.

"मि. सिंग, तुम्ही तुमच्या नोकरीच्या काळात एकूण बारा जणांना मारलंय, बरोबर?"

"हो, बरोबर. बेचाळीस वर्षांच्या काळात बारा बळी म्हणजे फारसं महत्त्वाचं मानलं गेलं नव्हतं."

"पण तुम्हाला प्रत्येक घटना स्पष्ट आठवते."

"अगदी आज घडल्यासारखी."

"पहिल्या स्त्रीचं नाव होतं मिसेस मल्लाह– १९६५मध्ये."

"फार दुर्दैवी अपघात होता तो. ही बाई पाणी आणायला घराबाहेर पडली आणि तिला ऐन रेल्वे रुळावरच चक्कर आली. हिवाळ्याचे दिवस होते. सकाळची वेळ, दाट धुकं... ती दिसणंच शक्य नव्हतं. बिचारी गर्भवती होती, हे तिच्या नवऱ्याला माहीत नव्हतं."

"आणि नंतर बळी पडलेल्या व्यक्तीचं नाव..."

रेल्वेखाली चिरडल्याच्या त्या बाराही दुर्दैवी घटनांचं वर्णन पॅरिशनं मि. सिंगना करायला लावलं. हे सगळं असहायपणे बघण्यावाचून फर्नांदिझकडे दुसरा काही इलाजच नव्हता. तिनं ही सगळी माहिती मिळवल्याचं कौतुकही त्याला वाटत होतं, पण ते तो चेहऱ्यावर न दाखवण्याचा प्रयत्न करत होता. याचा उपयोग ती कसा करणार आहे, हे त्याला सूर्यप्रकाशाइतकं स्वच्छ दिसत होतं; पण तो काहीच करू शकत नव्हता.

मि. सिंगनी 'घेतलेल्या' बाराव्या बळीचं वर्णन एकदाचं संपलं आणि पॅरिशनं तिचा फोल्डर बंद केला. "मि. सिंग, २१ डिसेंबरच्या सकाळी तुमच्याशी मि. ब्रेस जे बोलले, ते सांगायला ऑफिसर केनिकॉटनं तुम्हाला सांगितलं. हो ना?"

"बरोबर, मॅम." मि. सिंगनी मान डोलावली.

आता मात्र तिनं या उलटतपासणीचा संपूर्ण ताबा घेतलेला होता.

"आणि मि. ब्रेस तुमच्याशी जे बोलले, ते तुम्ही जसंच्या तसं ऑफिसर केनिकॉटला सांगितलंत."

"अगदी जसंच्या तसं."

पॅरिशनं मि. सिंगच्या स्टेटमेंटचा कागद हातात घेतला. "तुम्ही ऑफिसर केनिकॉटला असं सांगितलंत– आता मी तुमचेच शब्द वाचून दाखवते." मि. ब्रेस म्हणाले, "मी मारलं तिला, मि. सिंग."

"अगदी बरोबर, मॅम."

"आणि नेमके हेच शब्द मि. ब्रेसनी तुमच्याशी बोलताना उच्चारले."

"नेमके हेच शब्द, मॅम."

नॅन्सी पॅरिशनं चष्मा काढला आणि मि. सिंगकडे थेट बघितलं.

"मी तिचा खून केला, मि. सिंग–' असं ते कधीही म्हणाले नाहीत. म्हणाले का?"

प्रथमच तिच्या आवाजाला किंचित धार आलेली जाणवली – विशेष चव नसलेल्या सूपमध्ये अचानक किंचितशी मिरपूड लागावी, तशी.

आतापर्यंत पॅरिशचं आणि मि. सिंगचं बोलणं अगदी खेळीमेळीच्या वातावरणात चाललेलं होतं. आता आवाजात नेमका बदल करून तिनं जणु आपला प्रश्न किती महत्त्वाचा आहे, इकडे लक्ष वेधलेलं होतं.

–आणि तिच्या आवाजातल्या या बदलाचा परिणाम मि. सिंगवरही झालेला दिसत होता. फर्नांदिझची आणि बाकीच्यांचीही अपेक्षा होती की, ते आतापर्यंत देत आले होते, तसं लगेच उत्तर देऊन टाकतील. पण तसं झालं नाही. ते थबकले.

समर्स काही तरी लिहीत होते, त्यांनीही लिहिणं थांबवून वर पाहिलं. फर्नांदिझशेजारी बसून नोट्स काढत असलेला ग्रीनही थबकून मि. सिंगकडे बघू लागला. फर्नांदिझ स्वत:ही एकटक नजरेनं त्यांच्याकडे बघत स्तब्ध बसून राहिला.

"मि. ब्रेसची माझी ओळख झाली, तेव्हापासून ते इतकी वर्षं माझ्याशी अत्यंत नम्रपणे आणि मऊ भाषेत बोलत आले आहेत. त्यांनी 'खून' हा शब्द कधी एकदाही उच्चारला नाही."

"थँक्यू, मि. सिंग." एवढंच बोलून पॅरिश चट्कन जागेवर बसली.

समर्स फर्नांदिझकडे बघून रुंद हसले. त्या हास्यात एक विजयी झाक होती– मी काय तुला बुद्धी भ्रष्ट झालेला म्हातारा वाटलो का? अशी चूक पुन्हा कधीही करू नकोस, बेटा. हा अंदाज मला केव्हाच आलेला होता.

"तुम्हाला पुन्हा तपासणी करायचीय का, मि. फर्नांदिझ?" त्यांनी मानभावीपणे विचारलं.

आपल्या साक्षीदाराच्या साक्षीतून एखादी अनपेक्षित गोष्ट पुढे आली, तर त्यावर त्याला पुन्हा प्रश्न विचारायचा अधिकार फर्नांदिझला होता. पण हा काही मुख्य खटला नव्हता, त्यामुळे आताच मि. सिंगला प्रश्न विचारण्यात फारसा अर्थ नव्हता.

पहिली राऊंड तर बचावपक्षानं जिंकलेली आहे, त्यामुळे आता आपण फक्त नुकसान कमी करण्याचा प्रयत्न करावा हे बरं, असा फर्नांदिझनं विचार केला. आधी मि. सिंगना स्टँडवरून उतरायला लावलं पाहिजे.

"नाही, युअर ऑनर. सरकारी पक्षाचा पुढचा साक्षीदार, ऑफिसर डॅनियल केनिकॉट." त्यानं म्हटलं. या राजेश्रींच्या हातातलं पिस्तूल पडलेलं होतं. आता निदान बॉल तरी घट्ट धरून ठेव रे, बाबा!

४६

"**ऑ**फिसर डॅनियल केनिकॉटऽऽ" दाराबाहेरच्या पोलिसानं बाहेर कॉरिडॉरमध्ये मोठ्या आवाजात नाव पुकारलं.

पोलिसांत भरती झाल्यापासून केनिकॉटनं कोर्टात शेकडो वेळा साक्षी दिल्या होत्या, तर आधी वकील असताना शेकडो पोलिसांच्या उलटतपासण्या घेतल्या होत्या. त्यामुळे त्याला अगदी यांत्रिकपणे साक्ष देणारे लोक आवडत नसत. बहुसंख्य पोलीस अशी साक्ष द्यायचे, जणू आधी सगळ्या उत्तरांची घोकंपट्टी केल्यासारखे किंवा आधी लिहिलेली उत्तरं वाचून दाखवत असल्यासारखे किंवा मग मुद्दामच "मला आठवतंय ते असं, की –" किंवा "निदान माझी त्या वेळी तशी समजूत झाली होती" वगैरे बोलून संभ्रम निर्माण करायचे. डायरीत लिहिलेलं वाचणाऱ्या पोलिसापेक्षा सारं काही आठवण्याचा व्यवस्थित, मनापासून प्रयत्न करणारा पोलीस हा न्यायमूर्ती किंवा ज्यूरींना जास्त पटतो, हे तो अनुभवानं शिकला होता.

आपलं नाव ऐकल्याबरोबर चट्कन बाकावरून उठून केनिकॉटनं आपली शेजारी ठेवलेली डायरी घेतली आणि कोटाच्या आतल्या खिशात ती ठेवून तो कोर्टरूममध्ये शिरला.

आत आल्याबरोबर त्याला सगळ्यात आधी जाणवली, ती लोकांनी केलेली गर्दी. कोर्टरूम नंबर १२१ त्यानं इतकी खचाखच भरलेली कधीच पाहिलेली नव्हती. कार्पेटवरून गतीनं चालत तो झुलतं लाकडी दार उघडून पलीकडे गेला आणि थेट साक्षीदाराच्या पिंजऱ्यात जाऊन थांबला. शपथ घेऊन झाल्यावर त्यानं वळून फर्नांदेझकडे पाहिलं. पोलिसांतले काही लोक सगळं काही न्यायमूर्ती किंवा ज्यूरींकडे बघत बोलायचे, तर काही बचाव पक्षाच्या वकिलाकडे, तर काही जण चक्क बातमीदारांकडे बघत बोलायचे. केनिकॉटला मात्र फक्त आपल्याला प्रश्न विचारत असलेल्या माणसाकडेच बघून उत्तर देण्याची सवय होती.

"ऑफिसर केनिकॉट, गेली तीन वर्षं तुम्ही मेट्रोपोलिटन टोरोंटो पोलीस दलात

आहात, हो ना?'' फर्नांदिझनं विचारलं.

संपूर्ण शहरातल्या पोलीस दलाचं एकत्रीकरण १९८०च्या दशकात झालं होतं, तेव्हा त्याचं 'पोलीस दल' हे नाव बदलून 'पोलीस सेवा' असं झालं होतं आणि ते तेव्हापासून पोलीस दलात असलेल्या पोलिसांना आजतागयत पचनी पडलेलं नव्हतं – अरे, आमचं 'पोलीस दल' आहे, 'पोलीस सेवा' काय म्हणताय? जुन्या न्यायमूर्तीमंडळींनासुद्धा ते रुचलेलं नव्हतं. त्यामुळे फर्नांदिझनं 'पोलीस दलात' म्हटलं, तेव्हा न्यायमूर्ती समर्स त्याच्याकडे बघून हळूच हसले.

''येत्या एकवीस जूनला मला चार वर्षं पूर्ण होतील.'' केनिकॉटनं उत्तर दिलं. त्याला 'यस सर',' नो सर','करेक्ट' वगैरे तुटक उत्तरांपेक्षा प्रश्नकर्त्याशी जरा संवाद साधायला जास्त आवडायचं.

''आणि त्याच्याआधी तुम्ही वकिली करत होतात?''

''हो, गुन्हेगारी केसेस घेत होतो मी.''

''ओके. आता आपण एकवीस डिसेंबरच्या त्या सकाळी घडलेल्या प्रसंगाकडे वळू. त्या वेळी तुम्ही काही तरी नोट्सही घेतल्या होत्या. बरोबर?''

केनिकॉटनं कोटाच्या खिशात हात घालून आपली डायरी काढली. हा वादविवादाचा पहिला मुद्दा असणार, हे त्याला पक्कं ठाऊक होतं आणि त्या इथे कोर्टात वाचायला बचाव पक्ष इतक्या सहज संमती देणार नाही. त्या आधी नॅन्सी पॅरिश आपल्याला चांगलं पिळून काढणार, हेही त्याला माहीत होतं.

''हो. या बघा–''

''त्यांची एक कॉपी बचाव पक्षाला दिलेली आहे. साक्ष देताना तुम्हाला त्या वापरायच्या आहेत का?'' फर्नांदिझनं विचारलं.

डोळ्यांच्या कोपऱ्यातून केनिकॉटला नॅन्सी पॅरिश उभी राहताना दिसली.

आता नेहमीच्या 'डान्स स्टेप्स' अशा होत्या की, केनिकॉटनं 'हो' असं उत्तर द्यायचं; मग ती त्याला त्यानं नोट्स कधी आणि कशा काढल्या याबद्दल जे सुचतील ते प्रश्न विचारणार आणि मग न्यायाधीश त्याला नोट्स वापरायची परवानगी देणार. या सगळ्यामागचा उद्देश त्याला नोट्स वापरू द्यायच्या नाहीत असा नव्हता, तर त्या 'तितक्याशा' अचूक नसू शकतील असं संभ्रमाचं वातावरण निर्माण करण्याचा होता.

केनिकॉटनं एक खोल श्वास घेतला. ''मला वाटतं, तशी काही गरज नाही.'' त्यानं म्हटलं. ''मला तो सगळा प्रसंग स्वच्छ आठवतो आणि त्यातल्या सगळ्या महत्त्वाच्या वेळा मी लक्षात ठेवल्या आहेत. तरीही मला त्यात काही बघावंसं वाटलं, तर मी सांगेन तुम्हाला.''

त्यानं फर्नांदिझवरची नजर काढलेली नव्हती. शेजारी न्यायमूर्ती एकदम सावरून बसल्याचं त्याला ऐकू आलं. नॅन्सी पॅरिश अजून उभीच होती.

"वा!" समर्सनी समाधानानं म्हटलं. "बरं झालं. उगाच त्या नोट्सवरच्या प्रश्नोत्तरात जाणारा वेळ वाचला आपला. शाबास, ऑफिसर. मिस पॅरिश?"

पॅरिश त्याच्याकडे बघून हसली. "मी माझे प्रश्न उलटतपासणीच्या वेळी विचारेन." आणि ती खाली बसली.

फर्नांदिझनं केनिकॉटला प्रश्न विचारायला सुरुवात केली. तो काही इतरांच्या डोळ्यांत भरतील असे हावभाव करत, आवाजाचे चढ–उतार करत प्रश्न विचारणारा वकील नव्हता; पण तो अत्यंत तरबेज मात्र होता. आणि त्यानं सगळी तयारी अगदी जय्यत केलेली होती. ब्रेसच्या अपार्टमेंटचा एक व्यवस्थित काढलेला नकाशा जवळ ठेवलेल्या स्टँडवर लावलेला होता – आणि फर्नांदिझनं केनिकॉटला नकाशापाशी जाऊन, त्या दिवशी सकाळी कुठे नि काय केलं होतं, याच्या खुणा फेन्ट पेननं त्यावर करायला सांगितल्या.

"ऑफिसर, तुम्ही जेव्हा मि. सिंग आणि मि. ब्रेस या दोघांना प्रथम पाहिलंत, तेव्हा तुम्ही कुठे होतात?"

केनिकॉटनं नकाशावर अपार्टमेंटच्या हॉल–वेच्या अगदी पलीकडच्या टोकाला, किचनच्या दाराशी खूण केली. "मी इथे होतो."

"मग पुढे काय झालं?"

"मी मि. ब्रेसकडे गेलो आणि जाता-जाता पाय घसरून पडलो." त्यानं तो पडल्याच्या जागी एक फुली केली. "मी इथे पडलो आणि माझ्या उजव्या हातातलं पिस्तूल इथे जाऊन पडलं." त्यानं किचन काउंटरपाशी फुली केली.

खुनाच्या दिवसानंतर तो ब्रेसच्या अपार्टमेंटमध्ये इतक्या वेळा गेला होता की, आपल्याला तिथला इंच न् इंच पाठ आहे, अशी त्याची कल्पना होती. पण नकाशा बघितल्यावर त्याला अपार्टमेंटचा खरा आकार समजला. तो जागेवर परत गेला, तरी तो पुन: पुन्हा त्या स्टँडकडे वळून बघत होता.

फर्नांदिझनं मग त्याला आणखी बरेच प्रश्न विचारले. त्या दिवशी उरलेल्या वेळात तुम्ही काय केलंत... लॉबीतल्या व्हिडिओटेप्स, ब्रेसच्या आणि कॅथरिन टॉर्नच्या जीवनशैलीबद्दल तुम्ही काय माहिती मिळवलीत, वगैरे. कॅथरिन टॉर्नच्या दारूच्या व्यसनाचा विषय आपण स्वत: कोर्टात काढायचा नाही, असं त्यांनी ठरवलं होतं. हे सगळं बचाव पक्षालाही कळवलेलं होतं. टॉर्नच्या दारूचा विषय काढायचाच असेल, तर तो पॅरिशला काढू दे. म्हणजे मग कॅथरिनचे आई-वडील आपल्याला दोष देणार नाहीत आणि कुणी सांगावं, ते कदाचित आपल्या बाजूला परतही येतील.

फर्नांदिझचे प्रश्न संपल्यावर पॅरिश उठली. तीसुद्धा चांगली अनुभवी वकील होती. पहिल्या झटक्यातच तिचं तंत्र केनिकॉटनंही हेरलं. फक्त एखाद्या विवक्षित उत्तराकडे नेणारे प्रश्नच विचारायचे, आपल्याला मात्र हो किंवा नाही एवढंच उत्तर

द्यायला लावायचं, हळूहळू आपल्याला कोपऱ्यात ढकलत न्यायचं– म्हणजे आपले सुटकेचे मार्गच बंद होतील. त्याची अपेक्षा होती, तसं तिनं त्याच्या नोट्सपासूनच सुरुवात केली.

"ऑफिसर, नोट्स काढणं हा तुमच्या कामातला एक महत्त्वाचा भाग आहे; हो ना?"

"हो. त्याची गरजच असते."

"तुम्हाला त्याचं ट्रेनिंगही मिळालेलं असतं; हो ना?"

"हो. नोट्स कशा काढाव्यात यावर एका माजी डिटेक्टिव्हचं लेक्चरही ठेवलेलं होतं. आमचं ट्रेनिंग फार चांगलं असतं."

"आणि पूर्वी एक वकील म्हणून काम करताना तुम्ही शेकडो पोलीस ऑफिसर्सची उलटतपासणीही घेतली होतीत?"

कोर्टात हास्याची एक छोटीशी लकेर उमटली. केनिकॉटही हसला. खेळीमेळीच्या भाषेतच उत्तर दे– त्यानं स्वत:ला बजावलं.

"हो, आणि त्या वेळी फार मजा वाटली मला."

आता मात्र समर्ससकट सगळेच जण मोठ्यानं हसले.

तो मनातल्या मनात विचार करत होता– आपण दहा-दहा वेळा आपल्या नोट्स वाचल्या आहेत, त्यात काही राहिलंय का हे बघितलंय; पण हिला असं काही सापडलंय की काय?

"मला तुमची डायरी देता का, प्लीज?" पॅरिशनं विचारलं. "माझ्याकडे तिची फोटो कॉपी आहे, पण मी मूळच्या नोट्स अजून पाहिलेल्या नाहीत."

"जरूर." हे काय आता? मी आधी फोटोकॉपी देऊन नंतर नोट्समध्ये काही वेगळंच घातलंय का, हे बघतेय का ही?

ती साक्षीदाराच्या पिंजऱ्यापाशी आली. ती नोट्सची पानं उलटत होती. सावकाश. त्याची नजर तिच्या डोळ्यांकडेच होती. नेमकं काय हवंय हिला?

ती आपल्या टेबलाकडे परत गेली. "या नोट्स आणि ती फोटोकॉपी, या सारख्याच आहेत; बरोबर?"

"बरोबर." हे काय? तिचेच शब्द मी पुन्हा उच्चारतोय, त्यानं मनात म्हटलं आणि एकदम त्याच्या लक्षात आलं. हे सगळं नाटक हिनं आपल्याला थोडंसं अस्वस्थ करण्यासाठी केलंय!

"ऑफिसर, आज इथे येण्याआधी या नोट्स तुम्ही अनेकदा वाचून काढल्या आहेत."

"किमान दहा वेळा."

"मग याच्यात काही तरी लिहायचं राहून गेलं असेल, असं काही तुम्हाला आठवतंय?"

हा तिचा पहिलाच प्रश्न असा होता की, ज्याला हो किंवा नाही असं उत्तर नव्हतं. तिनं उलटतपासणी घेण्यातला पहिला अलिखित नियम मोडलेला होता : ज्याचं उत्तर तुम्हालाच पक्कं माहीत नाही, असे प्रश्न कधीही विचारू नयेत.

पण तिची चाल किती हुशारीनं खेळलेली होती, हेही केनिकॉटच्या लक्षात आलं. आता आपण जर उत्तर दिलं की काहीही राहून गेलेलं नाही – आणि अशी शक्यता थोडीशी तरी असतेच – तर आपण अडकणार आणि तिला जेव्हा काही तरी सापडेल, तेव्हा ती आपल्याला कधीही धरू शकेल. आणि आपण जर असं म्हटलं की, काही तरी लिहायचं राहून गेलंय असं आताच आपल्या लक्षात आलंय, तर आपल्याला या चुकीचं काही ना काही स्पष्टीकरण द्यावंच लागेल. म्हणजे कसंही असलं, तरी आपल्याला बचावात्मक पवित्राच घ्यावा लागेल.

शिवाय आपण उत्तर देताना चाचरलो किंवा जास्त वेळ घेतला; तरी आपली खात्री नाही, आपण जरा डळमळतोय– असं दिसेल.

केनिकॉटला समर्सचा लिहिण्याचा आवाज थांबलेला दिसला. फर्नांदिझ आणि ग्रीनची नजर आपल्यावर खिळलेली असल्याचंही त्याला दिसलं.

''अर्थात, मी काही सगळ्याच बारीकसारीक गोष्टी लिहिल्या नाहीत.'' त्यानं म्हटलं. ''उदाहरणार्थ – मि. सिंगच्या शूजचा रंग. पण कोणतीही महत्त्वाची गोष्ट राहून गेल्यासारखं मात्र वाटत नाही मला.''

''मि. ब्रेस जेव्हा तुम्हाला पहिल्यांदा दिसले, तेव्हा ते आणि मि. सिंग चहा घेत होते. बरोबर?'' पॅरिश आता नोट्सचा विषय सोडून देऊन मुख्य विषयाकडे वळलेली होती.

''मला सांगितलं की, मि. सिंगनी केलेला एक खास प्रकारचा चहा ते दोघं घेत होते.''

केनिकॉटनं पॅरिशवरची नजर काढायची नाही असं ठरवूनही त्याची नजर त्या नकाशाकडे पुन:पुन्हा जात होती. फर्नांदिझ जेव्हा त्याला प्रश्न विचारत होता, तेव्हाच एक गोष्ट त्याच्या अचानक लक्षात आली होती. त्या वेळी तो एकदम चमकला होता– अरे! हे कसं लक्षात नाही आलं माझ्या?

पॅरिशनं केनिकॉटच्या नोट्सची कॉपी हातात घेऊन उघडली.

''पान नंबर अठ्ठेचाळीस वर तुम्ही लिहिलंय की, 'ब्रेस आणि सिंग ब्रेकफास्टच्या टेबलाशी बसलेले. ब्रेस डावीकडे – पूर्वेला – आणि सिंग उजवीकडे चहा घेत होते. तुम्ही त्या ठिकाणचं एक छोटंसं स्केचही काढलंय.''

''हो, माहितंय.'' केनिकॉटनं म्हटलं, पण तो त्या नकाशाकडेच बघत होता. अचानक तो मनानं एकदम ब्रेसच्या फ्लॅटमध्ये गेला. ते सारं दृश्य त्याच्या नजरेसमोर उभं राहिलं. ''मि. ब्रेस माझ्याकडे बघत नव्हते. ते खाली समोरच्या

कपाकडे बघत होते– चमच्यानं ढवळत होते आणि चहात मध ओतत होते. मि. सिंग म्हणत होते की, हा चहा मलावरोधासाठी खूप चांगला असतो.''

''मग हे तुमच्या नोट्समध्ये नाही, ऑफिसर.''

त्यानं तिच्याकडे बघितलं आणि एकदम तो भानावर आला.

''काय नाही म्हणालात माझ्या नोटसमध्ये?'' त्यानं सहज विचारलं. ''मलावरोध?''

कोर्टात हलकंसं हास्य उमटलं.

''नाही. उलट हा मलावरोधाचा उल्लेख केलाय तुम्ही, पुढच्या पानावर. मी तो चमचा आणि मधाबद्दल बोलत होते.''

''हो, हे खरंय. पण तो चमचा आणि मध मला अगदी स्पष्ट आठवतोय. त्या वेळी मला या गोष्टी महत्त्वाच्या वाटल्या नव्हत्या, इतकंच.''

''मलावरोधापेक्षा कमी महत्त्वाच्या?''

आणखी एक हास्याची लकेर प्रेक्षकांमधून उठली.

''हा मलावरोधाचा उल्लेख मि. सिंगनी दिलेल्या स्टेटमेंटमध्ये होता. त्यांनी स्वत:ची ओळख करून दिल्यावर लगेचच ते त्याबद्दल बोलले होते. म्हणूनच मी तो लिहून घेतला – त्यांनी बोललेला प्रत्येक शब्दच मी लिहून घेतला. पण मध आणि चमचा कोणाच्याच बोलण्यात आला नाही. ते फक्त माझं निरीक्षण होतं.''

''मध आणि चमच्याचं काय निरीक्षण केलंत तुम्ही?''

उत्तर देण्याआधी थोडं थांबून पुन्हा एकदा त्या वेळचं दृश्य डोळ्यांसमोर आणलं. पूर्वी वकील असताना त्यानं त्याच्या क्लाएंटसना कायम सांगितलेलं होतं की, उत्तर देण्याआधी पाऊल हलकेच तीन वेळा जमिनीवर वाजवण्याची सवय लावा – थोडक्यात, काहीही करा; पण बोलायला जितकं सोपं आहे, तितकं प्रत्यक्षात करायला मात्र सोपं नाही, हे त्याला स्वत: साक्ष द्यायला लागल्यावर चांगलंच समजलं होतं.

''चमचा ब्रेसच्या उजव्या हातात होता आणि ते डाव्या हातानं मध ओतत होते. तेव्हा ते मला विचित्र वाटलं होतं, पण आता लक्षात येतंय की ते डावखुरे असले पाहिजेत.''

''थँक्यू व्हेरी मच, ऑफिसर. मला आणखी प्रश्न विचारायचे नाहीत.'' पॅरिशनं हसून म्हटलं आणि ती लगेच खाली बसली – जणू बसायची घाई झाल्यासारखी.

फर्नांदिझलाही काही प्रश्न विचारायचे नव्हते. थोड्याच वेळात समर्सही केनिकॉटचे आभार मानून उठले. केनिकॉट साक्षीदाराच्या पिंजऱ्यातून उतरून बाहेर आला. लगेच त्यानं पुन्हा स्टँडपाशी येऊन तो नकाशा नीट बघितला आणि मगच तो तिथून बाहेर पडला. त्याच्या अपेक्षेपेक्षा साक्ष फारच लवकर संपलेली होती.

पॅरिशची चाल त्याच्या लक्षात आलेली होती. कॅथरिनचा मृतदेह बाथटबमध्ये

ज्या पद्धतीनं पडलेला होता, त्यावरून सहज लक्षात येत होतं की, तिला उजव्या हातानंच भोसकलेलं असलं पाहिजे. पण तिच्यासारख्या नग्न असहाय बाईला एखादा डावखुरा माणूसही उजव्या हातानं सहज भोसकू शकला असता.

पण केनिकॉट साक्ष देत असताना त्याचं लक्ष विचलित करणारी गोष्ट ही नव्हती. त्याला ब्रेसच्या अपार्टमेंटचा तो प्रमाणबद्ध नकाशा बघत असताना जी गोष्ट अचानक लक्षात आली होती, तिच्यामुळे त्याचं लक्ष विचलित झालं होतं. काय हे! इतक्या नजरेसमोर होती ती आपल्या आणि तरीही आपल्या लक्षात येऊ नये? कोणाच्याच लक्षात येऊ नये?

४७

"**आ**ज दुपारी माझ्या लक्षात आलं की, मी तुमच्या केसमध्ये केवढी मोठी घोडचूक केलीय.'' कैद्यांना भेटण्याच्या रूम नंबर ३०१मध्ये ब्रेससमोर येऊन बसताक्षणीच नॅन्सी पॅरिशनं म्हटलं. ''आता मात्र एक मोठाच प्रॉब्लेम आहे आपल्यासमोर.''

ब्रेसनं तिच्यावरची नजर हटवली नाही. किंबहुना, त्याला आश्चर्यच वाटलेलं दिसत होतं.

त्यानं वही आणि पेन काढायला हात खिशाकडे नेला; पण पॅरिशनं हात वर करून त्याला मध्येच थांबवलं

''नाही.'' ती भडकलेली होती. ''आता मी बोलणार आहे. हीच चूक केली मी. माझ्याकडे येणाऱ्या प्रत्येक क्लाएंटला मी काही गोष्टी स्पष्ट सांगते; पण तुम्ही मला तशी संधीच दिली नाहीत. त्यामुळे आता ऐका.''

ब्रेसनं खिशापाशी नेलेला हात काढला आणि तो मान किंचित तिरकी करून तिच्याकडे बघू लागला. वा– वा, थोडी तरी प्रगती आहे म्हणायची! तिनं मनात म्हटलं.

''मी केसेस का घेते, तर मला त्या जिंकायच्या असतात. कारण जिंकल्या नाहीत, तर मी शांत झोपू शकत नाही आणि मला शांत झोप लागलीच पाहिजे. समजलं?''

ब्रेसनं पुन्हा वही-पेन काढायला हात खिशाकडे नेला.

''या प्रश्नाचं उत्तर द्यायला वहीची गरज नाही.'' ती आणखीच भडकली. ''समजलं? समजलं का?''

ब्रेसनं मान डोलावली. चला, काही तरी हलतंय कुठे तरी.

''आणि माझा क्लाएंट माझं बोलणं ऐकत नसेल, तर मला केस जिंकता येणार कशी?''

ब्रेसच्या चेहऱ्यावर प्रश्नचिन्ह उमटलं. तो गोंधळलेला दिसत होता.

''मी तुम्हाला वारंवार सांगितलंय की, तुमच्या केसबद्दल कोणाशीही, कधीही, काहीही बोलू नका. पण आज फर्नांदिझनं कोर्टात खटल्याच्या प्रसिद्धीबद्दल सांगितलं,

की, त्याला या प्रसिद्धीवरच्या बंदीला कदाचित काही 'विशिष्ट परिस्थिती' उद्भवली, तर आव्हान द्यावं लागेल. ही 'विशिष्ट परिस्थिती' म्हणजे काय, हे मला चांगलं माहितंय. याचा अर्थ तुरुंगातला कोणी तरी छुपा माणूस त्याला बातम्या पुरवतोय. कुठल्याही क्षणी मला असं समजणार आहे की, तुम्ही तुरुंगात काही तरी बडबडलात आणि हे तुमचं बोलणं आपल्या केसला सुरुंग लावून अस्मानात उडवून देणार आहे. मग आपण हरणार आणि मग मला झोप लागणार नाही. आलं लक्षात?''

ब्रेसनं खिशातून वही-पेन काढलं. पॅरिश गप्पच राहिली. त्यानं भराभर वहीवर लिहायला सुरुवात केली आणि लिहून झाल्यावर वही तिच्याकडे सरकवली.

'मी एक शब्दही बोललेलो नाही. फक्त एकदाच, फेब्रुवारीत जेव्हा लीप्सची टीम हरत होती; तेव्हा मी माझ्या कोठडीत राहणाऱ्या दुसऱ्या कैद्याला एवढंच म्हटलं की, हा जरा जास्त वयाचा गोली आलाय, त्यामुळे लीप्सचा खेळ सुधारेल– फक्त एवढंच.'

पॅरिशनं तो मजकूर दोन वेळा वाचून पाहिला. या माणसाला वेड लागलंय की काय? तिनं वही पुन्हा त्याच्याकडे दिली.

त्यानं पुन्हा लिहायला सुरुवात केली–

'माझं म्हणणं बरोबर होतं. मी वेडा असल्यासारखी बघू नकोस माझ्याकडे.'

पॅरिशनं वही परत घेऊन हे वाक्यं वाचलं. त्याचा अंदाज तंतोतंत खरा ठरलेला होता. अडतीस वर्षांच्या त्या अनुभवी गोलीनं खेळायला सुरुवात केल्यापासून लीप्सचा खेळ इतका उंचावला होता की, सगळ्या 'स्पोर्ट्स-तज्ज्ञ' मंडळींना आश्चर्यानं तोंडात बोट घालावं लागलं होतं आणि आता तर ते अजिंक्यपदाच्या उंबरठ्यावर येऊन पोचलेले होते. किंबहुना, उद्या रात्रीच ते अजिंक्य ठरणार, अशीच चिन्हं दिसत होती.

पण याचा आपल्या केसशी काय संबंध? पॅरिशनं त्राग्यानं वही टेबलावर टाकून दिली. ''तुम्ही तुमच्या त्या कैद्याशी फालतू गप्पा मारता आणि माझ्यासमोर मात्र तोंडही उघडत नाही? काय चाललंय तरी काय? आता हे बस झालं. तुम्ही माझ्याशी बोलणार आहात की नाही?''

ब्रेसनं फक्त मान हलवली. ती जेव्हा इतर क्लाएंट्सना असं फैलावर घ्यायची, तेव्हा ते एक तर चिडायचे किंवा एकदम संरक्षक पवित्रा घ्यायचे. ब्रेसचा चेहरा यातलं काहीच दाखवत नव्हता.

वही घेऊन त्यानं एकच वाक्य लिहिलं–

'मी तुझ्याशी बोलू शकत नाही.'

पॅरिशनं दोन्ही हात चेहऱ्यावरून चोळले. ती जाम थकलेली दिसत होती. काय करावं, हेच तिला सुचत नव्हतं.

"हे बघा, मि. ब्रेस." तिनं आवाज शांत ठेवण्याचा प्रयत्न करत बोलायला सुरुवात केली. "मी जे काही उद्या कोर्टात सांगणार आहे त्यामुळे समर्स मला सोलून काढतील; पण माझाही नाइलाज आहे. मी कोर्टात स्पष्ट सांगणार आहे की, मला माझ्या क्लाएंटशी संवादच साधता येत नाहीय, त्यामुळे मी या केसचा राजीनामा देणार आहे." हे अर्थातच खरं नव्हतं. समर्स आपली सुटका या केसमधून करणंच शक्य नाही, हे तिला पक्कं ठाऊक होतं. आता फक्त ब्रेसनंच तिला दिलेलं वकीलपत्र मागे घेतलं, तरच हे शक्य होतं.

हे बहुधा ब्रेसनं ओळखलेलं होतं. त्यानं वहीत लिहिलं–

'पण मी बोलू जरी शकत नसलो, तरी लिहून तुझ्याशी संवाद साधतोय ना?'

पॅरिशनं हताशपणे डोळे मिटले. "मलाच का नेमलंत तुम्ही? तुमची केस शहरातल्या कोणत्याही वकिलानं मोठ्या आनंदानं घेतली असती; मग मीच का?"

ब्रेसला चांगलाच धक्का बसलेला दिसला. त्यानं लिहिलं,

'आजचा तुझा युक्तिवाद फारच सुरेख होता. यानंच सिद्ध होतंय की माझी निवड योग्यच होती.'

ब्रेसकडून आलेले हे पहिलेच चार स्तुतिपर शब्द होते. नाही म्हटलं, तरी पॅरिश जरा सुखावली. तिचा रागही निवळू लागला.

"ओके, मि. ब्रेस. तुम्ही काही तरी सांगायचा प्रयत्न करताय मला, पण माझ्या ते लक्षात येत नाहीय आणि ते मला समजणं गरजेचं आहे. माझ्यापासून काहीही लपवू नका तुम्ही– प्लीज."

ब्रेसनं बराच वेळ तिच्याकडे टक लावून, विचारी नजरेनं बघितलं. मग त्यानं पेन उलट केलं आणि पेनच्या मागच्या टोकानं, आधीच लिहिलेल्या एका वाक्यातल्या एका शब्दावर हळूच आघात केला.

पॅरिशनं तो शब्द पुन्हा एकदा वाचून बघितला, पण तिला काहीच बोध झाला नाही.

मग तिनं तिसऱ्यांदा तो शब्द वाचला आणि एकदम तिच्या डोक्यात प्रकाश पडला.

"ओ माय गॉड!" तिनं डोळे विस्फारून म्हटलं. "ही गोष्ट कधीच माझ्या लक्षात आली नव्हती."

खांदे उडवून ब्रेसनं वही मिटवली.

"यानं सगळी परिस्थितीच बदलून जातेय." तिनं म्हटलं. ही केस घेतल्यापासून प्रथमच तिला आशेचा एक अंधुकसा किरण दिसू लागला.

४८

अल्बर्ट फर्नांदेझच्या दृष्टीनं दुसऱ्या दिवशी ऑफिसर हो हा मुख्य साक्षीदार असण्याचा फायदा असा होता की, त्याला काहीही तयारी करायची गरज नव्हती. प्रचंड बडबड्या ऑफिसर हो कोर्टात सगळ्यांना जाम बोअर करणार, हे उघड होतं. फर्नांदेझनं थोड्या-थोड्या वेळानं फक्त "मग काय केलंत?" एवढंच विचारलं की काम भागणार होतं. त्यामुळे आज थोडा आराम करावा, असं त्याला वाटत होतं.

अर्थात, हे वाटतं तितकं सोपं जाणार नाही, हेही त्याला माहीत होतं. एवढ्या मोठ्या केसमध्ये सरकारी वकिलाचं काम आपण करतोय म्हटल्यावर आपलं थोडंसुद्धा दुर्लक्ष होऊन चालणार नाही. खरं म्हणजे, आपण नुसतं मान वर करून इकडे-तिकडे पाहिलं तरी आपल्या लक्षात येईल की, कॅथरिन टॉर्नचा खून झालेल्या सुरीची लांबी किती होती किंवा मि. सिंगशी ब्रेस काय बोलला, याच्याशी जगातल्या पाचशे कोटी लोकांना काहीही देणं-घेणं नाही. तरीही आपलं काम, आपली नोकरी– आणि मुख्य म्हणजे आपला व्यावसायिक 'इगो' यावरच तर अवलंबून आहे. इकडे दुर्लक्ष केलं, तर संपलंच सगळं.

पण तो थकलेला होता, हेही तितकंच खरं होतं. आपल्या खुर्चीवर बसल्या - बसल्याच त्यानं डोळे मिटले. पाच मिनिटं – फक्त पाचच मिनिटं – आपल्याला केस सोडून दुसरा काही विचार करता आला, तर किती बरं होईल.

संध्याकाळचे जवळजवळ सात वाजत आले होते. चला, आता लवकरच मरिसा येईल– त्यानं मनात म्हटलं. त्यानं तिला केसची बरीच काही कागदपत्रं फोटोकॉपी करण्यासाठी टेबलावर काढून ठेवलेले होते.

चिलीहून परतल्यानंतर मरिसा खूपच बदललेली होती. ती इंग्लिश शिकण्याची चांगलीच धडपड करत होती आणि तिनं अल्बर्टला निक्षून सांगितलं होतं की आपण दोघं असताना कायम इंग्लिशमध्येच बोलायचं. शिवाय रात्री ऑफिसमध्ये येऊन ती त्याला कामात मदत करत होती. तशी ती चांगली हुशार होती, शिस्तशीर

स्वभावाची होती. एवढंच काय, तिनं त्याला त्याच्या आई-वडिलांकडे येणं-जाणं ठेवायलाही सांगितलं होतं – पूर्वी ती यावरून जाम भडकायची.

तेवढ्यात दारावर हलकेच टक्टक् झाली. पट्कन उठून अल्बर्टनं दार उघडलं. बाहेर मरिसाच उभी होती. अगदी तोकडा काळा स्कर्ट आणि वर अगदी लो-कट काळाच ब्लाऊज. फारच उन्मादक दिसत होती. हळूच आत येऊन तिनं त्याचं चुंबन घेतलं आणि त्याला आणखी जवळ ओढलं.

''चल, ती कागदपत्रं काढून ठेवलीत, त्यांच्या फोटोकॉपी काढायला लाग.'' फर्नांदेझनं म्हटलं.

''ते नंतर. तुझ्यासाठी एक गंमत आणलीय मी.'' तिनं खेळकर हसत म्हटलं.

''काय?''

''तुझ्या खुर्चीवर बस, मग दाखवते...''

''मरिसा, आता 'ते' करायला वेळ आहे का आपल्याला?''

''सारखे तेच विचार करणं बंद कर आधी आणि बस तिथे.''

तो मुकाट्यानं बसला.

मागच्या वेळेसारखीच मरिसा आपले पाय फाकवून त्याच्या मांडीवर बसली आणि तिनं स्कर्ट वर केला.

''मारिसा, काय हे...''

''अरे, तुला हवंय तेच आणलंय मी. इथे हात लावून बघ.''

तिनंच त्याचा हात उचलून आपल्या मांड्यांच्या मध्ये ठेवला. तिच्या मांड्यांचा गरम स्पर्श होणार, अशा अपेक्षेत असलेल्या अल्बर्ट फर्नांदेझच्या हाताला कसलीशी थंड, कठीण अशी एक वस्तू लागल्यावर तो चमकलाच.

''अरे! हे काय?'' त्यानं ती वस्तू बाहेर काढली. ती गमबॉल्सची एक बॅग होती.

''रिफंड आहे.'' मरिसानं म्हटलं.

''रिफंड नाही ग, रिफिल.''

आणि दोघंही हसले.

''चल, मी हे गमबॉल्स माझ्या गमबॉल मशीनमध्ये भरतो, तोपर्यंत तू फोटो कॉपी काढ.''

ती कागदपत्रांचा गठ्ठा घेऊन लॉबीतल्या फोटो कॉपिंग मशीनकडे गेली. तो मशीनमध्ये गमबॉल्स भरू लागला.

ती परत आली तरी तो गमबॉल्स भरतच होता. अरे! एवढ्यात कसं झालं हिचं काम? ''मरिसा, ते काम फार महत्त्वाचं आहे.'' त्यानं म्हटलं. ''एकही कागद फोटोकॉपी न काढता तसाच ठेवू नकोस.''

“पण हे जास्त महत्त्वाचं आहे.” तिचा आवाज कधी नव्हे इतका गंभीर होता.

त्यानं वळून बघितलं. तिच्या हातात एक कागद होता. तिचे हातही किंचित कापत होते. “हा कागद मला त्या मशीनवर मिळाला.”

“बघू मला–” त्यानं हात पुढे केला.

“मला वाटतं, हा कागद तिथे असायलाच नकोय.”

फर्नांदिझनं फक्त त्या कागदावरचं हातानं लिहिलेलं हेडिंग बघितलं आणि तिच्या म्हणण्याचा अर्थ त्याला लगेच लक्षात आला.

‘मि. केव्हिन ब्रेस व त्यांच्या वकील मिस नॅन्सी पॅरिश यांच्यामधील वकील-अशिलादरम्यान घडलेला गुप्त संवाद.’

त्या हेडिंगखाली ब्रेसनं व्यवस्थित अक्षरांत लिहिलेल्या नोट्स होत्या.

“अल्बर्ट, हे काही बरोबर नाही; हो ना ? तुझ्या ऑफिसात विरुद्ध टीमच्या नोट्स असणं बरोबर आहे का?” तिनं कुजबुजत्या आवाजात म्हटलं.

“खरंय तुझं. हे मुळीच बरोबर नाही.” त्यानं तिच्याकडे निरखून बघितलं. तिच्या काळ्याभोर डोळ्यांमधल्या चंचल, खेळकर भावांच्या जागी त्याला प्रथमच खूप मोठी समज दिसली.

त्याचं डोकं गरगरत होतं – खरंच, हा कागद इथे कसा?

४९

"गुड मॉर्निंग, मि. सिंग. तुम्हाला घाबरवलं नाही ना मी?" मार्केट प्लेस टॉवरच्या बाराव्या मजल्यावर लिफ्ट थांबून त्यातून मि. सिंग हातात एकच पेपर घेऊन बाहेर पडल्याबरोबर लिफ्टपाशीच उभ्या असलेल्या डॅनियल केनिकॉटनं म्हटलं. "मला वाटतं मि. ब्रेस नसल्यामुळे आता या मजल्यावर कुणाला बघण्याची तुमची सवयच गेली असेल."

मि. सिंगनी दाढीतल्या दाढीत स्मित केलं. "हो, जवळजवळ रोजच सकाळी इथे कोणीही नसतं आता."

"थोडं बोलू शकतो का मी तुमच्याशी?"

"जरूर. फक्त हा एवढा पेपर टाकून येतो." हातातला एकमेव पेपर घेऊन ते शांतपणे ब्रेसच्या घरासमोरच्या १२ बी नंबरच्या दाराशी गेले आणि पेपर हळूच दारातून आत सरकवून, केनिकॉट लिफ्टपाशी थांबलेला होता तिथे परत आले.

"चला, आपण जरा मि. ब्रेसच्या सुईटकडे जाऊ या – १२ ए कडे."

"चला, मला अजून तीन मिनिटं वेळ आहे, पुढचा पेपर टाकायला."

आणि न बोलता वळून ते १२ ए कडे निघाले. पाठोपाठ केनिकॉटही चालत ब्रेसच्या घराच्या बाहेरच्या दाराशी पोचला आणि त्यानं दाराचं सील काढलं. तो मि. सिंगकडे वळला. "सर, तुमच्या मूळच्या स्टेटमेंटमध्ये तुम्ही म्हटलंय की, तुम्ही जेव्हा पहिल्यांदा इथे आलात, तेव्हा हे दार अर्धवट उघडं होतं."

"बरोबर आहे."

"मग आता प्लीज, हे दार नेमकं त्या वेळी जसं होतं, तसंच परत उघडा."

"ते असं होतं." न डगमगता मि. सिंगनी ते भलं रुंद दार बाहेरच्या लॉबीशी काटकोनात उघडलं. "मी इथे उभा होतो – दरवाजाच्या बरोबर मध्यभागी."

केनिकॉटनं मान डोलावली. "मी उभा राहू का त्या जागी?"

मि. सिंग थोडे बाजूला सरकले आणि केनिकॉट त्यांच्या जागेवर उभा राहिला.

इथून, दार अर्धवट उघडं असताना त्या आतल्या लॉबीतून दिसणारं आतल्या घराचं दृश्य नीट दिसत नव्हतं. किचन आणि पलीकडच्या खिडक्यांचा एक अगदी चिंचोळा भाग दिसत होता. किचन टेबल मात्र दिसत नव्हतं, ते उजवीकडे होतं.

"ओके. आणि मि. ब्रेस जेव्हा दाराशी आले, तेव्हा हे दार इतकंच उघडं राहिलं होतं?"

मि. सिंगनी थोडं आठवून बघितलं. "नाही." मग ते म्हणाले.

"मि. ब्रेसनी दार पूर्णपणे, भिंतीपर्यंत उघडलं."

केनिकॉटनं मान डोलावली. आता त्याच्या डोळ्यांसमोर त्या अपार्टमेंटबरोबरच कोर्टात पाहिलेला तो नकाशाही होता– जणू काही आपण अपार्टमेंट हवेतून बघत असल्यासारखा तो बघत होता. "मि. ब्रेसनी जेव्हा दार उघडलं, तेव्हा ते कुठल्या स्थितीत आलं, ते दाखवा मला."

"हे असं–" त्यांनी दार हळूच ढकललं. ते जमिनीवर लावलेल्या रबरी स्टॉपरपाशी जवळजवळ भिंतीशी जाऊन थांबलं. मग ते म्हणाले, "मी मारलं तिला, मि. सिंग."

"ओके. नंतर लगेच तुम्ही काय केलंत?"

"मी म्हणालो, 'आपल्याला ताबडतोब पोलिसांना कळवायला हवं.' माझ्या स्टेटमेंटमध्ये मी जसं सांगितलं, तसंच."

"हो, ते माहितंय मला. पण तुम्ही प्रत्यक्ष कृती कोणती केलीत? तुम्ही असं करा– तुम्ही थोडे बाजूला सरका, मी आत जातो आणि तुमच्यासमोर उभा राहतो. मी ब्रेस आहे असं समजा."

केनिकॉट उंबरा ओलांडून आत गेला आणि पाठीमागे वळून मि. सिंगसमोर तोंड करून उभा राहिला. "इथेच होते का मि. ब्रेस?"

"हो, हो. नंतर ते बाजूला सरकले आणि मी आत गेलो."

"ते कोणत्या बाजूला सरकले?"

"दाराच्या बाजूला."

केनिकॉट डावीकडे वळला. "ते इकडे, दाराकडे गेले. किती अंतर गेले?"

"अगदी भिंतीपर्यंत."

केनिकॉट मान डोलावून दार आणि भिंत यांच्यामधल्या छोट्या फटीपाशी जाऊन उभा राहिला. "इथे?"

"हो."

"आणि त्यांनी तुम्हाला आत यायला जागा दिली."

"हो. मी या लॉबीतून चालत किचनमध्ये गेलो. मि. ब्रेस माझ्यापाठोपाठ चालत आले. पण हे सगळं मी माझ्या स्टेटमेंटमध्ये दिलंय."

केनिकॉटनं मान डोलावली. ''आता त्या दिवशी जसे तुम्ही चालत गेला होतात, तसेच पुन्हा चालत जा.''

मि. सिंग लगेच चालू लागले. ''काही तरी भयंकर घडलंय, हे माझ्या लक्षात आलेलं होतं. त्यामुळे मी या लॉबीतून – हा असा – सरळ चालत आत गेलो.''

''आणि मि. ब्रेस? त्यांनी काय केलं?'' केनिकॉट त्याच्या जागेवरून हललेला नव्हता.

''तेही माझ्या मागोमाग आले. मी सरळ किचनमध्ये शिरलो. तेही पाठोपाठ आले.'' मि. सिंगना किचनमध्ये शिरायला काही सेकंदच लागले होते. आता केनिकॉटही त्यांच्यापाशी आला.

''मि. ब्रेस असे, माझ्यासारखेच तुमच्या मागे आले?'' त्याची समजूत होती की, या वयोवृद्ध माणसाला नेमकं आठवायला कदाचित त्रास पडेल. पण तसं झालं नाही.

''नाही, मी काही मागे वळून पाहिलं नाही. मला त्यांच्या पत्नीचीच काळजी होती, त्यामुळे मी सरळ इकडे आलो.''

''ओके. तुम्ही दोघं चालत इकडे आलात, तेव्हा ते तुमच्याशी काही बोलले?''

त्यांना जरा आश्चर्य वाटलेलं दिसलं. ''नाही, उगाचच गप्पा मारण्याचा माझा स्वभाव नाही.''

हे खरं होतं आणि याआधीही ही गोष्ट केनिकॉटच्या लक्षात आलेली होती.

''मि. सिंग, आता माझा प्रश्न नीट ऐका.'' केनिकॉटला क्षणभर आपण वकील आहोत आणि उलटतपासणीत साक्षीदाराला नेमके कचाट्यात पकडतो आहोत, असा भास झाला. ''तुम्ही त्या मुख्य दरवाज्यातून त्या वेळी जेव्हा इथपर्यंत चालत आलात; तेव्हा केव्हाही, एकदा तरी त्या पुढच्या दाराच्या पाठीमागे बघितलं होतं का?''

''नाही.'' मि. सिंगनी ताबडतोब उत्तर दिलं.

''आणि आता आपली दोघांचीही तोंडं किचनकडे आहेत, म्हणजेच दार आपल्या पाठीमागे आहे. आत्ता तुम्ही दाराकडे वळून बघितलंत?''

''नाही. मी स्टेटमेंटमध्ये म्हटलंय, तसं मी सरळ किचनकडे आलो. मला जेव्हा त्यांची पत्नी इथे दिसली नाही, तेव्हा मी या दोन्ही बेडरूम्सकडे गेलो.'' त्यांनी किचनपलीकडे असलेल्या बेडरूम्सकडे हात केला. ''तिथे किंवा त्यातल्या बाथरूम्समध्येही कोणीच नव्हतं, म्हणून मी किचनकडे परत आलो. मि. ब्रेस इथे, नेमके आपण जिथे आहोत, तिथेच थांबलेले होते.''

''ओके. मि. सिंग, त्या वेळी तुम्ही जसे सगळीकडे हिंडून आला होतात, नेमके तसेच आपण दोघं हिंडून येऊ.'' केनिकॉटनं हळूच हातातल्या घड्याळाकडे नजर

टाकली. ''चला.'' आणि ते दोघं निघाले. ब्रेसची मुख्य बेडरूम, तिथली बाथरूम, दुसरी बेडरूम, तिथली बाथरूम – असं हिंडून ते पहिल्या जागी परत आले.

''आपल्याला एका मिनिटापेक्षा किंचित जास्त वेळ लागला.'' केनिकॉटनं म्हटलं. ''त्या वेळी साधारण एवढाच वेळ लागला असेल?''

''हो. बरोबर. पण मि. ब्रेस मात्र माझ्याबरोबर कुठेही आले नाहीत. ते आपण उभे आहोत, तिथेच थांबून राहिले.''

केनिकॉटनं मान डोलावली. मागे वळून त्यानं उघड्या असलेल्या दाराकडे बघितलं. इथून ते दार अगदी स्पष्ट दिसत होतं.

''मग मी त्यांना विचारलं, 'मि. ब्रेस तुमची पत्नी कुठाय?' त्यांनी मला फक्त लॉबीकडे हात करून दाखवला. त्यामुळे मी त्या हॉलमध्ये आणि आतल्या बाथरूममध्ये गेलो.'' आणि केनिकॉटनं न सांगताच ते तिकडे चालत गेले.

केनिकॉटही पाठोपाठ होता. मि. सिंग आतल्या बाथरूमच्या दारापाशी पोचले, इतक्यात त्यानं त्यांना थांबवलं. ''मि. सिंग,'' त्यानं पुढच्या मुख्य दाराकडे बोट दाखवलं. ''तुम्ही जेव्हा त्या वेळी इकडे चालत आलात, त्या वेळी तुम्ही त्या दाराकडे बघितलं होतंत? ते कसं होतं, आठवतंय तुम्हाला?''

पहिल्यांदाच मि. सिंगच्या वागण्या-बोलण्यातला ठामपणा जरा कमी झालेला दिसला. ''अं... मि. ब्रेस तिथेच उभे होते. त्यांनी फक्त मला हात करून दाखवला, त्यामुळे मी इकडे आलो. म्हणजे मी नक्कीच त्या दाराकडे बघितलं असणार.''

''तर्क करू नका, मि. सिंग; नेमकं आठवायचा प्रयत्न करा.''

''मला मि. ब्रेसच्या पत्नीचीच काळजी फार वाटत होती.''

''एकदम कबूल.''

मि. सिंग डोळे मिटून तो प्रसंग आठवण्याचा प्रयत्न करू लागले. ते त्या वेळचं दृश्य डोळ्यांसमोर आणायचा प्रयत्न करताहेत, हे केनिकॉटच्याही लक्षात येत होतं. मधूनच ते स्वतःशीच किंचित मान डोलावत होते. अचानक त्यांनी विस्फारलेल्या नजरेनं केनिकॉटकडे बघितलं. ''माय गॉड!'' त्यांनी म्हटलं. ''हे माझ्या लक्षातच आलेलं नव्हतं. आता आठवतंय! मी बघितलं, तेव्हा ते पुढचं दार अर्धवटच उघडं होतं – मी पहिल्यांदा आलो, तसंच! मला त्या वेळी काही तरी विचित्र असल्याचं वाटलं होतं, असंही आठवतंय. मी त्या दाराला अजिबात स्पर्श केलेला नव्हता – कारण आपल्यामुळे दारावरचे ठसे पुसले जाता कामा नयेत, हे मी ठरवलेलंच होतं.''

केनिकॉटला एकदम उलटतपासणीत साक्षीदाराकडून एखादा महत्त्वाचा मुद्दा खरा असल्याचं वदवून घेतल्यावर व्हावा, तसा आनंद झाला. ''थँक्यू व्हेरी मच, मि. सिंग.''

मि. सिंग अजून सावरले नव्हते. ''हो, पण याचा अर्थ –.''

''हो, त्याचा अर्थ काय हे मला नेमकं माहितेय, मि. सिंग.'' त्यांना दरवाज्यातून बाहेर घेऊन जात त्यानं म्हटलं. ''आणि एक विनंती अशी करायचीय तुम्हाला की, याबद्दल मी, डिटेक्टिव्ह ग्रीन आणि मि. फर्नांदिझ सोडून बाकी कोणाशीही तुम्ही बोलू नका.''

''इतकी रुंद लॉबी, इतका रुंद तो दरवाजा–'' मि. सिंग बोलतच होते. ''ही शक्यता कधी डोक्यातच आली नव्हती माझ्या.''

''याबाबतीत तुम्ही एकटेच नाही, मि. सिंग.'' ते दोघं लिफ्टपाशी पोचले, तसं त्यानं त्यांच्याशी शेकहँड केला. ''प्लीज एक्सक्यूज मी, सर. मला दोन चार कॉल करायचेत, ताबडतोब.''

''जरूर, ऑफिसर केनिकॉट.''

केनिकॉट वळून जवळजवळ धावतच ब्रेसच्या अपार्टमेंटकडे निघाला. त्याला ग्रीनला ताबडतोब फोन करायचा होता.

५०

सुट्टी नसलेल्या दिवशी शहराच्या मुख्य भागाकडे न येता उलट उत्तरेकडे असलेल्या ओसाड भागाकडे गाडीनं जात असल्यामुळे अल्बर्टला जरा वेगळंच वाटत होतं. अनेक वर्षांपूर्वी परिचित असलेल्या औद्योगिक भागाकडे तो चाललेला होता. सकाळी सात वाजायच्या आतच रस्त्यावर एवढी प्रचंड रहदारी असलेली बघून त्याला आश्चर्यच वाटत होतं. टोरोंटोसारख्या महानगरात सतत वाढत असलेल्या गर्दीचा, लोकसंख्येचा हा परिणाम होता. बऱ्याच काळात तो इकडे आलेला नसूनही जणू केवळ सवयीनंच त्याची गाडी मुख्य हायवेवरून आत वळली आणि त्या इंडस्ट्रियल पार्कमधल्या रुंद, स्वच्छ रस्त्यावरून सराईत वळणं घेत अगदी शेवटच्या इमारतीशी जाऊन थांबली.

तिथला भला विस्तीर्ण पार्किंग लॉट गाड्यांनी खच्चून भरून गेलेला होता. पण आता रात्रपाळी सुटायची वेळ झालेली होती, त्यामुळे थोड्याच वेळात बऱ्याच काही गाड्या निघून जाणार होत्या – अर्थात, दिवसपाळीच्या कामगारांच्या गाड्या येणार हे खरं होतं, पण त्याला अजून अवकाश होता. फर्नांदिझनं आपली गाडी अगदी एका टोकाला, कंपाउंडजवळ नेऊन लावली आणि तो दाराकडे चालत निघाला. बहुसंख्य गाड्या कामगारांच्याच होत्या – जुनाट ट्रक्स, पूर्वीच्या काळातल्या भल्या मोठ्या अमेरिकन गाड्या, रंग उडत चाललेल्या व्हॅन – आणि त्यापैकी अनेक गाड्यांवर मॅपल लीफ्सचे निळे-पांढरे झेंडे, स्टिकर्स, 'गो लीफ्स गो' छापलेले रंगीबेरंगी स्टिकर्स होते. प्रत्येक गाडीच्या समोरच्या काचेवरच्या वायपर्समध्ये पत्रकं अडकवलेली होती, ती वाऱ्यावर फरफरत होती.

त्यातल्याच एका जुनाट पॉंटिॲक गाडीवरचं पत्रक फर्नांदिझनं काढून घेतलं आणि ते वाचत तो पुढे निघाला. त्याला तो ठळक टाईप आणि तो काहीसा खरखरीत, स्वस्तातला कागद चांगलाच परिचित होता. अशी कित्येक हजार पत्रकं आपणही गाड्यांवर लावली असतील, हज़ारो कामगारांना वाटली असतील.

'कामगार बंधूंनो – एक व्हा!
आपल्या लढ्यामध्ये सहभागी व्हा
शुक्रवारच्या ट्रान्झिट वर्कर्स युनियनला
पाठिंबा देण्याच्या सभेत सहभागी व्हा!
वक्ते – प्रेस्टन डग्लस – व्हाईस प्रेसिडेंट – टीसीयू
१९७ क्लिंटन स्ट्रीट, सकाळी ८.७० वाजता
उपस्थित कामगारबंधूंना कॉफी व नाश्ता
देण्यात येईल!'

या ठळक अक्षरातल्या मथळ्याखाली अगदी बारीक अक्षरांत मालकाचे तथाकथित अपराध दिलेले होते. एव्हाना या साऱ्या वातावरणापासून दूर गेलेल्या फर्नांदिझनं तो सगळा खास प्रचारकी भाषेतला मजकूर मोठ्या कष्टानं वाचून काढला. मग त्यानं त्या पत्रकाची घडी करून शर्टच्या खिशात ते ठेवून दिलं.

कारखान्याच्या दाराशी उभी असलेली कॉफीची गाडी त्याला दिसली आणि मान खाली घालून तो तिथल्या कामगारांच्या रांगेत जाऊन उभा राहिला. पण त्याचे कपडेच तो वेगळा असल्याचं ओरडून सांगत होते आणि थोड्याच वेळात त्याला हळूहळू ओळखायला सुरुवात झाली.

"अल्बर्टोऽऽ! अल्बर्टोच ना रे तू?" हातात हेल्मेट आणि गॉगल घेतलेला एक जण मोठ्यानं म्हणाला.

फर्नांदिझनं काही उत्तर देण्याआधीच त्या माणसाच्या शेजारी उभा असलेल्या दुसऱ्या एकानं म्हटलं, "तुला काल टीव्हीवर बघितलं मी. बराच मोठा खटला दिसतोय."

दोघांच्याही बोलण्यातले खास स्पॅनिश उच्चार त्याला लगेच जाणवले.

"तसा काही फार नाही –"

"त्या हराम्याला शिक्षा झाली पाहिजे बरं का, अल्बर्टो." –पहिला माणूस. "माझी मुलगी, स्टीफनी आठवतेय ना तुला? आता ती तिच्यापेक्षा वयानं किती तरी मोठा असलेल्या एका माणसाबरोबर राहते. दर रविवारी डिनरला येतात ते दोघं आणि तासाभरानं निघूनही जातात. तो तर तिला एखाद्या कैद्यासारखी वागवतो. पण हा ब्रेस चांगला श्रीमंत आहे. एवढा प्रसिद्ध आहे. त्यामुळे तो न्यायाधीशही त्याला सोडवायचाच प्रयत्न करेल. हो ना?"

"श्रीमंत, गरीब – सगळ्यांना सारखाच न्याय असतो."

त्या दोघा माणसांनी एकमेकांकडे सहेतुक नजरेनं बघितलं – माहितंय. "पण तू मात्र ही केस नक्कीच जिंकणार. हो ना?" त्या दुसऱ्या माणसानं म्हटलं.

"सरकारी वकील कधी केस जिंकत किंवा हरत नसतो." फर्नांदिझनं खांदे

उडवत उत्तर दिलं. ''माझं काम फक्त ज्यूरी आणि न्यायाधीशांसमोर केस व्यवस्थित मांडण्याचं असतं.''

''हो, तू टीव्हीवर हेच बोलला होतास. तू अजूनही बदललेला नाहीस, लिटिल अल्बर्टो.'' त्या पहिल्या माणसानं आपल्या जाडजूड हाताची थाप फर्नांदेझच्या पाठीवर मारली. ''तुझे डॅडी तिकडे आहेत, बघ. अजूनही पत्रकं वाटतो म्हातारा. दर शुक्रवारी सभा घेतो.''

''हो, आणि स्वत:ची कॉफी अजूनही घरूनच आणतो.'' फर्नांदेझनं हसून म्हटलं.

त्या दोघांनीही हसून माना डोलावल्या. ''स्टीफनीचं काय झालं ते बघ अल्बर्टो आणि त्या तुझ्या थेरड्या आरोपीला पाठव तुरुंगाची हवा खायला.''

फर्नांदेझ आपल्या डॅडींना भेटायला निघाला. दुरूनच त्याला ते दिसले. त्यांच्या डोक्यावरचं केसांचं जंगल अजूनही तसंच अस्ताव्यस्त होतं, फक्त आता त्यांचे केस बऱ्याच मोठ्या प्रमाणात पिकलेले दिसत होते.

''शुक्रवारी सभेला या... हे घ्या पत्रक... आपल्या कामगारबंधूंना मदत करा...'' त्याचे डॅडी प्रत्येक येणाऱ्या-जाणाऱ्या कामगाराला सांगत होते, पत्रकं वाटत होते.

थोडा वेळ तो दूर उभा राहून बघत थांबला. त्यानं मोजलेल्या दहा जणांपैकी फक्त तिघांनी पत्रक घेतलं. एकानंही ते उघडून वाचण्याचे कष्ट घेतले नाहीत.

तो त्यांच्या शेजारी किंचित मागच्या बाजूला जाऊन उभा राहिला. त्यांनाही कोणी तरी शेजारी उभं असल्याचं जाणवलं. ''हे घ्या, शुक्रवारी महत्त्वाची सभा आणि त्यांनी वळून बघितलं. आपल्या मुलाला ओळखायला त्यांना दोन क्षण वेळच लागला.

''हाय डॅडी!'' फर्नांदेझनं हळूच म्हटलं.

''अल्बर्ट!'' त्याचे डॅडी स्वत:ला सावरत म्हणाले. ''तू कसा इकडे आज?''

''तुम्हाला भेटायला आलो. थोडं बोलायचंय.'' त्यानं म्हटलं. ''बरेच दिवस झाले तुम्हाला भेटून.''

डॅडींनी ओठ घट्ट मिटल्याचं त्याला दिसलं. त्यांनी त्याच्याकडे संशयानं बघितलं. ''काय झालं? तू डिव्होर्स घेतोयस? का तुम्हाला बाळ होणारेय? का नोकरी गेली तुझी? नवी नोकरी शोधतोयस का?''

फर्नांदेझनं मान हलवली. ''यापैकी काहीच नाही.''

''तुला काढून टाकताहेत का ते? का? तुझी तर केवढी मोठी, महत्त्वाची केस चाललीय. तुझी मम्मी त्या बातम्या पेपरमध्ये कायम वाचत असते, टीव्हीवर बघत असते. बरं, ठीक आहे, बोलू आपण. पण आधी ही पत्रकं वाटून टाकू दे मला.'' ते पुन्हा जा-ये करणाऱ्या कामगारांकडे वळले. दहा-बारा जण त्यांच्यासमोरून गेले. त्यांतल्या फक्त दोघांनी पत्रकं घेतलं.

''डॅडी, त्यांतली अर्धी पत्रकं द्या मला.'' फर्नांदेझनं हात पुढे केला.

पुढच्या पंधरा मिनिटांत सगळी पत्रकं वाटून संपली. मग ते दोघं शेजारच्या एका बाकावर बसले. डॅडींनी त्यांच्या जुन्या बॅकपॅकमधून िततकाच जुना, पोचे आलेला थर्मास बाहेर काढला.

"कॉफी घेशील?"

"हो, डॅडी."

डॅडींनी थर्मास उघडल्याबरोबर कॉफीचा वास एकदम दरवळला. तोच तो, लहानपणापासून परिचित असलेला वास. ते सगळे चिलीहून कॅनडाला आले, तेव्हा फर्नांदेझ फक्त अकरा वर्षांचा होता. तेव्हा ते सगळे कॅनडातल्या कॉफीला कशी नावं ठेवायचे, हे त्याला अजूनही स्पष्ट आठवत होतं. अत्यंत हलाखीची परिस्थिती असतानाही ते खास कॉफीच्या बिया आणून घरी दळायचे.

"एवढी वर्षं कामगारांमध्ये काढलीत तुम्ही, पण अजूनही तुम्हाला त्यांची कॉफी प्यावीशी वाटत नाही ना?" त्यानं हसत विचारलं.

"हँ! ती काय कॉफी असते का? मचूळ पाणी नुसतं! कॉफीच्या रंगाचं असतं, एवढाच काय तो फरक." त्याचे डॅडी मनापासून बोलत होते. "अल्बर्ट, मी कितीही निष्ठावंत कामगार असलो ना, तरी त्याला छेद देणारी ही एक गोष्ट, हे नक्की."

थर्मासच्या ग्लासातून एक घुटका घेऊन त्यांनी तो फर्नांदेझकडे दिला. फर्नांदेझनं एक घुटका घेतला आणि तो काही क्षण एकदम बालपणीच्या रम्य स्मृतिमध्ये गुंगून गेला.

"त्यांनी खरंच तुला काढून टाकलंय का?" डॅडींनी विचारलं.

"अजून नाही. पण मला वाटतं, कदाचित पुढच्या आठवड्यात..."

"अल्बर्ट, तू जे काम करतोस ना, ते मला आवडत नाही. सरकारसाठी काम करून गोरगरीब निष्पाप जनतेला..."

"डॅडी, हे लेक्चर मला देत बसण्याची ही..."

"पण तू अत्यंत मनापासून, कामाशी एकनिष्ठ राहून काम करतोस, हेही तितकंच खरं आणि सचोटीनं. सचोटी सगळ्यात महत्त्वाची."

फर्नांदेझला क्षणभर भरून आलं.

"तुझी मम्मी तुझ्या खटल्याची कात्रणं पेपरमधून कापून ठेवतेय." डॅडींनी म्हटलं. "या रविवारी मदर्स डे आहे म्हणे. तीच सांगत होती."

"फालतू भांडवलशाही प्रथा आहे झालं." त्यांच्या आवाजाची सही-सही नक्कल करत फर्नांदेझनं म्हटलं.

दोघंही एकमेकांकडे बघून हसले.

"डॅडी, मला तुमची थोडी मदत लागू शकेल." फर्नांदेझनं म्हटलं; पण हे त्यांना नेमकं कसं सांगावं, त्यांचा सल्ला कसा मागावा, हे त्याला समजत नव्हतं.

५१

'दुसरा दिवस – अत्यंत बोअरिंग!' नॅन्सी पॅरिशनं तिच्या खटल्याच्या वहीत मोठ्या थोरल्या ठळक अक्षरात लिहिलं आणि त्यावरून पिवळा हायलायटरही फिरवला.

गेले सहा तास फर्नांदिझ ऑफिसर होला प्रश्न विचारत होता. त्या माणसाला बहुतेक स्वत:चा आवाज भयंकर आवडत होता. ब्रेसच्या अपार्टमेंटमध्ये त्या दिवशी आपण प्रत्येक गोष्ट कशी बारकाईनं तपासली, हे त्यानं अगदी बारीकसारीक तपशिलात जाऊन सांगितलं होतं. अगदी ज्या बाथटबमध्ये कॅथरिन टॉर्नचं प्रेत सापडलं, तिथे साधी सोप डिशसुद्धा नव्हती, इथपर्यंत! जवळजवळ साडेचार वाजलेले होते आणि पॅरिश भयंकर कंटाळलेली होती. तिला प्रचंड भूक लागलेली होती आणि हो मात्र इतक्या उत्साहानं बोलत होता की, तो अजून पुढची शंभरेक वर्षं असाच बोलू शकेल, अशी चिन्हं दिसत होती.

"आणि आता शेवटी मला, तुम्हाला सापडलेल्या सुरीबद्दल विचारायचंय." कोर्टाच्या क्लार्कसमोरच्या कठड्याशी येत फर्नांदिझनं म्हटलं.

"हो – हो, जरूर." होनं त्याच अधीरतेनं म्हटलं.

काउंटरवर एक खोकं होतं, त्यात हात घालून फर्नांदिझनं अत्यंत पातळ प्लॅस्टिकच्या हातमोज्यांच्या दोन जोड्या काढल्या आणि त्यातली एक होकडे देऊन दुसरी त्यानं स्वत:च्या हातात घातली. मग शेजारचं दुसरं खोकं उघडून त्यानं आतली सुरी काढली.

कोर्टात एकदम शांतता पसरली. कोर्टाच्या रिपोर्टरनं चेहऱ्यावरचा रेकॉर्डिंग मास्क काढला आणि ती सुरीकडे बघू लागली. न्यायमूर्ती समर्सनीही डोळ्यांवरचा चष्मा कपाळावर सरकवला आणि ते बघू लागले. सगळ्यांच्या नजरा आपल्यावरच खिळल्या आहेत, हे फर्नांदिझला जाणवत होतं. त्यामुळे तो सगळं काही अत्यंत सावकाश करत होता. ही फक्त प्री-ट्रायल आहे, अजून इथे ज्यूरी आलेले नाहीत;

पण तरीही हा न्यायमूर्ती आणि बातमीदारांचं लक्ष वेधून घेण्यासाठीच प्रयत्न करतोय, हे पॅरिशलाही समजत होतं. त्याचं धोरणही तिच्या लक्षात आलेलं होतं – असं काही तरी नाट्यपूर्ण करूनच दिवस संपवायचा. म्हणजे मग हा प्रसंग पुढचे अठरा तास प्रत्येकाच्या मनात राहील... खुनाचं हत्यार.

"हे काय आहे, ओळखता तुम्ही ऑफिसर हो?" किचनमध्ये वापरण्याची ती भली लांब-रुंद, काळ्या मुठीची सुरी अलगद धरून वर करत फर्नांदिझनं विचारलं.

खुनाच्या खटल्यात हे असे काही क्षण असतात की, ज्यांची भयंकर धास्ती बचाव पक्षाच्या प्रत्येक वकिलाच्या मनात असते. खुनाच्या हत्याराचं वर्णन ऐकणं किंवा त्याचे फोटो बघणं ही मात्र सर्वस्वी वेगळी गोष्ट असते. इतक्या लांबूनही पॅरिशला त्या सुरीच्या लांबलचक पात्यावरचे रक्ताचे कोरडे पडलेले डाग दिसत होते. तासन् तास त्या सुरीचे फोटो बारकाईनं बघण्यात घालवलेले असूनही ती प्रत्यक्ष बघितल्यावर मात्र पॅरिशच्या अंगावर सर्रकन काटा उभा राहिला.

ती लॉ स्कूलमध्ये शिकत असताना तिच्या प्रोफेसरनं वर्गात क्लॅरेन्स डॅरो नावाच्या प्रसिद्ध वकिलाची हकिगत सांगितली होती. हा डॅरो आपल्या बायकोची एक हेअरपिन घेऊन ती सिगारच्या पुढच्या टोकात पूर्णपणे उलटी खोचून ठेवायचा आणि सिगार पेटवूनच प्रश्न विचारायला सुरुवात करायचा. हेअरपिनच्या तारेमुळे सिगारवरची राख खाली पडू शकत नसे. आणि तो याचं टायमिंग अशा रीतीनं ठेवायचा की, सगळ्यात विरुद्ध जाणारा पुरावा किंवा साक्ष समोर आली की, त्या वेळी सिगारवरची राख अगदी पडते की काय, अशा बेतात आली पाहिजे. बिचारे ज्यूरी आपले वेड्यासारखे त्या राखेकडे बघत राहायचे आणि त्यांचं लक्ष विचलित व्हायचं.

या क्षणी तरी जे करता येण्यासारखं होतं, तेच तिनं केलं – कमालीचे कंटाळल्याचे भाव चेहऱ्यावर आणून सुरीकडे थेट बघत बसायचं.

"हो, ही सुरी आहे." होनं उत्तर दिलं.

"ही कुठे सापडली?" फर्नांदिझनं विचारलं. घड्याळाचा मिनिट काटा साडेचारच्या पुढे सरकला.

होनं स्टँडवर लावलेल्या, ब्रेसच्या घराच्या नकाशाकडे हात केला. "काउंटर आणि स्टोव्ह यांच्यामधल्या फटीत, जमिनीवर."

"ही सुरी तुम्हाला, तुम्ही जेव्हा घराची पहिली तपासणी केलीत, तेव्हा मिळाली?"

फर्नांदिझनं हा प्रश्न मोठ्या हुशारीनं विचारलेला होता. सुरी लपवलेली होती किंवा निदान तसा प्रयत्न झालेला होता, हे त्याला अप्रत्यक्षपणे अधोरेखित करायचं होतं.

"ती मला नाही सापडली; माझी खुनाच्या जागेची पहिली तपासणी संपल्यानंतर

ऑफिसर केनिकॉट आणि डिटेक्टिव्ह ग्रीन या दोघांनी आणखी बारकाईनं तपासणी केली, तेव्हा त्यांना ती मिळाली.''

''या सुरीचं नेमकं वर्णन कराल जरा?''

''ही ब्रॉनची किचनमध्ये वापरण्याची काळी सुरी आहे.'' होनं ती सुरी हातात घेऊन पात्याच्या किंचित वरून बोट फिरवत म्हटलं. ''तिची एकूण लांबी अकरा इंच आहे. हँडल तीन पॉइंट चार इंच आणि पातं सात पॉइंट चार इंच लांबीचं आहे. मुठीशी पात्याची जास्तीत जास्त रुंदी तीन पॉइंट सहा इंच आहे, तिथून ते टोकाकडे निमुळतं होत गेलंय.''

सुरीचं वर्णन करण्यात त्यानं अख्खी दहा मिनिटं घालवली. त्याचं वर्णन संपलं, तेव्हा पावणेपाच वाजले होते. हो एकदम खुशीत दिसत होता. समर्स त्याच्याकडे खुनशी नजरेनं बघत होते. बातमीदारमंडळींना आपापल्या पेपरला बातमी देण्याची इतकी घाई झालेली होती की, त्यांच्या चेहऱ्यावरचे भाव फार घाईची शू लागलेल्या लहान मुलांसारखे होते.

''कोर्टाचं कामकाज उद्या सकाळी दहा वाजता पुढे सुरू होईल.'' एकदाचं कोर्टाच्या क्लार्कनं म्हटलं, तेव्हा चार वाजून पन्नास मिनिटं झालेली होती. सगळे जण उठून उभे राहिले. न्यायमूर्ती समर्सनी फर्नांदेझकडे दुखावल्यासारखा कटाक्ष टाकला आणि ते ताडताड निघून गेले. पॅरिश आपली कागदपत्रं गोळा करत होती, तेवढ्यात तिला टेबलावर एक चिठ्ठी दिसली. तिच्या घडीच्या वरच्या बाजूला 'नॅन्सी' एवढंच फर्नांदेझच्या वळणदार अक्षरात लिहिलेलं होतं.

तिनं मान वळवून त्याच्याकडे पाहिलं, पण तो ग्रीनशी बोलत होता. तो प्रश्न संपवून खाली बसला, त्याच वेळी त्यानं चिठ्ठी आपल्या टेबलावर टाकली असावी, हे तिच्या लक्षात आलं. तिनं चिठ्ठी उघडून वाचली.

'नॅन्सी, कोर्ट सुटल्यानंतर मला माझ्या ऑफिसात भेटशील का? तुझ्याशी थोडं बोलायचंय. थँक्स. अल्बर्ट.'

सरकारी वकिलाला जेव्हा बचाव पक्षाच्या वकिलाशी बोलायचं असतं, तेव्हा दोन कारणं असू शकतात. एक तर त्याला काही तरी सौदा करायचा असतो किंवा त्याला काही तरी महत्त्वाचा पुरावा – अर्थातच बचाव पक्षाच्या दृष्टीनं वाईट द्यायचा असतो. तिनं त्याच चिठ्ठीवर लिहिलं, 'जरूर, अल्बर्ट. दहा मिनिटांत भेटू. नॅन्सी.' आणि ती त्याला देऊन टाकली.

दहा मिनिटांनी अल्बर्ट फर्नांदेझच्या छोट्याशा ऑफिसात त्याच्यासमोर बसताना मनात येत होतं, बहुतेक तुरुंगातल्या कोणा 'गुप्त' माणसानं काही तरी सांगितलं असावं याला, आणि हेसुद्धा आजच व्हायला हवं होतं!

फर्नांदेझ त्याच्या खुर्चीवर बसलेला होता. ग्रीन जवळच, थोडं बाजूला उभा

होता. नेहमीप्रमाणेच त्याचे कपडे अत्यंत व्यवस्थित, त्याला शोभून दिसत होते. माझे कपडे का नाही असे दिसत? पॅरिशच्या मनात आलं.

"पाणी, कॉफी, ज्यूस – काय मागवू तुझ्यासाठी?" फर्नांदिझनं विचारलं.

"आता काय विचारून उपयोग?" खरं म्हणजे घसा सुकलेला असूनही तिनं हसत विचारलं.

"म्हणजे?"

"कोर्टात विचारायचं होतंस."

"कोर्टात–?"

"हो, म्हणजे तुझ्याकडे एक कापडाचा बोळा मागितला असता आणि त्या ऑफिसर होच्या तोंडात कोंबला असता!"

तिघंही मोठ्यानं हसले.

काही क्षण पुन्हा शांतता झाली. फर्नांदिझ उगीचच टेबलावरचा कागदपत्रांचा आधीच व्यवस्थित असलेला गठ्ठा आणखी ठीक करू लागला. ग्रीनही आपल्या सिल्कच्या टायशी चाळा करत उभा होता.

"अल्बर्ट?" चला, एकदा होऊन जाऊ दे काय व्हायचंय ते. "तू बोलावलंस ना मला? मग बोल ना काय ते." तिनं त्याच्या नजरेला नजर भिडवत म्हटलं. त्याचे डोळे तिला वाटत होतं तसे काळेभोर नव्हते; ते किंचित हिरवट-तपकिरी होते.

फर्नांदिझनं ग्रीनकडे हळूच एक कटाक्ष टाकला. "आता मी तुला जे सांगणार आहे, ते अजून फारच अनिश्चित आणि अस्पष्ट आहे, नॅन्सी. त्याबद्दल मी तुझी आधीच माफी मागतो. गेल्या चोवीस तासांमध्ये केसच्या बाबतीत एक नवी घटना घडण्याची शक्यता निर्माण झालीय, एवढंच मला समजलंय. ते जर खरंच घडलं, तर त्यामुळे सरकारी पक्षाच्या भूमिकेवर परिणाम होऊ शकेल. मी यापेक्षा जास्त स्पष्ट खरोखरच काही सांगू शकत नाही; पण या क्षणी तुला आणखी जास्तही सांगू शकत नाही. मला फक्त तुला थोडी कल्पना द्यायची होती."

पॅरिशनं मान डोलावली – हा आणखी काही सांगेल या अपेक्षेनं. पण त्यानं फक्त तिच्याकडे बघून खांदे उडवले.

"एवढंच?" तिनं शेवटी विचारलं.

"हो. आत्ता तरी एवढंच सांगू शकतो मी. मला आणखी माहिती मिळाली– जर मिळाली– तर ती मी तुला ताबडतोब सांगेन."

पॅरिशनं एक खोल नि:श्वास सोडला. "एवढी गुप्तता का पाळता रे तुम्ही लोक? तुम्ही काय सीआयए आहात का? आणि तू हे मला आधी का नाही सांगितलंस?"

"आज दिवसभर ऑफिसर होची साक्ष चालणार, हे मला माहीत होतं. त्यामुळे मी कोर्ट संपल्यावरच तुला सांगायचं ठरवलं." फर्नांदिझनं म्हटलं. "मी तुला हे

आत्ता सांगतोय याचं कारण, उद्या सकाळी जर मला ही माहिती समजली; तर तुला आणखी एका साक्षीदाराची उलटतपासणी घ्यावी लागायच्या आधीच मी बहुतेक कोर्टाची पुढची तारीख मागून घेईन.''

त्यानं ग्रीनकडे बघून मान डोलावली.

पॅरिशला जरा सुटल्यासारखं वाटलं. चला, निदान हा मला ब्रेसनं कबुलीजबाब दिलाय, असं तरी सांगत नाहीय– निदान अजून तरी.

''सांग ना, अल्बर्ट. काय चाललंय?''

फर्नांदिझनं फक्त खांदे उडवले. पॅरिशनं ग्रीनकडे पाहिलं. त्याचाही चेहरा मख्ख होता.

अस्वस्थ झालेल्या तिला आपला राग कशावर काढावा, हे समजत नसलेल्या लहान मुलासारखं वाटत होतं. ''बरं, मग आता मी काय करावं, असं म्हणणं आहे तुझं?''

''ब्रेसला सांग की, मला कदाचित पुढची एखादी तारीख मागून घ्यावी लागेल. समर्स भडकेल माझ्यावर, पण हरकत नाही.''

''ओके. मी बोलते त्याच्याशी.'' म्हणजे, मी बोलेन त्याच्याशी; पण तो माझ्याशी बोलणार नाही. आता त्याची प्रतिक्रिया काय असेल, कोण जाणे! तिनं मनात म्हटलं.

''त्याला असंही सांग की, त्याला जामीनावर सोडायला मी मान्यता देईन.''

पॅरिशनं मान डोलावली. मुळात ब्रेसनं डिसेंबरमध्ये जामीन का नाकारला, हेच याला अजून कोडं असेल – तिच्या मनात आलं. त्यांनाही बहुतेक ब्रेस जामीनावर सुटलेला हवा असेल; कारण तो तुरुंगात तोंडही उघडत नाहीय, त्यामुळे यांना अडचण येत असेल. ब्रेसला बाहेर सोडलं की कसं, हे लोक त्याचा फोन टॅप करू शकतील किंवा त्याच्यावर पाळत ठेवू शकतील.

दुसरं असं की, फर्नांदिझ जर त्याला जामीनावर सोडायची ऑफर करतोय, याचा अर्थ यांची बाजू बहुधा वाटते तितकी भक्कम नसावी. ते नक्कीच आणखी पुरावे गोळा करायच्या मागे असणार. असू दे. आत्ता शांत राहावं, हे बरं. ''ओके, मी बोलते ब्रेसशी.''

त्या दोघांशी शेकहँड करून ती निघाली. चला, पुन्हा डॉन जेलला भेट द्यायला हवी. बाकीचे लोक स्टॅन्ले कपची फायनल मॅच टीव्हीवर बघत धमाल करतील आज रात्री आणि आम्ही मात्र जेलमध्ये! आमच्या मुक्या क्लाएंटबरोबर!

५२

एवढा प्रचंड जल्लोष अरी ग्रीननं शहरात कधीच बघितलेला नव्हता. इटलीनं १९८२चा वर्ल्डकप इटलीनं जिंकल्यावर शहरातल्या लिटल इटली भागात आणि अख्खा सेंट क्लेअर ॲव्हेन्यूवर लोक दिवसभर धमाल करत होते. ब्लू जेज संघानं १९९२ आणि १९९३मध्ये वर्ल्ड सीरिज जिंकल्यावरही शहरातले सगळे मोठे रस्ते गर्दीनं भरून वाहिले होते. त्या वेळी रस्त्यांवर कमीत कमी दहा लाख लोक असावेत, असा एक अंदाज नंतर व्यक्त करण्यात आला होता. पण आज मात्र या सगळ्यावर कळस झालेला होता. गेली पंचेचाळीस वर्षं लीफ्स संघानं स्टॅन्ले कप जिंकण्याची जी प्रदीर्घ प्रतीक्षा लोकांनी केली होती, तिचा हा परिपाक होता.

मॅच टीव्हीवर बघायला ग्रीन आपल्या डॅडींच्या घरी गेला होता. खेळ संपायला केवळ पाच सेकंद उरले असताना लीफ्सच्या त्या अनुभवी गोलीनं केवळ अशक्य असा खेळ करून एक गोल वाचवला होता आणि नंतर खेळ संपल्याचा बझर वाजवल्याबरोबर हॉकीस्टिक उंचावत हवेत उंच उडी मारली होती. ग्रीननंही डॅडींना अत्यानंदानं मिठी मारली होती.

मम्मीच्या अंत्ययात्रेनंतर आज इतक्या वर्षांनी प्रथमच त्याच्या डॅडींच्या डोळ्यांत अश्रू चमकले होते. त्यांनी ताबडतोब शिवास रीगलची खास ठेवणीतली एक बाटली काढून हा आजचा विजयोत्सव साजरा केला होता, आणि मग त्यांना तो शहरातल्या प्रचंड जल्लोषाचा आवाज ऐकू यायला लागला होता– जोरजोरात वाजणारे गाड्यांचे हॉर्न, प्लॅस्टिकच्या पिपाण्या, आरडाओरडा, प्रचंड आवाजात लावलेलं संगीत...

नंतर गाडीत बसून शहराच्या मुख्य भागात, मार्केट प्लेस टॉवरपर्यंत गर्दीतून वाट काढत यायला ग्रीनला चांगले दोन तास लागले होते. पहिल्या वेळी त्याला सुनसान रस्त्यांवरून इथपर्यंत यायला केवळ काही मिनिटं लागली होती.

रात्र होती, पण गरम होत होतं. हवेत दमटपण जाणवत होता, तरीपण एकंदरीत वातावरण आल्हाददायकच होतं. त्याला गाडी लावायलाही जवळच जागा

मिळाली. लिलॅकच्या एका रुंद झाडाला पानागणिक फुलं लागलेली होती. फुटपाथवरून ग्रीनला त्यांचा मंद सुगंध जाणवत होता. त्यानं जाऊन फुलांचे दोन घोस तोडून घेतले. दूरवर असलेल्या एका दिव्याचाच काय तो प्रकाश इथपर्यंत पोचत होता, तरीही त्या फुलांचा सुंदर गडद जांभळा रंग चांगलाच उठून दिसत होता. आणि इतक्या जवळून तो वास म्हणजे नाकावर आक्रमणच करत होता. तो चालत फ्रंट स्ट्रीटकडे येऊ लागला, तसतसा दिव्यांचा प्रकाश वाढत गेला. प्रत्यक्ष फ्रंट स्ट्रीट तर माणसांनी फुलून गेली होती. रेस्टॉरंट्समधून पर्यटकमंडळींचे घोळके बाहेर पडत होते. रस्त्यावरून दोन्ही बाजूंनी गाड्यांची प्रचंड रहदारी चालू होती. कर्कश हॉर्न, घोषणा, आरडाओरडा, गाणी-बजावणी – सगळ्याला अक्षरश: ऊत आलेला होता.

ग्रीननं रस्ता हळूच ओलांडला. त्याच्याकडे कोणाचं लक्षही गेलं नाही.

मार्केट प्लेस टॉवरच्या जवळच्या मार्केट लेनमधून तो चालत निघाला. आवाज हळूहळू कमी होऊ लागले. इमारतीत शिरण्याच्या खासगी मार्गाच्या दोन्ही बाजूंना फॉर्सिथियाची दोन रुंद झाडं रक्षकांसारखी उभी होती दिमाखात. आपल्याकडे कोणाची नजर नाही ना, अशी एकवार खात्री करून घेऊन तो झुडपांमध्ये शिरला आणि गॅरेजच्या प्रवेशद्वाराशी चालत आला. आधी ते लोखंडी दार बंद असल्यासारखं वाटत होतं, पण जवळ आल्यावर त्याला दोन्ही दारांच्यामध्ये खाली ठेवलेली एक लाल वीट दिसली. त्यामुळे ते दार अगदी किंचित उघडं राहिलेलं होतं.

ग्रीननं स्वत:शीच मान डोलावली. थोड्या वेळापूर्वी त्यानंच रशीदला फोन करून हे करायला सांगितलं होतं आणि रशीदनंही ते केलं होतं.

"दारात फक्त एक वीट ठेवून दे. ते पूर्ण बंद असता कामा नये." त्यानं म्हटलं होतं. "हे जर तू केलंस, तर तुझी बेकायदा स्थलांतराची फाईल मी कायमची विसरून जाईन."

दार उघडून तो हळूच आत शिरला आणि लगेच त्यानं दार पहिल्यासारखंच जेमतेम बंद करून घेतलं. विटेवर दार हळूच आपटल्याचा बारीकसा आवाज झाला.

पार्किंग गॅरेजच्या आत पांढऱ्या रंगाचा उजेड होता. हवा काहीशी जड होती. गॅरेजच्या अगदी टोकाला लावलेल्या मोठ्या पंख्याची मंद घरघर आणि त्याच्या स्वत:च्या शूजचा कॉंक्रीटवरून चालताना होत असलेला आवाज सोडला, तर सगळीकडे शांतता होती.

रशीदनं सांगितलं होतं, तसा तो सिक्युरिटीच्या कॅमेऱ्यांचा डोळा चुकवत दबकत भिंतीशेजारून चालू लागला. अखेर जिन्याजवळच्या एका भिंतीआड त्याला लपण्यासाठी योग्य अशी जागा मिळाली. लिलॅकच्या फुलांच्या दोन्ही डहाळ्या त्यानं पायाशी ठेवल्या आणि मनगटावरच्या घड्याळात बघितलं. रात्रीचे बारा – दहा. आपल्याला साधारण दोन तास इथे लपून राहावं लागेल, असा त्याचा अंदाज होता.

थोड्याच वेळात त्याचे कान हलकासा आवाजही टिपण्याइतके तिथल्या वातावरणाला सरावले. दीड तास होऊन गेला. अजून बाहेरच्या कोलाहलाचे आवाज मधूनच येत होते. नंतर काही वेळातच त्याला बाहेरच्या दरवाज्याशी सावकाश चालत येत असलेल्या पावलांची चाहूल लागली. दार उघडताना बिजागरींची जेमतेम कळेल न कळेल इतपत करकर झाली आणि मग दार हळूच त्या विटेवर आपटल्याचा बारीकसा आवाज आला. ही पावलंही त्याच्यासारखीच भिंतीजवळून, कॅमेऱ्यांची नजर टाळून येत असल्यासारखी वाटत होती – फक्त ती चटचट येत होती. आत्मविश्वासानं. तो उभा असलेल्या भिंतीजवळून ती पावलं पुढे, जिन्याच्या दाराकडे निघून गेली.

कोण आहे, ते डोकावून बघण्याची अनावर ऊर्मी दाबत ग्रीन तसाच ऐकत उभा राहिला. जिन्याचं दार बंद झाल्याचा आवाज झाला आणि पावलं जिना चढू लागली. ती काँक्रीटच्या पायऱ्या चढत वर जाऊ लागली, तसतसा त्यांचा आवाज मंदावत गेला आणि चढण्याचा वेगही.

लिलॅकच्या त्या डहाळ्या हातात घेऊन तो बाहेर आला आणि लिफ्टपाशी जाऊन त्यानं बटण दाबलं. इतक्या रात्री लिफ्ट लवकर येईल, अशी त्याची कल्पना होती. प्रत्यक्षात मात्र लिफ्ट यायला अर्ध्या मिनिटाहूनही जरा जास्तच वेळ लागला.

लिफ्ट एकदाची आली. दार उघडलं. आत जाण्याआधी ग्रीननं आपला सेलफोन काढून त्यावर आधीच आणलेला एक नंबर लावला आणि अगदी बारीक पण स्पष्ट आवाजात फक्त एकच शब्द उच्चारला. ''नीघ.''

आत शिरून त्यानं १२ नंबरचं आणि दार बंद करण्याचं बटण दाबलं. बाराव्या मजल्यावर लिफ्टचं दार उघडलं. त्यानं बाहेर येण्याआधीही दोन बटणं दाबली – 'बी' आणि दार बंद करण्याचं बटण. कॉरिडॉर रिकामाच आहे ना अशी चटकन खात्री करून तो लिफ्टमधून बाहेर आला. कॉरिडॉर जिथे १२ बी कडे वळत होता, तिथे येऊन तो थांबला.

त्याला फार वेळ थांबावं लागलं नाही. काही पावलांचे आवाज ऐकू आले. जिन्याचं दार उघडल्याचा आवाज झाला आणि थोड्याच वेळात त्याला आणखी एक दार उघडल्याचा आवाज ऐकू आला. जवळच. हं, हे १२ बीचं पुढचं दार असणार. झकास!

चट्कन चालत तो १२ बीच्या दारासमोर आला. अपार्टमेंटमधल्या छोट्या कॉरिडॉरमध्ये उभ्या असलेल्या त्या दोघींना तो अगदी पुढच्या दाराशी येईपर्यंत समजलं नाही आणि त्यांनी एकदमच वळून त्याच्याकडे बघितलं – धक्का बसल्यासारखं.

''गुड मॉर्निंग, लेडीज.'' फुलं धरलेला हात पुढे करत ग्रीननं हसतमुखानं म्हटलं.

एडना विनगेट थोडीशी पुढे उभी होती. तिच्या अंगात एक साधा पांढरा टी-

शर्ट आणि करड्या रंगाची स्लॅक्स होती आणि पायांत अगदी साधे, पांढरे सँडल्स. या ड्रेसमध्ये या बाई नक्कीच झोपत नसणार – त्यानं म्हटलं. पण हा बाहेर जाण्याचाही ड्रेस नाही. त्यापेक्षा कोणी तरी घरी येणार असल्यावर त्या व्यक्तीची वाट बघत जागं राहण्यासाठी बहुधा हा ड्रेस घातलेला असावा.

विनगेटनं गडबडलेल्या चेहऱ्यानं त्याच्याकडे बघितलं. ग्रीननं नुकताच जिना चढून वर आलेल्या त्या दुसऱ्या स्त्रीकडे पाहिलं. तिला मात्र धक्का बसल्यासारखा दिसत नव्हता. तिच्या चेहऱ्यावर चीड आणि हताशा यांचं एक मिश्रण दिसत होतं.

एक क्षणभरच थांबून ती चालत त्याच्यापाशी आली.

"हॅलो, डिटेक्टिव्ह." सारा मॅकगिलनं म्हटलं.

"मी फुलं आणलीयत तुमच्यासाठी." त्यानं एक डहाळी तिच्यापुढे धरली.

"तुम्ही येणार, हे माहीत असतं, तर तुम्हाला आवडतो तो ब्रेड आणला असता मी."

"म्हणजे मला परत एकदा तुमच्या कॅफेला भेट द्यायला लागणारसं दिसतंय."

"कधीही या; तुमचं स्वागतच आहे." तिनं फुलं घेत म्हटलं. तिचा हात किंचित थरथरत असल्याचं त्याच्या लक्षात आलं.

सारा मॅकगिलवरची नजर न काढता त्यानं एडना विनगेटकडे हळूच डोकं केलं. ती अजून सावरलेली दिसत नव्हती. त्यानं दुसरी लिलॅकची डहाळी वर केली.

"रविवारी मदर्स डे आहे." त्यानं सारा मॅकगिलला म्हटलं आणि वळून ती फुलं विनगेटसमोर धरली. "त्यामुळे तुमच्या आईसाठी ही फुलं आणली मी."

आणि त्यानं पुन्हा मॅकगिलकडे बघितलं.

काही क्षण ती त्याच्या नजरेला नजर भिडवून तशीच उभी राहिली. "तुमच्या नजरेतून फारसं काही सुटत नाही, डिटेक्टिव्ह ग्रीन. हो ना?"

५३

हे मात्र नक्कीच स्वप्न नाही, खटल्याच्या कागदपत्रांची खोकी भरलेली डगडगती ढकलगाडी ओल्ड सिटी हॉलच्या त्या जुनाट, करकरत्या लिफ्टमध्ये ढकलत पॅरिशनं स्वतःला बजावलं. जवळजवळ दहा वाजले असूनही अख्खं कोर्ट रिकामं दिसतंय, तरीही हे स्वप्न नक्कीच नाही.

एवढ्या सगळ्या बॉक्सेस न्यायच्या, म्हणून तिनं जिन्याऐवजी लिफ्टनं जायचं ठरवलं होतं. खरं तर तिला दुसरा काही पर्यायही नव्हता. हो, पण इथे कोणीच कसं दिसत नाही? तिनं हातातल्या घड्याळात बघितलं. दहाला दहा मिनिटं कमी! म्हणजे घाई केली, तरच समर्सच्या कोर्टात वेळेवर पोचू शकू आपण. जेमतेम– कसंबसं.

त्या जुनाट लिफ्टची दारं उघडायलाच किती तरी – नको इतका – वेळ लागला. ९.५५! चला, पळा– तिनं मनात म्हटलं. तिनं ढकलगाडी कशीबशी आत ढकलली आणि दुसऱ्या मजल्याचं बटण दाबलं. दारं बंद होऊ लागली, पण वाटेतच अडकली.

माय गॉड! पॅरिशनं 'क्लोज'च्या बटणावर जोरजोरात बुक्क्या मारायला सुरुवात केली. पण दारं काही बंद व्हायचं नाव घेईनात. मग तिनं दारं उघडायचा प्रयत्न केला, पण तेही होईना. ''कम ऑन, कम ऑन–'' तिनं 'ओपन' आणि 'क्लोज' दोन्ही बटणं एकामागून एक दाबायचा सपाटा लावला. दारं ढिम्मच. झालं, अडकलो आपण!

कशीबशी दारांच्या उरल्यासुरल्या फटीतून बाहेर येऊन तिनं कॉरिडॉरमध्ये कोणाला तरी मदतीला बोलावण्यासाठी इकडे-तिकडे बघितलं. पण कॉरिडॉर पूर्णपणे रिकामा होता. शेवटी दारांच्या फटीत उभं राहून तिनं सगळा जोर एकवटून दारं ढकलून उघडायचा प्रयत्न केला. तिचं सगळं अंग घामानं थबथबून गेलं. अखेर कुठे तरी कसला तरी आवाज झाला आणि एकदाची दारं उघडली.

चट्कन तिनं ढकलगाडी लिफ्टमधून बाहेर काढली आणि ती जिन्याच्या पहिल्या पायरीशी गेली. गाडीत बांधून ठेवलेली ती तीनही अवजड खोकी तिनं प्रचंड परिश्रम करून दुसऱ्या मजल्यावर, कोर्ट रूम नंबर १२१च्या दाराबाहेर, उचलून आणून ठेवली.

तरीही कुठेच कोणी दिसत नव्हतं. होरेसही नव्हता. दहा तर वाजून गेले होते. हे नक्की स्वप्न नाही; आपल्यालाच उशीर झालाय– तिनं पुन्हा मनात म्हटलं आणि कोर्ट रूमच्या दाराचं हँडल फिरवलं. तेही बंद होतं! तिनं दारावर आधी एक-दोनदा ठोठावलं, मग दोन-तीन बुक्क्या मारल्या, तरीही दार उघडेना. तिला आतल्या लोकांची कुजबुज ऐकू येत होती.

"दार उघडाऽऽ प्लीज! माझी केस आहे!" ती मोठ्यानं ओरडली. "मला उशीर झालाय, पण ती माझी चूक नाही!"

"तुझीच चूक आहे, नॅन्सी गेल." कॅरिडॉरमधून एक आवाज आला. मम्मीचा आवाज? इथं? तिनं चमकून तिकडे पाहिलं. एका गोल दगडी खांबावरच्या एका पुतळ्याचे ओठ हलत होते. "कायम तूच चुका करतेस."

नॅन्सी पॅरिशनं पुन्हा दाराचं हँडल घट्ट धरून फिरवलं, पण ते फिरेचना. तिनं शरीराला एक जोराचा झटका दिला.

...आणि तिला जाग आली. हँडलऐवजी आपण बेडच्या कडा घट्ट धरल्या आहेत, हे तिच्या लक्षात आलं. चट्कन डोळे उघडून तिनं शेजारचं घड्याळ उचलून किती वाजलेत, ते बघितलं. पहाटेचे एक चाळीस!

निराशेनं तिनं डोकं परत उशीवर ठेवलं. तिच्या अंगातला टी-शर्ट घामानं पार भिजून गेलेला होता.

दर वेळी मोठा खटला आल की, तिला अशीच भयंकर स्वप्नं पडायची. मागच्या आठवड्यात ही स्वप्नं सुरू झाल्यापासून तिचे सगळे नाईट गाऊन घामानं खराब झालेले होते. बरं, वॉशिंग मशीन लावायलाही वेळ झालेला नव्हता. त्यामुळे आता ती एकेक करून तिचे टी-शर्ट वापरत होती.

उठून बसून तिनं अंगातला ओला टी-शर्ट काढला आणि आधीच जमलेल्या कपड्यांच्या ढिगाऱ्यावर फेकून दिला.

तिच्या तोंडाला कोरड पडलेली होती. ग्लास खालच्या मजल्यावर राहिला आहे, हे तिच्या लक्षात आलं. चडफडत उठून ती बेसिनपाशी आली आणि तिनं हातांची ओंजळ करून पाणी प्यायलं.

आता ही कोर्टातली स्वप्नं हळूहळू तिला रोजच पडायला लागलेली होती. पहिल्या स्वप्नात तिनं कोर्टात कागदपत्रांची खोकी उघडली, पण ती भलत्याच कुठल्या तरी केसची होती. दुसऱ्या दिवशीच्या स्वप्नात ती ब्रेसची कागदपत्रं बरोबर

घेऊन निघालेली होती, पण चुकीच्या कोर्टात पोचली होती. तिथे ब्रेसची केसच कुणाला माहीत नव्हती. तिसऱ्या स्वप्नात ती ब्रेसच्या केसची कागदपत्रं घेऊन बरोबर समर्सच्या कोर्टात पोचली होती, पण कामकाजाचा मधला एक आठवडाच गायब झाला होता. ''कोणीही तिला मधला आठवड्यात काय झालं, हे सांगायचं नाही!'' समर्सनी डरकाळी फोडली होती. आणि आता आज हे असं स्वप्न!

बाथरूममधला दिवा लावून नॅन्सीनं एक टॉवेल थंड पाण्यात ओला केला आणि आपला चेहरा, छाती, पाठ नीट पुसून काढली. हात पुसून काढले. दिवा बंद करून तिनं कपड्यांचं कपाट उघडून आणखी एक टी-शर्ट काढला. आणखी एकच टी-शर्ट शिल्लक होता. नंतर तिला वॉशिंग मशीन लावणंच भाग होतं.

प्रत्येक वेळी मोठा खटला आला की, तिला अनेक गोष्टींची आधी तजवीज करून ठेवावी लागायची. पैसे काढून ठेवायचे. पेन-कागद खरेदी करून ठेवायचे फ्रीज केलेले पदार्थ भरून ठेवायचे. अंडरवेअरसारखे कपडे जास्तीचे आणून ठेवायचे. पण प्रत्येक वेळी काही ना काही राहून जायचं आणि तिला धावाधाव करावी लागायची. कधी प्रिंटरचा टोनर संपायचा, कधी शाम्पू संपायचा, तर कधी सॅनिटरी नॅपकिन्स संपायचे.

आता झोप लागणं शक्य नाहीच आहे, तर आत्ताच कपडे धुवून टाकायचे का? तिच्या मनात एक क्रांतिकारक विचार चमकून गेला, पण ही क्रांतीची ठिणगी लगेचच विझली. केवळ सवयीनंच तिनं ब्रेसच्या केसचा बाइंडर उघडला आणि ब्रेसची भेट घेतल्यानंतर स्वतःसाठी काढून ठेवलेल्या नोट्स ती वाचू लागली. प्रियकरानं आपल्या प्रेमाला नकार दिलेलं पत्र जसं एखादी निराश झालेली प्रेयसी पुन्हा वाचेल, तसं.

त्या पानावर पहिली नजर टाकताक्षणीच तिची उरलीसुरली झोपही उडाली. तो सगळा प्रसंग तिला पुन्हा जसाचा तसा आठवला. तिनंही आपलं म्हणणं ब्रेसला लिहूनच सांगायचं, असं ठरवलं होतं. त्यामुळे तो समोर येऊन बसल्यावर तिनं त्याची वही-पेन घेऊन त्यात लिहिलं होतं–

> 'मि. ब्रेस, सरकारी वकिलांनी मला नुकतंच सांगितलंय की, पुढच्या २४ तासांत त्यांना काही तरी नवीन पुरावा, माहिती मिळण्याची शक्यता आहे. त्यामुळे त्यांना बहुधा उद्याच्या सुनावणीसाठी पुढची तारीख मागून घ्यावी लागेल आणि ते तुम्हाला जामीनावर सोडतील.'

हे सगळं ब्रेस काळजीपूर्वक वाचत असताना पॅरिश त्याचं बारीक नजरेनं निरीक्षण करत होती. तो एकदम अस्वस्थ झाल्यासारखं तिला जाणवलं होतं. त्यानं

वहीवर लिहिलं होतं–

'पुढची तारीख नको. जामीन नको. सुनावणी पुढे सुरू ठेवा.'

तिनं लगेच वहीत लिहिलं होतं,

'तुम्हाला जामीन नकोय हे मी समजू शकते, पण पुढची तारीख नको असं का म्हणता आहात?'

हे वाचून ब्रेसनं काही क्षण थेट तिच्या नजरेत बघितलं होतं आणि मग वहीत एकच वाक्य लिहिलं होतं.
'मी दोषी आहे, असं मी कोर्टाला सांगणार आहे.'
तिला धक्काच बसला होता. आश्चर्यानं तिनं त्याच्या नजरेत रोखून पाहिलं होतं आणि तिला दुसरा धक्का बसला होता.

ब्रेसच्या नजरेत सुटल्यासारखे भाव होते.

नॅन्सी पॅरिश बेडवरून उठून छोट्याशा खिडकीशी आली. तिला शहरात चाललेल्या आनंदोत्सवाचे आवाज अजूनही दूरवरून ऐकू येत होते– गाड्यांचे आवाज, हॉर्न, मोठमोठ्या आवाजातली गाणी. मलाही त्यांच्यासारखं सुटल्यासारखं वाटायला पाहिजे– तिनं मनात म्हटलं. मीही तिकडे बाहेर जाऊन जल्लोष करायला पाहिजे, आनंद साजरा करायला पाहिजे.

माझा पहिला हरलेला खटला. वा! किती लकी आहे मी! मदर्स डेसाठी चक्क घरी जाऊ शकेन मी!

तिनं आपल्या विस्कटलेल्या बिछान्याकडे, धुण्याच्या कपड्यांच्या ढिगाऱ्याकडे, पसाऱ्याकडे एकवार नजर टाकली.

आणि ती बिछान्याशेजारी ठेवलेल्या, ब्रेसच्या केसच्या कागदपत्रांच्या खोक्याशी मांडी घालून खाली बसली. आतून 'साक्षीदारांच्या साक्षी' असं लिहिलेल्या बाइंडरला हात घालून तिनं तो बाहेर काढला. केव्हिन ब्रेस, काही तरी गोष्ट माझ्या लक्षात येत नाहीय– तिनं हजाराव्यांदा मनात म्हटलं. काय असेल ते? काय असेल?

५४

अरी ग्रीननं सारा मॅकगिलच्या नजरेत रोखून बघितलं. एवढ्या रात्री आपल्याला इथे बघून तिला धक्का बसला असेल अशी त्याची कल्पना होती, पण ती एकदम शांत दिसत होती– जणू काही त्याची वाट बघत असल्यासारखी. तिचे डोळे अशा एखाद्या बाईसारखे दिसत होते की, जिनं आयुष्यभर असे अनेक आघात सोसले आहेत आणि तिला कुठल्याच गोष्टीचं आश्चर्य वाटेनासं झालंय. असे अनेक लोक त्यानं पाहिलेले होते – प्रत्यक्ष त्याचे आई-वडीलच तसे होते. अशक्यप्राय संकटांना तोंड देऊन त्यातून सहीसलामत बाहेर आलेली माणसं असतात ही.

त्यानं एडना विनगेटकडे पाहिलं. ती मात्र अजूनही धक्क्यातून बाहेर आलेली दिसत नव्हती. तो पुन्हा मॅकगिलकडे कळला. "तुमच्या मायलेकींच्या भेटीत व्यत्यय आणला मी. सॉरी."

एडना विनगेटनं आधी सारा मॅकगिलकडे बघितलं, मग पुन्हा ग्रीनकडे पाहिलं. ती जाम शरमिंदा झालेली दिसत होती – कोणी तरी अचानक आपली चोरी पकडावी, तशी.

आपल्या कोटाच्या खिशात हात घालून ग्रीननं एक सरकारी दिसणारं कागदपत्रं असलेलं पाकीट बाहेर काढलं. "तुम्हाला सांगतो, कुठल्याही गुन्ह्याच्या एखाद्या जाडजूड फाईलमधून कागदपत्रं मी अत्यंत बिनचूक क्रमवार लावू शकतो– मग ते कितीही का असेनात. पण माझ्या खासगी कागदपत्रांच्या बाबतीत मात्र मी साफ निष्काळजी असतो. काल मला हे पाकीट पोस्टानं आलं."

त्यानं पाकिटातून आतला कागद काढला. "पार्किंग तिकीट. असली पार्किंग तिकिटं मला सारखी येत असतात. विशेषत: मी एखाद्या मोठ्या केसचा तपास करत असताना तर फारच येतात लेकाची. नेहमी मी वेळेवर हे असले दंड भरायला विसरतो आणि मग ही अशी खटल्याची नोटीस येते. आणि या नोटिसासुद्धा इतक्या उशिरानं येतात की, अनेकदा मी नेमका कुठल्या दिवशीच्या पार्किंग तिकिटांचे पैसे

भरायला विसरलोय, हे आठवायलासुद्धा त्रास होतो मला. आता हे तिकीट २१ डिसेंबरचं आहे. मार्केट लेनमधलं. म्हणजे या बिल्डिंगच्या शेजारचा रस्ता. कॅथरिन टॉर्नच्या मृत्यूच्या दिवशी केनिकॉटनं माझी गाडी वापरली होती आणि ती तिथे लावली होती. त्याच्याकडे माझा बॅजही नव्हता आणि आम्ही दोघंही तिथला पार्किंग मीटर साफ विसरून गेलो. काल मला जेव्हा हे मिळालं, तेव्हा मला त्या दिवशी माझ्या गाडीच्या पुढे लावलेली पिकअप ट्रक आठवली. बर्फानं जवळजवळ झाकली गेलेली होती ती. कुठून तरी उत्तरेच्या भागातून आलेली होती.''

त्यानं पाकिटातून आणखी एक कागद काढला आणि जणू तो पहिल्यांदाच वाचत असल्यासारखा मुद्दाम, सावकाश वाचून काढला.

''मिस मॅकगिल, तुमच्या त्या गाडीच्या नंबरवरून मी तुम्हाला काही पार्किंग तिकीट मिळालंय का, याचा शोध घेतला. फक्त एकच तिकीट होतं त्या नंबरवर.'' त्यानं तो कागद तिच्यासमोर धरला. ''कॅथरिन टॉर्नच्या खुनाच्या दिवशी रात्री तुमची गाडी नेमकी माझ्या गाडीपुढे उभी होती.'' त्यानं तिच्याकडे रोखून पाहिलं. ''माझ्या लक्षात आलं की, तुम्ही इथे होतात आणि तुम्हाला उशीर झाला होता. नंतर मी विचार केला– तुम्ही जर तिथे नव्हतात, तर तुम्ही कुठे गेला असाल? म्हणजेच, तुम्ही याच बिल्डिंगमधल्या दुसऱ्या कुणा ओळखीच्या घरी थांबला असणार. पण मग मी विचार केला, बाकीच्या मजल्यांवरच्या कुणाशी तुमची इतकी ओळख असेल?

''आज मी माझ्या डॅडींकडे होतो. मॅच बघत होतो. तिथेही लिलॅक्सचा वास दरवळलेला होता. आता मदर्स डे येतोय. माझी मम्मी गेल्यानंतरचा हा पहिलाच मदर्स डे. प्रत्येक मदर डेला मी तिला लिलॅक्सच्या फांद्या भेट देत असे. मग मला तुमची आठवण झाली, मिसेस ब्रेस. मी मनात म्हटलं, तुमच्या दोघी मुली तुम्हाला मदर्स डेसाठी काय बरं देत असतील? अमांडा आणि बेट्राईस. काही दिवसांपूर्वी माझे डॅडी म्हणाले होते की, तुम्ही तुमच्या मुलींची नावं खास ब्रिटिश ठेवली आहेत. त्यावरून एकदम माझ्या लक्षात आलं की, कॅथरिनचा खून झाला, त्या दिवशी तुम्ही इथेच, तुमच्या मम्मीकडे राहिला असणार – म्हणजे, पोलीस वगैरे निघून जाईपर्यंत.''

मग तो एडना विनगेटकडे वळला. ''आणि मिस विनगेट, त्या दिवशी सकाळी तुम्ही मला सांगितलं होतं की, तुम्हाला योगाच्या क्लासला जायचंय. त्याचीही मी चौकशी केली. तेव्हा मला समजलं की, तुमचा क्लास सकाळी नऊ वाजता सुरू होतो. त्या वेळी तुम्ही मला दुसऱ्या दिवशी यायला सांगितलंत. म्हणजे आपोआपच तुमच्या मुलीला इथून पळून जायला भरपूर वेळ मिळाला.''

दोघी जणी एकदम गप्प होत्या. ग्रीनला जाणवत होतं की, आपण नेहमी चौकशी करतो तेव्हापेक्षा आत्ता खूपच जास्त बोलतोय. त्या गप्प होत्या, पण त्यांची

ही शांतताच या क्षणी किती तरी बोलकी होती. त्याला माहीत होतं की, आपण जे बोलतोय. त्यात तर्काचा आणि अंदाजाचाच भाग जास्त आहे. पण त्या दोघी काहीच बोलत नाहीत, त्या अर्थी आपले तर्क अचूक आहेत, हे त्यानं लगेच ताडलं.

त्यानं पुन्हा सारा मॅकगिलकडे बघितलं आणि कोटाच्या खिशातून एक प्लॅस्टिकची पिशवी काढली. आता पोतडीतून एक-एक वस्तू बाहेर काढणाऱ्या जादूगारासारखं त्याला वाटायला लागलेलं होतं. त्या पिशवीत एक पातळसा धातूचा चमचा होता. पाकिटावर एका मोठ्या हिरव्या लेबलवर लिहिलेलं होतं : आर. व्ही. ब्रेस : हार्डस्क्रॅबल कॅफे येथील चमचा, २१ डिसेंबर.

''मिस मॅकगिल, सॉरी, मी तुमच्या कॅफेमधून एक चमचा पळवला – मी डिसेंबरमध्ये पहिल्यांदा तिकडे आलो होतो, तेव्हा.'' त्यानं त्या दोघींसमोर मुद्दाम काही क्षण ती पिशवी बोटात धरून हलकेच हलवत ठेवली. ''आम्हाला त्या अपार्टमेंटच्या पुढच्या दाराच्या मुठीवर हातांचे ठसे मिळाले होते. तेच ठसे या चमच्यावरही आहेत. ते तुमचे आहेत.''

तिला हे सांगताना ''केव्हिन ब्रेसच्या अपार्टमेंटच्या म्हणायचं, की ''तुमच्या पूर्वाश्रमीच्या पतीच्या'' म्हणायचं, यावर ग्रीननं विचार केलेला होता आणि शेवटी पूर्णपणे कायद्याला धरून बोलायचं, असं ठरवलेलं होतं. ब्रेसचा आणि सारा मॅकगिलचा कायदेशीररीत्या घटस्फोट झालेलाच नव्हता आणि ही गोष्ट आपल्याला माहीत आहे, अशी जाणीव तिला करून देण्यासाठी मुद्दामच तो असं बोललेला होता. शिवाय अजूनही ती ब्रेसला आपला पती मानत असण्याची शक्यताही होतीच.

चमचा पाहताच मात्र सारा मॅकगिलचे डोळे विस्फारले. पण तिला यानं ब्रेसच्या घराच्या पुढच्या दारावरचे आपल्या हातांचे ठसे शोधून काढल्याचं आश्चर्य वाटतंय, का आपल्या कॅफेतून एक चोरीला गेलेला चमचा सापडल्याचं आश्चर्य वाटतंय– हे ग्रीनच्या लक्षात येईना. हार्डस्क्रॅबल कॅफेमधून एक चमचा बाहेर जातो आणि ही गोष्ट तिच्या लक्षात येत नाही, हे अशक्य असावं, अशी त्याची पक्की खात्री होती. पण ती काहीच बोलली नाही.

''तुमच्या हाताचे ठसे किचनमधल्या कपाटातल्या एखाद्या बाटलीवर मिळाले असते, तर त्याला फारसा काही अर्थ नव्हता. कारण अशा ठिकाणी हाताचे ठसे कित्येक आठवडे किंवा महिनेसुद्धा लपून राहू शकतात. पण दाराच्या आतल्या बाजूच्या मुठीसारख्या ठिकाणी हातांचे ठसे असले, तर ते एकदम ताजेच असणार, असं मानलं जातं.''

सारानं एकदा हळूच विनगेटकडे पाहिलं आणि मग पुन्हा ग्रीनकडे नजर वळवली.

या क्षणी तिला अटक करण्याइतका पुरावाच ग्रीनकडे नव्हता. तो तिला प्राथमिक चौकशीमध्ये बोलावून प्रश्न विचारू शकत होता, पण तसं त्या ठिकाणी

विचारण्यासारखंही काही फारसं नव्हतं. त्यामुळे त्यानं ठरवलं की, तिला प्रश्न विचारायची वेळ हीच आहे. पण त्यासाठी तिला हॉलवेमधून आत जायला लावणं भाग होतं. तो मुद्दामच एक पाऊल पुढे झाला.

"आणखी एका ठिकाणी तुमचे हाताचे ठसे आम्हाला मिळाले." त्यानं आवाज जरा कमी केला. "त्या दारामागच्या ब्रॅकेटवर. ते पेपर टाकणारे मि. सिंग आठवतात ना? त्यांच्याकडून आम्हाला खात्रीशीर समजलं की, त्या दिवशी त्यांनी पुढच्या दारामागे बघितलंच नव्हतं. केव्हिननं त्या वेळी त्यांना आत घेण्यासाठी ते दार पूर्णपणे उघडलं होतं. पण थोड्या वेळानं जेव्हा केनिकॉट आला, तेव्हा ते दार पुन्हा अर्धवट उघडं होतं. याचा अर्थ एकच होतो : मि. सिंग पहिल्यांदा आले, त्या वेळी त्या दारामागे कोणी तरी लपलेलं होतं."

सारा मॅकगिलची नजर अजूनही ग्रीनच्या हातातल्या प्लॅस्टिकच्या पिशवीवर होती. क्षणभर त्याला वाटून गेलं की, आता ही आपल्या हातातली पिशवी हिसकावून घेऊन पळून जाणार.

पण तेवढ्यात जिन्यावर पावलांचे आवाज येऊ लागले. आवाज झपाट्यानं वर येत होते आणि लगेचच जिन्याचं दार उघडलं आणि ऑफिसर केनिकॉट आला. तो धापा टाकत होता, तरी अत्यंत शांत होता. ग्रीननं त्याला सांगितलं होतं. तसा त्याच्या अंगावर बिझिनेस सूट होता आणि काखेत एक छोटीशी ब्रीफकेस. त्यामुळे आता सारा मॅकगिलला पळून जाणंही अशक्य होतं.

"हा ऑफिसर केनिकॉट." ग्रीननं इतक्या सहज म्हटलं की, जणू ते चौघं या कॉरिडॉरमध्ये रोजच भेटत असावेत, असं वाटावं.

आणि मग तो पुन्हा एडना विनगेटकडे वळला. "थोडा चहा घ्यायचा का आपण सगळ्यांनी?"

विनगेटनं मूकपणे मान डोलावली.

सगळे जण फ्लॅटमध्ये गेले. आईला न विचारताच सारा मॅकगिल आधी गेली. मग एडना विनगेट गेली. ग्रीननं मुद्दामच आपल्या आधी केनिकॉटला आत जायची खूण केली आणि तो स्वत: शेवटी गेला.

आतलं सगळं काही त्यानं पहिल्या दिवशी पाहिलं होतं, तसंच अजूनही होतं. फक्त आधी खिडकीत झाडं होती, ती आता दिसत नव्हती.

किचनमधल्या गोल टेबलाशी सगळे बसले. पण कोणीच बोलत नव्हतं.

मॅकगिलनं वरच्या खिशातून सिगारेटचं पाकीट काढलं. ते आधीच उघडलेलं होतं. तिनं एक सिगारेट काढण्यासाठी पाकिटाच्या तळावर बोटानं मारायला सुरुवात केली, पण सिगारेट काही वर यायला तयार नव्हती.

"मला नाही जमलं, डिटेक्टिव्ह– सिगारेट सोडायला." तिनं समोर बसलेल्या

ग्रीनकडे बघत म्हटलं. "बराच प्रयत्न केला मी. पण काही उपयोग झाला नाही." तिनं पुन्हा पाकिटावर बोटानं मारायला सुरुवात केली.

अखेर एकदाची एक सिगारेट वर आली.

ग्रीननं नुसतंच हलकंसं स्मित केलं. तो विचार करत होता, ही बाई वरून शांत दिसतेय, पण मनात काय खळबळ माजली असेल हिच्या? धक्का? चीड? हे तर नक्कीच. महत्त्वाची गोष्ट म्हणजे, तिनं ते हाताचे ठसे किंवा त्या दिवशी ती ब्रेसच्या घरात होती, हे नाकारलेलं नाही. हे एक चांगलं आहे, कारण हाताचे ठसे हा काही तिला दोषी ठरवण्याइतका सबळ पुरावा नाही.

त्यानं एकदम विषय बदलून तणाव जरा कमी करायचं ठरवलं.

"मिस मॅकगिल, मागे मी तुमच्या मुलीला भेटायला गेलो होतो. तिला बाळ व्हायच्या आधी. नंतर मला समजलं की, तिला मुलगी झालीय. तुमची पहिली नात. हो ना? आणि मिस विनगेट तुमची पहिली पणती. काँग्रॅट्स."

सारा मॅकगिलचा सगळा मूडच एकदम बदलला. तिनं सिगारेटचं पाकीट टेबलावर टाकून दिलं आणि तिच्या चेहऱ्यावर मोकळं हास्य आलं.

"आता ती – शॅनॉन तिचं नाव – चार महिन्यांची आहे आणि कॅलगरीतली माझी दुसरी नात – गॅरेथ – दीड महिन्याची झालीय." ती एकदम खुलून बोलत होती. "काय गंमत असते, नाही? आधी मुलं होतात, तेव्हा सारखं वाटत असतं की आता ही कधी मोठी होणार? आणि एक दिवस बघता-बघता आपण आजीसुद्धा होतो!"

ग्रीननं मान डोलावली. "आणि तुमच्या मुलाच्यानंतर का होईना, हे सुख तरी तुम्हाला मिळालं. फार चांगलं झालं, मिस मॅकगिल."

क्षणार्धात तिचा मूड बदलला. लगेच तिचा हात समोरच्या सिगारेटच्या पाकिटाकडे गेला. "माझी अख्खी फाईल वाचलेली दिसतेय तुम्ही, डिटेक्टिव्ह? हे लेकाचे सोशल वर्कर्स..." पहिल्यांदाच तिनं स्वतःवर ठेवलेला ताबा जरासा ढिला झाल्यासारखा वाटला.

विनगेटनी तिच्याकडे वळून पाहिलं. तिच्या चेहऱ्यावरच्या दुःखाच्या खुणा आणखी गडद झाल्यासरख्या दिसत होत्या.

"त्या वेळी – साठच्या दशकात परिस्थिती फार वेगळी होती." ग्रीननं म्हटलं. तो तिच्याकडे बारीक नजरेनं बघत होता. "त्यांनी फार वाईट वागणूक दिली असणार तुम्हाला, हे तर दिसतंच आहे."

"दिसतंच आहे?" मॅकगिलचा चेहरा एकदम लाल झाला. "काय दिसतंय तुम्हाला? एखाद्या आई-बापांपासून त्यांच्या मुलाला तोडून घेऊन जाणं म्हणजे काय, माहितेय का तुम्हाला?"

ग्रीनच्या हाताच्या मुठी एकदम वळल्या. त्याला एकदम हॅना – त्याच्या डॅडींची

गेलेली मुलगी – आठवली. आणखी काय काय गमावलंय डॅडींनी, कोण जाणे!

"त्या काळात ते लोक तुमच्या पोरांना सरळ ओढून न्यायचे." सारा मॅकगिलनं पुन्हा पाकिटातून सिगारेट काढायचा खटाटोप सुरू केला. "आणि वर आई-बापालाच नावं ठेवायचे."

ग्रीननं मान डोलावली. "मी ते रिपोर्ट्स वाचलेत. केव्हिन ज्युनिअरला ऑटिझमचा गंभीर विकार होता आणि वयाच्या दुसऱ्या वर्षांपासूनच–"

"मला 'रेफ्रिजरेटर मॉम' असं नाव ठेवलं त्यांनी. आणि का, तर फक्त अर्धा तास मी त्याला पाळणाघरात सोडून गेले, म्हणून." आता तिच्या आवाजातला कडवटपणा जाणवत होता. "त्या बिनडोक ब्रुनो बेटेलहाईमची सगळी पुस्तकं आणि लेख मला वाचायला लावले त्यांनी. चिल्ड्रेन्स एड म्हणे! त्यातली त्यांची जी सगळ्यात आवडती गोष्ट होती, तिचं नाव होतं 'ज्योई, द मेकॅनिकल बॉय'. हा पोरगा म्हणे त्याच्या दुष्ट आई-बापाच्या तावडीतून त्याच्या प्रेमळ थेरपिस्टमुळे वाचला. हॅं! सगळी धूळफेक आहे नुसती!"

ग्रीनला तिचं म्हणणं पटत होतं. तिच्या फाईलमध्ये ही हकिगत वाचल्यानंतर त्यानं या वादग्रस्त मानसतज्ज्ञाबद्दल थोडं वाचन केलं होतं. त्यानं १९५०च्या दशकात त्यानं त्या काळात नव्या असलेल्या या विकारावर – लहान मुलांमधील स्वमग्नता – उपचारासाठी एक नवी पद्धत शोधून काढली होती. हा बेटेलहाईम नेहमी आपण फ्रॉईड वाचून काढल्याचा दावा करायचा आणि तो या विकारासाठी मुलाच्या आई-बापाला – त्यातही आईला – जबाबदार धरायचा. आईच्या अव्यक्त मनात मुलं मरावीत अशी एक सुप्त इच्छा नेहमी दडलेली असते, असं त्याचं म्हणणं होतं. त्यातही मुलींपेक्षा मुलांच्या बाबतीत. अत्यंत प्रेमळ, सहृदयी आयांकडेसुद्धा तो याच संशयी नजरेनं बघायचा.

"ते तथाकथित सोशल वर्कर्स घरी यायचे, आमच्या किचनमध्ये बसायचे आणि मी बोललेला प्रत्येक शब्द आणि केलेली कृती, हातवारे, हावभाव, सगळं काही लिहून घ्यायचे. माझ्या दोन्ही मुली पूर्णपणे निरोगी आणि अगदी इतर चार मुलांसारख्याच आहेत, इकडे ते साफ दुर्लक्ष करायचे. ते म्हणायचे, केव्हिन तुम्हाला मरायला हवाय, हे तुम्हाला लक्षातही येत नाहीय. माझ्याच मुलाला माझ्यापासूनच धोका आहे म्हणे! मुलालाच नाही, मुलींनासुद्धा!"

अचानक तिच्या डोळ्यांतून अश्रू आले आणि गालांवरून ओघळू लागले. तिनं ते पुसायचा प्रयत्न केला नाही. ग्रीनला हा आणखी एक धक्का होता. आधी शिव्या, मग सिगारेटी आणि आता चक्क अश्रू!

एडना विनगेटनं हात लांब करून साराच्या हातावर हळुवार थोपटलं. "माझ्या मुलीवर हे दोषारोप ऐकताना मला जेवढं दुःख झालं, तेवढं दुःख मला युद्धात माझे

आई-वडील मारले गेले तेव्हाही झालं नव्हतं. ते तिच्या मुलाला घेऊन गेलेच होते; आता मुलींनाही नेतायत की काय, अशी भीती वाटत होती आम्हाला.''

केनिकॉटनं ब्रीफकेस उघडून त्यातली एक पांढरट फाईल ग्रीनला दिली. ग्रीननं ती उघडली. ''मला वाटतं, मिस मॅकगिल, याचमुळे तुम्ही तुमच्या मुलींचा ताबा मुळीच खळखळ न करता केव्हिनकडे दिलात.''

मॅकगिलनं अश्रुभरल्या नजरेनं त्याच्याकडे बघत मान डोलावली.

''त्या दोघींना वाचवण्याचा तोच एक मार्ग होता. आधी केव्हिन मला सोडून गेलाच होता आणि मग मुलीही त्याच्याकडे राहायला गेल्या. मला त्यांना भेटायचीसुद्धा परवानगी मागता आली नाही.'' अचानक ती मोठ्यानं हसली. ''त्या चिल्ड्रेन्स एडवाल्यांना जेव्हा हे समजलं, तेव्हा त्यांचे चेहरे बघायला हवे होते तुम्ही! त्यांना त्या दोघींनाही घेऊन जायचं होतं. पण काय करणार? आणि बिचारा केव्हिन. सगळे जण त्याला नावं ठेवत होते – बायकोपोरांना सोडून दिलं आणि वयानं किती तरी लहान पोरीबरोबर राहायला गेला म्हणून. मीडियावाल्यांनी तर त्याला कधीच माफ केलं नाही. पण त्यानं बिचाऱ्यानं सारं काही निमूटपणे सहन केलं.''

आता मात्र तिच्या डोळ्यातून अश्रूंच्या धाराच वाहू लागल्या. ग्रीननं खिशातला रुमाल काढून तिला दिला. तिनं तो घेतला, पण डोळे मात्र पुसले नाहीत.

''त्या डॉक्टर बेटेलहाईमनं आत्महत्या केली ना, तो दिवस माझ्या आयुष्यातला सगळ्यात चांगला दिवस होता. माझं लग्न झालं तेव्हा, इतकंच काय, मला मुलं झाली तेव्हासुद्धा मी इतकी खूष झाले नव्हते.'' मॅकगिलनं म्हटलं आणि मग तिचं हातातल्या रुमालाकडे लक्ष गेलं. कोणीच काही बोलत नव्हतं.

''बिचारा केव्हिन!'' हातातलं सिगारेटचं पाकीट चुरगळून टेबलावर फेकत तिनं म्हटलं. ''दोन बायकांवर प्रेम केलं त्यानं आणि आम्ही दोघीही चक्रम निघालो.''

''तुम्ही चक्रम नव्हतात, मिस मॅकगिल.'' ग्रीननं म्हटलं. ''तुमच्या मुलाला तुमच्यापासून तोडलं त्यांनी, म्हणून कदाचित–

''हं. असेल.'' मॅकगिलनं शेवटी एकदाचा रुमालानं चेहरा पुसला.

तिनं पुन्हा एकदा ते चुरगाळलेलं पाकीट उचललं आणि त्यातून एक त्यातल्या त्यात कमी वाकडी-तिकडी झालेली सिगारेट काढून पेटवली. मान दुसरीकडे वळवून शांतपणे धूर सोडत तिनं म्हटलं, ''आता डिटेक्टिव्ह, तुम्हाला आमचं छोटंसं गुपित समजलंय. केव्हिन मुलींना घेऊन दर रविवारी फिगर स्केटिंग, जिम्नॅस्टिक्स असं कुठे कुठे घेऊन यायचा आणि मी कधी लपून, कधी वेष बदलून त्यांना तिकडे जाऊन भेटायची. एकही रविवार कधी चुकला नाही आमचा. शेवटी-शेवटी तर मी अशी चोरून भेटण्यात इतकी तरबेज झाले की, मी गुप्तहेरांचं कामसुद्धा सहज करू शकले असते. शेवटी त्या सोशल वर्कर्सनी आमचा नाद

सोडून दिला. तोपर्यंत मुली चांगल्याच मोठ्या झालेल्या होत्या.'' तिनं टेबलावरच्या फाईलकडे एक नजर टाकली. ''ही माझी चिल्ड्रेन्स एडची फाईल का?''

ग्रीननं मान हलवली. ''नाही मिसेस मॅकगिल, यात तुमच्या सध्याच्या बँकेच्या खात्यातल्या नोंदी आहेत. एकंदर तुमच्या हाईस्क्रॅबल कॅफेची परिस्थिती बिकट दिसते.''

तिनं त्याच्या नजरेला नजर भिडवली. ''ते मी तुम्हाला आधीच सांगितलंय. तो धंदा कठीणच आहे.''

''दर महिन्याला तुमच्या खात्यात एक रकमी दोन हजार डॉलर जमा केलेले दिसतात.''

मॅकगिल काहीच बोलली नाही.

''आणि माझ्याकडे तुमच्या पतीच्याही बँकेची स्टेटमेंट्स आहेत.'' त्यानं मुद्दाम 'पती' हा शब्द वापरलेला होता. ''गेलं वर्षभर दर महिन्याच्या दहा तारखेला त्याच्या खात्यातून दोन हजार डॉलर रोख काढलेले दिसताहेत.'' त्यानं ती फाईल हातात घेतली, पण उघडली नाही. ''तुम्ही मला सांगितलंत, तसं इथून हॅलिबर्टनला टपाल पोचायला फक्त दोन दिवस लागतात. कधी कधी आमच्या तपासात अगदी उघड गोष्टीही सहज नजरेतून निसटतात. इथेही असंच काहीसं झालं. शेवटी काल अचानक सगळा उलगडा झाला. कॅथरिनच्या खुनाच्या आदल्या दिवशी रात्री तुम्ही टोरोंटोमध्ये आलात. खालच्या त्या रशीदनं मला सांगितलं की, केव्हिननंच त्याला बेसमेंटच्या दारात एक वीट ठेवायला सांगितली होती. त्यामुळे तुम्ही हळूच, व्हिडिओचा डोळा चुकवून आत आलात.''

सारा मॅकगिलनं रुमालाशी चाळा सुरू केलेला होता. ती अजूनही गप्पच होती.

''तुमच्या त्या पिकअप ट्रकवर अजूनही बर्फ तसंच होतं त्या वेळी. त्याला पार्किंग तिकीट मिळालं, कारण तुम्हाला उशीर झाला होता. हो ना?''

खोलीत एकदम गंभीर, तणावपूर्ण शांतता होती. सगळ्यांच्या नजरा सारा मॅकगिलवर खिळलेल्या होत्या.

''त्या रात्री मी समोर होते, डिटेक्टिव्ह – १२ एमध्ये.'' शेवटी तिनं हळूच म्हटलं.

''त्या रात्रीच नव्हे, दुसऱ्या दिवशी सकाळीसुद्धा होतात, मिसेस मॅकगिल.'' ग्रीननं म्हटलं. ''सकाळी पेपर टाकायला ते मि. सिंग आले, तेव्हा त्या पुढच्या दारामागे तुम्ही लपलेल्या होता.''

त्या क्षणी एकदम सारं चित्रच पालटून गेलेलं होतं आणि हे तिथल्या सगळ्यांच्याच लक्षात आलेलं होतं.

५५

व्हेस्टा लंच १९५५मध्ये सुरू झालं होतं. ते अगदी परंपरागत, लहानसं रेस्टॉरंट होतं. इथे दिवसभर ब्रेकफास्टच दिला जायचा– दिवसभर म्हणजे चोवीस तास. जवळच असलेल्या १४ नंबरच्या डिव्हिजनमध्ये ठेवलेल्या कैद्यांसाठीही जेवणं पाठवली जायची– घेऊन जाणाऱ्या पोलिसांनाही अर्थातच काही ना काही पदार्थ दिले जायचे. रात्रभर व्हेस्टा लंच उघडं असल्यामुळे तिथे वेश्या, रात्री उशिरा जागून अभ्यास करणारे विद्यार्थी आणि अशीच, एखाद्या मोठ्या शहरात मध्यरात्री जशी अत्रंग माणसं दिसतात, तशी माणसं नेहमी जमलेली असायची.

फर्नांदिझ तिथून शंभर वेळा तरी कारनं गेलेला होता, पण तिथे आत जावं, असं कधी त्याच्या मनातही आलं नव्हतं. पण काल दुपारी तो क्वीन्स स्ट्रीट ओलांडत असताना त्याचा सहकारी – फिल्ड कटर – मागून त्याच्यापाशी आला होता.

"फर्नांदिझ, तुझ्याशी थोडं बोलायचंय." कटरनं आपल्या भल्या प्रचंड आवाजात म्हटलं होतं.

फर्नांदिझनं डावीकडे बघितलं होतं आणि एक स्ट्रीटकार त्यांच्या दिशेनं येताना पाहून त्यानं चालण्याचा वेग वाढवला होता. पाठोपाठ कटरही होता.

"तुला ते व्हेस्टा लंच माहितंय ना?"

"हो, पाहिलंय." रस्ता ओलांडून समोरच्या फुटपाथवर पाय ठेवत फर्नांदिझनं म्हटलं होतं. फुटपाथवर नेहमीप्रमाणेच भरपूर गर्दी होती.

"गुड. तिथे पहाटे दोनला भेट. उशीर करू नकोस."

"काय? पहाटे दोन? ही कुठली वेळ?"

"वेळेवर ये, उशीर करू नकोस."

"कशाबद्दल बोलायचंय?"

"तू फक्त तिथे ये." आणि कटर वळून गर्दीत नाहीसा झाला होता. फर्नांदिझच्या शिस्तीत हे बसणारं नव्हतं. भेटायला बोलावलंय तर काही चिठ्ठी, निदान ई-मेल,

फोन – काहीच नाही. म्हणजेच या भेटीचा काहीही पुरावा नाही!

व्हेस्टा लंचचं लोखंडी दार उघडत फर्नांदिझनं घड्याळात बघितलं. पहाटेचे बरोबर दोन वाजले होते. काउंटरवर ताजी वर्तमानपत्रं ठेवलेली होती. सगळ्या वर्तमानपत्रांच्या पहिल्या पानावर ठळक अक्षरांत लीफ्सच्या विजयाचे मथळे छापलेले होते : काउंटरच्या मागच्या प्रचंड फ्रीजवर 'गो लीफ्स गो'चे बंपर स्टिकर्स जिकडे-तिकडे चिकटवलेले होते. बिचाऱ्या मदर तेरेसाचं चित्रसुद्धा त्यातून सुटलेलं नव्हतं.

या लंच होमच्या खिडक्यांच्या बाजूला काही बूथ होती. आत उंच पाठीच्या खुर्च्याही होत्या. शेवटच्या बूथमध्ये फिल कटर, बार्ब गिल्ड आणि पोलीसप्रमुख हॅप चार्लटन बसलेले होते. चौथी खुर्ची फर्नांदिझसाठी मोकळी ठेवलेली होती – चार्लटनच्या शेजारची खुर्ची.

फर्नांदिझ त्या खुर्चीवर बसला आणि त्यानं हातातली वही आणि जाडसर पेन टेबलावर ठेवलं.

"कॉफी?" चार्लटननं स्मित करत विचारलं. त्यांच्यासमोर वाफाळत्या कॉफीचे मग्ज होते.

"नको." फर्नांदिझनं म्हटलं.

"आपल्या या दोस्ताला पाणीदार कॅनेडियन कॉफी चालत नाही." कटरनं हळूच म्हटलं, तरी त्याचा आवाजच इतका प्रचंड होता की, त्याची ती 'कुजबुज' बाहेरच्या काउंटरपर्यंत नक्कीच ऐकू गेली असेल. टेबलावर असलेल्या नॅपकिनची घडी घालून तो पुनः पुन्हा मोडत होता.

चार्लटन हसला. "खरंय त्याचं. ही कॉफी खरंच पाणीदार आहे. पण इतकी वर्षं ही इथे पितोय की, आता चांगल्या कॉफीची चवच विसरून गेलोय. रात्रीच्या पाळीला असलो की, व्हेस्टा लंचला भेट हटकून व्हायचीच."

फर्नांदिझनं त्याच्याकडे बघून अस्वस्थपणे हसला. आता मूळ मुद्द्याला हात घालायची वेळ झालेली होती.

"बोला." वही उघडून पेन सरसावत त्यानं म्हटलं. "काय बोलायचंय तुम्हाला?"

"तुझं ते पेन ठेव खाली, अल्बर्ट." कटरनं म्हटलं. त्याचा नॅपकिनशी चाळा जरा जास्त वेगानं होऊ लागलेला होता.

त्याच्याकडे प्रश्नार्थक मुद्रेनं बघत फर्नांदिझनं पेन ठेवलं आणि वही मिटवली. त्यानं त्या तिघांकडेही आळीपाळीनं बघितलं. यांच्यापैकी बोलायला कोण सुरुवात करणार, हे त्याला समजत नव्हतं.

"ब्रेसला गुन्हा कबूल करायचाय." बार्ब गिल्डनं प्रथम तोंड उघडलं. फर्नांदिझला जरा आश्चर्य वाटलं. मान डोलावून तो तिनं पुढे बोलायची वाट बघत थांबला. "आपण दोषी आहोत, असं सांगणार आहे तो."

"बरोबर आहे, पण कोणत्या स्वरूपाच्या गुन्ह्याची कबुली द्यायचीय त्याला?"

"फर्स्ट डिग्री मर्डर."

फर्नांदिझच्या पोटात खड्डा पडला. "केव्हा?"

"आजच सकाळी."

त्याच्या पोटात ढवळू लागलं. "हे तुम्हाला कोणी सांगितलं?" त्यानं तिला विचारलं. त्याला एकच शक्यता वाटत होती– ऑफिसातल्या कॉपी मशीनवर मरिसाला सापडलेली फोटोकॉपी केलेली पानं.

"तुला हे खरंच माहीत असण्याची गरज आहे का?" कटरनं विचारलं. आता मात्र त्याचा आवाज एकदम शांत झालेला होता आणि नॅपकिनशी चाललेला चाळाही थांबलेला होता.

"तूच सांग." फर्नांदिझनं म्हटलं.

"हे बघ, हा त्याचा कबुलीचा अर्ज कोणताही अडथळा न येता मान्य झाला पाहिजे. समजलं का?"

"हो, पण मी कशाला त्याला विरोध करू? मी त्याच्या आड येणं शक्यच नाही."

"तू नाही येणार, पण तो समर्स येऊ शकेल."

"समर्स? का?" फर्नांदिझनं विचारलं.

कटरनं आपल्या दोघा सहकाऱ्यांकडे एक कटाक्ष टाकला. "यात काही अडचणी असू शकतात."

"उदाहरणार्थ?" फर्नांदिझनं म्हटलं. "तुम्ही कोणी काही स्पष्ट बोलणार आहात की नाही?"

शेवटी चार्लटननं तोंड उघडलं. "उदाहरणार्थ – त्याची ती वकील."

"कोण पॅरिश?" फर्नांदिझला हे अपेक्षितच नव्हतं." ती चिडेल, हे खरंय. एवढे कष्ट घेतलेत तिनं... त्याच्यावरचा फर्स्ट डिग्रीचा आरोप हाणून पाडायचा बऱ्यापैकी यशस्वी प्रयत्नसुद्धा केला तिनं. पण यात अडचण काय आहे?"

त्यानं त्या तिघांकडे पुन्हा आळीपाळीनं बघितलं. कोणीच बोललं नाही. कटरसुद्धा कधी नव्हे इतका निश्चल बसलेला होता.

–आणि एकदम त्याच्या डोक्यात प्रकाश पडला– लख्ख प्रकाश.

"एक मिनिट–" त्यानं म्हटलं. "ब्रेसनं त्याच्या वकिलाला काय सांगितलंय, हे तुम्हाला कसं कळलं? ती तर वकील आणि अशील यांच्यातली गुप्ततेची बाब आहे."

तरीही ते तिघंही गप्पच होते.

"या परगण्यातला कोणीही जे. पी. तिच्या फोनच्या टॅपिंगला परवानगी देणं

शक्य नाही.''

''खरंय.'' चार्लटननं मान डोलावली. ''कोणताही जे.पी. असं करायला परवानगी देणं शक्य नाही.''

पुन्हा शांतता. फर्नांदिझच्या लक्षात आलं, परवानगी देणार नाही याचा अर्थ टॅपिंग करता येणार नाही, असं थोडंच आहे? फक्त ते कुणालाच कळणार नाही. त्याच्या डोळ्यांसमोर एक चित्र तरळून गेलं. काही पोलीस एका खोलीत बसून नॅन्सी पॅरिशचे खासगी फोन ऐकताहेत. त्याच्या नजरेसमोर ती फोटोकॉपी केलेली पानं चमकून गेली. एक शब्दही न बोलता नॅन्सीला लेखी सूचना देणारा ब्रेस चमकून गेला.

''पण ब्रेस तर एक शब्दही बोलत नाही ना?'' फर्नांदिझनं विचारलं.

कटर एकदम पुढे झुकला. त्यानं त्याचा आवाज एकदम खाली आणला – जमेल तेवढा. ''आम्हाला ही माहिती एकदम पक्की समजलीय – खुद्द ब्रेसच्या हस्ताक्षरात लिहिलेली आहे ती.'' आणि तो हसायला लागला. त्याच्या त्या अर्धवट चोरट्या आवाजात ते हसणं जरासं भीतिदायकच वाटत होतं.

फर्नांदिझ बघतच राहिला. ''काय? म्हणजे ब्रेस जी वही कायम स्वत:जवळ ठेवतो, ती वही तुरुंगातल्या कोणी तरी वाचली?''

कटरला आनंद लपवता येत नव्हता. त्यानं हसतच म्हटलं. ''लोक विसरतात, की मीसुद्धा एकेकाळी खासगी वकील म्हणूनच सुरुवात केली होती. तुला म्हणून सांगतो की, डॉन जेलमधल्या एका वयस्कर गार्डशी मी अजून ओळख जिवंत ठेवलीय.''

फर्नांदिझनं सावकाश मान डोलावली. ''आणि म्हणूनच आज डिटेक्टिव्ह ग्रीन इथे नाहीय.''

''हे बघ, फर्नांदिझ.'' कटरनं म्हटलं. त्याचा नॅपकिनशी चाळा पुन्हा सुरू झालेला होता. ''या शहरातलं वातावरण कसं बिघडतंय, हे तूही बघतोयस. कोर्टात आपल्याला हे रोजच दिसतंय. लोक हत्यारं बाळगतात. अमली पदार्थ, टोळीयुद्धं... तुला जर मानवहत्यांचे, खुनांचे खटले चालवायचे असले, तर ही सत्य परिस्थिती स्वीकारावीच लागेल. बॉय स्काऊट नाही आपण; सरकारी वकील आहोत. सरकारी वकील खटला हरत किंवा जिंकत नसतात, म्हणे. बुलशिट्! खटला हा जिंकायचाच असतो. दुसरं म्हणजे, तुझ्या त्या नॅन्सी पॅरिशचा विचार करू नकोस. ब्रेस तिला कधीच फोन करत नाही – किंबहुना, तो बोलतच नाही. त्यामुळे तिची काळजी तू कशाला करतोयस?''

''ओके.'' फर्नांदिझनं क्षणभर विचार करून म्हटलं. ''मग आता मी काय करावं, असं म्हणणं आहे तुमचं?''

कटर मोठ्यानं हसू लागला. ''काय करावं म्हणजे काय, केस जिंकावी. ब्रेसनं

तिला काढून टाकायचा प्रयत्न केला, तर लगेच आक्षेप घे. तिनं केस सोडून द्यायचा प्रयत्न केला, तरी आक्षेप घे. समर्सला गडबड करायला वावच द्यायचा नाही.''

बार्ब गिल्डनंही लगेच बोलायला सुरुवात केली. ''या बाबतीत कायदा अगदी स्पष्ट आहे. मानसिक अक्षमतेचा अपवाद सोडला, तर ब्रेसला दोषी म्हणून गुन्हा कबूल करण्यापासून रोखण्याचा अधिकार पॅरिशला नाही – आणि त्या दोघांच्याही बाबतीत मानसिक अक्षमतेचा प्रश्नच उद्भवत नाही. वाईटात वाईट काय होईल, तर ती ब्रेसची केस सोडून देईल आणि ब्रेस स्वत:च आपण दोषी असल्याचा अर्ज दाखल करेल. म्हणजे, कोर्ट सुरू झाल्यापासून अर्ध्या तासात त्याला पंचवीस वर्षांची शिक्षा झालेलीही असेल.''

''आणि अल्बर्ट, तू तुझी पहिलीच खुनाची केस जिंकशील.'' कटरनं म्हटलं. ''तुझ्या नव्या करिअरची यशस्वी सुरुवात. अरे, आपल्याकडे आधीच हुशार लोकांची वानवा आहे. भरपूर काम आहे तुला.''

फर्नांदिझनं मान डोलावली आणि हलकंसं स्मित केलं. बूथमधला तणाव जरा निवळलेला होता.

''म्हणजे ही मीटिंग झालीच नाही– असंच ना?'' त्यानं विचारलं.

चार्लटन मोठ्यानं हसू लागला. ''कॉफीचे पैसे आम्ही रोख देणार आहोत. काउंटरवर असलेला तो निक आहे ना, तो मला मी साधा पोलीस असल्यापासून ओळखतोय. त्याला कोणी काही विचारलंच, तरी तो पत्ता लागू देणार नाही. पूर्वी जेव्हा फारसं काम नसायचं, तेव्हा रात्रीच्या गस्तीवर बाहेर पडलेले आम्ही चार–पाच पोलीस इथे येत होतो आणि तासन् तास कॉफी ढोसत बसत होतो. दर पंधरा मिनिटांनी आमच्यातला एक जण बाहेर जायचा आणि आपण कुठल्या तरी वेगवेगळ्या ठिकाणी असल्याचं कळवायचा.''

फर्नांदिझनं काउंटरच्या दिशेनं मान वळवली. पिकत चाललेल्या गलमिशा असलेला एक उंच माणूस काउंटर पुसत उभा होता. त्याच्या पांढऱ्या एप्रनवर रात्रभरात पडलेले डाग होते. घड्याळ अडीच वाजल्याचं सांगत होतं.

''म्हणजे, आज कोर्टात एकंदरीत मजा येणारसं दिसतंय.'' फर्नांदिझनं पेन आणि वही उचलत म्हटलं. ''चला, भेटू कोर्टात.''

वा! आज घरी लवकर जायला मिळेल. मरिसा तर जाम खूष होईल...

५६

“दर महिन्याला आमचे दहा-पंधरा चमचे, सुऱ्या, काटे वगैरे जातात – कधी मोडतात, तर कधी हरवतात.” सारा मॅकगिलनं चमचा असलेली ती प्लॅस्टिकची पिशवी उचलत म्हटलं. “नाही म्हटलं तरी त्यात बऱ्यापैकी नुकसान होतं आमचं.”

“खरंय.” ग्रीननं म्हटलं.

अनेक साक्षीदारांच्या बाबतीत ही गोष्ट ग्रीनच्या लक्षात आली होती. प्रचंड महत्त्वाचं काही तरी संकट समोर उभं असताना लोक अत्यंत किरकोळ गोष्टीकडेच जास्त लक्ष देतात. कारण असं की, त्या संकटावर त्यांचं काहीच नियंत्रण नसतं; पण या बारीक-सारीक गोष्टींवर ते नियंत्रण मिळवू शकतात.

मागच्या एका खुनाच्या खटल्यातला आरोपी स्वत: विरुद्धचे पुरावे भराभर वाढत जात असताना आज जेवायला काय आहे, इकडेच जास्त लक्ष द्यायचा. जसजशी केस त्याच्याविरुद्ध होत गेली, तसतशा त्याच्या जेवणाबद्दलच्या तक्रारी वाढत गेल्या होत्या.

आता मॅकगिल हातातल्या पिशवीशी चाळा करू लागलेली होती.

“मी नाही जाणार कोर्टात.” शेवटी तिनं म्हटलं.

ग्रीनला हे अपेक्षितच होतं. त्यानं जॅकेटच्या आतल्या खिशाकडे हात नेला. “माझ्याकडे कोर्टाचं वॉरंट आहे.” त्यानं म्हटलं. “तुम्हाला कोर्टात यायची जबरदस्ती करायची इच्छा नाही माझी, पण एक लक्षात घ्या की, तुमचा पती या क्षणी तुरुंगाच्या दारात उभा आहे, असं म्हटलंत तरी चालेल. थोडी-थोडकी नाही, पंचवीस वर्षांची शिक्षा होऊ शकते त्याला.”

“पण तिथे चिल्ड्रेन्स एडची माणसं असतील.”

ग्रीनला धक्काच बसला. कुणाच्या मनात काय विचार चालू असतील, काही सांगता येत नाही. “मिस मॅकगिल, हा खुनाचा खटला आहे, चिल्ड्रेन्स एडवाले कशाला येतील तिथे?”

मॅकगिलनं अचानक आपला हात इतक्या जोरानं त्या काचेच्या टेबलावर आदळला की, आता ती काच फुटते की काय, अशी भीती त्याला वाटून गेली. ''कशाला येतील तिथे काय म्हणताय तुम्ही?''

ग्रीन तिच्या नजरेत नजर मिळवून नुसताच बघत राहिला.

''ते लोक कधीच पिच्छा सोडत नाहीत.'' तिनं शांत होत म्हटलं. ''कधीच नाही. कॅथरिनच्या मृत्यूच्या वेळी मी हजर होते, असं जर त्यांना समजलं; तर ते पुन्हा कधीही मला माझ्या मुलांना भेटू देणार नाहीत.''

''पण मिस मॅकगिल, तुमची मुलं आता मोठी झालीयत. आता चिल्ड्रेन्स एडची भीती बाळगायचं काहीच कारण नाही.''

मॅकगिलनं रागानं ओठ घट्ट मिटले.'' तुमच्या अजून लक्षात येत नाही?''

अचानक त्याच्या लक्षात आलं. वरकरणी सारा मॅकगिल कितीही शांत आणि व्यवस्थित, हुशार दिसत असली; तरी मानसिक दृष्टीनं तिला या बाबतीत तरी एक भयंकर असा पॅरानोइयाचा विकार जडल्यासारखा वाटत होता आणि त्याला तसं कारणही आहे, हे मान्य करण्यावाचून गत्यंतर नव्हतं. आपले आई-वडील, त्यांचे मित्र वगैरेंच्या हकिगती आपल्याला माहीत आहेत; निदान त्यामुळे तरी हे आपल्या लक्षात यायला हवं होतं.

''तुमच्या नातवंडांची काळजी वाटतेय तुम्हाला.'' त्यानं हळूच म्हटलं.

ती सरळ समोर बघत होती; त्याच्याकडे मुळीच बघत नव्हती. जणू ती स्वत:ला कोशात बंद करून घेत होती.

''हरामखोर माणसं!'' शेवटी तिनं म्हटलं आणि जोरजोरात स्वत:शी मान हलवली. ''पुन्हा कधीही मी त्यांना माझी पोरं हिरावून नेऊ देणार नाही.''

''कॅथरिनला दारूचं व्यसन होतं, हे आम्हाला माहितय.'' ग्रीननं म्हटलं. त्याला तिला आणखी बोलतं करायचं होतं. ''हा ऑफिसर केनिकॉट तिच्याबद्दल तिच्या काही ओळखीच्या लोकांशी बोललाय– ज्यांना तिनं जखमी केलं होतं, अशा लोकांशी.''

मॅकगिलनं मान डोलावली.

ग्रीन बोलतच होता. ''कॅथरिन फार हात राखून पैसे खर्च करायची, हेही आम्हाला माहितेय. कॅनिकॉटला तिच्या पाकिटात किती तरी खाद्यपदार्थांची कूपन्स मिळाली. तिच्या व्हिसा कार्डावरही तिनं फार कमी खर्च केलेला दिसतोय. ब्रेस तुम्हाला जे महिन्याला दोन हजार डॉलर द्यायचा, त्याबद्दल तिचं काय म्हणणं होतं?''

मॅकगिलनं एकदम एडना विनगेटकडे कटाक्ष टाकला आणि मग परत ग्रीनकडे बघितलं. ती एक शब्दही बोलली नाही खरी, पण तिनं बोलायला साफ नकारही

दिलेला नव्हता.

“तिला त्या दोन हजार डॉलरबद्दल माहिती होती का?” ग्रीननं विचारलं.

“नाही, पण तिला समजलंच ते.”

ग्रीनला जरा बरं वाटलं. चला, निदान ही बोलतेय तरी.

“तिला ते फारसं आवडलेलं नसणार.”

“नव्हतंच आवडलं. आणि तशीही कॅथरिन कायमच असमाधानी वृत्तीची होती. तिनं माझा नवरा, माझी मुलं पळवून नेली... एवढी मोठी अपार्टमेंट मिळाली तिला... ब्रेसच्या बरोबर प्रवास केले, प्रसिद्धीच्या झोतात राहिली; तरी ती कधीच समाधानी नव्हती. तिच्या बापाबद्दल तिला जेव्हा समजलं, त्या दिवसापासून ती कायम भडकलेली असायची.”

ग्रीननं एकदा केनिकॉटकडे बघून पुन्हा तिच्याकडे मान वळवली.

“म्हणजे डॉ. टॉर्न ना?”

सारा मॅकगिलनं नाकानं एक नापसंतीदर्शक आवाज केला.

“म्हणजे तुम्हाला माहीत नाही, डिटेक्टिव्ह?”

ग्रीननं मान हालवली.

“मी तिच्या खऱ्या बापाबद्दल बोलतेय. तिची आई बऱ्याच वर्षांपूर्वी कुठल्याशा हॉर्सरायडिंगच्या स्पर्धेसाठी कॅलिफोर्नियाला गेली होती, तेव्हा तिथल्या एका हॉर्स रायडरपासून तिला ही मुलगी झाली. कॅथरिनला हे ती तेरा वर्षांची असताना कळलं आणि हा धक्का ती कधीच पचवू शकली नाही.”

ग्रीन आणि केनिकॉटनं एकमेकांकडे बघितलं. डॉक्टर टॉर्न असा का वागला, हे आत्ता समजलं.

“कॅथरिनच्या मृत्यूच्या दिवशी पहाटे तुम्ही तुमच्या पतीच्या अपार्टमेंटमध्ये कशासाठी आला होतात?” त्यानं विचारलं.

“मला आणखी पैसे हवे होते. ते हायवेचं काम रेंगाळत चाललंय ना, त्यामुळे आमच्या धंद्यावर फार वाईट परिणाम होतोय. तीन वर्षं काम चाललंय. त्यामुळे महिन्याला दोन हजारही पुरेनासे झाले होते.”

“म्हणून तुम्ही इतक्या पहाटे आलात?”

सारा मॅकगिल काहीच बोलली नाही.

“आणि ब्रेस जागा होता?”

“ब्रेस कधीच फारसा झोपत नसे. कॅथरिनच कायम झोपलेली असे.”

“फक्त त्या दिवशी ती जागी होती. हो ना?”

“माझी कल्पना होती की, पहाटे पाच वाजता ती नक्कीच झोपलेली असेल.”

“पण ते तसं नव्हतं. ती बाथमध्ये होती.”

"कोण, कॅथरिन?" मॅकगिल हसली. नेहमीसारखं मोठ्यानं, मोकळं. "कॅथरिन टॉर्न – आणि त्या कॉरिडॉरमधल्या टबमध्ये बाथ घेणार? तीसुद्धा दुसऱ्या बाथरूममधली पाच हजार डॉलरची जॅकुझी सोडून?"

ग्रीनला एकेक गोष्ट आठवायला लागली. कॅथरिनच्या पाकिटात सापडलेल्या महागड्या परफ्यूम्स वगैरेच्या पावत्या – केनिकॉटला सापडलेल्या पावत्या. कॉरिडॉरजवळच्या बाथरूममध्ये साधी सोप डिशसुद्धा नव्हती, अशी ऑफिसर होनं केलेली शेरेबाजी. फार कशाला, आपल्यालाही आपली स्वत:चीच बाथरूम आवडते की. सारा मॅकगिल खरं तेच सांगतेय, हे त्याच्या लक्षात लगेचच आलं.

"माझा नवरा गरिबीतून वर आलेला आहे त्यामुळे, जन्मभर तो थंड पाण्यानंच अंघोळ करत आलाय. रोज पहाटे, न चुकता. मी जेव्हा तिथे गेले, तेव्हा तो बाथरोबमध्येच होता. त्यानं टब पाण्यानं नुकताच भरलेला होता."

"मग कॅथरिन टबमध्ये कशी आली? त्या कॉरिडॉरमधल्या छोट्या बाथरूममधल्या टबमध्ये?"

"तिला केव्हिननंच तिथे आणून ठेवलं." तिनं इतक्या सहजपणे सांगितलं की, जणू कॅथरिन म्हणजे एखादी वस्तू असावी आणि केव्हिननं ती एका जागेवरन दुसऱ्या जागेवरुन ठेवली असावी. "तिचा मृत्यू झाल्यावर."

पुन्हा तिनं 'मृत्यू झाल्यावर' असंच म्हटलं होतं. 'मारल्यावर', 'खून झाल्यावर' वगैरे नाही.

"कसा मृत्यू आला तिला?"

"जीवन किती क्षणभंगुर असतं, नाही?" तिनं पुन्हा ती प्लॅस्टिकची पिशवी उचलत म्हटलं. "पण हे तर तुम्हाला माहीतच असेल – तुमच्या नोकरीमुळे. मी आणि माझा नवरा किचनमध्ये होतो. आई-बाप झोपले असताना चोरून गप्पा मारणाऱ्या दोन पोरांसारखे हलक्या आवाजात बोलत होतो. तो हातातल्या सुरीनं सकाळी खायची संत्री कापत होता. अचानक कॅथरिन कुठूनशी उगवली आणि आमच्या पाठीमागे येऊन उभी राहिली. तिच्या अंगावर एकही कपडा नव्हता. तिला कशानं जाग आली, कोण जाणे. तिनं थेट केव्हिनचा गळाच पकडला, दोन्ही हातांनी. सगळंच इतकं झपाट्यानं आणि अचानकपणे घडलं... ती किंचाळत होती, मोठमोठ्यानं. 'बास्टर्ड, बास्टर्ड... आता तू रेडिओवर कसा बोलतोस, तेच बघते मी.' कॅथरिनबद्दल जराही सहानुभूती बाळगायचं कारण नाही, डिटेक्टिव्ह ग्रीन. तिला जे व्हायला हवं होतं, ते सगळंच घडलं या घटनेमुळे."

खोलीत प्रचंड तणावपूर्ण शांतता होती. कोणी साधा श्वाससुद्धा घेत नसावं अशी शंका यावी, इतके सगळे स्तब्ध बसलेले होते. पुन्हा एकदा ग्रीनला एकेक गोष्ट आठवायला लागली. रोज सकाळी संत्री कापणारा ब्रेस... तुरुंगात डेंटशी तो

जे एकमेव वाक्य बोलला होता, तेव्हाचा त्याचा घोगरा, जेमतेम ऐकू येईल असा आवाज... कॅथरिनला मदत करण्याचा प्रयत्न करणाऱ्या दोघा माणसांच्या अंगावर तिनं नखांनी काढलेले बोचकारे – हॉवर्ड पील आणि डोनाल्ड डंडाज. सही न केलेला दहा लाख डॉलरचा तो करार... पीलशी भेट झाल्यानंतर नेहमीप्रमाणे एकमेकांचे हात न धरता लॉबीतून चालत गेलेले ब्रेस आणि कॅथरिन...

मॅकगिलच्या नजरेसमोर बहुधा तो प्रसंग पुन्हा जिवंत होत असावा. कारण तिचे डोळे उघडे होते, पण समोरचं काहीच बघत नव्हते. ''त्याच्या गळ्यावरून तिचे हात बाजूला काढायला प्रचंड खटपट करावी लागली आम्हाला.''

''मग काय झालं?'' ग्रीननं हलकेच विचारलं.

''केव्हिन 'कॅथरिनऽ कॅथरिनऽऽ' असं म्हणायचा प्रयत्न करत होता. त्याचा श्वास घुसमटत चाललेला होता, चेहरा तांबडा लाल होत होता. मीही काही तरी किंचाळून बोलले. काय, ते आता आठवत नाही. आणि मी तिचे हात धरून खेचायला सुरुवात केली. शेवटी तिनं त्याचा गळा सोडला आणि लगेच माझ्याकडे मोर्चा वळवला. तिचे डोळे... ते जणू आग ओकत होते!''

ग्रीननं फक्त मान डोलावली. साक्षीदारानं एकदा बोलायला सुरुवात केली की, आपण गप्प बसणंच चांगलं, हे तो जाणून होता.

''केव्हिन जोरजोरात धापा टाकत होता. कॅथरिननं तिचे हात माझ्या पकडीतून सोडवून घेतले आणि ती पुन्हा त्याच्याकडे वळली. तिनं त्याचा सुरी धरलेला हात दोन्ही हातांनी घट्ट धरला आणि ती जोरात किंचाळली, 'आता मेलात तुम्ही दोघंऽऽ!' ते शब्द मी कधीच विसरणार नाही.''

मॅकगिलनं ग्रीनकडे नजर वळवली.

''हेच हवं होतं तिला.'' तिनं हळूच म्हटलं.

''म्हणजे?''

''तिला आम्हा दोघांना एकत्र येऊ द्यायचं नव्हतं. आमची वाट लावायची होती तिला. आम्हाला नातवंड होणार आहेत, हे तिला माहीत होतं; चिल्ड्रेन्स एडबद्दल तर माहिती होतीच तिला आणि हा प्रसंग घडला तेव्हा मी तिथे असल्यामुळे माझी वाट लागणार, हेही माहीत होतं. तिनं सरळ केव्हिनचा हात स्वत:च्या पोटाकडे जोरात खेचून घेतला आणि स्वत:ला भोसकून घेतलं. केव्हिननं त्याही अवस्थेत तिला रोखायचा प्रयत्न केला. माझी पहिली कल्पना अशी होती की, हे कॅथरिनचं आणखी एक नाटक असणार. एकच तर जखम झालीय; होईल बरी. पण ती घसरून पडली – कशी, कोण जाणे!''

ग्रीननं अभावितपणे केनिकॉटकडे बघितलं. त्यालाही बहुधा आपण पडलो होतो, ते आठवत असावं; कारण तो खाली बघत होता.

"हो, मीही तिथे फरशीवरून घसरून पडलो होतो." तो म्हणाला.

सारा मॅकगिलनं त्याच्याकडे पाहिलं. "ती सुरी बहुतेक एखाद्या मोठ्या रक्तवाहिनीत घुसली असावी... अक्षरश: काही सेकंदांत तिचा जीव गेला."

डॉक्टर मॅककिल्टीनं दाखवलेली कॅथरिनची पोटातली तुटलेली रोहिणी ग्रीनला आठवली.

"माझा तर विश्वासच बसत नव्हता. केव्हिनलाही बोलता येत नव्हतं. तेवढ्यात आम्हाला बाहेर लिफ्टचा आवाज ऐकू आला. त्यानं कसाबसा दाराकडे हात केला आणि 'तिथे लप', एवढंच म्हटलं. मला काहीच कळत नव्हतं. अपार्टमेंटचं कॉरिडॉर खूप रुंद आहे, त्यामुळे तशी जागा भरपूर होती लपायला. मी पुढच्या दारामागे जाऊन लपले. तेवढ्यात बाहेर कॉरिडॉरमध्ये पावलं वाजली. मी परत आत पाहिलं, तेव्हा केव्हिन कॅथरिनला उचलून बाथरूममध्ये नेत होता. मला त्याला ओरडून थांबायला सांगायचं होतं, पण तेवढा वेळच नव्हता. तो माणूस दाराशी जवळजवळ आलेलाच होता. दाराशी येऊन त्यानं पेपर आत टाकला. मी त्याच्यापासून अगदी काही इंचांवर, दारामागे होते– एकदम पुतळ्यासारखी स्तब्ध. श्वासही घेत नव्हते मी."

ग्रीननं मान डोलावली.

"केव्हिन दारापाशी आला आणि त्यानं कसंबसं म्हटलं, 'मी मारलं तिला, मि. सिंग'. तो माणूस आत आला, पाठोपाठ केव्हिनही आत गेला. मागे वळून न पाहताच त्यानं पाठीमागे धरलेल्या हातानं मला जाण्याची खूण केली. मला आणखी काही करणंही शक्य नव्हतं."

हे सगळं दृश्य डोळ्यांसमोर आणण्याचा प्रयत्न ग्रीन करत होता. भडकलेली कॅथरिन... धक्का बसलेला, पुरता गोंधळून गेलेला ब्रेस... नेमक्या वेळी पोचलेला तो वृद्ध भारतीय माणूस मि. सिंग... आणि पुतळ्यासारखी निश्चल, दारामागे लपलेली सारा मॅकगिल.

मॅकगिल हाताची घडी घालून बसली.

"मिस मॅकगिल, तुमच्या पतीवर पूर्वनियोजित खून केल्याचा आरोप आहे; त्याला पंचवीस वर्षांची शिक्षा होणार. हे जवळजवळ नक्की आहे. हे तुम्ही आम्हाला आधीच का नाही सांगितलंत?"

मॅकगिलनं आईकडे – एडना विनगेटकडे पाहिलं. "माझ्या नवऱ्याला ते चाललं नसतं."

"हे तुम्हाला काय माहीत?"

"माझा नवरा आहे तो."

"निष्पाप लोकांना शिक्षा देण्याची पद्धत नाही आमची."

“मग मला साक्षीदार म्हणून बोलावू नका तुम्ही.” मॅकगिलनं ठामपणे म्हटलं. “तुम्ही मला साक्षीदाराच्या पिंजऱ्यात नुसतं उभं जरी केलंत ना, तरी एका क्षणात ब्रेस आपणच खून केल्याचं सांगेल.”

“पण तुम्ही आम्हाला आत्ता जे सांगितलंय ना, ते त्याच्या बचावासाठी अगदी पुरेसं आहे. आणि त्या चिल्ड्रेन्स एडची काळजी तुम्ही करू नका. ते आम्ही बघून घेऊ.”

मॅकगिलनं पुन्हा आईकडे पाहिलं– जणू आईला काही तरी सल्ला विचारत असल्यासारखं.

“तुम्ही जर साक्ष दिलीत–”

“मी नाही देणार साक्ष.” तिनं पुन्हा हात जोरात टेबलावर आदळला. “नाही जमणार मला. मी त्यांना पुन्हा काही करू देणार...” तिचा आवाज अस्फुट होत गेला.

खोलीतला तणाव अगदी असह्य होता. आता तणाव जरा कमी करायला हवा– ग्रीननं विचार केला. काही तरी वेगळं करायचं; पण अशा पद्धतीनं की, साक्षीदार सरळ आपल्याला निघून जायला सांगणार नाही. आपण पोलिसांना निघून जायला सांगू शकतो, हे तो विसरला पाहिजे.

त्यानं आणलेल्या लिलॅक्सच्या फांद्या अजून तिथेच होत्या. दोन तास होऊन गेले होते, त्या जरा कोमेजल्या होत्या; पण तरी पाण्यात ठेवल्या तर टिकू शकतील, इतपत त्यांची अवस्था चांगली होती.

जीवन खरंच क्षणभंगूर असतं– त्या फांद्या उचलत त्यानं स्वत:शी म्हटलं. “मी जरा या फांद्या पाण्यात ठेवतो.” आणि तो उठून उभा राहिला.

किचनमध्ये जाऊन त्यानं सिंकच्या उजवीकडचं एक कपाट उघडलं. खालच्या शेल्फवर स्वच्छ काचेचे कप एका ओळीत ठेवलेले होते. पण त्याचं लक्ष वेधून घेतलं ते दुसऱ्या शेल्फच्या ग्लासेसनी. संपूर्ण शेल्फ टोरोंटो मॅपल लीफ्सच्या निळ्या पांढऱ्या रंगाच्या ग्लासेसनी भरून गेलेलं होतं. त्यानं हात वर करून त्यातले दोन ग्लास काढून घेतले. त्यात गार पाणी भरलं, एका सुरीनं दोन्ही फांद्यांच्या बुंध्याचे छिलके काढले आणि फांद्या त्या ग्लासेसमध्ये ठेवल्या.

तो ग्लासेस घेऊन मागे वळला, त्याच क्षणी मॅकगिल आणि एडना विनगेटनं एकमेकांकडे चिंतातुर नजरेनं बघितलं. दोघींचीही नजर त्याच्या हातातल्या ग्लासेसवर खिळलेली होती.

तत्क्षणीच ग्रीननं ताडलं की, आपला तर्क बरोबर होता.

हे कसं माझ्या लक्षात आलं नाही?– ग्लासेस समोर ठेवून सावकाश जागेवर बसत त्यानं मनातल्या मनात म्हटलं.

"माझ्या नजरेतून फारसं काही सुटत नाही, असं तुम्ही म्हणत होतात ना; ते चुकलं तुमचं." त्यानं सारा मॅकगिलकडे बघत म्हटलं.

तिनं ग्रीनकडे पाहिलं. तिच्या नजरेत संताप होता.

"तुमचा मुलगा, केव्हिन ज्युनिअर. तो इथे राहतोय. त्याच्या आजीबरोबर." त्यानं म्हटलं. "इथे आजी आहे, समोरच त्याचे डॅडी राहतात. तोही त्याच्या डॅडींसारखा उंच आहे, म्हणूनच हे मॅपल लीफ्सचे ग्लासेस वरच्या शेल्फमध्ये आहेत, आणि म्हणूनच बरोबर असेच ग्लासेस समोर ब्रेसच्या घरातही आहेत."

तो एडना विनगेटकडे वळला. "आणि तुम्ही त्या दिवशी सकाळी थाप मारून मला इथे येऊ दिलं नाहीत, त्याचं कारण हे असं आहे. म्हणजे, तुमच्या नातवालाही पळून जायची संधी मिळावी, म्हणून."

कोणीच बोललं नाही.

त्यानं पुन्हा मॅकगिलकडे पाहिलं. "तुम्ही पुढचा विचार करताय. तुमची मम्मी हळूहळू थकतेय, ती आणखी फार काळ पायऱ्यांवरून जा–ये करू शकणार नाही. त्यामुळे तुम्ही तुमच्या मुलीला तिच्या घरातली बेसमेंट व्यवस्थित करून घ्यायला सांगितलीत – म्हणजे केव्हिन ज्युनिअरची राहायची सोय होईल. मी पैजेवर सांगतो, आत्ता तो तिथेच आहे. कॅथरिनच्या मृत्यूच्या दिवशी – त्या वेळी तो कुठे होता?"

"त्याला आमची गरज आहे." तिनं म्हटलं.

"एकवीस डिसेंबरला?"

"आणि त्याच्या झाडांचीही."

"इथेच होता? का तुमच्याबरोबर केव्हिनच्या घरी होता?"

"तो त्या झाडांना दुसऱ्या कुणाला हातही लावू देत नाही."

"तो तुमच्याबरोबर समोरच्या अपार्टमेंटमध्ये होता?"

"प्रत्येक झाडावर लेबल लावलंय त्यानं."

"भडकलेला होता का तो?"

"आता पुन्हा त्याला ते घेऊन गेले, तर तो मरूनच जाईल."

"त्यानंच भोसकलं का तिला?"

"नाहीऽऽ!" या बोलण्यानं मात्र मॅकगिल भानावर आली. "माझ्या मुलानं नाही मारलं कॅथरिनला. त्याच्या झाडाचं एखादं पान जरी गळून पडलं तरी रडायला येतं त्याला."

ग्रीननं विनगेटकडे वळून पाहिलं. "त्या रात्री तुमचा नातू कुठे होता?"

विनगेटनं डोळे बारीक करून त्याच्याकडे बघितलं. त्या हसऱ्या डोळ्यांमध्ये एकोणिसाव्या वर्षीच अनाथ झालेल्या, तीन वेळा विधवा झालेल्या, एकुलता एक नातू मानसिक रुग्ण असलेल्या आणि तरीही ताठ मानेनं अजूनही जीवनाशी लढा

देत असलेल्या एका स्त्रीचं अपार दु:ख, निर्धार आणि आनंदी स्वभावाचं एक विलक्षण मिश्रण जाणवत होतं. "तो समोरच्या त्याच्या डॅडींच्या घरात नव्हता. तुम्हाला वाटेल तो डीएनए, हाताचे ठसे– सगळा तपास करा तुम्ही. तो कधीही त्या घरात गेलेला नाही. इथून तो बाहेर पडतो, तेव्हा आम्ही मागचा जिनाच वापरतो. तो अजून लिफ्टपर्यंतसुद्धा कधी गेलेला नाही, तर पुढे त्याच्या डॅडींच्या घरापर्यंत जायची गोष्टच सोडा."

साक्षीदार जेव्हा 'कधीच नाही', 'कायमचं' वगैरे ठाम शब्द वापरतो; तेव्हा त्याचे दोन उद्देश असू शकतात. एक तर तो शुद्ध थाप मारत असतो किंवा तो संपूर्णपणे सत्य सांगत असतो. तुम्ही त्याचं म्हणणं खोटं पाडू शकत असाल, तर तो तुमच्या पकडीत आपसूकच सापडतो. पण तुम्ही तसं करू शकत नसाल, तर मात्र तुम्हाला त्याचं म्हणणं मान्यच करावं लागतं आणि मग तो पुढे तुम्हाला हवं तसं नाचवू शकतो.

"ठीक आहे. तुमच्या बोलण्यावर विश्वास बसलाय माझा." ग्रीननं कबूल करून टाकलं.

मग तो मॅकगिलकडे वळला. "आय ॲम सॉरी, मिस मॅकगिल. आमच्यापुढे दुसरा काही इलाजच नाही." आणि त्यानं खिशात हात घालून ते वॉरंटचं पाकीट तिच्यापुढे धरलं.

"केव्हिन आणि त्याचा मुलगा, यांच्यातले संबंध तुमच्या लक्षात आलेले दिसत नाहीत." मॅकगिलनं म्हटलं.

"अर्थातच केव्हिनचं त्याच्या मुलावर प्रेम असणार, हे उघडच आहे."

मॅकगिल मोठ्यानं हसली. नेहमीसारखं, मोकळं हास्य होतं ते. तिनं मान हलवली. "केव्हिनचं कॅथरिनवर प्रेम होतं. मला ते स्वीकारावं लागलं आणि कालांतरानं मी ते स्वीकारलंही. तरीही त्याचं माझ्यावरचं प्रेम कायमच होतं, पण ते तिला मात्र कधीच स्वीकारता आलं नाही. अर्थातच, हा दोष तिचा होता. पण केव्हिनचं जे प्रेम केव्हिन ज्युनिअरवर आहे ना, त्याच्या जवळपाससुद्धा आम्ही दोघीही येऊ शकणार नाही. आलं का लक्षात? केव्हिन स्वत:च्या बापाचा प्रचंड तिरस्कार करायचा, पण उलट त्याचा स्वत:चा मुलगा मात्र त्याचं सर्वस्व आहे. पंचवीस वर्षं कारावास म्हणताय तुम्ही? केव्हिन ज्युनिअरचा एका मिनिटाचा त्रास जर वाचणार असेल ना, तर केव्हिन ही शिक्षा एका सेकंदात मान्य करेल."

ग्रीननं विनगेटकडे पाहिलं. तीही जोरजोरात मान हलवून सारा मॅकगिलच्या म्हणण्याला दुजोरा देत होती.

"काही उपयोग नाही, डिटेक्टिव्ह." मॅकगिलनं वॉरंटचं ते पाकीट उलटंसुलटं करून वाचत म्हटलं. "मी माझ्या नवऱ्याला चांगली ओळखते. हा विचार त्यानं

नक्कीच केला असेल.'' तिनं केनिकॉटकडे वळून पाहिलं. ''तुम्ही साक्ष दिलीत, त्या वेळी अमांडा कोर्टात होती, ऑफिसर. तुम्ही त्या अपार्टमेंटच्या चित्राकडे बघत विचार करत होतात, ते तिनं पाहिलं होतं. त्यामुळे माझ्या नवऱ्यानं निश्चितपणे हा विचार केला असेल – खरं तर त्याला विचार करायचीही गरज नाही, इतकं हे उघड आहे.''

ग्रीनही केनिकॉटकडे बघत होता. आता आणखी प्रश्न विचारून काहीही उपयोग नाही, अशी जी एक वेळ चौकशीत येते; ती आता आलेली होती. सगळी उत्तरं अचानकपणे स्पष्ट झालेली होती. हे केनिकॉटच्याही लक्षात आलंय, हे तो त्याच्या नजरेवरून समजून चुकला.

''तुमचा तर्क फक्त एकाच बाबतीत चुकला, डिटेक्टिव्ह.'' विनगेटनं अचानकपणे म्हटलं. ''आम्ही इथून हलणार आहोत त्याचं कारण मला जिना चढता-उतरता येत नाही, हे नाही.''

ग्रीनला नकळत हसू आलं.

''काय हे मम्मी!'' मॅकगिललाही हसू येत होतं.

''जिना चढायला-उतरायला त्रास होतोय, तो केव्हिन ज्युनिअरला– हेच एकमेव कारण आहे. माझा योगाचा शिक्षक सांगतो की, त्र्याऐंशीव्या वर्षाच्या मानानं माझ्या मांड्या फारच मजबूत आहेत.''

ग्रीननं मान डोलावली. हे तुम्ही पूर्वीही सांगितलंय, असं तो म्हणणार होता; पण तो गप्प बसला आणि आपोआपच त्याची नजर मॅकगिलकडे गेली. मम्मी हे परत सांगतेय, हे तिच्याही लक्षात आलेलं दिसत होतं. आणि एकदम त्याच्या लक्षात आलं की, आपली हळूहळू खराब होत चाललेली तब्येत लपवण्यासाठी या बाईनं हा बेमालूम देखावा केला आहे.

सारा मॅकगिल, तुम्ही तर या बाबतीत माझ्याही पुढे आहात– त्यानं मनात म्हटलं.

लिलॅकची एक फांदी उचलून त्यानं विनगेटच्या हातात दिली. ''हे प्रकरण संपलं की, मीही येईन तुमच्याबरोबर योगाच्या क्लासला.''

''नुसता योग नाही, हठयोग.'' तिनं छाती भरून लिलॅक्सचा वास घेत म्हटलं.

''ओके, हठयोग.'' आणि प्रचंड तणावाच्या क्षणी जसं कधी कधी हसू येतं तसे सगळे मोठ्यानं हसले.

५७

सुख म्हणतात ते यापेक्षा आणखी काय असतं? –ॲवोट्वे अमनक्वा आपल्या छोट्याशा बेडरूममध्ये पडून मनात म्हणत होता. बेडरूमच्या पांढऱ्या सीलिंगवर बाहेरून ये-जा करणाऱ्या गाड्यांच्या प्रकाशाचा मजेदार खेळ चाललेला होता. मोठमोठ्यानं वाजणारे हॉर्न, प्लॅस्टिकच्या लांबलचक तुताऱ्या, ओरडाआरडा, गाणी ऐकू येत होती.

लीफ्सच्या विजयाशी त्याला फारसं देणं-घेणं नव्हतं. त्याची दोन्ही पोरं त्याच्या खांद्यांवर डोकं ठेवून निर्धास्तपणे झोपलेली होती, आणि हेच तर त्याच्या सुखाचं कारण होतं. त्यानं रात्री झोपताना त्यांना सांगितलेली गोष्ट – त्यांच्यासारख्याच दोन धीट आणि हुशार मुलांची गोष्ट – चांगलीच लांबली होती. गोष्टीतल्या या मुलांच्या गावाशेजारी असलेल्या पर्वतामधून ज्वालामुखीचा स्फोट होतो आणि त्या लाव्हारसात त्यांचं गाव खलास होणार असतं; पण ही दोन पोरं धावत-धावत सगळ्या घरांमधून जातात आणि खूपशा म्हाताऱ्या आजी-आजोबांचे प्राण वाचवतात, अशी ती गोष्ट होती. पण ती संपण्याआधीच झोप अनावर होऊन त्याची दोन्ही पोरं जांभया देत झोपी गेली होती.

मध्यरात्र उलटून पहाट व्हायची वेळ आली होती, पण अमनक्वाला झोपच आलेली नव्हती, इतका तो आज आनंदात होता. पोरं नसती तर या एवढ्याशा टीचभर घरात सुख वाटावं असं काहीच नव्हतं. खालच्या मजल्यावरच्या चिनी रेस्टॉरंटमधून वेळी-अवेळी येणारे वेगवेगळे वास, पुरेशी हवा यायला खिडक्या नाहीत– अशी अवस्था असूनही आज केवळ पोरांमुळे या घरात स्वर्ग अवतरला होता.

घटस्फोट घेतलेल्या बायकोच्या विरोधात अर्ज करून त्यानं मुलांना रात्रभर आपल्याकडे राहू देण्याची परवानगी कोर्टाकडून मिळवली होती, आणि आज संध्याकाळीच तो मुलांना घेऊन घरी आला होता. मुलांना आपलं घर आवडेल का

नाही, त्यांना आपली सवय नाही त्यामुळे ती त्रास देतील का– या त्याच्या सगळ्या शंका पहिल्या काही मिनिटांतच मुलांनी फोल ठरवल्या होत्या आणि त्यांचा दंगा, लपाछपी सुरू झाली होती.

माझ्या सगळ्या क्रेडिट कार्डांचं लिमिट संपलंय; पण म्हणून काय झालं? गेलं वर्षभर मला बाईचा सहवास मिळालेला नाही; पण त्यानं काय बिघडलं? या क्षणी माझी मुलं माझ्याशेजारी आरामात झोपलेली आहेत, हेच तर खरं सुख आहे.

थँक्स, केव्हिन ब्रेस. तुम्ही तुमच्या बायकोला भोसकलंत, त्यामुळेच मला माझ्या वर्तमानपत्राच्या ऑफिसात ओव्हरटाईम करता आला आणि मी ही छोटीशी जागा भाड्यानं घेऊ शकलो. शिवाय बायकोला वेळच्या वेळी सपोर्ट पेमेंटचे पैसे देऊ शकलो. तुमच्या या खून प्रकरणामुळे मला एवढा फायदा झाला! हे प्रकरण झालंच नसतं, तर आज कुठे असतो मी?

तो विचार करत होता. हळूहळू त्याचे विचार पुन्हा त्या खटल्याकडे वळत होते.

आज नॅन्सी पॅरिश ऑफिसर होला काय बरं विचारले? त्याच्या मनात आलं. काल कोर्ट संपल्यावर सगळ्या वार्ताहरलोकांमध्ये मि. सिंगबद्दल चर्चा होत होती. 'स्टार'च्या भारतातल्या वार्ताहराशी संपर्क साधून आपणच नॅन्सीला मि. सिंगची सगळी माहिती मिळवून दिली होती. त्याचा उपयोगही झाला आणि आपल्याला थोडे पैसेही मिळाले – तो स्वत:शीच हसला.

अमनक्वाच्या डोळ्यांसमोर केनिकॉटच्या साक्षीचा तो प्रसंग उभा राहिला. त्याची नजर केनिकॉटवरच खिळलेली होती. केनिकॉट साक्ष देताना फक्त फर्नांदिझकडे आणि मग नॅन्सीकडेच बघत होता, हे त्याच्या लक्षात आलं होतं. पण फर्नांदिझनं जेव्हा ब्रेसच्या घराचा नकाशा लावला होता, तेव्हा केनिकॉट पुन: पुन्हा त्या नकाशाकडे बघत होता. साक्ष देऊन संपल्यावरही त्यानं पुन्हा एकदा थांबून त्या नकाशाकडे नीट बघितलं होतं. त्याला काही तरी दिसलं होतं, हे नक्की.

अमनक्वा उठून बसला. त्याच्या खांद्यांवर विसावलेल्या त्याच्या दोन्ही मुलांची डोकी हळूच खाली उश्यांवर पडली.

काय बरं दिसलं असेल केनिकॉटला? –त्यानं स्वत:शीच म्हटलं. तो खिडकीशी आला. जवळजवळ रिकामी असलेली एक स्ट्रीटकार संथपणे समोरून निघून गेली. हॉकीशौकिनांची गर्दीही नाहीशी झालेली दिसत होती.

केनिकॉट, काय चाललंय तुझ्या मनात? –असं मनाशी म्हणत त्यानं घड्याळ पाहिलं. नुकतेच सकाळचे सहा वाजून गेले होते. नॅन्सीला एक ई-मेल करावी, असं म्हणत त्यानं की-बोर्डवर टाईप करायला सुरुवात केली; पण तेवढ्यात त्याला नॅन्सी पॅरिशनंच पाठवलेली ई-मेल दिसली. 'जाग आल्यावर कॉल कर. मुलांबरोबरची

पहिली रात्र कशी गेली?'

त्यानं लगेच तिला कॉल केला.

"हाय, अवोट्वे." पॅरिशनं म्हटलं. "मला वाटलं, तू झोपला असशील."

"नाही, टक्क जागा आहे मी. आत्ताच तुला ई-मेल करणार होतो."

"तुझी मुलांबरोबर रात्र कशी गेली?"

"फॅन्टॅस्टिक! मी वर्णनच करू शकणार नाही." त्यानं म्हटलं. "माझं नाव माहितेय तुला. अवोट्वे."

"बरं, मग?"

"त्याचा अर्थ, 'आठवा'. मी माझ्या आई-वडिलांचा आठवा मुलगा आहे, त्यामुळे एकट्यानं जगणं अशक्यच आहे मला."

"वा! मग तर फारच चांगलं झालं. बरं, तू ई-मेल कसली करत होतास मला?"

अमनक्वानं तिला केनिकॉट साक्ष देताना आपण त्याचं कसं निरीक्षण करत होतो, वगैरे सगळं सांगितलं. मग त्याच्या डोक्यात एकदम एक विचार आला. "तू मला फक्त मुलांबद्दल ई-मेल करत नव्हतीस. हो ना?"

पलीकडून बराच वेळ शांतता होती. "तू फक्त वेळेवर हजर हो तिथे." तिनं म्हटलं. "आणखी काहीही सांगू शकणार नाही मी."

फोन बंद केल्यावर अमनक्वा फोनकडेच बघत होता – सिनेमात दाखवतात तसं. ती काहीही स्पष्ट बोललेली नव्हती, पण तिचं म्हणणं अगदी स्पष्ट होतं – अशील आणि वकील यांच्यातली गुप्तता पाळणं भाग आहे. काही तरी घडतंय, पण मी स्पष्ट सांगू शकणार नाही.

बेडशेजारच्या बुकशेल्फमधून त्यानं एक जाडजूड वही काढली. वर 'ब्रेस' असं ठळक, वळणदार अक्षरात लिहिलेलं होतं त्यानं स्वतःच. त्याचं अक्षर अत्यंत रेखीव आणि नीटनेटकं होतं.

या वहीत त्यानं ब्रेसच्या खटल्याच्या अगदी सुरुवातीपासून घडलेल्या सगळ्या गोष्टी लिहून ठेवलेल्या होत्या. त्यानं एकेक पान वाचायला सुरुवात केली. केनिकॉटला काही तरी दिसलंय... पण काय?

वही वाचून झाल्यावर तो की बोर्डपाशी येऊन बसला. विचार करायचा असला की, तो कॉम्प्युटरवर एखादं शांत संगीत लावून मग विचार करायचा.

शॉपिनच्या मंद रचनेत बुडून जाऊन तो विचार करत होता. मधूनच बाहेरून एखादी स्ट्रीटकार जात होती.

बऱ्याच महिन्यांपूर्वी आपण आपल्या बायकोबरोबर – आता घटस्फोट घेतलेल्या – ब्रेसच्या त्या अपार्टमेंटमध्ये गेलो होतो, हे त्याला आठवलं. ती सुंदर अपार्टमेंट,

पुढचं भलं रुंद दार आणि आतलं तसंच रुंद कॉरिडॉरही आठवलं. त्या वेळी ब्रेसनं विनोदानं म्हटलं होतं की, पुढे लागेल तेव्हा व्हीलचेअर सहज जा-ये करू शकेल, म्हणून ते दार आणि कॉरिडॉर इतकं रुंद आहे.

त्याचं मन भरकटू लागलं... आपलं हे एवढंसं टीचभर घर आणि ब्रेसची ती आलिशान अपार्टमेंट. आपल्याला धास्ती होती की, मुलं इथे कशी राहू शकतील, खेळू शकतील? पण मुलांनी आपली भीती पार निराधार ठरवली. त्यांनी आल्या-आल्या पळापळ, लपाछपी, दंगा सुरू केला. आणि आपल्यालाही किती बेमालूम फसवलं त्यांनी, लपाछपी खेळताना. आपल्यावर 'राज्य' आलं. आपण बेडरूममध्ये गेलो आणि दहा आकडे मोजून बाहेर आलो. सगळ्या घरात शोधलं तरी पोरं कुठेच मिळेनात. आपण गोंधळून गेलो आणि मोठमोठ्यानं त्यांना हाका मारू लागलो आणि पोरं आपल्याच बेडरूममधून जोरजोरात हसत बाहेर आली. आपण दहा आकडे मोजत असतानाच ती आत येऊन दारामागे लपली होती आणि आपण मात्र दारामागे न बघताच त्यांच्याजवळून बेडरूममधून बाहेर पडलो... अगदी जुनी युक्ती! आपल्या लहानपणी आपणही किती वेळा असं लपलो होतो! चक्क बेडरूमच्याच दारामागे...

दारामागे! तो एकदम चमकला आणि उठलाच. दारामागे... ब्रेसच्या घराच्या पुढच्या रुंद दारामागे. केनिकॉट त्या नकाशाकडे पुन: पुन्हा हेच तर बघत नसेल?

शंकाच नको! नक्की त्या दारामागे कोणी तरी लपलं असलं पाहिजे. लपाछपीचाच खेळ– पण मोठ्या माणसांचा!

त्यानं ताबडतोब फोन उचलला.

"नॅन्सी, त्या वेळी तो घरात एकटा नव्हता." त्यानं पॅरिशनं 'हॅलो' म्हणताक्षणीच घाईघाईनं, उत्तेजित होऊन बोलायला सुरुवात केली." त्याच्या घरात आणखी कोणी तरी असलं पाहिजे. त्या पुढच्या कॉरिडॉरच्या दाराआड, दडून राहिलेलं."

"ओ ऽऽ" पॅरिशनं एकदम सारं समजल्यासारखं म्हटलं. "तरीच –"

"तरीच काय?"

पॅरिशनं एकदम स्वत:ला सावरलं. "सॉरी, मी ते तुला सांगू शकणार नाही. हे बघ, आज बहुतेक ती मॅच जिंकल्याबद्दल मिरवणूक असेल शहरात. पण काही झालं तरी तू मात्र उशीर करू नकोस."

५८

सकाळी सात वाजताच बाथर्स्ट स्ट्रीटवरच्या 'ग्राइफ्स बॅजेल्स'समोर भली मोठी रांग लागलेली होती. महागड्या परदेशी बनावटीच्या गाड्या वाटेल तशा, बेकायदा पद्धतीनं लागलेल्या होत्या, त्यांचे इमर्जन्सी लाईट्स उघडझाप करत होते. दाढ्या न केलेली, स्वेटपँट आणि रनिंग शॉर्ट्स घातलेली माणसं त्या दुकानातून गरम-गरम बॅजेल्सच्या कागदी पिशव्या छातीशी धरून घाईघाईनं बाहेर पडत होती.

अरी ग्रीननं आपली जुनी ओल्डसमोबाईल एका आलिशान लेक्सस गाडीच्या मागे लावली. सावकाश बाहेर येऊन त्यानं आपला बॅज गाडीत डॅशबोर्डावर टाकून दिला आणि इमर्जन्सी लाईट्स चालू करायचे कष्ट न घेताच गाडी बंद करून तो निघाला. 'ग्राइफ्स बॅजेल्स' हे अगदी साधं दुकानं होतं. रांगेतली बरीचशी माणसं ब्लॅकबेरीवरून घरी कोणाशी बोलत होती किंवा कालच्या विजयाचे भले मोठे ठळक मथळे असलेली वर्तमानपत्रं चाळत होती.

रांग मंद गतीनं पुढे सरकत होती. मागच्या बाजूला रॅक्समध्ये ताजी बॅजेल्स ठेवलेली होती. कित्येक वर्षं ही बेकरी होती, पण आतलं फारसं काहीच बदललेलं नव्हतं. भिंतीवर थेट १९००च्या अगदी सुरुवातीच्या काळातले काही काळे-पांढरे फोटो लावलेले होते. आत जाहिराती चिकटवलेल्या होत्या – पार ज्युईश संगीतिकांपासून इस्राईलच्या सहलींपर्यंत. दुकानाच्या दारामागे एक न्यूजपेपर रॅक होतं, पण त्याच्यावर कधीच एखादं वृत्तपत्र कित्येक वर्षांत बघितल्याचं कुणालाही आठवत नव्हतं.

काउंटरमागे एक वयस्कर स्त्री बॅजेल्स भराभर भरून गिऱ्हाइकांच्या हातात देत होती. बेक होत असलेल्या पिठाचा आणि साखरेचा वास आत भरून राहिलेला होता. ओव्हन्स आणि आतली गर्दी – या दोन्हींमुळे आत चांगलंच गरम होत होतं. पुढच्या दाराच्या वर एक जुनाट काळा पंखा होता, आतही दोन उभे पंखे होते; पण त्यांचा काहीही उपयोग होत नव्हता. ग्रीननं शर्टाचं वरचं बटण सोडून टाय सैल केला. आता मात्र रांग भराभर पुढे सरकत होती.

"मला दोन डझन तिळाची आणि एक डझन खसखसवाली बॅजेल्स द्या." सगळ्यात पुढच्या माणसानं म्हटलं.

त्या बाईनं भराभर दोन पिशव्या भरून तयार केल्या. "अजून?"

"एक डझन प्लेन द्या."

"मला एक डझन खसखसवाली बॅजेल्स." पुढच्या माणसानं म्हटलं.

"अजून काय?" त्या बाईनं काउंटरवरच्या जुनाट कॅश रजिस्टर मशीनची बटणं भराभर दाबत विचारलं. मशीनवर ठळक अक्षरात 'कॅश ओन्ली' अशी पाटी होती.

ग्रीननं आपलं पाकीट काढलं. पुरेसे पैसे खिशात आहेत की नाही? ही केस सुरू झाल्यापासून तर तो जणू त्याच्या क्रेडिट कार्डांवरच जगलेला होता. मोठ्या केसवर काम करताना तेच सोईचं होतं. कारण त्यामुळे केसवर केलेल्या खर्चाचा हिशेब ठेवणं सोपं जायचं. त्यानं पाकिटात चाचपून बघायला सुरुवात केली. नोटांचा परिचित स्पर्श त्याच्या बोटांना जाणवला; पण आणखी एक घडी घातलेला कागद त्याच्या हातांना लागला. हे काय, म्हणून त्यानं कागद उलगडून पाहिला.

ते सिटी हॉल पार्किंग लॉटचं एक तीस डॉलरचं तिकीट होतं. हे कधी केलं आपण? कारण तो त्या पार्किंग लॉटमध्येही नेहमी क्रेडिट कार्डच वापरायचा. मग हे पैसे रोख का दिले असतील आपण?

"अजून काय?" ती बाई पुढच्या गिऱ्हाइकाला विचारत होती. रांग पुढे सरकत होती.

त्यानं पुन्हा त्या तिकिटाकडे बघितलं. त्यावर फेब्रुवारीतली तारीख होती. त्यानं खांदे उडवले. एक तर तो काल रात्रभर जागा होता आणि थकलेला होता. त्याला एकदम चहाची आठवण झाली.

"अजून काय?" त्या बाईनं ग्रीनच्या पुढच्या माणसाला विचारलं.

अगदी लहानपणापासून तो या बेकरीत येत होता. सातवीत असताना त्याची शाळा इथून जवळच होती आणि तो त्याच्या मित्रांबरोबर इथे लंचलासुद्धा यायचा. तेव्हाही हीच बाई काउंटरवर असायची आणि तेव्हाही ती आतासारखीच वयस्कर दिसायची. काहीही बदल झालेला नव्हता तिच्यात. तेव्हा ती या पोरांना अगदी ओव्हनमधून काढलेली गरमागरम बॅजेल्स द्यायची. उन्हाळ्याच्या दिवसांत तर ही मुलं हिवाळ्यातले ग्लोव्हज बरोबर आणायची. का, तर ती गरम बॅजेल्स हात न पोळता खाता यावीत, म्हणून.

आत्ता तिचं बोलणं ऐकताना त्याला तिच्या 'अजून काय?' या प्रश्नातली गंमत कळली. म्हणजे गिऱ्हाइकाला काही तरी उत्तर देणं भागच पडायचं. साक्षीदारांनासुद्धा 'त्या वेळी आणखी काय घडलं?' असं विचारावं; म्हणजे मग आपोआप आणखी

माहिती मिळते.

त्यानं ते तिकीट हातात समोर धरलं. काय रे, तू आणखी काय सांगू शकशील मला?

"एक डझन तिळाची बॅजेल्स; अजून काय?" तिनं विचारलेल्या प्रश्नानं ग्रीन भानावर आला. तिनं नेहमीप्रमाणे तेरा तिळाची बॅजेल्स आधीच पिशवीत भरलेली होती.

तो हसला. "थोडे क्रीम चीज." त्यानं एक प्लॅस्टिकची पिशवी खिशातून काढून तिला दिली. "तुम्ही डॅडींना सांगणार नाही ना?"

"छे! कसे आहेत ते?"

"नेहमीसारखेच आहेत आडमुठे."

"गुड. तसंच असलं पाहिजे. अजून काय?"

"काही नको."

बॅजेल्सची पिशवी घेऊन त्यानं पुन्हा त्या तिकिटाकडे बघितलं. त्याच्यावर सकाळी सव्वादहाची वेळ होती. पण त्यावरूनही काही समजत नव्हतं. कारण तो कोणत्याही परिस्थितीत सकाळी नऊच्या आत ओल्ड सिटी हॉलच्या कोर्टात हजर असे.

तेवढ्यात त्याच्या दंडाला कोणाच्या तरी कोपराचा धक्का लागला. "ओ सॉरी." एक माणूस म्हणाला. "टाय सैल करत होतो. फार गरम होतंय, नाही?"

"खरंय, फारच उकडतंय." ग्रीननं म्हटलं आणि पुन्हा तिकिटाकडे बघितलं.

आणि त्याच क्षणी त्याला आठवलं.

त्यानं पुन्हा त्या टाय सैल करत असलेल्या माणसाकडे वळून बघितलं. बरोबर आहे. गरम खोलीत सगळ्यात जास्त उकाडा जाणवतो. त्यामुळे आपण सहसा मानेभोवती काही गुंडाळत नाही... गरम हवेत... हां, पण मानेला काही–

"ओ गॉड!" त्यानं स्वत:शीच म्हटलं आणि दारातल्या लोकांच्या धक्क्यांची पर्वा न करता तो बाहेर पडला आणि गाडीकडे अक्षरश: पळतच निघाला.

५१

जगातल्या इतर कुठल्याही बंदरावर दिसणारं वातावरण आणि ते चिरपरिचित वास – टोरोंटो बंदरावरही होते, पण प्रत्यक्ष शहरात मात्र त्यांचा मागमूसही जाणवत नसे. सीगल पक्ष्यांच्या विष्ठेची दुर्गंधी, ओल्या दोरांचा वास, गॅसोलिनचा दर्प आणि आवाज... पक्ष्यांचं ओरडणं, शिडांची फडफड, धक्क्यांवर आदळणाऱ्या लाटांचे आवाज.

किंबहुना, आपलं शहर ओंटारिओ सरोवराच्या काठावर अगदी मोक्याच्या जागी आहे, याची फारशी जाणीवही शहरात होत नसे. जेव्हा मोठमोठे हायवे बांधण्याचं १९५०च्या दशकात फॅड होतं, तेव्हाच्या सत्ताधारी राजकारण्यांनी अगदी किनारपट्टीला लागून, समांतर असा एक लांबलचक उंचवटा बनवून त्यावर एक एक्स्प्रेस-वे बांधला होता. वीस वर्षांनी पुढच्या पिढीतल्या 'ज्ञानी' राजकारण्यांना टोरोंटो हे बंदर असल्याचा साक्षात्कार झाला होता आणि त्यांनी किनारपट्टीला तिचं मूळ सौंदर्य पुन्हा मिळवून देण्याचा एक अर्धवट प्रयत्न केला होता. बऱ्याच काही योजना जाहीर झाल्या होत्या, खास राजकारणी आश्वासनं देण्यात आली होती आणि त्यांचं दृश्य स्वरूप म्हणून की काय, पुढच्या पाव शतकात कीस्टोन कॉप्सची – बर्लिनच्या भिंतीसारखी घाणेरडी दिसणारी बहुमजली कॉन्डोमिनियम्सची एक मालिका – उभारण्यात आली होती.

या सगळ्या स्थित्यंतरांमधून, लॅगूनच्या पूर्वेकडच्या छोट्या-छोट्या बेटांवर छोट्या घरांची एक वसाहत उभी राहिली होती. लहानपणी डॅनियल केनिकॉट फेरीबोटीनं आपल्या मित्रांबरोबर आणि मिशेलबरोबर या बेटांवर जाऊन तिथल्या किनाऱ्यांवर खेळत असे. आत्ता बेटांवर उतरून जो समर्सच्या घरी जात असताना त्याच्या मनात या आठवणींनी गर्दी केली. तिनं त्याला फोन करून घरी बोलावलं होतं. 'एक महत्त्वाची गोष्ट बोलायचीय तुझ्याशी, पण फोनवर बोलता येणार नाही. त्यापेक्षा तू घरीच ये–' ...तिनं फोनवर म्हटलं होतं.

डॉकपासून जो समर्सचं घर चालत दहा मिनिटांच्या अंतरावर होतं. सुंदर रस्ता होता. दुतर्फा उंच-उंच वृक्ष होते. वृक्षांवर वसंतामधली कोवळी पालवी फुटलेली होती. ते सगळे रंग आणि गंध पिऊन घेत तो चालत होता.

सकाळीच जेव्हा तो आणि अरी ग्रीन मार्केट प्लेस टॉवरमधून बाहेर पडले होते, तेव्हा ग्रीन त्याच्याकडे वळून म्हणाला होता, ''घरी जाऊन थोडी विश्रांती घे, डॅनियल.''

''आपल्याला करता येण्यासारखं काहीच नाही का?''

''आता अजून काही पुरावा मिळाल्याशिवाय आपण काहीच करू शकत नाही.'' ग्रीननं म्हटल होतं. ''हो. पुराव्यावरून आठवलं. ''त्यानं एक मोठं कापडी पाकीट काढलं. त्यावर काहीच लिहिलेलं नव्हतं.'' हे घे. जरासं त्रासदायकच आहे तुझ्यासाठी. व्हेरी सॉरी. तुझ्या भावाच्या त्या इटलीतल्या कुठल्याशा गावाच्या प्रवासाबद्दल माझ्या डॅडींच्या मनात एक कल्पना होती.''

''गुबियो.'' केनिकॉटनं पाकीट घेतलं. त्याचे हात थरथरत होते.

''कालच त्यांना हे मिळालं. आय ॲम सॉरी. दुपारी भेटल्यावर याबद्दल आपण पुन्हा बोलू. चल, मला गेलं पाहिजे. घरी जाऊन थोडी झोप काढ. पण तुझा सेलफोन मात्र चालू ठेव.''

तिथून निघून केनिकॉट एका जवळच्या बागेत गेला होता आणि तिथे एका बाकावर बसून त्यानं त्या पाकिटातले कागद वाचून काढले होते. त्याला प्रचंड धक्का बसला होता. गेली दहा वर्षं त्याची अशीच समजूत होती की, दारूच्या नशेत गाडी चालवत असलेल्या एका ड्रायव्हरमुळे आपल्या मम्मी-डॅडींना मृत्यू आला. पन्नास वर्षांचा दारूडा ड्रायव्हर, जन्मभर वेल्फेअरच्या पैशावर जगलेला. दोनच लेन असलेल्या त्या हायवेवर विरूद्ध बाजूला जाऊन आपल्या मम्मी-डॅडींच्या गाडीला धडकला. दर शुक्रवारी त्याच रस्त्यावरून ते दोघं त्याच ठरावीक वेळेला घरी जायचे. घरापासून पाच मैलांवर त्यांना हा प्राणघातक अपघात झाला होता.

पुढच्या काळात केनिकॉटनं मम्मी-डॅडींच्या अपघाती मृत्यूच्या खटल्याच्या आठवणी फारशा येऊ न देण्याचा प्रयत्न केला होता. ब्रेसब्रिज या उत्तरेकडच्या छोट्या शहरातली ती लहानशी कोर्टरूम, मान खाली घालून उभी असलेली ती त्या दारूड्या ड्रायव्हरची लहानशी मूर्ती – त्यानं गुन्हा कबूल केला होता. न्यायमूर्तींनी त्याला सहा-सहा वर्षांच्या दोन शिक्षा ठोठावल्या होत्या– दोन्ही एकत्रच भोगायच्या होत्या. न्यायमूर्तींनी केलेलं भाषणही त्याला अंधुकसं आठवत होतं. या जोडप्याच्या मृत्यूनं समाजाची अपरिमित हानी झाली. पती यशस्वी व्यावसायिक होता तर पत्नी शिक्षणतज्ज्ञ होती. वगैरे वगैरे आणि खटला संपला होता. डॅनियल आणि मिशेलशी शेकहँड करून पोलीस अधिकारी निघून गेले होते आणि हे दोघं भाऊ कोर्टाच्या

पायऱ्यांवर किंकर्तव्यमूढ अवस्थेत उभे होते– आता काय करावं, कुठे जावं– कोणत्याच प्रश्नाचं नेमकं उत्तर नव्हतं.

आर्थर फ्रँक रेक. त्या ड्रायव्हरचं नाव विसरायचा बराच प्रयत्न केनिकॉटनं केला होता, पण तुरुंगातल्या अधिकाऱ्यांकडून वेळोवेळी आलेल्या पत्रांमध्ये हे नाव सारखं पुढे येत राहिलं होतं. रेकला या तुरुंगातून त्या तुरुंगात हलवण्यात आलं आहे, अशा आशयाची पत्रं. त्याला व्यसनमुक्तीचे कोर्सेस देण्यात आलेले होते. आणि मग शेवटचं पत्र – रेकनं शिक्षा पूर्ण केली असून त्याला सोडण्यात आलं आहे.

–आणि आज त्या बागेतल्या बाकावर बसून केनिकॉटनं टोरोंटोमधल्या इटालियन वकिलातीकडून आलेलं पत्र वाचलं होतं. मि. यित्झॅक ग्रीन यांना उद्देशून लिहिलेलं पत्र. रेकनं इटलीमधल्या गुबियो इथे एक फार्म हाऊस विकत घेतल्याचं – याच गावाला मिशेल जाणार होता, पण त्याचा खून झाला होता.

त्या रात्री मिशेल विमानानं कॅलगरीहून टोरोंटोला आला होता. तो आणि डॅनियल एकत्र डिनर घेणार होते आणि मग दुसऱ्या दिवशी विमानानं इटलीला जाणार होता. पण गुबियोलाच का? केनिकॉटनं तर हे नावही कधी ऐकलं नव्हतं त्याची समजूत होती की, मिशेल इटलीला जाणार म्हणजे फ्लॉरेन्सला जाणार आहे, नेहमीप्रमाणेच त्याच्या बँकर्सना भेटायला. त्या रात्रीसुद्धा फोनवर मिशेल काही तरी गूढ असंच बोलला होता. डिनरला भेटल्यावर बोलू, असं तो म्हणाला होता. पण त्यांचं हे फोनवरचं बोलणंच शेवटचं ठरलं होतं. त्यांची प्रत्यक्ष भेट होण्याआधीच मिशेलचा खून झाला होता.

ग्रीननं त्या पत्राला एक पिवळी स्टिकी नोट चिकटवलेली होती :

'या प्रकरणाबाबत माझ्या डॅडींनी काही तर्क केले होते आणि त्याचा पाठपुरावा केला होता. मीही ते त्यांच्याशी बोललो. आर्थर रेकला कधीच लॉटरी लागली नाही, त्यामुळे त्यानं ते फार्महाऊस कसं खरेदी केलं, हे गूढ आहे. शिक्षा संपल्यावर तो एकदम बेपत्ताच झाला. तुला हे वाचून किती त्रास होत असेल याची मला कल्पना आहे. पण निदान आता तपासासाठी एक धागा तरी हाती आलेला दिसतो.'

"तुझा सेलफोन मात्र चालू ठेव," असं ग्रीननं म्हटल्यावर केनिकॉटनं विचारलं होतं, "तू काय करणार आता?"

ग्रीननं खांदे उडवले होते. "माझ्या डॅडींना थोडी बॅजेल्स घेऊन जावी म्हणतोय."

खाण्याच्या नुसत्या विचारानंच केनिकॉटच्या पोटात खड्डा पडला होता. रात्रभर तो जागा होता आणि गेल्या कित्येक तासांत त्यानं काहीही खाल्लेलं नव्हतं. कदाचित समर्स देईल आपल्याला ब्रेकफास्ट. तिच्याबरोबर ब्रेकफास्ट घेण्याची कल्पना त्याला एकदम आवडली होती.

वातावरण एकदम छान, उबदार होतं. कोट आणि टाय काढून केनिकॉट त्या

झाडीच्या रस्त्यानं झपाझप चालत होता.

थोड्याच वेळात तो तिच्या घराशी पोचला. तिचं घर शोधणं फारच सोपं होतं. बेटाच्या धक्क्याकडे तोंड करून छोट्या घरांची एक रांग आहे आणि माझ्या घराच्या दारावर निळ्या आणि हिरव्या लाटा रंगवल्या आहेत– तिनं सांगितलं होतं. "या रंगाचं दार फक्त माझ्याच घराचं आहे. अशा निळ्या आणि हिरव्या लाटा म्हणजे माया संस्कृतीत 'पश्‍चिम' दिशेचं चिन्ह समजलं जातं आणि माझ्या घराचं दार पश्‍चिमेकडेच आहे." तिनं फोनवर सांगितलं होतं.

तो घराच्या छोट्याशा पोर्चमध्ये आला. पायाखालच्या लाकडाच्या फळ्या चालताना करकरल्या. तो दारापर्यंत पोचायच्या आधी समर्सनंच आतून दार उघडलं. तिच्या अंगावर एक सैलसर जीनची पँट आणि पांढरा टी-शर्ट होता. तिचे केस डोक्यावर बांधलेले होते, पण नेहमीसारखे व्यवस्थित नव्हते. चेहऱ्यावरून ती जरा थकलेली दिसत होती.

दार उघडून तिनं सरळ त्याचा हात धरून त्याला आत खेचलं.

"थँक्स, डॅनियल. वेळात वेळ काढून मी बोलावल्याबरोबर आलास; बरं वाटलं."

तिच्या घरात एक मोठी खोली, डाव्या हाताला अगदी साधं किचन आणि उजव्या हाताला फायरप्लेसच्या समोर तीन जुने सोफा होते. सिंकच्या वरच्या बाजूच्या खिडकीतून सकाळचं ऊन आत येत होतं.

"आणखी कोणाला बोलवायचं, हेच कळत नव्हतं मला. मला कोणा तरी गुन्हेगारी खटल्यांच्या वकिलाशी बोलायचं होतं. आणि खरं म्हणजे डॅनियल, मला दुसरा कोणी विश्‍वासू माणूसच आठवत नव्हता."

केनिकॉटनं मान डोलावली. तो तिच्या घरात इकडे-तिकडे बघत होता – खरं म्हणजे दुसरा कोणी पुरुष तिथे राहतोय का, याच्या खाणाखुणा बघत होता. नंतर त्याची त्यालाच मनोमन लाज वाटली.

तिनं डोक्यावरचे केस नीट करायचा थोडा प्रयत्न केला, पण नंतर काहीशी वैतागून डोक्यावरची क्लिप खेचून काढली आणि तिचे केस एकदम खाली येऊन खांद्यावर रुळू लागले. पण त्याचं तिला काहीच भान नव्हतं.

"तो कटर आणि त्याची मैत्रीण बार्ब गिल्ड." तिनं क्लिप हातानं घासत म्हटलं.

"कोण, ते सरकारी वकील? त्यांचं काय?"

"माझा त्यांच्यावर विश्‍वास नाही."

"कोणाचाच विश्‍वास नाही त्या दोघांवर."

"काल मला पुन्हा जामीनाच्या कोर्टात उशीर झाला. मी ऑफिसमध्ये मागच्या दारानं गेले, त्यामुळे त्यांना मी आल्याचं समजलं नसणार."

"बरं, मग?"

"ते दोघं ब्रेसच्या केसबद्दल बोलत होते."

केनिकॉट जागेवरच खिळून उभा होता.

"कदाचित मी हे तुला सांगायला नकोय." तिनं निस्तेज हसत म्हटलं.

पण आता काही उपयोग नाही, हे त्या दोघांनाही समजलेलं होतं.

"आता न सांगून काय उपयोग?"

समर्सनं किचनमध्ये जाऊन स्वत:साठी हातानं बनवलेल्या एका सिरॅमिक मगमध्ये कॉफी भरून घेतली. तिथून तिनं मग वर करून केनिकॉटला कॉफी हवीय का, अशी खूण केली.

"नको. फक्त ग्लासभर गार पाणी दे." त्यानं म्हटलं.

ती आतून पाण्याचा ग्लास घेऊन आली. "मला त्यांचं सगळंच बोलणं ऐकू आलं नाही." कॉफीचा मग दोन्ही हातांनी धरत तिनं एक घोट घेतला. "ते दोघं फर्नांदिझबद्दल बोलत होते. किती मन लावून काम करतो, या खटल्यासाठी तो कसा योग्य सरकारी वकील आहे आणि ही केस जर त्यानं जिंकली नाही तर पुढची दहा-बारा वर्षं त्याला अगदी फालतू केसेस हाताळाव्या लागतील."

केनिकॉटनं पाण्याचा एक घोट घेतला. "मुर्ख माणसं आहेत ती. त्यांना वाटतं, आपणच सरकारी वकिलांचं ऑफिस चालवतो. कटर तर कोणालाच आवडत नाही."

"खरंय." तिनं जरा चाचरत म्हटलं. "पण पुढे ऐक. कटर त्याच्या त्या भसाड्या आवाजात बोलला, 'पण त्या बिनडोकानं या बाबतीत थोबाड बंद ठेवलं पाहिजे.' गिल्डनं म्हटलं, 'फर्नांदिझ भयंकर महत्त्वाकांक्षी आहे. ही केस म्हणजे त्याच्यासाठी केवढी मोठी संधी आहे हे त्याला चांगलं माहितेय.' त्यावर कटर काय बोलला, ते ऐक. तो म्हणाला, 'आणि ब्रेसनं त्याच्या वकिलाला काय सांगितलं हे त्याला माहितेय.'"

"काय?" केनिकॉटला धक्काच बसला. "हे फर्नांदिझला कसं कळणार? हे बोलणं तर गुप्त असतं."

समर्सनं जरासं चिडूनच म्हटलं, "हो, ते गुप्तच असतं. म्हणूनच तर मी तुला फोन केला. यात कुठे तरी गडबड दिसतेय मला. ते डॉन जेलमधल्या कुठल्याशा रक्षकाबद्दल बोलत होते – काही तरी मि. बंट किंवा असंच नाव होतं त्याचं."

केनिकॉटनं ग्लास खाली ठेवला. "मि. बझ."

"तू ओळखतोस त्याला?"

"तुम्ही सरकारी वकीललोक कधीच तुरुंगात जाऊन भेट देत नाही. बाकीचा प्रत्येक वकील मि. बझला ओळखतो. तो माणूस गेली कित्येक वर्षं आहे तिथे."

"बाप रे! प्रकरण बिघडतच चाललंय." समर्सनं खालचा ओठ चावत म्हटलं.

केनिकॉटची नजर पुढच्या खिडकीतून बाहेर गेली. किनाऱ्याजवळच्या फुटपाथवरून उत्तम कपडे घातलेल्या स्त्रिया आणि पुरुष ब्रीफकेसेस घेऊन फेरीबोटीच्या धक्क्याकडे चाललेले होते. मी इकडे राहायला आलो, तर मीही असाच जाईन– त्यानं मनात म्हटलं.

"खरंय तुझं." त्यानं म्हटलं. "या सगळ्या प्रकरणात काही तरी गडबड दिसतेय."

६०

अरी ग्रीननं गाडीच्या कप्प्यामधून पोलीस फ्लॅशर काढून गाडीच्या टपावर ठेवला, झपाट्यानं गाडी उलट दिशेनं वळवली आणि सकाळच्या गर्दीतून वेगानं वाट काढत गाडी हायवेवर आणली. त्यानं गाडीला ताबडतोब वेग दिला. डॅशबोर्डवरच्या घड्याळात सकाळचे सव्वाआठ वाजले होते.

किंग सिटीला जाणाऱ्या फाट्याशी तो येईपर्यंत जवळजवळ नऊ वाजत आले होते. वाटेतली टेकडी चढून तो गावाच्या मध्याकडे येत असतानाच त्यानं करकचून ब्रेक दाबले. एका छोट्या लाकडी घरासमोर एक स्कूल बस थांबलेली होती आणि शाळेच्या युनिफॉर्म घातलेल्या, पाठीवर दप्तरं अडकवलेल्या दोन छोट्या मुली रस्ता ओलांडत होत्या. त्यांनी अर्धा रस्ता ओलांडला, पण तेवढ्यात त्यातली एक मुलगी हात उंच करून उलटी फिरून पळत सुटली. तिनं रस्त्यावर काही वाहन येतंय का, काहीच बघितलेलं नव्हतं. पण ग्रीनला लांबूनच तिचा लाल-पांढरा डबा त्या बाजूच्या फुटपाथवर पडलेला दिसला होता, त्यामुळे त्यानं आधीच ब्रेक दाबलेले होते.

ती मुलगी डबा घेऊन परत फिरली आणि स्कूल बसमध्ये दिसेनाशी झाली. ग्रीनच्या चेहऱ्यावर हलकंसं हसू उमटलेलं होतं.

सावधपणे गाडी चालवत तो मुख्य चौकात वळला आणि उत्तरेकडच्या टेकड्यांमधून टॉर्नच्या घराशी येऊन थांबला. त्यानं पोलीस सायरन बंदच ठेवलेला होता. पुढच्या रुंद ड्राईव्ह-वेमध्ये एक ट्रेलर उभा होता. ग्रीन गाडी आत आणत असतानाच डॉक्टर टॉर्न बार्नच्या दारातून एक घोडा घेऊन ट्रेलरकडे येताना त्याला दिसले. त्यांच्या अंगावर खाकी शॉर्ट आणि टी-शर्ट होता.

ग्रीन गाडीचं दार उघडून बाहेर आला. एवढ्यातच उकडायला लागलं होतं. त्याला लगेच घाम येऊ लागला. ''डॉ. टॉर्न,'' त्यानं शेकहँडसाठी हात पुढे करत म्हटलं. ''सॉरी, मला तुम्हाला आधी न कळवता यावं लागलं.''

टॉर्नचे निळे डोळे एकदम थंड होते. ''हे सगळं प्रकरण संपलंय असं सांगायला

आला असाल, अशी अपेक्षा आहे मला.'' त्याच्याशी शेकहँड करून ते घोड्याचा पट्टा नीट करू लागले. ''अ‍ॅली आणि मी दुपारी व्हर्जिनियाला निघालो आहोत.''

''नाही सर, प्रकरण अजून संपलेलं नाही.'' ग्रीननं म्हटलं. त्याला स्वत:लाच मनातला तणाव जाणवत होता. ''उलट, मला तुमची मदत हवीय.''

''मला या केसमध्ये आणखी काहीही करायची इच्छा नाही.''

ग्रीननं त्यांच्याकडे रोखून बघितलं. ''डॉक्टर, तुम्हाला या प्रकरणात का बाहेर राहायचंय, ते माहितेय मला.''

टॉर्ननं सरळ होत त्याच्या नजरेला नजर भिडवली.

''मला मिसेस टॉर्नशी बोलायचंय.'' ग्रीननं ठाम स्वरात म्हटलं.

टॉर्न काही उत्तर देणार, एवढ्यात गॅरेजचं दार उघडलं. मिसेस टॉर्न निश्चल उभ्या होत्या. आणि त्यांचे ते दोन मोठे थोरले कुत्रे जोरजोरात शेपट्या हलवत ड्राईव्ह-वेवरून धावत सुटले. मिसेस टॉर्ननंही शॉर्ट, सँडल्स आणि ब्लाऊज घातलेला होता. त्यांच्या गळ्याभोवती एक सिल्कचा स्कार्फ गुंडाळलेला होता.

''मला तुमच्या पत्नीशी बोलायचंय, डॉक्टर... पण त्या माझ्याशी बोलू शकणार नाहीत, ते हे मला माहितेय. खरं म्हणजे, त्या कोणाशीच बोलू शकत नाहीत. हो ना ?''

टॉर्ननं मागे वळून चालत येत असलेल्या आपल्या पत्नीकडे बघितलं. त्यांची नजर आता आक्रमक नव्हती, तर हरवलेली होती.

''तुमचं म्हणणं बरोबर आहे, डॉक्टर.'' ग्रीननं म्हटलं. ''या प्रकरणात आधीच फार लोकांना दु:ख भोगावं लागलंय.'' त्यानं आता नवऱ्यापाशी येऊन उभ्या राहिलेल्या मिसेस टॉर्नकडे बघितलं. ''मानसिक आणि शारीरिकही.''

''डॉ. टॉर्न, मला तुमच्या पत्नीचं रक्षण करायचंय... पण तुम्ही मला त्यांच्याशी बोलू दिलं नाहीत, तर मी कसं करणार ते?''

''मी... मी...'' मिसेस टॉर्न बोलायचा निष्फळ प्रयत्न करत होत्या.

''प्लीज डॉक्टर, त्यांना कोर्टासमोर उभं करायची वेळ आणू नका माझ्यावर.'' ग्रीननं समजावणीच्या स्वरात म्हटलं, ''नाही तर त्यांना गळ्याभोवतीचा स्कार्फ काढावा लागेल आणि कॅथरिननं त्यांचा गळा दाबून त्यांना मारण्याच्या प्रयत्नात गळ्यातल्या व्होकल कॉर्ड्स तोडल्या, हे भर कोर्टात दाखवावं लागेल.''

६१

"**थां**बा!'' फेरीबोटीच्या डॉककडे जोरात धावत जात असताना केनिकॉट मोठ्यानं ओरडला. त्याच्या काळ्या बुटांचा खाड्खाड् आवाज खालच्या लाकडी फळ्यांवर होत होता.

पण काही उपयोग नव्हता. डॉकच्या दारापाशी पोचायला अजून चांगले दोनशे यार्ड बाकी होते. आणि तेवढ्यात त्याला डॉकचं दारही बंद होताना दिसलं. तो थांबला आणि दोन्ही हात तोंडाशी धरून प्रचंड आवाजात ओरडला, "थांबाऽ पोलीसऽऽ''

नेमक्या त्या क्षणी फेरीबोटीनं मोठ्यानं भोंगा वाजवला, त्यामुळे त्याचं ओरडणं कोणाला ऐकू जाणं शक्यच नव्हतं. आता फेरीबोट मिळण्याची उरलीसुरली आशाही संपलेली होती. त्यानं घड्याळात पाहिलं. सव्वानऊ! फेरीबोटीनं पलीकडच्या किनाऱ्यावर पोचायला अर्धा तास लागत होता. म्हणजे, त्याला फेरीबोट मिळाली असती, तरी दहा वाजायच्या आत तो कोर्टात पोचणं जरा कठीणच गेलं असतं.

जो समर्सनं त्याला कटर आणि बार्ब गिल्डचं बोलणं सांगितल्यावर त्याला ब्रेकफास्टसाठी थांबायचा आग्रह केला होता. ती मेक्सिकन पद्धतीनं अंडी बनवणार होती. त्यानं पहिला घास तोंडात घेताक्षणीच त्याचा सेलफोन वाजला होता. फोन डिटेक्टिव्ह ग्रीनचा होता. हे घडून फक्त पाच मिनिटं झाली होती.

"केनिकॉट,'' ग्रीनच्या आवाजात तणाव जाणवत होता. "तुला दहाच्या आत ओल्ड सिटी हॉलला पोचावं लागेल. घाई कर. फार अर्जंट आहे.''

"काय?'' केनिकॉटनं पहिला घास गिळत म्हटलं. जो समर्सनं केलेला तो पदार्थ चांगलाच मसालेदार आणि स्वादिष्ट होता.

"मी आत्ताच डॉ. टॉर्नच्या फार्मवरून निघतोय.'' ग्रीननं म्हटलं होतं. "कॅथरिन टॉर्नला बहुतेक लोकांचे गळे दाबायची सवयच होती, असं दिसतंय. दोन वर्षांपूर्वी तिनं तिच्या आईचाही गळा दाबून व्होकल कॉर्ड तोडल्या होत्या. त्यामुळेच मिसेस

टॉर्न कधीही बोलत नव्हत्या... कारण त्या बोलूच शकत नव्हत्या!''

''म्हणजे, अगदी ब्रेससारखंच.'' केनिकॉटनं नॅपकिननं चेहरा पुसत म्हटलं होतं. शब्दकोडं हळूहळू जुळत चाललेलं होतं.

''मॅकगिलनं सांगितलेली हकिगत खरी आहे. तिच्या साक्षीमुळे ब्रेस पूर्णपणे निर्दोष असल्याचं सिद्ध होईल.'' ग्रीननं म्हटलं होतं. ''आणि नेमका आजच ब्रेस कोर्टात येऊन आपण दोषी असल्याचं सांगणार आहे – बायकोला आणि मुलाला वाचवायला.''

''आणखी एक गोष्ट सांगायला हवी तुला.'' आणि केनिकॉटनं कटर आणि बार्ब गिल्डचं समर्सनं सांगितलेलं बोलणं त्याला सांगितलं होतं.

''शिट्.'' ग्रीननं म्हटलं होतं.

ग्रीनशी ओळख झाल्यापासून केनिकॉटनं त्याच्या तोंडून पहिल्यांदाच शिवी बाहेर पडलेली ऐकली होती.

''केनिकॉट, तुला कसंही करून तिकडे पोचलंच पाहिजे.''

''मी आत्ता इथे टोरोंटो आयलंडवर आहे.''

''काहीही कर, पण कोर्टात पोच. आणि टाय बांधलेला ठेव. कोर्टात तू पोलीस म्हणून गेलास, तर न्यायमूर्ती समर्स तुला बोलू देणार नाहीत. पण तू एक वकील म्हणून गेलास तर मात्र ते तुला परवानगी देण्याची शक्यता आहे.''

हो, पण त्यासाठी मी कोर्टात पोचलो तर पाहिजे ना! दूर जात असलेल्या फेरीबोटीकडे हताशपणे बघत केनिकॉटनं मनात म्हटलं. आता काय करावं, असा विचार करत इकडे-तिकडे बघत असतानाच त्याला व्हॅलेंटाइन्स डेला समर्सनं काय सांगितलं होतं, ते आठवलं. 'फेरीबोट चुकली तर तुम्ही अर्धा तास अडकूनच पडता. फारच घाई असेल तर एक तर तुम्हाला एखादी बोट चोरावी तरी लागते किंवा वॉल्टरची वॉटर-टॅक्सी शोधावी लागते. हा माणूस म्हणजे गेली शंभर वर्षं तरी त्याची वॉटर-टॅक्सी चालवत असेल.''

अच्छा, म्हणजे पोलिसानंच चोरी करायची! मनात म्हणत केनिकॉट आता वॉल्टरला कुठे शोधावं, असा विचार करत होता. तेवढ्यात त्याला आधी जिथे फेरीबोट उभी होती, तिथून आणखी एक भोंग्याचा आवाज ऐकू आला.

ती वॉटर-टॅक्सीच होती. सुटकेचा नि:श्वास सोडून केनिकॉट दोन्ही हात उंच करून हालवत तिकडे पळत सुटला. फेरीबोट चुकलेल्या प्रवाशांची ने-आण करून हा वॉल्टर्स चांगला धंदा करत असला पाहिजे – पळता-पळता त्याच्या मनात आलं.

''थँक गॉड.'' त्या अरुंद बोटीत उतरत त्यानं म्हटलं. ''मला ताबडतोब जायचंय.''

पुढे बसलेल्या ड्रायव्हरनं सावकाश मागे वळून पाहिलं. त्याच्या डोक्यावरच्या खलाशाच्या टोपीवर 'वॉल्टर्स वॉटर-टॅक्सी' अशी अक्षरं रंग उडालेल्या लाल

धाग्यानं विणलेली होती. भल्या मोठ्या ताठ गलमिशा आणि पार हनुवटीपर्यंत आलेल्या साईडबर्न्समुळे त्याचा अरुंद चेहरा जवळजवळ पूर्णपणे झाकून गेलेला होता. त्याचं वयही चांगलं साठ-पासष्ट असावं आणि त्याचं लाकडी सीटही इतक्या वर्षांच्या वापरामुळे जणू त्याच्या अंगाशी चिकटून बसल्यासारखं वाटत होतं. त्यानं इतक्या निर्विकार नजरेनं केनिकॉटकडे पाहिलं की, त्यानं अशी घाईत असलेली हजारो माणसं बघितली असली पाहिजेत, हे लगेच लक्षात यावं.

''आणखी लोकांची वाट बघत पाच मिनिटं थांबण्याची पद्धत आहे माझी.'' तितक्याच निर्विकार आवाजात बोलून त्यानं शांतपणे शेजारचा पेपर उचलून घेतला.

''मी ऑफिसर केनिकॉट.'' केनिकॉटनं धापा टाकत म्हटलं आणि आपला पोलीस बॅज खिशातून काढून दाखवला. ''मला फार तातडीचं काम आहे – पोलिसांचंच काम आहे. तुमचं जे काही नुकसान होईल, त्याची भरपाई तुम्हाला मिळेल.''

मोठ्या अनिच्छेनं वॉल्टरनं पुन्हा मागे वळून त्याच्या हातातल्या पोलीस बॅजकडे पाहिलं. पण त्याचा काहीही परिणाम त्याच्यावर झालेला नव्हता. ''मला अजून जे चार प्रवासी मिळाले असते; त्यांचे पैसे देणार आहे का तुमचा हॅप चार्लटन?''

''मी तुम्हाला चारच काय, आठ प्रवाशांचे पैसे देतो; तेही आत्ताच.'' केनिकॉटनं पाकीट बाहेर काढलं. ''पण आपल्याला गेलंच पाहिजे.''

वॉल्टरनं काही वेळ त्याच्याकडे त्याच निर्विकारपणे रोखून बघितलं. ''मला कुठलीही गोष्ट 'केलीच पाहिजे' असं काही नाही.'' आणि त्यानं पुन्हा वळून समोर बघायला सुरुवात केली.

केनिकॉटच्या हातांच्या मुठी वळल्या. आता काय करू याला? आवाज चढवू? दमबाजी करू? की पिस्तुलाचा धाक दाखवू? पण तेवढ्यात बोटीचं इंजिन सुरू झालं.

''बसा हवं तर.'' वॉल्टरनं म्हटलं आणि बोट झपकन पुढे निघाली. त्याबरोबर इतका वेळ उभा असलेला केनिकॉट दण्कन एका लाकडी सीटवर बसला. त्यानं घड्याळात पाहिलं : नऊ वीस.

वॉल्टरची बोट भर वेगानं पाणी कापत चाललेली होती. केनिकॉटनं खिशात हात घालून त्याचा टाय काढला. वॉल्टर आरशातून त्याच्याकडेच बघत होता.

''साधे पोलीस असूनही कपडे छान आहेत तुमचे.''

केनिकॉटनं नुसतीच मान डोलावली.

''डॅनियल केनिकॉट.'' वॉल्टरनं विचार करत म्हटलं. ''तुमचा चेहरा ओळखीचा वाटतो.''

केनिकॉट जवळ येत चाललेल्या शहराकडे बघत मुकाटपणे टाय बांधत होता.

आता पुढे हा काय बोलणार, हे त्याला माहीत होतं. साधारणपणे महिन्यातून एकदा कोणी तरी त्याला हा प्रश्न विचारत असे.

"आलं लक्षात. तुम्ही वकिली सोडून पोलीस झालात."

केनिकॉटनं टाय घट्ट केला. "हो." त्यानं कुठलाही उत्साह न दाखवता म्हटलं. "तुम्हाला काय माहीत?"

"मी पेपर फार वाचतो. माझा तो छंदच आहे म्हणालात तरी चालेल. आणि सहसा मी एकदा पाहिलेला चेहरा विसरत नाही."

केनिकॉटनं मान डोलावली. "ती प्रसिद्धी उगाच मिळाली मला. मला ती नकोच होती."

वॉल्टरनं सावकाश मान डोलावली. "माझाही भाऊ गेला." पहिल्यांदाच केनिकॉटनं त्याच्याकडे थेट बघितलं. "वीस वर्षं झाली, पण अजूनही ते दु:ख कमी झालेलं नाही."

काही क्षण गप्प राहून केनिकॉटनंही पुन्हा मान डोलावली. "अजून किती वेळ लागेल आपल्याला पोचायला?"

"साधारण पाच-सात मिनिटं."

ते पलीकडच्या डॉकमध्ये पोचले, तेव्हा जवळजवळ पावणेदहा वाजलेले होते. केनिकॉटं बोटीतून ताबडतोब बाहेर उडी मारली आणि पैसे काढले. पण वॉल्टरनं पैसे घ्यायला साफ नकार दिला. शेवटी केनिकॉट फक्त "थँक्स, वॉल्टर" एवढंच बोलून धावत निघाला.

डॉकमध्ये बरीच गर्दी होती. "प्लीज, जाऊ द्या", "एक्स्यूज मी", असं ओरडत, वाट काढत तो बाहेर पडला. लेकच्या किनाऱ्यालगतचा रस्ता त्यानं सिग्नलची वाट न पाहताच सरळ रहदारीत घुसून, गाड्यांच्या जोरजोरात वाजणाऱ्या हॉर्न्सकडे दुर्लक्ष करत ओलांडला. पुढे गार्डिनर एक्स्प्रेस-वेच्या खालचा बोगदा होता. उजव्या बाजूचा अरुंद फुटपाथ – कडेला काँक्रिटचा कठडा असलेला – लोकांच्या गर्दीनं खचाखच भरून गेलेला होता. त्यावरून पुढे जाणंच शक्य नव्हतं.

केनिकॉटला वाहनाचा धक्का लागण्याचा धोका पत्करून चालणार नव्हतं. रस्ता ओलांडून तो दुसऱ्या बाजूला गेला आणि सरळ रस्त्यावरून, रहदारीच्या उलट दिशेनं पळत सुटला. बोगद्यामधून आपल्याच दिशेनं धावत येणारा सुटाबुटातला हा माणूस बघून बहुतेक वाहनचालक इतके हबकले की, त्यांनी भराभर ब्रेक दाबले.

बोगद्यातून बाहेर पडून तो फ्रंट स्ट्रीटच्या दिशेनं पळत निघाला. डाव्या हाताला टोरोंटोचं प्रचंड युनियन रेल्वे स्टेशन होतं. त्याला दूरवर एक मोठं घड्याळ दिसलं, त्यात नऊ वाजून अठ्ठेचाळीस मिनिटं झालेली होती. जवळच काही टॅक्सी उभ्या होत्या, त्यांचे सोमाली ड्रायव्हर एकत्र जमून गप्पा मारत होते. त्यातल्या एकानं

धावत येत असलेल्या केनिकॉटला पाहिलं.

"टॅक्सी, सर? टॅक्सी?" त्यानं विचारलं.

धापा टाकत थांबून केनिकॉटनं बे-स्ट्रीटवर पुढे नजर टाकली. गाड्या आणि माणसांनी तो अख्खा रस्ता भरून गेलेला होता. सगळ्यांच्या हातात मॅपल लीफ्सचे निळे-पांढरे झेंडे होते. प्रचंड उत्साहाचं वातावरण होतं.

केनिकॉटनं लगेच निर्णय घेतला. "नको. तेवढा वेळ नाही."

तो तसाच पुढे धावत निघाला. बे-स्ट्रीटवर त्यानं पाहिलं, तेव्हा त्याला दूरवर ओल्ड सिटी हॉलच्या मनोऱ्यातलं भलं मोठं घड्याळ दिसलं. त्यात नऊ-बावन्न झालेले दिसत होते.

लीफ्सच्या विजयोत्सवाची मिरवणूक सुरू झालेली होती. लोक मोठमोठ्यानं ओरडत होते, घोषणा देत होते. मोक्याची ठिकाणं बघून काही टीव्हीचे ट्रक मिरवणूक कव्हर करण्यासाठी उभे केलेले होते.

केनिकॉटनं ढकलाढकली करत त्या गर्दीतून वाट काढायला सुरुवात केली आणि तो गर्दीच्या पलीकडे पोचला. पण क्वीन स्ट्रीटच्या दोन चौक अलीकडे तो पुन्हा अडकला. आता ओल्ड सिटी हॉलचं ते घड्याळ जवळ आलेलं होतं, पण तरी अजून बरंच दूर होतं. त्यात आता नऊ-पंचावन्न झालेले होते.

त्याच्या उजव्या बाजूला एक भलं मोठं बांधकाम चाललेलं होतं. तो झपाट्यानं तिथे आला आणि साखळदंड लावलेल्या कुंपणावर चढून त्यानं पलीकडे उडी मारली.

"सॉरी, सर." कामावर नसलेल्या एका जाडजूड पोलिसानं घाईघाईनं त्याच्यापाशी येत म्हटलं. "इथे आत जायला परवानगी नाही."

जोरजोरात धापा टाकत केनिकॉटनं कोटाच्या खिशातून बॅज काढून त्याच्यासमोर उघडून धरला.

"ओ! मला वाटलं, तुम्ही वकील असाल." त्या पोलिसानं म्हटलं.

तू मला पोलीस, वकील, काहीही म्हण– मी तो आहे. "हे बघा... मला ताबडतोब... ओल्ड सिटी हॉलला... गेलं पाहिजे." केनिकॉटनं धापा टाकत म्हटलं.

"असं? या माझ्यामागून." त्या पोलिसानं म्हटलं.

दोघंही धावत ते बांधकामाचं ठिकाण ओलांडून पलीकडच्या कंपाउंडपाशी गेले. लगेच त्या पोलिसानं पलीकडच्या बाजूचं लोखंडी दार उघडून दिलं आणि त्याचे आभार मानून केनिकॉटनं धावत रस्ता ओलांडला. 'बे'चं बाजूचं दार त्याच्या समोर होतं आणि तिथला एक कर्मचारी आत जात होता. ते दार बंद व्हायच्या आत केनिकॉटनं ते उघडून धरलं आणि तोही आत शिरला.

'बे'चा तळमजला उत्तमोत्तम कॉस्मेटिक्सच्या काउंटर्सनी आणि जगातल्या

प्रसिद्ध कॉस्मेटिक्सच्या उत्तान मॉडेल्सच्या प्रचंड पोस्टर्सनी भरून गेलेला होता. काउंटर्स अजून सुरू व्हायचे होते. सुंदर मेकअप केलेल्या पोरी काउंटर्स सजवत होत्या. त्यांच्या जवळून धावत जातानाच एका पोस्टरनं केनिकॉटचं लक्ष वेधून घेतलं – ती त्याची पूर्वीची मैत्रीण होती – अँड्रिया. अत्यंत तोकड्या बिकिनीतलं तिचं पोस्टर बघून त्याही स्थितीत त्याला चीड आली.

तसाच पुढे पळत जाऊन 'बे'च्या कंपाउंडमधून बाहेर पडून तो एकदाचा क्वीन स्ट्रीटवर आला. पण तो संपूर्ण रस्ता आणि फुटपाथ पादचाऱ्यांनी खचाखच भरून गेलेला होता. आता मात्र तो पुरता अडकलेला होता.

अभावितपणे त्याची नजर ओल्ड सिटी हॉलच्या घड्याळाकडे गेली. नेमक्या त्याच क्षणी दहाचे टोले पडण्याआधीचं संगीत सुरू झालं. आता त्याच्याकडे न्यायमूर्ती समर्सच्या कोर्टात पोचण्यासाठी फक्त त्या संगीताला लागणारा वेळ आणि मग त्या दहा टोल्यांना लागणारा वेळ– इतकाच वेळ शिल्लक होता.

६२

आता पुढे काय होणार, हे नॅन्सी पॅरिशला पक्कं ठाऊक होतं. आणखी दहा मिनिटांनी केव्हिन ब्रेस, व्हॉईस ऑफ कॅनडा, कॅप्टन कॅनडा, द रेडिओ गाय, द बाथटब गाय – काय तुम्ही म्हणाल ते – कोर्टात येईल. मग आपण उठून न्यायमूर्तींना सांगू की, आपल्या क्लाएंटनं आपल्याला काही नव्या सूचना दिल्या आहेत. त्यानंतर ब्रेस आपण पूर्वनियोजित खुनासाठी दोषी असल्याचं निवेदन करेल आणि न्यायमूर्ती समर्स त्याला आपोआपच पंचवीस वर्षं कारावासाची शिक्षा ठोठावतील. उशिरात उशिरा साडेदहापर्यंत केसचा निकाल लागलेला असेल.

माझा पहिलाच खुनाचा खटला शेवटचाच ठरणार– तिनं कागदपत्रांचा बाइंडर उघडत मनात म्हटलं. ब्रेस आपल्याशी कधीच बोलत नव्हता आणि तो दुसऱ्या कोणाला तरी वाचवण्यासाठी स्वत: दोषी असल्याचं कबूल करतोय, हे आपण कधीच कोणाला सांगू शकणार नाही. अशील आणि वकील यांच्यातली गुप्तता हा सगळा नेहमीच वन-वे ट्रॅफिक असतो. त्यामुळे आपल्या तोंडात कायमचाच बोळा कोंबलेला असणार.

वळून तिनं जवळजवळ रिकाम्या असलेल्या कोर्टरूममधून एक नजर टाकली. कालच इथे प्रचंड गर्दी होती, पाऊल ठेवायला जागा नव्हती. आणि आज मात्र प्रेक्षकांच्या गॅलरीत एकुलता एक माणूस होता. सगळ्यात पाठीमागच्या रांगेत काळा दिसणारा, हाडकुळा, जवळजवळ साठीला टेकलेला. त्याचे केस म्हणजे चहाची पावडर आणि साखर एकमेकांत मिसळावी, तसे दिसत होते आणि अंगातल्या जुनाट लेदर जॅकेटवर एक युनियनचा लोगो लावलेला होता. म्हणजे हा माणूसही बहुधा चुकीनंच या कोर्टरूममध्ये आला असावा, असं दिसत होतं.

बातमीदारांच्या विभागातही फारच थोडे लोक होते. इथे फारसं काही आज होणार नाही, हे माहीत असल्यामुळे बहुधा थोड्याच लोकांना इथे पाठवलेलं असावं. बाकीचे लोक मिरवणूक कव्हर करायला गेलेले दिसत होते.

अमनक्वा अगदी दाराशी बसलेला दिसत होता. म्हणजे, त्याला सगळ्यात आधी बाहेर पडणं सोईचं जाणार होतं. पॅरिशनं त्याच्याकडे बघून हळूच मान डोलावली.

चला, हरकत नाही– एक गोष्ट तरी चांगली आहे... तिनं मनात म्हटलं. या खटल्याची बातमी लीप्सच्या विजयाच्या आणि मिरवणुकीच्या बातम्यांच्या महापुरात कुठल्या कुठे दिसेनाशी होईल.

दहाला दहा कमी होते, पण अजून फर्नांदिझ आणि ग्रीन आलेले नव्हते. या मिरवणुकीनं शहरात पुरता गोंधळ माजवून टाकलेला दिसतोय– तिनं म्हटलं. कारण ते दोघं नेहमीच वेळेच्या पुष्कळ आधी यायचे.

ती कोर्टाच्या क्लार्ककडे गेली. त्यानं शब्दकोड्यात डोकं खुपसलेलं होतं. ''मला वाटतं, शहरात कितीही गोंधळ असला तरी न्यायमूर्ती इथे आधीच आलेले असणार.''

''बरोबर.'' क्लार्कनं वर न बघताच म्हटलं. ''कालच त्यांनी आम्हाला तंबी दिलेली होती की, मिरवणूक असो नाही तर आणखी काही; कोणीही उशिरा आलेलं चालणार नाही.''

''माझा क्लाएंट खाली येऊन थांबलाय.''

''माहितेय. खालून मला फोन आला होता.''

अर्ध्या तासापूर्वी ब्रेसशी झालेली भेट पॅरिशला आठवली. कोठडीच्या दाराशी तिनं सुपरवायझरला ब्रेसला भेटू देण्याची विनंती केली होती. त्यानं नेहमीपेक्षा एका वेगळ्या खोलीत तिची ब्रेसशी गाठ घालून द्यायचं मान्य केलं होतं, कारण या खोलीत फक्त ब्रेस आणि ती, असे दोघंच बोलू शकणार होते. नेहमीच्या खोल्यांमध्ये इतर वकील किंवा कैदी त्यांचं बोलणं ऐकण्याची शक्यता होती.

सुपरवायझर हातकड्या घातलेल्या ब्रेसला त्या खास खोलीत घेऊन आला होता.

''गुड मॉर्निंग, काउन्सेलर.'' सुपरवायझरनं म्हटलं होतं आणि नेहमीच्या सवयीनं हात पाठीमागे करून घातलेल्या हातकड्या काढण्यासाठी ब्रेस त्याला पाठमोरा उभा राहिला होता.

''थँक्यू, मला मदत केल्याबद्दल.'' तिनं म्हटलं होतं. हात मोकळे झालेला ब्रेस तिच्या समोरच्या खुर्चीवर येऊन बसला होता.

''नो प्रॉब्लेम.'' सुपरवायझरनं म्हटलं होतं. ''फक्त एकच छोटंसं काम करा माझं. कालच्या मॅचमधल्या त्या विजयानंतर शहरात जी धमाल झाली, त्यात बऱ्याच लोकांना अटक केलीय पोलिसांनी – दारू पिऊन दंगा करणारी पोरं, वाटेल तसं ड्रायव्हिंग करणारे लोक, वगैरे. त्यामुळे या खोलीसाठी मी वेगळा रक्षक देऊ शकणार नाही. तुम्हा दोघांना आत ठेवून मला बाहेरून कुलूप लावावं लागेल.

त्यामुळे तुमचं झालं की, दारावर जोरात थाप मारा. लाथा मारल्यात तरी चालेल.''

तिला बघून ब्रेसला आश्चर्य वाटलेलं दिसत होतं. आणि काल रात्री त्यानं तिला लिहून दिलेल्या सूचनांनंतरही तिला इथे बघून त्याला आश्चर्य वाटणं साहजिकही होतं. आता मी दोषी असल्याचं कोर्टात सांगणार आहे ना? मग आणखी बोलण्यासारखं काय राहिलंय?

''गुड मॉर्निंग, मि. ब्रेस.'' दार बंद झाल्यावर तिनं म्हटलं होतं आणि ब्रीफकेसमधून एक नवं पॅड आणि पेन काढून त्याच्यासमोर टेबलावर ठेवलं होतं. तो न हलता तिच्याकडे नुसतंच बघत बसला होता.

शेवटी तिनं बोलायला सुरुवात केली होती. ''तुम्ही गुन्हा का कबूल करताय, हे लक्षात आलं माझ्या. काल रात्री मला झोप येत नव्हती, त्यामुळे मी केसची फाईल काढून तुमच्या घराचा नकाशा पुन्हा एकदा नीट, बारकाईनं पाहिला. कोर्टात ऑफिसर केनिकॉट ज्या नकाशाकडे पुन:पुन्हा बघत होता, तोच नकाशा.''

अमनक्वाशी झालेलं बोलणं ब्रेसला सांगायची काहीच गरज नव्हती.

ब्रेस हाताची घडी घालून तिच्याकडे एकटक नजरेनं बघत होता. तिनं पॅड उघडून कागदावर त्याच्या घराचा नकाशा काढायला सुरुवात केली होती.

''हे तुमचं घर. हा पुढच्या कॉरिडॉर. चांगलाच रुंद आहे; हो ना? हे पुढचं दार. ते मी इथे भिंतीला चिकटून उघडं असल्याचं दाखवलंय.''

तिनं ब्रेसकडे पाहिलं होतं. त्यानं फक्त त्या नकाशाकडे बघितलं होतं. ''तुम्ही मि. सिंगला घेऊन आत आलात – या इथे, थेट किचनमध्ये.''

''तिनं पुढच्या दारापासून किचनपर्यंत एक रेघ काढली होती. ''आणि ते या खुर्चीवर बसले. इथून पुढचा कॉरिडॉर अजिबातच दिसत नाही. बरोबर?''

तिनं वर त्याच्याकडे पाहिलं नव्हतं, पण त्याची नजर मात्र तिला जाणवत होती.

तिनं पुढच्या दाराशी एक मोठी फुली काढली होती. ''पण तुम्हाला मात्र कॉरिडॉरमधलं दिसत होतं. या पुढच्या दारापाठीमागे कोणी तरी लपलेलं होतं आणि याच व्यक्तीला वाचवण्यासाठी तुम्ही दोषी असल्याचं कबूल करताय. हे केनिकॉटच्या लक्षात आलं होतं. आणि हे त्याच्या लक्षात आलंय, हे तुम्हीही ओळखलंत. बरोबर ना?''

तिनं मान वर करून पुन्हा ब्रेसकडे पाहिलं होतं. आपल्या बोलण्यावर याची प्रतिक्रिया काय असेल, हे तिला समजत नव्हतं. तो डोळे फाडफाडून बघत होता– – त्याच्या नजरेत प्रचंड खळबळ दिसत होती.

''ही व्यक्ती कोण, हे सांगणार का मला?''

ब्रेस इतक्या झपाट्यानं जागेवरून उठला होता की, आता हा आपल्याला काही तरी करणार, अशी तिला क्षणभर का होईना, भीती वाटून गेली होती. पण त्यानं

चक्क दाराकडे वळून दारावर लाथा घालायला सुरुवात केली होती.

पॅरिश आपल्या टेबलाशी जाऊन बसली. तेवढ्यात होरेस आत आला आणि त्यानं त्याची पितळ्याची घंटा तिच्याशेजारच्या टेबलावर ठेवली.

"अरे वा! आज लवकर आलात तुम्ही?" त्यानं म्हटलं.

"म्हटलं, तुला जरा चकित करावं."

"तुम्ही नाही, न्यायमूर्तींनीच जरा चकित केलंय सगळ्यांना. त्यांनी यायला थोडा उशीर होऊ शकेल, असा निरोप पाठवलाय."

"न्यायमूर्ती समर्स उशिरा येणार? काय चाललंय काय या जगात?"

"काही तरी घरचं काम दिसतंय."

जाऊ दे. आणखी थोड्या मिनिटांनी तरी काय फरक पडणार आहे? अजून तासाभरानं आपण आपल्या ऑफिसात पोचलेल्या असू– पेपर फाईल करणं, मेमोरँडम्स लिहिणं, ई-मेल्सना उत्तर देणं, वगैरे कंटाळवाणी काम करत.

मोठा खटला संपला की, पुढचे काही दिवस नेहमी असेच असायचे तिच्यासाठी. ऊर्जा, उत्साह वगैरे पिन लावून फोडलेल्या फुग्याप्रमाणे गळून जायचे आणि मग काही दिवसांनी पुन्हा इतर केसेसची कामं, बँकेतले रेंगाळलेले व्यवहार वगैरे सुरू व्हायचे.

काही वर्षांपूर्वी नॅन्सी पॅरिशनं मॅपल लीफ्समधल्या एका खेळाडूबरोबर डेटिंग केलं होतं, तेव्हा तिला इतर खेळाडूंच्या बायकांनी सांगितलं होतं की, ऑफ-सीझनच्या काळात व्यावसायिक खेळाडूइतका आळशी माणूस शोधूनही सापडणार नाही, तेव्हा जरा जपून. आणि हे किती खरं आहे, याची प्रचितीही तिला आली होती. टूर्नामेंट संपल्यावर जवळजवळ दीड महिना हा माणूस जेमतेम घराबाहेर पडत होता. पण त्यांचं प्रकरण लवकरच संपुष्टात आलं होतं, कारण त्याला पिट्सबर्गमधल्या एका करारबद्ध केलं होतं.

तिनं शेवटी 'स्टार'मधलं क्रीडावृत्तांचं पान उघडलं. निदान कालच्या मॅपल लीफ्सच्या मॅचची हकिगत तरी वाचू या– तिनं मनात म्हटलं.

तेवढ्यात कोर्टरूमचं दार उघडलं आणि फिल कटर, बार्ब गिल्ड हे दोघं सरकारी वकील आणि पोलीसप्रमुख हॅप चालर्टन, असे तिघं आत आले. हे आलं सैतानी त्रिकूट– पॅरिशनं मनात म्हटलं. तिघंही पुढच्या रांगेत येऊन बसले.

दहा वाजायला अगदी थोडा वेळ शिल्लक असताना अल्बर्ट फर्नांदिझ आला. नेहमीसारखाच, व्यवस्थित ड्रेस करून तो टेबलाशी येऊन बसला.

हातातला पेपर ठेवून देऊन नॅन्सी पॅरिश उठून त्याच्यापाशी गेली.

"अल्बर्ट , आज मी तुझ्याआधी आले." तिनं मान हलवत म्हटलं. "पहिल्यांदाच."

त्यानं फक्त मान डोलावली. नेहमीप्रमाणे त्यानं गप्पाही मारल्या नाहीत. आज

काय होणार आहे, हे समजलं तर नसेल याला? त्याचा चेहरा नेहमीप्रमाणेच निर्विकार होता.

काही तरी गडबड आहे, असं त्याला सांगावं – असं तिला मनापासून वाटत होतं. पूर्वी एकदाच ते एका केसमध्ये एकमेकांविरुद्ध वकील म्हणून उभे राहिले होते. त्या वेळी ती जिंकली होती आणि त्यानं मोकळ्या मनानं पराभव स्वीकारून तिचं अभिनंदन केलं होतं. त्यानं म्हटलं होतं – नेहमीप्रमाणेच की सरकारी पक्ष केस जिंकत किंवा हरत नसतो जिंकणं किंवा हरणं, हे माझं कामच नसतं.

त्या वेळी ती मोठ्यानं हसली होती. सगळे सरकारी वकील असंच म्हणतात– तिनं मनात म्हटलं होतं.

आज बघू या काय होतंय ते. यानं पराभव मोकळ्या मनानं स्वीकारला होता, आता तितकीच खिलाडू वृत्ती हा आज केस जिंकेल तेव्हा दाखवतो का, हे दिसेलच थोड्या वेळात.

६३

"**मा**झ्यामागून या." केनिकॉटच्या पाठीमागून एक आवाज झाला. तोच मघाचा, कामावर नसलेला जाडजूड पोलीस बोलत होता. हा आपल्या पाठोपाठ येतोय, हे केनिकॉटच्या लक्षात आलेलं नव्हतं. लगेच तो पोलीस गर्दीत घुसला आणि त्याच्यापाठोपाठ केनिकॉटही निघाला. धक्काबुक्की करत ते गर्दीतून वाट काढत क्वीन स्ट्रीट ओलांडून पलीकडे पोचले. एव्हाना घड्याळाचं संगीत वाजवून संपलेलं होतं.

ठण्‌– पहिला टोला. अजून नऊ बाकी आहेत. मला बहुतेक उशीर होणार– केनिकॉटनं मनात म्हटलं.

ओल्ड सिटी हॉलमधल्या प्लाझामध्येही तुडुंब गदी होती. तो पोलीस गर्दी कापत त्याच वेगानं चाललेला होता.

ते दोघं पुढच्या दाराच्या रुंद पायऱ्यांपाशी पोहोचले, तोपर्यंत आणखी तीन टोले पडले होते. पायऱ्यांजवळ गर्दीत जरा वाट मोकळी मिळाल्याबरोर केनिकॉटनं एकेका ढांगेत तीन-तीन पायऱ्या चढायला सुरुवात केली. वाटेत तीन-चार वेश्या सिगारेटच्या धुराचे लोट सोडत उभ्या होत्या, त्यांच्याजवळून तो तसाच पुढे गेला.

ठण्‌– आठवा टोला पडला.

केनिकॉट तसाच पुढे जात होता. "पोलीसऽऽ मला जाऊ द्या!" तो ओरडला, तसे वाटेतले लोक घाबरून पांगले.

आणि घड्याळाचा दहावा टोलाही वाजला.

शिट्! शिवी हासडत केनिकॉटनं ते भलं रुंद लाकडी दार खेचून उघडलं. आतल्या रांगेची पर्वा न करता तो आपला बॅज हातात वर धरून थेट तिथल्या रक्षकाकडे पळत सुटला. त्याच्या डोळ्यांसमोर क्षणभर नुसताच बॅज धरून तसाच पुढे गेला आणि जिथे प्रत्येकाची तपासणी होत होती, तिथे पोचला. "पोलीसऽऽ अर्जंट! जाऊ दे मला!" असं मोठ्यानं ओरडत तो थेट आतल्या गोल भागात गेला.

तिथेही पोलीस, वकील, क्लाएंट्स, क्लार्क, साधे लोक अशी भरपूर गर्दी होती आणि सगळे जण जणू एकाच वेळी बोलत असल्यासारखा गोंगाट होता.

झपाट्यानं पायऱ्या चढून तो थेट कोर्टरूम नंबर १२१ पर्यंत पोचला. घंटा घेतलेला तो वृद्ध पोलीस अजून बाहेरच होता. त्याच्यासमोर हातातला बॅज नाचवत केनिकॉटनं ओरडूनच विचारलं. ''अजून कोर्ट सुरू नाही झालं?''

''न्यायमूर्तींना थोडा उशीर झालाय. काही तरी महत्त्वाचा फोन होता. बहुतेक घरून आला असावा.''

''नशीब माझं!'' असं म्हणून तो रूममध्ये शिरला आणि एकदम थांबला. आधीच तो प्रचंड दमलेला होता. त्याचं हृदय जोरजोरानं धडधडत होतं आणि तो घामेजलेला होता.

कोर्टाच्या कामकाजाला सुरुवात होत होती. केव्हिन ब्रेस कैद्याच्या पिंजऱ्यात उभा होता, फर्नांदेझ आणि नॅन्सी पॅरिशही आपापल्या टेबलाशी उभे होते. न्यायमूर्ती समर्स आपलं जुनं फाउंटन पेन उघडत होते. शेजारीच साक्षीदाराच्या पिंजऱ्यात ऑफिसर हो त्याची डायरी उघडत होता.

बाकीची कोर्टरूम जवळजवळ रिकामी होती. फिल कटर, बार्ब गिल्ड आणि पोलीसप्रमुख चार्लटन पुढच्या रांगेत बसलेले होते. जनतेसाठीच्या जागेत फक्त एकच काळासा, जुनं लेदर जॅकेट घातलेला माणूस होता आणि काही थोडे बातमीदार होते.

केनिकॉटनं फिल कटरकडे बघितलं. त्याच्या चेहऱ्यावर आढ्यतेखोर भाव दिसत होते. त्याला जो समर्सची व तिनं कटर आणि गिल्डमधलं जे बोलणं ऐकलं होतं, त्याची आठवण झाली. सरकारी वकिलांचं ऑफिस हे एक असं ठिकाण होतं की, तिथे जो कोणी मुख्य असेल, त्याच्या इच्छेनुसार तिथल्या वकिलांची करिअर घडत किंवा बिघडत होती. कैदी कधी बरोबरच्या दुसऱ्या कैद्याची चहाडी करत नाहीत, डॉक्टर कधी दुसऱ्या डॉक्टरच्या चुका दाखवत नाहीत किंवा पोलीसही एकमेकांना पाठीशी घालतात; तसंच या सरकारी वकिलांच्या ऑफिसातले फार थोडे सरकारी वकील दुसऱ्या सरकारी वकिलावर टीका करण्याचं धाडस दाखवत असत.

केनिकॉटला जो समर्सच्या घरातली शेवटची काही मिनिटं आठवली. ग्रीनशी बोलून त्यानं फोन बंद केला होता. ''मला पळालंच पाहिजे. तू ओळखतेस तुझ्या डॅडींना. ते कधीच कोर्टात उशिरा येत नाहीत.''

''हो, चांगलंच माहितेय.''

त्यानं हातातल्या डिशकडे बघितलं होतं. ''सॉरी.'' आणि तो ती डिश किचनमध्ये ठेवण्यासाठी उठला होता.

''ती ठेव.'' पुढे होऊन त्याच्या हातातली डिश घेत तिनं म्हटलं होतं. ''तू

जा आधी.''

अगदी काही क्षणच ते एकमेकांच्या अगदी जवळ उभे होते. त्यानं तिचा दंड धरला होता आणि तिनं त्याचा खांदा पकडला होता. त्यानं तिचं चुंबन घेतलं होतं. आपोआपच तिची त्याच्या खांद्यावरची पकड घट्ट झाली होती. एक-दोन सेकंदांतच हे सारं घडलं होतं; पण खूप वेळ घडलं, असं त्याला मनातून वाटलं होतं.

आपल्याला कोर्टात पोचायची किती घाई आहे, हे फक्त तिला एकटीलाच माहिती होतं– तिच्याच डॅडींच्या कोर्टात. आणि आत्ताच त्या पोलिसानं सांगितलं की, घरून फोन आल्यामुळे न्यायमूर्तींना उशीर झाला.

'थँक्स, जो.' त्यानं मनोमन, स्वत:शीच तिचे आभार मानले.

तेवढ्यात कोर्टाच्या क्लार्कनं कोर्टाचं कामकाज सुरू होत असल्याची घोषणा केली.

केनिकॉट आत आल्याचं कोणाच्याच लक्षात आलेलं दिसत नव्हतं.

क्लार्क घोषणा करून खाली बसताच क्षणीच नॅन्सी पॅरिशनं बोलायला सुरुवात केली. ''युअर ऑनर, मला एक अत्यंत महत्त्वाची गोष्ट कोर्टापुढे मांडायचीय. मला माझ्या क्लाएंटनं नव्या सूचना दिल्या आहेत. या खटल्यामधली बचावपक्षाची वकील ही माझी नेमणूक रद्द करावी, असा अर्ज मी करणार आहे आणि माझ्या क्लाएंटला कोर्टाला काही तरी सांगायचंय.''

केनिकॉटचं हृदय पुन्हा धडधडू लागलं – दमल्यामुळे नव्हे, तर तणावामुळे, इतकं अंतर धावून तो इथे पोचलेला होता; पण आता पुढची चार पावलं टाकणं हे त्याहीपेक्षा कैक पटींनी अवघड होतं. धीर करून तो सरळ ते लाकडी दार ढकलून वकिलांसाठीच्या जागेत आला.

अचानक केनिकॉटला बघून समर्स त्याच्याकडे रोखून पाहू लागले. पॅरिशनंही चमकून वळून पाहिलं आणि फर्नांदेझनंही.

''ऑफिसर केनिकॉट!'' समर्स ओरडले. ''काय लावलंयत तुम्ही?''

''मी इथे पोलीस ऑफिसर म्हणून आलेलो नाही. गळ्यातला टाय आपोआपच ठीक करत केनिकॉट बोलला. ''मी इथे एक वकील म्हणून आलोय. या भूमिकेतून मला कोर्टासमोर एक अत्यंत महत्त्वाची गोष्ट मांडायची आहे.''

समर्सला धक्का बसलेला दिसत होता. केनिकॉटला हेच हवं होतं. पॅरिशनं बोलायला सुरुवात करण्याआधी त्याला फर्नांदेझशी थोडं बोलून त्याला कोर्टाकडून थोडा वेळ मागून घ्यायचा होता.

''पण तुमची या केसमध्ये काहीच भूमिका नाही.''

''युअर ऑनर,'' त्यानं ठामपणे म्हटलं. ''मी असा युक्तिवाद करू शकतो की, तांत्रिक दृष्ट्या मी या खटल्यातल्या सरकारी पक्षाचा एक भाग आहे. पण त्याहीपेक्षा

महत्त्वाचं म्हणजे, मी लॉ सोसायटी ऑफ अप्पर कॅनडाचा एक सन्मान्य सदस्य आहे आणि त्यामुळे माझ्यावर कोर्टाचा एक अधिकारी म्हणून केव्हाही काम करण्याची जबाबदारी आहे. मी आपल्या कोर्टामध्ये होऊ शकणारा कायद्याचा गंभीर स्वरूपाचा अपलाप टाळण्यासाठी उभा राहण्यासाठी परवानगी मिळावी, असा एक असाधारण स्वरूपाचा अर्ज करतोय.''

''तीस वर्षं या पदावर काम करतोय मी, पण असा प्रकार कधीच बघितला नव्हता यापूर्वी.'' समर्सनी कसंबसं म्हटलं.

केनिकॉट फर्नांदिझपाशी आला. ''तुम्ही दहा मिनिटांची सुट्टी मागून घ्या जरा.'' त्यानं हलक्या आवाजात म्हटलं.

''युअर ऑनर,'' पॅरिशनं तेवढ्यात मोठ्यानं म्हटलं. ''हे नुसतं असाधारणच नाही, तर अयोग्यही आहे. मला ताबडतोब माझं म्हणणं कोर्टासमोर मांडलं पाहिजे.''

केनिकॉट फर्नांदिझच्या कानाशी कुजबुजत होता. ''ग्रीननं आत्ताच कॅथरिन टॉर्नच्या आईचा– ॲलिसन टॉर्नचा जबाब घेतलाय. ते मी तुम्हाला सांगणार आहे आणि ते तुम्ही ऐकणं गरजेचं आहे.''

फर्नांदिझ अविश्वासानं केनिकॉटकडे बघू लागला. पण त्यातून केनिकॉटला काहीच अर्थबोध होत नव्हता.

''मि. फर्नांदिझ, तुमचं काय म्हणणं आहे यावर?'' न्यायमूर्ती समर्सनी ओरडून विचारलं.

''प्लीज, मला एक मिनिट वेळ द्या, युअर ऑनर.'' फर्नांदिझ कमालीचा शांत होता.

केनिकॉट हलक्या आवाजात बोलतच होता. ''ग्रीन आत्ताच थोड्या वेळापूर्वी कॅथरिन टॉर्नच्या आईवडिलांना भेटला. कॅथरिननं दोन वर्षांपूर्वी तिच्या आईचा गळा दाबून जीव घ्यायचा प्रयत्न केला होता. ब्रेससारखंच तिची आईही आता बोलू शकत नाही.''

''मि. फर्नांदिझ!''

फर्नांदिझच्या डोळ्यांमध्ये काही दिसतंय का, याचा अंदाज केनिकॉट घेत होता, पण त्याची नजर साफ निर्विकार होती. त्यानं कुजबुजत बोलणं पुढे सुरू ठेवलं.'' ग्रीननं मला तुम्हाला असं सांगायला सांगितलंय की, याच कारणामुळे मिसेस टॉर्न जेव्हा पहिल्या वेळी तुम्हाला भेटल्या, तेव्हा त्या काहीच बोलल्या नाहीत. त्यांनी गळ्याभोवती कायम स्कार्फ का बांधलेला असतो. डॉ. टॉर्ननं त्यांना तुमच्यापासून दूर का ठेवलं, याचंही हेच कारण आहे.''

अरे, आता तरी निदान थोडी मान तरी डोलव, म्हणजे मला समजेल–

केनिकॉटनं चरफडत मनात म्हटलं. पण फर्नांदिझचं डोकं हललंसुद्धा नाही.

''मि. फर्नांदिझ!'' न्यायमूर्ती समर्स रागानं लाल होऊन ओरडले. ''मि. फर्नांदिझ! पुढे या तुम्ही.''

''युअर ऑनर, प्लीज –'' तिकडून पॅरिश बोलली.

''हे बघ फर्नांदिझ.'' शेवटी केनिकॉटनं सरळ एकेरीवर उतरत म्हटलं. ''तू आत्ताच ऐकलयंस की, पॅरिश केसचा राजीनामा देतेय. ब्रेसला कोर्टासमोर बोलायचंय. तो त्याच्या पहिल्या बायकोला, सारा मॅकगिलला वाचवण्यासाठी हा गुन्हा कबूल करणार आहे – जो त्यानं मुळात केलाच नाही. ती त्या वेळी तिथे दाराआड लपलेली होती. आणि त्यांचा तो ऑटिस्टिक मुलगा – तोही ब्रेसच्या समोरच्या फ्लॅटमध्ये राहतो. हा अन्याय तुला थांबवलाच पाहिजे, फर्नांदिझ.''

''मी आता कोर्टातल्या ऑफिसरला सांगून मि. केनिकॉटला बाहेर घालवणार आहे.'' न्यायमूर्ती समर्स मोठ्यानं ओरडले. ''आणि कोर्टाची बेअदबी केल्याबद्दल त्याला शिक्षा ठोठावणार आहे. मि. फर्नांदिझ, तुमचं काय म्हणणं आहे यावर?''

फर्नांदिझनं इतका वेळ केनिकॉटवर रोखलेली नजर काढली आणि त्यानं कटर, गिल्ड आणि चार्लटन जिथे बसले होते तिकडे पाहिलं. केनिकॉट मनोमन घाबरला.

अरेरे! काय केलं मी हे? त्यानं निराशेनं स्वत:शी म्हटलं. मी तर फर्नांदिझला त्याचा पहिलावहिला गुन्हेगारी स्वरूपाचा खटला जिंकण्याचा मार्ग दाखवलाय! त्यानं फक्त ब्रेसला तो दोषी असल्याचं कबूल करू दिलं, की झालं! आणि मग तो सारा मॅकगिलचा समाचार घेईल.

आता फर्नांदिझ पुन्हा कोर्टाकडे वळेल, अशी त्याची समजूत होती. पण फर्नांदिझनं आपली नजर जनतेसाठीच्या जागांवर एकटाच बसलेल्या त्या लेदर जॅकेट घातलेल्या माणसाकडे वळवली. केनिकॉटनंही त्या माणसाकडे बघितलं फर्नांदिझ आणि त्या माणसामधलं साम्य लगेच त्याच्या लक्षात आलं.

फर्नांदिझच्या निर्विकार चेहऱ्यावर एक अगदी पुसटसं स्मित तरळलं. खिशात हात घालून त्यानं एक जाडसर पेन काढलं आणि त्या माणसाकडे हळूच वर करून दाखवलं आणि मग तो न्यायमूर्ती समर्सकडे वळला.

''युअर ऑनर,'' त्यानं पेन हळूच टेबलावर ठेवून दिलं. ''सरकारी पक्षाला हा खटला पुढे चालू ठेवण्याबाबत बऱ्याच शंका आहेत. दुर्दैवानं माझ्या काही सहकाऱ्यांनी काही अशी कृत्यं केली आहेत की, ज्यामुळे या केसची नव्हे, तर त्यांच्या या कोर्टाप्रतीच्या एकूणच कर्तव्यांचीही विश्वासार्हता धोक्यात आली आहे. शिवाय आत्ताच मि. केनिकॉटनं काही अशी माहिती दिलीय की, तिच्या आधारावर मि. ब्रेस स्वत:चा बचाव सहज करू शकतील. त्यासाठी मी मि. केनिकॉटचा आभारी आहे. या केसमध्ये मि. ब्रेसना दोषी ठरवलं जाऊ शकेल, अशी पुरेशी शक्यता राहिलेली

नाही आणि हा खटला पुढे सुरू ठेवणं न्यायसंस्थेच्या दृष्टीनं योग्यही नाही. मी या कोर्टाच्या आणि इथे हजर असलेल्या प्रत्येकाच्या लक्षात पुन्हा आणून देऊ इच्छितो की, सरकारी वकिलाचं काम खटला जिंकणं किंवा हरणं हे नाही, तर न्यायव्यवस्थेची विश्वासार्हता अबाधित राहील याची काळजी घेणं, हे आहे. त्यामुळे, युअर ऑनर, मि. ब्रेसविरुद्धचा पूर्वनियोजित खून केल्याचा आरोप सरकार मागे घेत आहे.''

काही क्षण कोर्टात संपूर्ण शांतता होती– वादळात वीज दिसणं आणि कडकडाट ऐकू येणं यामधल्या काळात जशी असते, तशी.

न्यायमूर्ती समर्सनी आश्चर्यानं आ वासला. एक भला मोठा सुस्कारा सोडत पॅरिशनं फर्नांदिझकडे वळून पाहिलं.

बातमीदारमंडळी घाईघाईनं उठत असल्याचे आवाज केनिकॉटला ऐकू आले.

अचानक पुढच्या रांगेतून एक प्रचंड मोठा आवाज आला. ''एक मिनिटऽ युअर ऑनर!'' फिल कटर उठून उभा राहत गरजला.

''हे सरकारी धोरणाच्या विरुद्ध आहे!'' बार्ब गिल्डही उठत ओरडली.

कोर्टाचा क्लार्क आपला झगा सारखा करत उठला. ''कोर्टात शांतता राखा.''

''थँक्यू.'' भानावर येत न्यायमूर्तींनी म्हटलं.

केनिकॉटनं फर्नांदिझकडे बघितलं. तो शांतपणे खाली बसून समोरची कागदपत्रं व्यवस्थित करत होता. त्यानं ते पेनही सावकाश, जपून खिशात ठेवलं. एकदम वळून केनिकॉटनं कैद्याच्या पिंजऱ्यात उभ्या असलेल्या ब्रेसकडे पाहिलं.

ब्रेस पुरता गोंधळून गेलेला दिसत होता. तो काही तरी बोलायची प्रचंड धडपड करत होता, हे केनिकॉटला दिसलं. ''नाही... मी... मी–'' तो कसंबसं म्हणायचा प्रयत्न करत होता.

''कोर्टात पूर्ण शांतता हवीय मला!'' समर्सनी गर्जना केली. त्यांनी ब्रेसच्या पिंजऱ्याबाहेर, शेजारीच उभ्या असलेल्या एका तरुण कोर्ट अधिकाऱ्याकडे वळून पाहिलं. ''मि. ब्रेसना आणखी कुठल्या आरोपांखाली अडकवून ठेवलंय का?''

त्या अधिकाऱ्यानं खिशातून एक कागद काढून वाचला. ''नाही, युअर ऑनर.''

''बरं, असे आणखी काही खटले सुरू होण्यासारखे आहेत का, की त्यासाठी त्यांना अडकवून ठेवावं?''

''नाही, युअर ऑनर.''

''ऑफिसर, आणखी काही असं कारण आहे का तुमच्याकडे की, ज्यासाठी यांना मुक्त करू नये?''

त्या ऑफिसरनं पुन्हा एकदा संपूर्ण कागद बारकाईनं वाचला.

''नाही, युअर ऑनर.''

''चला, मग कैद्याला सोडून द्या. मि. ब्रेस, तुम्ही मोकळे आहात जायला. या

कोर्टाचं कामकाज संपलंय. गॉड सेव्ह द क्वीन.''

ब्रेस पूर्णपणे बावचळून गेलेला दिसत होता. त्या अधिकाऱ्यानं कैद्याच्या पिंजऱ्याचं दार उघडून धरलं; पण ब्रेसला काय करावं, हेच कळत नव्हतं. बाहेर येण्याऐवजी तो सवयीनं हात मागे बांधून त्या अधिकाऱ्याकडे पाठ करून उभा राहिला – त्यानं बेड्या घालण्यासाठी.

डोळ्यांच्या कोपऱ्यातून केनिकॉटला बातमीदारलोक घाईघाईनं बाहेर पडताना दिसत होते.

त्यानं फर्नांदिझकडे वळून पाहिलं. तो शांतपणे ब्रीफकेस बंद करत होता. त्यानं केनिकॉटकडे क्षणभर पाहून हळूच मान डोलावली. केनिकॉटची नजर नॅन्सी पॅरिशकडे गेली. ती दोन्ही हातात डोकं धरून वाकून बसलेली होती. तिचे खांदे गदगदत होते.

आणि मग केनिकॉटला आपण थंडगार, शुद्ध, वाहत्या पाण्यानं सचैल न्हाऊन निघत असल्यासारखं वाटलं. किती तरी वेळ एका खुर्चीत बसून तो हा अवर्णनीय अनुभव घेत होता. शरीरावरचा, मनातला सारा मळ जणू धुऊन जात होता.

एका निरपराध माणसावर होत असलेला संभाव्य अन्याय टाळण्यात काही अंशी का होईना, पण आपला सहभाग होता. आपल्या भावाच्या बाबतीत आपल्याला हे शक्य झालं नाही; पण निदान या केसमुळे त्याची अंशतः तरी भरपाई झाली.

भाग ४ : जून

६४

"मी तुझ्यासाठी चहा केलाय." अरी ग्रीनच्या खोलीचं दार उघडून आत येत जेनिफर रॅग्लन म्हणाली आणि ट्रे सावरत बेडवर त्याच्याशेजारी येऊन बसली.

पाठीशी उशी ठेवत ग्रीन थोडा बसता झाला.

"तू म्हणाला होतास तसं पाणी उकळून मी त्यातला सगळा ऑक्सिजन बाहेर काढला नाही, बरं का." ती म्हणाली आणि हसली. तिनं आणलेला ट्रे दोघांच्या मध्ये ठेवला. ट्रेमध्ये एक टी-पॉट, एकच मग आणि सुंदरपैकी केलेले संत्र्याचे काप होते.

"थँक्स." त्यानं टी-पॉट घेण्यासाठी हात केला.

"मी तयार करते चहा."

ग्रीन थांबला. तिनं मगमध्ये चहा ओतून त्याला दिला.

"आणि तुला?"

तिनं मानेनंच 'नको' म्हटलं. तिनं त्याचा एक काळा टी-शर्ट अंगात घातलेला होता. तो तिला इतका सैल होत होता की, त्याच्या बाह्या पार तिच्या कोपरांच्या खाली आलेल्या होत्या.

"काल मी ऑफिसात सांगून टाकलंय." समोर बघत तिनं म्हटलं. "मी उन्हाळ्याची सुट्टी घेणार आहे आणि परत आल्यावर मुख्य पदाचा राजीनामा देऊन एका वेळी एकच केस चालवणार आहे."

ग्रीनच्या हातातला मग चांगलाच जाड होता. अजूनही त्याच्या हाताला तो गरम लागत नव्हता.

"पोरं अगदी हाताबाहेर चाललीयत माझी." तिनं निराशेनं मान हलवली. "सिमॉन हॉकी सोडायची म्हणतोय, तर विल्यम त्याच्या डॅडीच्या घरी आठवडाभर राहायला गेला आणि सायन्स प्रोजेक्ट माझ्याच घरी विसरून गेला अन् मी त्या वेळी नेमकी कॉन्फरन्सला दूर गेले होते... आणि..."

ग्रीननं तिचा हात हातात घेतला.

शेवटी तिनं मान त्याच्याकडे वळवून बघितलं. तिचा खालचा ओठ थरथरत होता.

''ओके, ओके.'' त्यानं हळुवारपणे म्हटलं.

''तसं नाही रे –'' ती एकदम रडू लागली. सहसा कधी न रडणारी व्यक्ती रडेल, तशी. ''मुलांनाही हे आवडत नाही आणि ते माझा तिरस्कार करायला लागतील की काय, अशी भीती वाटते मला.'' तिनं पुन्हा मान हलवली. ''तसा तो काही वाईट आहे, असं नाही.''

''ओके.'' ग्रीननं पुन्हा तिला चुचकारलं.

''मला पुन्हा एकदा प्रयत्न करून बघायला हवा. आय ॲम सो सॉरी.'' तिनं आपलं डोकं त्याच्या खांद्यावर ठेवलं.

त्यानं तिचं डोकं उचललं. ''सॉरी म्हणण्यासारखं काय आहे त्यात?''

तिनं त्याच्या शर्टाच्या बाहीवर डोळे पुसले. ''काळजी करू नकोस,'' तिनं म्हटलं. ''मी काही इन्ग्रिड बर्गमन नाही– निरोप घेऊन विमानाकडे चाललेली.'' ती मोठ्यानं हसली.

त्यालाही हसू आवरलं नाही. ''आणि मीसुद्धा हम्फ्रे बोगार्ट नाही– धुक्यात हळूहळू दिसेनासा होणारा.''

''तू काय करणार आता?'' तिनं विचारलं.

त्यानं खांदे उडवले. खरं म्हणजे या प्रश्नाचं उत्तर उघड होतं, पण आपण ते सरळ सांगून टाकलं तर तिला वाईट वाटेल, म्हणून तो वेगळंच एक वाक्य बोलला. ''केसेस काय येतच असतात.''

''हो, आणि बायकाही.'' तिनं चेष्टेनं त्याला कोपरखळी मारली.

''हे आपलं काही तरीच तुझं.''

तिनं त्याच्या गालाला स्पर्श करून एक मोठा नि:श्वास सोडला.

''मुलांना घेण्यासाठी जायला मला अजून दीड तास वेळ आहे.''

त्यानं तिचा हात गालावरून काढून हातात घेतला. ''मी ब्रेकफास्ट घ्यायला हार्डस्क्रॅबल कॅफेला जाणार आहे. बरंच लांब आहे ते.''

''कधी कुठल्याही गोष्टीचा पिच्छा सोडणार नाहीस तू.''

''काही ना काही नेहमीच नजरेतून सुटलेलं असतं.''

त्याचं चुंबन घेऊन ती त्याला बिलगली. ''अरी, मी खोटं बोलले. मी खरंच इन्ग्रिड बर्गमन आहे. मला घट्ट धरून ठेव.''

६५

अरी ग्रीन हा हाडाचा डिटेक्टिव्ह आहे– आपल्या फ्लॅटच्या खिडकीमधून ग्रीनची ओल्डसमोबाईल गाडी पुढे जाताना बघून केनिकॉटच्या मनात आलं. थेट आपल्या घरासमोर गाडी उभी करायला भरपूर जागा असूनही तो गाडी नेहमी थोडी पुढे उभी करतो आणि मग चालत परत येतो.

ही एक खास डिटेक्टिव्ह वृत्ती असते – ती अंगात इतकी मुरलेली असते की, ते खुद्द त्याच्याही लक्षात येत नसेल. गुन्हा घडलेल्या ठिकाणावरून तसंच पुढे जायचं – जाता-जाता जागेचं निरीक्षण करायचं आणि मगच त्या ठिकाणी प्रवेश करायचा. किंबहुना, एखाद्या निष्णात डिटेक्टिव्हचं हे एक वैशिष्ट्यच असावं.

केनिकॉटनं आपली सूटकेस बंद केली, फ्लॅटमधल्या सगळ्या गोष्टी बंद केल्या. त्यानं आपल्या घरमालकासाठी – मि. फेडरिकोसाठी – चिठ्ठी लिहून ठेवलेली होती की, आपण पंधरा दिवस बाहेर जाणार आहोत, तर त्या काळात कृपया आपल्या झाडांना पाणी घालावं.

तो उतरून खाली आला, तेव्हा ग्रीन मि. फेडरिकोशी गप्पा मारत होता. विषय अर्थातच मि. फेडरिकोनं लावलेल्या टोमॅटोच्या झाडांचा होता. या वर्षी ऊन खूप जास्त पडल्यामुळे फेडरिकोची टोमॅटोची झाडं भलतीच छान वाढलेली होती.

"आज आकाशात पूर्ण चंद्र आहे." फेडरिकोनं क्षितिजाकडे बोट दाखवलं. खरोखरच सकाळच्या निरभ्र आकाशात पौर्णिमेचा चंद्र क्षितिजावरून डोकावून बघत होता. "त्यामुळे आजचा दिवस झाडं लावायला एकदम चांगला."

केनिकॉटकडे एक दृष्टिक्षेप टाकत ग्रीननं नुसतीच मान डोलावली.

"त्यांना बागकामाची खरंच फार आवड आहे." गाडीत बसत केनिकॉटनं म्हटलं. "माझ्या विमानाची वेळ संध्याकाळी साडेसातची आहे."

"मग भरपूर वेळ आहे आपल्याला." गाडीला वेग देत ग्रीननं म्हटलं.

फारशी रहदारी नव्हती. शांतपणे गाडी चालवत ते शहरातून बाहेर पडले आणि

उत्तरेकडे जाणाऱ्या दोन लेन्सच्या हायवेवर आले. सुंदर हवा होती, डोळ्यांना सुखवणारा निसर्ग होता. जागोजागी शेतं दिसत होती– मक्याची नुकतीच लागवड केलेली.

ग्रीननं त्याला आदल्या रात्री फोन करून कळवलं होतं की, आपण हा छोटासा प्रवास करू आणि नंतर मी तुला विमानतळावर नेऊन सोडेन. केनिकॉटनं लगेच होकार दिला होता. त्या दोघांना चांगलंच माहीत होतं की, त्याच्या भावाच्या खुनाच्या बाबतीत त्याच्या इटलीच्या या प्रवासातून काही ना काही धागेदोरे हाती लागू शकतील. आणि या प्रवासात त्यांना त्याबद्दल सविस्तर बोलताही येणार होतं. पण आता मात्र काही बोलण्याऐवजी केनिकॉट शांतपणे बाहेर बघत बसलेला होता– विचारमग्न अवस्थेत.

केनिकॉट पूर्वी ज्या लॉ फर्ममध्ये काम करायचा, तिथला त्याचा गुरू लॉईड ग्रॅनवेल नेहमी म्हणायचा–हल्ली विचार करण्याची कला अस्तंगत होत चाललीय. त्या फर्मचा सीनिअर पार्टनर असलेल्या ग्रॅनवेलनंच त्याला घेतलेलं होतं. कोणताही वकील कोर्टात उभा राहण्यापूर्वी त्याची तयारी करून घेण्याची ग्रॅनवेलची एक खास पद्धत होती. ग्रॅनवेल त्या तरुण वकिलाला केसची सगळी कागदपत्रं, लॅपटॉप वगैरे घेऊन आपल्या ऑफिसात बोलवायचा; त्याचं अगदी हसून स्वागत करायचा आणि त्याच्या हातातून ती सगळी कागदपत्रं वगैरे अलगद काढून घ्यायचा. लॅपटॉप, ब्लॅकबेरी वगैरे सगळ्याच गोष्टी काढून घ्यायचा.

मग ग्रॅनवेल त्या बावचळून गेलेल्या तरुण वकिलाचा हात धरून त्याला शेजारच्या खोलीत घेऊन जायचा. या छोट्याशा खोलीत फक्त एक खुर्ची असे; बाकी काहीच नाही. नाही म्हणायला समोरच्या भिंतीवर एक मोठा कागद लावलेला असायचा. त्या कागदावर एकच शब्द ठळक अक्षरात लिहिलेला असायचा– 'थिंक!' विचार करा.

"आता इथे बस." ग्रॅनवेल त्याला सांगायचा. "पुढचा एक तास कुठलाही लॅपटॉप, कागदपत्रं, ब्लॅकबेरी, फोन, बाईंडर्स, फॅक्स वगैरे विचार करायचा नाही. फक्त देवानं तुला जो मेंदू दिलाय ना, त्याचा उपयोग कर. विचार कर! तुझ्या केसचा संपूर्ण विचार करायचा प्रयत्न कर."

पडलेल्या चेहऱ्यानं अन् बावचळलेल्या, चिंताक्रांत मनःस्थितीत वकील ग्रॅनवेलच्या त्या खोलीत जायचे आणि बाहेर येताना मात्र त्यांचे चेहरे उजळलेले, आत्मविश्वासानं भरलेले असायचे.

गाडी उत्तरेकडे जात होती, तसतसं बाहेरचं निसर्गाचं रूप बदलत चाललं. शेतांची जागा हळूहळू जंगलं आणि खडकाळ जमीन घेऊ लागली.

"नऊ वाजलेत." ग्रीननं म्हटलं. "हे ऐक जरा." आणि त्यानं गाडीतला रेडिओ लावला.

“गुड मॉर्निंग.” एक परिचित आवाज बोलू लागला. “मी हॉवर्ड पील, पॅरलल ब्रॉडकास्टिंगचा मालक. आज मला सांगायला आनंद होतोय की, आजपासून एक नवा मॉर्निंग शो सादर करतोय आणि त्याचा होस्टही नवाच आहे.”

केनिकॉटनं ग्रीनकडे पाहिलं. त्याच्या चेहऱ्यावर कोरडं हसू खेळत होतं.

“हाय, मी डोनाल्ड डंडाज! आणि मला पॅरलल ब्रॉडकास्टिंगमध्ये आल्याचा मनापासून आनंद होतोय. आमचा या नव्या शोमध्ये तुमचं स्वागत आहे– त्याचं नाव आहे सनी साईड अप.”

ग्रीन आणि केनिकॉट– दोघंही मोठ्यानं हसू लागले.

“थांब जरा.” ग्रीननं म्हटलं. “त्याचा पहिला गेस्ट कोण आहे, ते तरी ऐकू या.”

“आज आपण गप्पा मारणार आहोत टोरोंटोचे पोलीसप्रमुख हॅप चार्लटन यांच्याशी. त्यांनी नुकतंच जे नवं पोलीस पथक स्थापन केलंय, त्याबद्दल ते आपल्याला...”

ग्रीननं रेडिओ बंद केला. “या माणसाला मांजरासारखी नऊ आयुष्यं दिसताहेत.” केनिकॉटनं म्हटलं.

“हो, कमीत कमी नऊ. फर्नांदिझ जेव्हा व्हेस्टा लंचमध्ये फिल कटर, बार्ब गिल्ड आणि चार्लटनला भेटला; तेव्हा फर्नांदिझनं एक खास पेन बरोबर नेलं होतं – ते त्याच्या डॅडींनी त्याला दिलं होतं. त्यात एक अगदी छोटा रेकॉर्डर आहे. त्याचे डॅडी इथे एक युनियन लीडर आहेत. ते रेकॉर्डिंग मी दहा वेळा ऐकलंय. कटर आणि गिल्डनं तर थेट दलदलीत उडी मारली, पण चार्लटन मात्र डुक्कर जसं दलदलीतून सहिसलामत बाहेर पडतं ना, तसा बाहेर पडला. महाकावेबाज आहे तो.”

“तो यात सापडू शकेल, असं एक अक्षरही बोलला नाही?”

“तो पूर्वी जेव्हा साधा पोलीस होता, तेव्हा गस्त चुकवून त्याच्या दोस्तांबरोबर व्हेस्टा लंचमध्ये जायचा, त्या वेळी व्हेस्टा लंचचा मालक त्यांना साथ द्यायचा, याबद्दल तो बोललाय; पण मुख्य विषयावर बोलायचं मात्र बरोबर टाळलं बेट्यानं.”

जवळजवळ दोन तासांनी रस्ता एकदम उताराला लागला आणि जवळच एका सरोवराचं निळंशार पाणी चमकताना दिसू लागलं. त्याच्या रस्त्याजवळच्या बाजूला एक जुन्या पद्धतीचं लाकडी घर होतं. पांढऱ्या वाळूचा चांगला रुंद असा किनारा दिसत होता आणि सरोवरात खोलवर शिरलेला एक दगडी धक्का होता. मुलं वाळूत खेळत होती, पाण्यात पोहत होती. डायव्हिंग करण्यासाठी एक उंच टॉवरही बांधलेला होता.

तेवढ्यात रस्ता सरोवरापासून दूर वळला आणि पुन्हा चढण लागली. दोन्ही बाजूंना उभ्या कापलेल्या ग्रॅनाईटचे कडे होते.

"मला माझ्या आई-वडिलांनी लहानपणी इकडे एका समर कँपला पाठवलं होतं." ग्रीननं म्हटलं. स्वत:बद्दल तो फार क्वचित बोलत असे.

"कसा अनुभव होता तो?"

ग्रीननं खांदे उडवले आणि केनिकॉटला काही पानं आपल्या ब्रीफकेसमधून काढून दिली. "हे वाच जरा."

पहिला कागद म्हणजे जॅरेड कोडी, ५५ पाईन स्ट्रीट, हॅलिबर्टन, ओंटारिओ, या माणसाच्या ड्रायव्हिंग रेकॉर्डचा प्रिंटआऊट होता. त्यावर कुठल्याही गुन्ह्यांच्या नोंदी नव्हत्या, प्रलंबित खटले नव्हते; फक्त दोन पार्किंग तिकिटांच्या नोंदी होत्या.

"हा कोण?" केनिकॉटनं विचारलं.

"मी जेव्हा जेव्हा हार्डस्क्रॅबल कॅफेत गेलो, तेव्हा तेव्हा हा माणूस तिथे होता. ही खरं म्हणजे माझी एक खोड आहे. ज्या माणसाबद्दल मला मनातून काही तरी कुतूहल वाटतं, त्याच्या गाडीचा नंबर लिहून ठेवतो मी. मागच्या वेळी मी याच्या गाडीचा नंबर लिहून घेतला होता. आज आपण इकडे येणारच होतो, त्यामुळे काल मी याच्या ड्रायव्हिंग रेकॉर्डचा प्रिंटआऊट घेतला. बाकीची पानं वाच ना."

केनिकॉटनं पुढचं पान वाचलं. दोन घटनांच्या पोलिसांनी केलेल्या नोंदी होत्या. पहिल्याची तारीख होती १५ मार्च १९८८. त्यात लिहिलं होतं :

> टोरोंटोमधील चिल्ड्रेन्स एड सोसायटीच्या कार्यालयासमोर काही नागरिक जमा झाले होते. त्यांच्या हातात निषेध फलक होते, लाउडस्पीकर्स होते. ते ओरडत होते, "आम्हाला आमची मुले परत द्या." या समूहाचे नेतृत्व जॅरेड कोडी नावाचे एक लहान मुलांची प्रकरणे हाताळणारे वकील करीत होते, त्यांना व समूहातील लोकांना जमाव करून सार्वजनिक शांततेचा भंग केल्याबद्दल समज देण्यात आली. पोलिसांनी कोणालाही अटक केली नाही.

> दुसऱ्यावर ३ ऑगस्ट १९८९ अशी तारीख होती. त्यात लिहिलेलं होतं– हॅलिबर्टन शहरातील मुख्य रस्त्यावर नागरिकांचा जमाव जमला होता. त्यांच्या हातांमध्ये निषेधाचे फलक आणि बुलहॉर्न्स होते. "आम्हाला आमची मुले परत मिळालीच पाहिजेत," अशा घोषणा ते देत होते. त्यांचे नेतृत्व लहान मुलांची प्रकरणे हाताळणारे वकील जॅरेड कोडी हे करत होते. पोलिसांनी हस्तक्षेप केला, त्या वेळेस काही धक्काबुक्की सुरू झाली. एका पोलिसाला पाठीमागून ढकलण्यात आले, तेव्हा तो 'स्टेडमन्स' नावाच्या दुकानाच्या दर्शनी काचेच्या शो-केसवर जाऊन आदळला. या

घटनेच्या संदर्भात मिस सारा ब्रेस यांना ताब्यात घेऊन समज देण्यात आली व सोडून देण्यात आले. कोणालाही अटक करण्यात आली नाही.''

''तिला ताब्यात घेऊन समज देऊन सोडलं, त्या अर्थी तिनं त्या पोलिसाला चांगलंच जोरात ढकलेलं दिसतंय.'' केनिकॉटनं म्हटलं.

''पाठीमागून ढकललं त्याला.''

नंतर थोडा वेळ कोणीच काही बोलत नव्हतं.

गाडी चढतच होती. ''मागच्या दोन वेळा मी इकडे आलो होतो, त्या वेळी रस्त्याचं काम फारच वाईट परिस्थितीत होतं.'' ग्रीननं म्हटलं. थोड्याच वेळात हातानंच लिहिलेला एक बोर्ड त्यांना दिसला –'वेलकम टू द हॅलिबर्टन हायलँड्स.' ''ही लेन नवीन केलेली दिसतेय.''

''मॅकगिल म्हणत होती की, त्यामुळे तिच्या धंद्यावर फारच वाईट परिणाम होत होता.'' कॅनिकॉटनं म्हटलं.

''नक्कीच होत असेल. जवळजवळ दहा मैल रस्त्यांचं काम चाललेलं होतं.'' ग्रीननं होकारार्थी मान डोलावली. ''माझी आणखी एक सवय आहे. एखादी केस संपली की, ती जिथे घडली असेल त्या आणि तिच्याशी संबंधित सगळ्या ठिकाणी मी एकदा शेवटची भेट देऊन येतो. त्यातून खूप काही शिकायला मिळतं. आपण कुठे चुकलो, काय आपल्या नजरेतून सुटलं, हे लक्षात येतं.''

साधारण वीस मिनिटांनी ते 'द हार्डस्क्रॅबल कॅफे'च्या ड्राईव्ह-वेमध्ये शिरले. नुकतेच बारा वाजून गेले होते. पार्किंग लॉटमध्ये भरपूर गाड्या लागलेल्या होत्या. त्यात पिक-अप ट्रक्सचीच संख्या जास्त होती.

कॅफेमध्ये पोचल्याबरोबर तिथे दरवळलेल्या ताज्या ब्रेडच्या वासानं केनिकॉटच्या पोटात भूक पेटली. रेस्टॉरंट पूर्णपणे भरलेलं होतं. वर एक पंखा जोरात फिरत होता, तरी चांगलंच उकडत होतं. सुंदर फुलं सीलिंगवरून प्रत्येक टेबलावर सोडलेली होती. त्यांना अगदी शेवटी खिडकीजवळचं एक टेबल मिळालं. थोड्याच वेळात एक कृश बांध्याची वेट्रेस आली.

''सॉरी, तुम्हाला जरा वाट बघावी लागली.'' तिनं म्हटलं आणि हातातलं छोटसं पॅड उघडलं.

''हाय, चार्लीन.'' ग्रीननं म्हटलं. ''आज काय खास बनवलंय?''

चार्लीननं ग्रीनकडे पुन्हा बघितलं, पण तरीही तिनं त्याला ओळखलेलं दिसत नव्हतं. ''टोमॅटो आणि काकडीचं सॅलड. सगळं आमच्या इथेच बागेत लावलेलं आहे.''

ग्रीननं सॅलड मागवलं. केनिकॉटनं घरगुती लॅसानाची ऑर्डर दिली. चार्लीन जायला वळली, तेवढ्यात ग्रीननं हलकेच म्हटलं, "माझं एक काम करशील?" त्यानं प्लॅस्टिकच्या पिशवीत ठेवलेला एक चमचा खिशातून काढला. "मिस मॅकगिलना म्हणावं, मि. ग्रीन आले आहेत आणि त्यांना एक रेस्टॉरंटमधली वस्तू परत द्यायचीय."

तिचे डोळे विस्फारले. ग्रीननं ती प्लॅस्टिकची पिशवी टेबलावर काढून ठेवली.

त्यांनी मागवलेले पदार्थ आले. दोघंही जण सावकाश, चव घेत ते खात होते आणि पदार्थ खरोखरच अत्यंत चवदार, ताजे होते. नंतर ग्रीननं दोघांसाठी रास्पबेरी पाय मागवलं. त्यांचं खाऊन संपत आलेलं असतानाच किचनचं दार उघडून केव्हिन ब्रेस आला. केनिकॉटनं आश्चर्यानं ग्रीनकडे पाहिलं, पण ग्रीनला काहीच आश्चर्य वाटलेलं दिसत नव्हतं.

ब्रेसच्या हातात एक प्लॅस्टिकचा छोटा चौकोनी टब होता. तो सावकाश टेबलांवर जाऊन उष्ट्या झालेल्या डिशेस, काटेचमचे वगैरे उचलत होता. शांतपणे, पद्धतशीरपणे त्याचं काम चाललेलं होतं. हळूहळू तो त्यांच्या टेबलाशीही आला.

तो जवळ आल्यावर केनिकॉटला दिसलं की, त्यानं केस चांगलेच बारीक कापलेले होते आणि उकडत असूनही त्यानं एक पांढरा टर्टलनेक अंगात घातलेला होता. त्यानं केनिकॉट आणि ग्रीन बसल्याचं पाहिलं, त्याबरोबर त्याच्या गंभीर चेहऱ्यावर एक ओळखीचं स्मित तरळलं. सावकाशपणे त्यांच्या डिशेस त्यानं उचलून टबमध्ये ठेवल्या. नंतर आपोआपच त्याचा हात टेबलावरच्या प्लॅस्टिकच्या पिशवीकडे गेला. लगेच ग्रीननं चट्कन ती पिशवी हातात घेतली.

"या पिशवीतल्या चमच्यावर जे हाताचे ठसे आहेत, त्यांच्यामुळेच तुमची केसमधून निर्दोष सुटका झालीय." ग्रीननं म्हटलं. त्याच्या आवाजात चीड नव्हती किंवा तो त्याला काही समजावून सांगतोय, असंही जाणवत नव्हतं. त्याच्या आवाजात होतं ते फक्त निखळ सत्य.

ब्रेसनंही थेट ग्रीनच्या नजरेत बघितलं. त्याच्या चेहऱ्यावरचं हसूही तसंच कायम होतं. त्यात आनंद नव्हता, काहीच नव्हतं. त्यानं मान डोलावली.

केनिकॉटला हॉवर्ड पीलचे उद्गार आठवले. त्यानं म्हटलं होतं, "तो तर बहुतेक तुरुंगातच जास्त खूष राहील. आम्ही त्याच्यात होतं नव्हतं ते सगळं काढून घेतलं."

तेवढ्यात सारा मॅकगिल किचनमधून आली. तिच्या चेहऱ्यावर रुंद हास्य होतं, खांद्यावर डिश पुसण्याचं फडकं होतं आणि नजरेत चमक होती. येऊन ती ग्रीनशेजारच्या खुर्चीवर बसली.

"हॅलो मि. ग्रीन!" तिनं म्हटलं. शेजारी ब्रेस शांतपणे डिशेस टबमध्ये भरत होता– एखाद्या पगारी नोकरासारखा.

"मला एक गोष्ट तुम्हाला परत द्यायचीय." त्यानं टेबलावरची प्लॅस्टिकची पिशवी तिच्याकडे सरकवत म्हटलं.

"पोलिसांत तक्रार दाखल करायला हवी तुमच्याविरुद्ध, चोरी केल्याबद्दल." ती हसली. पाठोपाठ ग्रीनही मोठ्यानं हसला.

केनिकॉटचं लक्ष ब्रेसकडे गेलं. त्याच्या नजरेत आताचं बोलणं ऐकल्याची किंवा कसलीच ओळख दिसत नव्हती. त्यानं फक्त प्लॅस्टिकच्या पिशवीतून तो चमचा काढला आणि आपल्या टबमध्ये टाकून दिला. टबच्या तळाशी थोडं साबणाचं पाणी होतं, त्यात तो चमचा बुडाला.

"तुमची बाग काय म्हणते?" ग्रीननं विचारलं.

तिच्या चेहऱ्यावर काहीशी नापसंतीची छटा उमटली. "या वेळी जरा मागे पडलोय आम्ही. या वर्षी फार पाऊस झाला."

"पण तुमच्या पदार्थांवर त्याचा काहीच परिणाम झालेला नाही."

"थँक्स." ती हसली. तिनं ग्रीनच्या दंडावर हात ठेवला. ब्रेसनं डिशेस उचलून ठेवणं थांबवलं. टेबलावरही शांतता पसरली. मॅकगिल नुसतीच पदार्थांची स्तुती केल्याबद्दल ग्रीनचे आभार मानत नाहीये, हे उघड होतं.

"एक्स्क्यूज मी, मिस मॅकगिल." तेवढ्यात पाठीमागून चार्लीनचा आवाज आला." चार नंबरच्या टेबलावर सूप सांडलंय."

मॅकगिलनं ग्रीनकडे पाहिलं आणि त्याच्या दंडावर किंचित दाबलं.

"आलेच मी." ती उठू लागली.

"आज मि. जॅरेड कोडी दिसत नाही कुठे?" ग्रीननं मध्येच म्हटलं. "तो नेहमी तक्रार करायचा ना की, तुम्ही सोमवारी रेस्टॉरंट बंद ठेवता– तो."

मॅकगिलनं त्याच्याकडे पाहिलं आणि ती मोठ्यानं हसली. "तो ना, तो गेला फिशिंग करायला. शिवाय आता आमचं रेस्टॉरंट सोमवारीही चालू असतं."

ग्रीननं चट्कन उठून तिच्याशी शेकहँड केलं. "तुम्हाला आणि मि. ब्रेसना माझ्या मनापासून शुभेच्छा."

तो आणि केनिकॉट पार्किंग लॉटमध्ये आल्यावर त्यानं केनिकॉटकडे मान वाकडी करून पाहिलं. "चल, जरा त्यांच्या बागेत जाऊन येऊ. इथे पाठीमागेच आहे."

पाठीमागे एका लांबट चौकोनी जमिनीच्या तुकड्यावर बाग होती. चारी बाजूंनी तारांचं उंच कुंपण होतं. आत अत्यंत शिस्तशीरपणे केलेल्या वाफ्यांमध्ये वेगवेगळ्या भाज्या लावलेल्या होत्या. प्रत्येक वाफ्यात खोचलेल्या एका काठीवर लावलेल्या छोट्या बोर्डावर त्या वाफ्यात लावलेल्या भाजीचं नाव होतं. प्रत्येक भाजीच्या उत्तम

प्रकारे बॅचेस केलेल्या होत्या – काल लावलेली, आज लावलेली, वगैरे.

"माझ्या घरमालकानं हे पाहिलं तर वेडाच होईल तो." केनिकॉटनं हे सगळं बघून खूष होत म्हटलं.

तेवढ्यात कॅफेचं पाठीमागचे दार उघडून एक वेगळाच दिसणारा माणूस बाहेर आला. त्यानं टोरोंटो मॅपल लीफ्सचा हॉकी स्वेटर घातलेला होता. त्याच्या हातात एक पिवळी बादली आणि मोठी कात्री होती. त्यानं केनिकॉट आणि ग्रीनकडे क्षणभर पाहिलं अन् बागेचं दार उघडून तो बागेकडे गेला.

हा माणूस म्हणजे केव्हिन ब्रेसची जणू प्रतिकृतीच होती. तेच तपकिरी डोळे, तशीच उंची. फक्त हा पाठीत वाकलेला होता.

वाफ्यांमधून अतिशय जपून चालत केव्हिन ज्युनिअरनं हळुवारपणे थोडी लेट्यूस आणि इतर काही भाज्या कात्रीनं तोडल्या. काहीशा बेसूर आवाजात तो गुणगुणत होता. नंतर बादली एका टेबलावर ठेवून तो एका अगदी नव्यानं केलेल्या वाफ्यापाशी आला आणि त्यानं खिशातून टोमॅटोच्या बियाण्यांचं एक पाकीट काढलं. अस्वस्थ झाल्यासारखी त्यानं स्वत:शीच मान हलवली.

नंतर त्यानं बागेबाहेर, कुंपणापलीकडे उभ्या असलेल्या ग्रीन आणि केनिकॉटच्या दिशेनं पाहिलं; पण त्यांच्या नजरेला नजर मात्र मिळवली नाही. त्यानं वर पाहिलं; आणि खांदे उडवले. पूर्णाकृती चंद्र आता क्षितिजाच्या बराच वर आलेला दिसत होता.

केव्हिन ज्युनिअरनं मग टोमॅटोच्या बियांचं ते पाकीट फोडलं आणि हळुवार हातानं त्या बिया पेरल्या आणि मग त्यानं दुसऱ्या खिशातून मार्कर बाहेर काढून सावकाश अक्षरं काढत वाफ्यावर लावायची छोटी पाटी लिहिली.

त्यानं वाफ्यात काठी खोचून त्यावर ती पाटी लावली, तेव्हा त्यावर लिहिलेला ठळक अक्षरातला शब्द बघून केनिकॉट आणि ग्रीनला जरासा धक्काच बसला.

केव्हिन ज्युनिअरनं पाटीवर 'टोमॅटो' असंच लिहिलेलं होतं, पण ती अक्षरं एकापुढे एक न काढता एकाखाली एक काढलेली होती.

टो
मॅ
टो

दोघंही गाडीत येऊन बसले. कोणीच बोलत नव्हतं. रस्त्याही रिकामा होता. ग्रीननं गाडीला वेग दिला.

ग्रॅनाईटच्या खिंडीतून खाली उतरताना ग्रीननं विचारलं, "कसं काय वाटलं तुला?"

"अं, पदार्थ तर मस्तच होते– एकदम ताजे. लहानपणी मला आठवतंय, माझ्या मम्मीनंही घराशेजारी अशीच एक बाग केली होती आणि–'' अचानक केनिकॉटच्या लक्षात आलं. "बरोबर.''

"काय?'' ग्रीननं त्याच्याकडे बघून लगेच नजर परत रस्त्याकडे वळवली. "काय बरोबर?''

"टोरोंटो मॅपल लीफ्स.''

६६

इथे परत यावं लागेल असं वाटलं नव्हतं, तेही इतक्या लगेच– नॅन्सीनं डॉन जेलमधल्या कैद्यांशी भेटण्याच्या खोलीतल्या खुर्चीत बसून स्वत:शीच म्हटलं. याच खुर्चीवर केव्हिन ब्रेससमोर ती पूर्वी बसली होती.

खरं म्हणजे, आज दुपारी इथे असणं तिला स्वत:लाही अपेक्षित नव्हतं. पण सकाळीच तिचा पार्टनर टेड तिच्या ऑफिसात आला होता.

"नॅन्सी, यावर तुझा विश्वास बसणार नाही." त्यानं एक रंगीबेरंगी कागदाचं पाकीट तिच्या टेबलावर टाकलं होतं. ते आधीच उघडलेलं होतं. आत एक सुंदर एम्बॉसिंग केलेला, जाड कागद होता.

> "मि. फिलिप कटर आणि मिस बार्बारा गिल्ड, बॅरिस्टर्स अँड सॉलिसिटर्स यांना कळवण्यास अत्यंत आनंद होत आहे की, आमच्या नव्या ऑफिसचे उद्घाटन जुलै १० रोजी होत आहे. कृपया आमच्या उद्घाटन समारंभास यावे."

पॅरिशनं मोठ्यानं हसून ते पाकीट त्याच्याकडे परत टाकलं होतं.

"टेड, तू त्यांच्याकडे जा, हवं तर."

"मेलो तरी जाणार नाही." टेडनं हसण्याचा प्रयत्नसुद्धा केला नव्हता.

केव्हिन ब्रेसच्या प्रकरणानंतर कटर आणि गिल्ड या दोघांना सरकारी वकिलांच्या ऑफिसमधून ज्या पद्धतीनं 'सन्मानानं' घरी जायला सांगितलं होतं, त्यावरून टेड अजूनही चिडलेला होता. त्यांना थेट हाकलून द्यायच्या ऐवजी त्यांना हळूच राजीनामा देऊन जायला सांगितलं होतं. इतकंच काय, त्यांचं पेन्शनसुद्धा सरकारनं काढून घेतलं नव्हतं. आणि आता ते ताठ मानेनं बचाव पक्षाचे वकील म्हणून काम करणार होते.

पाकीट टेबलावर ठेवून टेडनं, पॅरिशनं तिथेच ठेवलेली की, चेन हातात घेतली

होती आणि काहीही न बोलता त्यानं त्यातली एक किल्ली त्यातून सोडवायला सुरुवात केली होती.

"यासाठीच तर पार्टनर्स असतात." त्यानं म्हटलं होतं.

तोपर्यंत पॅरिशनं लॉ सोसायटीचा एक फॉर्म घेऊन तो भरायला सुरुवातही केलेली होती – हा फॉर्म खरं तर तिनं कित्येक महिन्यांपूर्वी भरून पाठवायला हवा होता. तेवढ्यात तिचं लक्ष त्याच्याकडे गेलं होतं. "काय करतोयस तू?"

"काय म्हणजे? तुझी ऑफिसची किल्ली काढून घेतोय."

"काय?"

"हो, हा उरलेला आठवडाभर तुला इथे यायला बंदी आहे."

"हे, काय करतोयस–" तिनं हसत त्याचा हात पकडायचा प्रयत्न केला होता.

"झालं! आता काय उपयोग?" किल्ली काढून हातात घेत तो मोठ्यानं हसला होता.

"टेड–."

"नॅन्सी, मी खरंच सांगतोय." त्यानं म्हटलं होतं. "हे कागदांचे गठ्ठे तू कितीही इकडून तिकडे उचलून ठेवलेस ना, तरी ते काही कमी होणार नाहीत. एखाद्या मोठ्या खटल्यातून मानसिक दृष्टीनं बाहेर यायला फार वेळ लागतो. इतकी सुंदर हवा आहे सध्या– हा आठवडाभर सुट्टी घे जरा."

"अरे, पण आज तर फक्त सोमवार आहे –"

"म्हणजे अजून चार दिवस सुट्टी घेता येईल तुला. जा, झाडं-बिडं लाव घरी. तुझं आवडतं पेच्युनियाचं झाड लाव हवं तर."

"ते मागे मी घर घेतलं तेव्हा लावलं होतं, पण ते फुकट गेलं. मेलं बिचारं!"

"मग पुन्हा लाव. काहीही कर, पण सुट्टी घे."

पॅरिशला त्याचं बोलणं मनोमन पटलं होतं. ब्रेसचा खटला संपून दीड महिनाच झालेला होता. पहिले काही दिवस तर तिला काही कामच करावंसं वाटलं नव्हतं. सावकाश लंच घ्यायची, आरामात चारही वर्तमानपत्रं पहिल्यापासून शेवटपर्यंत वाचून काढायची– असा तिचा आळसट दिनक्रम झाला होता. अजूनही तिला काम करावं, असं आतून वाटत नव्हतंच.

एकदा तिच्या मैत्रिणीनं – झेल्डानं – तिला व्होडका पीत रात्री गप्पा मारायला जवळजवळ खेचूनच नेलं होतं. विषय अर्थात झेल्डाच्या आवडीचा होता– झेल्डाचं कामजीवन. त्या ज्या बारमध्ये होत्या, तिथल्या एका माणसानं पॅरिशकडे तिचा नंबर मागितला होता आणि तो तिनं चक्क दिला होता. दोन-चार दिवसांनी जेव्हा त्याचा फोन आला होता, तेव्हा तिनं आपल्याला अजून दोन महिने वेळच नसल्याचं सांगितलं होतं. आणि त्या वेळी त्या माणसाचा खरोखरच हिरमोड झाल्याचं तिला

त्याच्या आवाजावरूनच जाणवलं होतं.

पुढच्या आठवड्यात आता मात्र जरा झटून काम करायचं, असं तिनं मनाशी ठरवलं होतं आणि खरोखरच बऱ्यापैकी कामही केलं होतं. तिनं ब्रेसचा जो खटला 'जिंकला' होता – निदान बाहेर तरी तशीच समजूत झाली होती – त्यामुळे तिला बरेच काही संभाव्य क्लाएंट्स मिळाले होते. काही प्रकरणं बरी होती, काही मात्र अगदीच निरुपयोगी होती. ही माणसं अशी होती की, ज्यांना केस जिंकायची बिलकुल आशा नव्हती; पण निदान वकील बदलून तरी केस जिंकता येईल, अशी त्यांना अंधुकशी का होईना, आशा होती.

आणखी पंधरा दिवस असेच गेले होते. दोन दिवस ती आपल्या आईकडे जाऊन राहिली होती– आणि दोन दिवसांत आईशी एकदाही भांडली नव्हती.

पण टेडनं जेव्हा तिला ऑफिसात यायला मनाईच केली, तेव्हा तिलाही मनातून बरंच वाटलं होतं. ऑफिसातून ती थेट 'जॉर्जस गार्डन सेंटर'मध्ये गेली होती. म्हातारा, डांबरट स्वभावाचा जॉर्ज वर्षभर एकच एप्रन घालत असावा बहुधा.

"गुड डे, काउन्सेलर." त्यानं कसल्याशा वेलीसारख्या दिसणाऱ्या झाडांच्या कळ्या तोडत म्हटलं होतं. पॅरिशनं त्याच्या झाडांच्या त्या दुकानात इकडे-तिकडे पाहिलं होतं, पण नेहमी त्याचं दुकान ताज्यातवान्या, टवटवीत झाडांनी भरलेलं असे, तसं ते आज दिसत नव्हतं. बहुतांश झाडं बहुधा चोखंदळ, मनापासून बागकाम करणाऱ्या लोकांनी आधीच नेलेली दिसत होती. आणि आता दिसत होती, ती उरलीसुरली झाडं.

"या वर्षी म्हणजे तू फारच उशीर केलास यायला." त्यानं म्हटलं होतं.

"हो, फार काम होतं."

"मला वाटतं, मागे एकदा मी तुझा फोटो पाहिला होता, पेपरमध्ये. त्याच कागदात मी एका क्लाएंटसाठी झाडं बांधून देत होतो. वेळेवर, योग्य मोसमात आलेल्या क्लाएंट्ससाठी जरा जास्त काळजी घ्यावी लागते."

त्याच्या बोलण्यातली खोच कळूनही पॅरिशनं तिकडे दुर्लक्ष केलं होतं. "बरं, काही बरं असं उरलंय का घरी न्यायला?"

आणि तेवढ्यात तिचा सेलफोन खणाणला होता. ती उत्तर देताना त्याच्या चेहऱ्यावरचे 'ही ना, असलीच' असे भाव तिला दिसले होते.

"नॅन्सी पॅरिश." मागे वळत तिनं म्हटलं होतं.

"मिस पॅरिश." एक अनोळखी पुरुषी आवाज पलीकडून आला होता. "तुमच्या एका पूर्वीच्या क्लाएंटनं मला तुमचा नंबर दिला–"

"तुम्ही जरा ऑफिसमध्ये फोन करा, प्लीज. मी आता हा उरलेला आठवडा सुट्टी घेतलीय आणि माझा पार्टनर–."

"त्या क्लाएंटबरोबर मी संपूर्ण हिवाळ्यात एकाच कोठडीत राहिलो होतो." त्या माणसानं म्हटलं होतं. "मला वाटतं, तुम्ही मला भेटलेलं चांगलं."

जॉर्जनं सांगितलेली झाडं घेऊन ती घाईघाईनं तिथून बाहेर पडली होती.

अर्ध्या तासानं केव्हिन ब्रेसबरोबर पूर्वी कोठडीत राहिलेला तो माणूस तिच्यासमोरच्या–ब्रेसच्या! – खुर्चीवर येऊन बसलेला होता.

"मी फ्रेझर डेंट." त्यानं शेकहँडसाठी हात पुढे करत म्हटलं. त्याच्या डोक्यावर संपूर्ण टक्कल होतं आणि बाजूंना लांब वाढवलेले केस होते. त्यामुळे तो काहीसा विदूषकासारखा दिसत होता. आणि त्याच्या चेहऱ्यावर रुंद, पण काहीसं कडवट हसू होतं.

पॅरिशला जरासं आश्चर्य वाटून गेलं – या खोलीत आपल्यासमोर बसलेल्या व्यक्तीनं बोललेलं ऐकून. कारण ब्रेस कधीच बोलत नसे, त्यामुळे तिला फ्रेझर डेंट बोलतोय, हेच थोडं वेगळं वाटलं.

"ओके." तिनं नेहमीच्या पद्धतीनं बॅगमधून एक कोरा कागद आणि वरच्या बाजूनं चावलेलं – थोडंसंच चावलेलं – बॉलपेन काढून टेबलावर ठेवलं. "हं. काय झालं?"

"अं – खरं म्हणजे काहीच विशेष नाही." त्यानं दोन्ही हात चेहऱ्यावरून चोळले. "मी निराधार लोकांसाठी सरकारनं बांधलेल्या वसाहतीत राहतो. तिथे मी काल एका खिडकीवर लाथ मारून काचेचं तावदान फोडलं."

"आणि मग?"

"माझ्या नावावर असलेल्या गुन्ह्यांच्या नोंदी बघितल्या, तर मला जामीन मिळणं शक्यच नाही. त्यामुळे मला तुमची थोडीशी मदत हवीय. डिटेक्टिव्ह ग्रीनला तुम्ही फोन करा आणि मी इथे कोठडीत असल्याचं कळवा."

"डिटेक्टिव्ह ग्रीनला?" पॅरिशनं जरा सावधपणे म्हटलं. "तो तर होमीसाईड विभागातला डिटेक्टिव्ह आहे. असला, काच फोडण्यासारखा किरकोळ गुन्हा करणाऱ्या माणसाशी त्याचा काय संबंध?"

"त्यांना फक्त एवढंच सांगा की, आमच्या तिथलं एअरकंडिशनिंग बिघडलंय; त्यामुळे मी इथे आलोय, काही दिवस विश्रांतीला. शिवाय कान्सास सिटीमध्ये सध्या हॉकीची टूर्नमेंट चालू आहे, त्यामुळे त्या मॅचेसही इथे उशिरापर्यंत बघता येतील."

"त्याला हे असं सांगू म्हणताय?"

"हो. आणि त्यांना म्हणावं, साधारण शुक्रवारी इथून सुटावं, असं मी म्हणतोय. मी हवामानाचे अंदाज बघितलेत. सध्याची ही उष्णतेची लाट संपेल तोपर्यंत."

पेन ठेवून पॅरिश किंचित हसली. विचित्रच दिसतोय!

"ओके. मी कळवेन डिटेक्टिव्ह ग्रीनला."

"आणि ते जर भेटले नाहीत, तर अल्बर्ट फर्नांदिझला सांगा. त्यांचं सध्या तिकडे बरं चाललंय, असं ऐकतोय."

पॅरिशला हसू आवरलं नाही. "हो. तो सध्या खुनाच्या केसेस लढवतोय, त्यामुळे तो तर नक्कीच तुम्हाला मदत करेल."

"अगदी बरोबर."

जाऊ दे– तिनं मनात म्हटलं. याला आपलं तिरकस बोलणंही कळलेलं दिसत नाहीय आणि ग्रीन किंवा फर्नांदिझ– दोघांशीही जर याचे जवळचे संबंध असले आणि त्यांनी याला सोडवलं, तर आपलं काय जातंय नुसते निरोप पोचवायला?

"ओके, मि. डेंट." तिनं म्हटलं. "मी त्या दोघांनाही तुमचा निरोप देईन. पण त्याआधी माझ्या एका प्रश्नाचं उत्तर द्यावं लागेल."

"जरूर. बोला."

"तुम्ही एवढे गुन्हे केले म्हणताय, म्हणजे तुमच्या ओळखीचे अनेक वकील असतील. मग मलाच का फोन केलात तुम्ही?"

डेंट मनमोकळं हसला. "मी तुम्हाला फोनवर जसं बोललो होतो, तसं तुमच्या एका पूर्वीच्या क्लाएंटनं मला तुमच्याबद्दल सांगितलंय."

"काय बोलला तो? आणि मुख्य म्हणजे, त्या क्लाएंटचं नाव काय?"

तो आणखी मोठ्यानं हसला. "तो काहीच बोलला नाही, मिस पॅरिश. त्यानं फक्त मला ही चिठ्ठी दिली आणि मला कागदावर लिहून सांगितलं की, मी परत कधीही तुरुंगात आलो, तर माझी केस तुम्हाला द्यावी; कारण तुम्ही या देशातल्या सगळ्यात चांगल्या वकील आहात."

डेंटनं तिला घडी घातलेली एक चिठ्ठी दिली. थरथरत्या हातांनी तिनं ती उघडली. ब्रेसचं हस्ताक्षर ओळखायला तिला एक क्षणही लागला नाही.

'मे २४ – पहाटे केव्हा तरी.

नॅन्सी,

आज काय व्हायचे ते होऊ दे, पण काहीही झाले तरी एक गोष्ट तुला सांगायची आहे. तू एक कमालीची हुशार वकील आहेस. या देशातली सर्वोत्तम वकील तू आहेस आणि माझ्या जीवनात तुला एक वेगळेच स्थान आहे.

कृपया मि. डेंटची काळजी घेणे. त्यांना अधूनमधून तुझी गरज लागू शकेल. माझ्या तुला मनापासून शुभेच्छा.

–केव्हिन.'

फ्रेझर डेंटचा निरोप घेऊन तुरुंगातल्या त्या लोखंडी लिफ्टनं खाली येताना पॅरिशला आतली कचऱ्याची दुर्गंधी जाणवली नाही. लिफ्टमधून बाहेर येऊन ती उत्साहानं तोच तो रॅम्प उतरून निघाली. याच वाटेनं आपली कागदपत्रांनी भरलेली ब्रीफकेस घेऊन किती वेळा आलो आणि गेलो होतो आपण, पण आजच्यासारखा उत्साह कधीच वाटला नव्हता आपल्याला, तिच्या मनात विचार आले.

आता आज घरी गेल्यावर काय करायचं, हे तिनं आधीच जॉर्जच्या दुकानातून निघताना ठरवलं होतं. जॉर्जनं तिला कुंड्यांमध्ये लावलेली दोन झाडं दिली होती.

"बाकीच्या मोसमी झाडांसाठी यायला फार उशीर झालाय तुला." त्यानं म्हटलं होतं.

"त्यात नवीन काय आहे? नेहमीच होतो."

"त्यापेक्षा ही झाडं घेऊन जा. ही बारमाही झाडं आहेत."

"कसली आहेत ही?"

"लव्हेंडरची."

"लव्हेंडर?"

"हो. सुंदर फुलं असतात ही, छान वास येतो त्यांना. खताचीही गरज नसते. फक्त सूर्यप्रकाशात ठेवली, की झालं. एकच काळजी घ्यावी लागते, की ती फार खोलवर लावायची नाहीत."

"मग एकदम सोपं आहे. हीच द्या मला."

"आणखी एक गंमत सांगतो तुला." जॉर्जनं हलकेच हसत म्हटलं होतं. "लव्हेंडरची झाडं पाहिली की, मला तुझी आठवण होते."

"का बरं?"

"कारण त्यांनाही उष्णता आवडते."

आणि त्या दोन कुंड्या घेऊन ती बाहेर पडली होती.

चला, आता आधी जाऊन ती लव्हेंडरची झाडं नीट लावू या– नॅन्सी पॅरिशनं गाडीचं दार उघडत म्हटलं.

६७

लीप्सचं काय म्हणत होतास?'' ती खिंड उतरून, सरोवराशेजारच्या त्या रिसॉर्टपाशी गाडी आणून थांबवत ग्रीननं विचारलं. केनिकॉटचं लक्ष ग्रीनच्या पलीकडे गेलं. पंधरा-सोळा वर्षांची एक मुलगी सरोवराशेजारच्या त्या डायव्हिंग टॉवरवर एकटीच उभी होती. तिच्या अंगावर स्विमिंग सूट होता. तिला सूर तर मारायचा होता, पण ती घाबरतेय असं दिसत होतं.

''केव्हिन ज्युनिअर त्या क्लबचा फॅन होता, त्याच्या डॅडींसारखाच.'' केनिकॉटनं म्हटलं. ''ब्रेसच्या घरातले ते मॅपल लीप्सचे ग्लासेस आठवतात ना तुला? मी अगदी पहिल्यांदा जेव्हा तिथे गेलो होतो, तेव्हाच मी ते पाहिले होते. माझी समजूत अशी झाली की, ते ब्रेसचेच असणार.''

ग्रीन त्याच्याकडे बारकाईनं बघत होता. ''पण तसेच ग्लासेस विनगेटच्या घरातही होते.''

''तेच तर म्हणतो मी.'' केनिकॉटनं म्हटलं. ''तो ऑटिस्टिक आहे, त्यामुळे त्याला परिचित वस्तू जवळपास असल्यावर बरं वाटत असणार. त्यामुळे ते सगळेच ग्लासेस त्याचेच असतील, हेच जास्त सयुक्तिक वाटतं.''

ग्रीननं म्हटलं, ''ब्रेस दररोज त्याच्या घरात दुपारी एकटाच असे.''

''त्यात काय, तो दुपारची एखादी डुलकी काढायलाही घरात राहत असेल.''

''नाही.'' ग्रीननं म्हटलं. ''मॅकगिलनं स्वत:च नाही का आपल्याला सांगितलं, की तो फारसा झोपत नसे? म्हणजेच त्या वेळी तो त्याच्या मुलाबरोबर तिथे राहत होता.''

केनिकॉटची नजर पुन्हा त्या मुलीकडे गेली. आता ती वरून खाली पाण्याकडे बघत, सूर मारण्यासाठी धैर्य गोळा करत होती.

''पण विनगेटनं जेव्हा सांगितलं की, केव्हिन ज्युनिअर कधीच ब्रेसच्या घरी जात नसे, तेव्हा तर तुझा तिच्यावर विश्वास बसला होता.''

"तसं मी फक्त म्हटलं होतं." ग्रीननं म्हटलं. "कारण मला तिला बोलतं ठेवायचं होतं. कोणीही साक्षीदार 'कधीच नाही', 'नेहमीच होता' वगैरे ठाम वाक्य बोलतो, तेव्हा ते एक तर अत्यंत खरं असतं किंवा ती अगदी नाइलाजाच्या परिस्थितीत मारलेली थाप असते. त्या वेळेला तिला आणि तिच्या मुलीला – मॅकगिलला – काहीही करून केव्हिन ज्युनियरला या प्रकरणातून बाहेर ठेवायचं होतं."

"म्हणजे तुला असं वाटतं का, की कॅथरिनला केव्हिन ज्युनिअरनं मारलं आणि हे सगळे जण त्याला वाचवायचा प्रयत्न करताहेत?"

ग्रीननं खांदे उडवले. "तो कशाला ब्रेसच्या घरी इतक्या पहाटे असेल? त्यापेक्षा मॅकगिलचं तिथे असणंच तर्काला धरून आहे."

केनिकॉटनं पुन्हा त्या मुलीकडे बघितलं. पुन्हा एकदा तिचा आत्मविश्वास डळमळीत झालेला दिसत होता.

"आपण जरा त्रयस्थ भूमिकेतून विचार करू." ग्रीननं म्हटलं.

"एखादी केस संपली की, मी असा विचार करतो – कोण जिंकलं आणि कोण हरलं?"

"सारा मॅकगिलच जिंकली– अगदी सहज." केनिकॉटनं ठामपणे म्हटलं. "तिनं तिचा नवरा परत मिळवला, मुलगाही मिळवला. कॅथरिन टॉर्नच्या रूपानं तिला कायम सलत असलेला काटा दूर झाला. तिच्या कॅफेलाही जीवदान मिळालं आणि आता चिल्ड्रेन एडवाली माणसं तिच्या नातवंडांकडे पुन्हा कधीही बघणार नाहीत. कॅथरिनच्या मृत्यूच्या वेळी ती प्रत्यक्ष ब्रेसच्या घरात होती, ही गोष्ट फक्त तुला, मला आणि फर्नांदिझलाच माहितेय. तिनंच कॅथरिनला मारलं असेल! तुला काय वाटतं?"

ग्रीननं काही क्षण केनिकॉटकडे टक लावून पाहिलं. "टॉर्नच्या वडिलांनी आणि तिच्या त्या प्रशिक्षकानं– दोघांनीही सांगितलं की, शरीराचा समतोल राखण्यात ती अत्यंत पटाईत होती. ती एक उत्कृष्ट रायडर होती. असं असताना, मॅकगिलनं सांगितलं तशी ती त्या सुरीवर पडणं कसं शक्य आहे?"

"पण तिथली फरशी घसरडी होती. मी स्वतःच घसरून पडलो तिथे."

"खरंय."

"मॅकगिलनं असंही सांगितलं की, कॅथरिननं ब्रेसचा सुरी धरलेला हात घट्ट पकडून खेचून घेतला."

"बहुधा तिनं तसंच केलं असावं. तिला कसंही करून बाकीच्यांचं लक्ष स्वतःकडे वेधून घ्यायचं होतं. आत्महत्येचे बहुतांश प्रयत्न असेच असतात – ते फक्त प्रयत्नच असतात – आपल्याकडे लक्ष वेधून घेण्यासाठी, आपल्याला मदत करण्यासाठी ती मारलेली हाक असते. आत्महत्येचा प्रयत्न सफल व्हावा, हा उद्देश

त्यामागे सहसा कधीच नसतो. कॅथरिनबद्दल आपल्याला जे काही समजलंय, त्याचा विचार केला, तर ती ब्रेसचा गळा नक्कीच आवळत होती आणि मॅकगिलनं सांगितलं, तशीच तिनं बहुतेक ती सुरी स्वत:कडे खेचूनही घेतली.''

''पण-?''

''माणसाच्या जीवनात वेगळं वळण देणाऱ्या घटना बहुतेक वेळा क्षणार्धात घडतात. त्यात त्यानं फारच थोडा विचार केलेला असतो- बहुधा अजिबातच केलेला नसतो. कॅथरिन टॉर्नची अवस्था अत्यंत अगतिक झालेली होती. ती पुन्हा दारू पीत होती, तिच्या शरीरातली प्लेटलेट्‌सची पातळी तर जवळजवळ संपतच आलेली होती. सारा मॅकगिलही तिच्या परीनं अगतिकच होती. तिचं कॅफे डबघाईला आलेलं होतं. तिच्या मुली बाळंत व्हायला आलेल्या होत्या. अजूनही तिच्या मनात त्या चिल्ड्रेन एडची दहशत होती. अशा परिस्थितीत ध्यानी-मनी नसताना कॅथरिन आतून धावत येते- पूर्णपणे विवस्त्र, बेभान अवस्थेत. आल्या-आल्या ती ब्रेसचा गळा आवळायला सुरुवात करते. मॅकगिल त्याच्या गळ्याभोवतीची पकड सोडवते... लक्षात घे, मॅकगिल जरी एक मध्यमवयीन बाई असली, तरी कामामुळे तिचे हात चांगलेच मजबूत आहेत. इतकी वर्षं दररोज ब्रेड बनवतेय ती. तेवढ्यात कॅथरिन ब्रेसचा सुरी धरलेला हात घट्ट पकडते आणि स्वत:च्या पोटाकडे खेचते. मॅकगिल इतकी वर्षं ज्या संधीची वाट बघत असते, तो क्षण अचानक समोर उभा ठाकतो. इतकी वर्षं दाबून ठेवलेला संताप, चीड, त्वेष, निराशा – मॅकगिलसाठी हीच एकमेव संधी असते, हाच क्षणार्ध असतो – या सगळ्यातून कायमचं बाहेर पडण्याचा.''

''म्हणजे तिनंच कॅथरिनला भोसकलं, असं वाटतंय तुला?''

''तिनं तसं केलं असेल, याबद्दल शंका आहे मला. तिच्या हातांचे ठसे त्या सुरीवर नव्हते.''

''कदाचित तिनं तिचे हात ब्रेसच्या हातांवर ठेवले असतील.''

''किंवा कॅथरिनला पाठीमागून ढकललं असेल. जरा तो प्रसंग डोळ्यांसमोर आण. ब्रेसचे हात धरून सुरी टॉर्न स्वत:च्या पोटावर रोखते किंवा कदाचित कातडीतून किंचित घुसवतेही. आता मॅकगिलनं फक्त तिला पाठीमागून एक धक्का द्यायचाच अवकाश आहे.''

ग्रीननं रस्त्याकडे नजर टाकली. रहदारी वाढलेली होती. केनिकॉटनं पुन्हा त्या मुलीकडे नजर वळवली. आता ती पायऱ्या उतरून खाली येत होती.

''तो डॉक्टर मॅककिल्टी – कॅथरिनच्या शवाची तपासणी केलेला – माणसाच्या कातडीबद्दल काय बोलला होता, आठवतंय ना?'' ग्रीननं परत केनिकॉटकडे बघितलं.'' तो म्हणाला होता, सुरी कातडीच्या बाहेरच्या भागातून एकदा आत

घुसली की, ती कसलाही विरोध न होता पोटातल्या अवयवांमध्ये शिरते– पिसं भरलेल्या उशीत घुसावं, तशी. मागे एकदा सारा मॅकगिलनं एका पोलिसाला पाठीमागून जोरात ढकललं होतं, तेव्हा तो पोलीस थेट एका दुकानाच्या काचेवर जाऊन आदळला होता. याही वेळी कॅथरिनला मागून फक्त एक धक्का दिला की, काम होणार होतं.''

केनिकॉटची नजर आपोआप परत त्या मुलीकडे गेली. ती अर्धवट उतरून थांबलेली होती. टॉवरच्या शिडीचे लाकडी कठडे तिनं हातांनी धरलेले होते. तिनं ते कठडे किती घट्ट धरले आहेत, हे केनिकॉटला इतक्या लांबूनही दिसत होतं. कठडे इतक्या घट्ट पकडल्यामुळे तिच्या हातांची बोटं पांढरीफटक पडलेली असतील– त्यानं मनात म्हटलं.

तिची बोटं!

तो चमकलाच. शेजारी बसलेल्या ग्रीनलाही ते जाणवलं. ''काय झालं?''

''कॅथरिनच्या दंडांवर काळ्या-निळ्या खुणा होत्या.''

''कसल्या खुणा?''

''तिच्या शवाची उत्तरीय तपासणी आठवतेय? तू डॉक्टर मॅककिल्टीबरोबर आत आलास, तेव्हा मी कॅथरिनच्या प्रेताचं निरीक्षण करत होतो.''

''हो. तू तिच्या खांद्यांकडे बघत होतास.''

''हो, आणि तिच्या दंडांकडेही. तिथे काळे-निळे ठसे होते. होनं सांगितलं की, त्यांना तसा काही फारसा अर्थ नाही. मॅककिल्टीही तसंच बोलला. ते कशामुळेही पडलेले असू शकतील, असं त्यांचं म्हणणं होतं.''

''विशेषत: तिची प्लेटलेट्सची खालावलेली पातळी लक्षात घेता, त्यांचं म्हणणं पटण्यासारखंच आहे. कारण अशा वेळी शरीरावर हलक्या दाबानंसुद्धा काळे-निळे डाग उमटतात. त्यामुळे पुराव्याच्या दृष्टीनं ते निरुपयोगीच असतात.''

''पण त्या डागांमध्ये सुद्धा काही खास असलं तर मात्र परिस्थिती वेगळी होते.'' केनिकॉटनं आपला हात बोटं पसरून वर केला. ''कॅथरिनच्या उजव्या दंडावर अंगठा आणि चार बोटांच्या खुणा होत्या, पण तिच्या डाव्या दंडावर मात्र अंगठा आणि तीनच बोटं उमटलेली होती.''

''तीनच बोटं!'' ग्रीननं म्हटलं. ''अरे, सारा मॅकगिलच्या डाव्या हाताला तीनच बोटं आहेत. तिच्या हाताला अंगठीचं बोटच नाही.''

काही क्षण दोघंही एकमेकांकडे विचारमग्न अवस्थेत टक लावून बघत राहिले.

''कदाचित असं घडलं असेल.'' ग्रीननं म्हटलं. ''सारा मॅकगिलनं कॅथरिनला धरून ठेवलं असेल आणि मग त्या सुरीवर ढकलून दिलं असेल. यामुळे, ब्रेसनं तिचं प्रेत टबमध्ये का टाकलं याचंही उत्तर मिळतं – सारा मॅकगिलचा डीएनए धुऊन

जावा, म्हणून. त्याची व्होकल कॉर्ड खलास झालीय, त्यामुळे तो बोलू शकत नाही आणि त्याचं रहस्य दडवण्यासाठी त्यानं जामीनही नाकारला. तुझी साक्ष बघितल्यावर त्याच्या लक्षात आलं की, त्या दारामागे कोणी तरी लपलेलं होतं हे तू ओळखलंयस आणि त्यामुळेच त्यानं दोषी असल्याचं कबूल करायचं ठरवलं.''

"हो, पण कोणाला पाठीशी घालायचं होतं त्याला– सारा मॅकगिलला? त्याच्या मुलाला? की आणखी कोणाला?''

"मॅकगिल ब्रेसबद्दल आपल्याला काय बोलली होती, आठव.'' ग्रीननं म्हटलं. "बिचारा केव्हिन, त्यानं दोघींवर प्रेम केलं आणि दोघीही चक्रम निघाल्या.''

"बरं, मग?''

"मी असं धरून चाललो होतो की, एकवीस डिसेंबरच्या त्या फक्त एकाच दिवशी सारा मॅकगिल ब्रेसच्या घरी गेलेली होती.'' ग्रीननं म्हटलं.

"मग आणखी कधी जाणार ती? कॅथरिनला ते समजलं नसतं का?''

ग्रीननं नकारार्थी मान हलवली. "तू ते दोघं – म्हणजे ब्रेस आणि कॅथरिन टॉर्न – आठवड्यात कोणत्या दिवशी, कोणत्या वेळी काय करायचे याचा अभ्यास केला होतास, तो आठव. कॅथरिन दर रविवारची रात्र तिच्या आई-वडिलांकडे काढायची. ब्रेस सोमवारी काम करायचा नाही. त्यानं पॅरलल ब्रॉडकास्टिंगच्या करारातही ही अट घातली होती.''

"कारण?''

"कारण रविवारची रात्री तो मॅकगिलबरोबर घालवायचा.'' ग्रीननं म्हटलं. "दोन बायका. एकीबरोबर सहा रात्री, दुसरीबरोबर सातवी रात्र.''

केनिकॉटनं मान डोलावली. "फक्त एकवीस डिसेंबरला मात्र कॅथरिननं त्यांना धक्का दिला. त्या दिवशी मध्यरात्रीच ती घरी आली.''

"तू रशीदला व्हिडिओवर फोन करताना पकडलं होतंस– त्या रात्री टॉर्नची गाडी खालच्या पार्किंगमध्ये आल्याबरोबर. आपली कल्पना अशी झाली की, तो कॅथरिन घरी आल्याचं ब्रेसला फोन करून सांगत होता.''

"पण ते तसं नव्हतं. तो ब्रेसला कॅथरिन आल्याची खबर देऊन सावध करण्यासाठी फोन करत होता; कारण मॅकगिल अजून तिथेच आहे, हे त्याला माहीत होतं.''

"मॅकगिल– फार हुशार बाई. दर रविवारी ती दुपारी दोनला कॅफे बंद करायची. पुढे तासभर साफसफाई वगैरेसाठी लागायचा. मग तीन तासांचा प्रवास करून टोरोंटोला यायची. मार्केट लेनमध्ये मोफत पार्किंग संध्याकाळी सहाला सुरू होतं. असा हा सगळा खाक्या होता. एकवीस डिसेंबरच्या त्या रविवारीसुद्धा वेगळं काहीच घडलं नाही – दर रविवारी व्हायचं तसं फॅमिली डिनर झालं. एडना विनगेट, तिची

मुलगी सारा मॅकगिल, जावई ब्रेस, नात अमांडा व तिचं बाळ आणि नातू केव्हिन ज्युनिअर. कसं सुंदर, सुखी कुटुंब.''

''आणि मग ब्रेस आणि सारा मॅकगिल...''

''त्यांनी दर रविवारप्रमाणे रात्र एकत्र घालवली. विनगेट सरळ माझ्या नजरेला नजर भिडवून हे खरं आहे, असं सांगू शकते. कारण तिला त्या रविवारी रात्री वेगळं काही दिसलंच नाही. रशीदला एखाद्या ठिकाणी लोकांना लपत-छपत कसं न्यायचं – किंवा तिथून परत कसं आणायचं – हे बरोबर समजतं. म्हणूनच तो आपल्याला लिफ्टमध्ये गेलेला त्या व्हिडिओत दिसला. मी पैजेवर सांगतो, त्यानं ती लिफ्ट १२ नंबरचं बटण दाबून वर नेऊन ठेवलेली असणार. कशासाठी; तर ब्रेसला आणखी थोडा वेळ मिळावा म्हणून. पण तरीही सारा मॅकगिलला पळ काढायला पुरेसा वेळ मिळाला नसता.''

''त्या वेळी पहाटेचे दोन वाजले होते.''

''बरोबर. काही तासांनी मॅकगिल ब्रेसकडे पुन्हा गेली. कदाचित ते दोन हजार डॉलर घ्यायला असेल किंवा एक शेवटचं चुंबन घेण्यासाठीही असेल. आणि दार मि. सिंगसाठी उघडलेलं असेल, हे तिला माहीत असेलच तिची कल्पना अशी असणार की, टॉर्न झोपलेली आहे. पण टॉर्न जागीच असते – याला बायकांचं उपजत अंतर्ज्ञान म्हण, किंवा तिला कदाचित पूर्वीपासून संशय असेल की ब्रेसचं काही तरी लफडं चालू असावं. त्यामुळे तिनं त्याला रंगेहाथ पकडण्यासाठी रचलेला हा सापळा असू शकेल.''

''पण या सगळ्यावरून असं लक्षात येतं की, कॅथरिन टॉर्नला मारण्यासाठी सारा मॅकगिलकडे सबळ कारण होतं, उद्देश होता. नाही का?'' केनिकॉटनं म्हटलं. ''एकदाचा कॅथरिनचा काटा कायमचा काढून टाकायचा. विशेषतः ब्रेसच्या त्या दहा लाखांच्या करारावर सही करण्याच्या बाबतीत तिचा अडसर होत असेल, तर नक्कीच. मॅकगिलचे अनेक प्रश्न कॅथरिनला मारून सुटणार होते.''

''अगदी बरोबर.'' ग्रीननं त्याच्या खांद्याभोवती हात टाकला. केनिकॉटला क्षणभर आश्चर्यच वाटलं.

काही क्षण गाडीत एक अवजड शांतता होती.

''पण आपणच तिला मारलं, असं ब्रेसनं मि. सिंगला का सांगितलं?'' केनिकॉटनं विचारलं.

''कदाचित मॅकगिलनं काय केलं हे त्यानं पाहिलं नसेल.''

''किंवा कदाचित कॅथरिन टॉर्ननं खरोखरच स्वतःला भोसकून घेतलं असेल आणि त्याला आपणच जबाबदार आहोत, असं त्याला वाटलं असेल.''

''किंवा तिसरी शक्यता म्हणजे, केव्हिन ज्युनिअरनं तिला मारलं असेल आणि

ते सगळे जण त्याला पाठीशी घालत असतील.''

ग्रीननं केनिकॉटच्या खांद्यावरून हात काढून घेऊन रस्त्याकडे नजर टाकली. अजूनही रहदारीत खंड नव्हता. त्यांना रहदारीत घुसणं – तेही विरुद्ध बाजूला जाऊन – शक्य नव्हतं.

''पण आपल्याकडे कॅथरिनच्या दंडावरचा तीन बोटांचा ठसा आहे ना!'' केनिकॉटनं म्हटलं, ''हा चांगला सबळ पुरावा आहे.''

''चुकतोयस तू. हा फक्त मॅकगिलनं तिचा दंड धरल्याचा पुरावा आहे. कदाचित तिनं तिला वाचवण्यासाठीही धरलं असेल किंवा कदाचित कॅथरिन तिच्या हातांवर पडली असेल. त्या वेळी मॅककिल्टीनं म्हटलं होतं की, तिची प्लेटलेट्सची पातळी इतकी खालावलेली होती, की एखाद्या पिकलेल्या केळ्यावर जितके सहज काळे-निळे डाग पडतात, तितके सहज ते तिच्या अंगावर पडू शकले असते – फक्त तिला जरासं दाबायचा अवकाश.''

केनिकॉटनं मान वळवून पुन्हा त्या मुलीकडे बघितलं. ती त्या शिडीवर थिजल्यासारखी उभी होती.

''ओके. पण या सगळ्याचा आपल्याला काय उपयोग करून घेता येईल?'' शेवटी त्यानं विचारलं.

''खरं म्हणजे, काहीच नाही.'' ग्रीननं म्हटलं. अजूनही रहदारीत कुठेही मोकळी जागा दिसत नव्हती. ''कॅथरिनच्या दंडावरच्या मॅकगिलच्या हाताच्या ठशांचा जो पुरावा आहे, तो काहीही सिद्ध करण्याइतका सबळ नाही. त्याला मदत करणारा आणखी पुरावा हवा. आपण जर असं सिद्ध करू शकलो की, ती दर रविवारी तिकडे जात होती आणि त्या बाबतीत जबाब देताना तिनं आपली दिशाभूल केली; तर कदाचित पुढे काही तरी करता येईल.''

''बरं. आता पुढे काय करायचं?''

''काही नाही. मी तुला विमानतळावर सोडणार. तू इटलीला जा. मी उद्या सकाळी ब्रेसच्या अपार्टमेंटमध्ये जाईन. दैवाची साथ असेल, तर तिथे राहायला आलेले नवे लोक मला आत तपास करायला परवानगी देतील. आपलं दैव अजून थोडं बलवत्तर असलं, तर ते मॅपल लीफ्सचे ग्लासेस अजूनही तिथे असू शकतील. त्यांपैकी काही ग्लासेसवर मॅकगिलच्या हातांचे ठसे मिळाले, तर आपला तपास एक पाऊल पुढे गेला, असं म्हणायला हरकत नाही.''

''आणि ते ग्लासेस गेले असले तर?''

''तर काही इलाज नाही. कधी कधी असं होतं की, तुम्हाला एखादी गोष्ट माहीत असते, पण ती सिद्ध करणं शक्य नसतं. अशा वेळी फक्त ही गोष्ट लक्षात ठेवून द्यायची.''

"आणि काय, तिला तसंच सोडायचं? सगळं प्रकरण विसरून जायचं?"

"बरोबर बोललास. एका बाबतीत आपले स्वभाव जुळतात– आपण कधी काही विसरून जाऊ शकत नाही. अधूनमधून आपण तिच्या कॅफेमध्ये येत जाऊ." ग्रीननं म्हटलं.

"आणि तिचा खास घरगुती ब्रेड खाऊ."

ग्रीननं पुन्हा रस्त्याकडे बघितलं. "एक गोष्ट आपल्याला पक्की माहितेय की, ब्रेसचं मॅकगिलवरचं प्रेम कधीही कमी झालं नाही. त्याच्या दृष्टीनं ती कायमच सुंदर होती."

"हे कसं माहीत आपल्याला?"

"ब्रेस दररोज सकाळी हे मि. सिंगला सांगायचा."

अगदी पहिल्याच दिवशी मि. सिंगच्या जबाबातलं लिहून घेतलेलं हे वाक्य आठवून केनिकॉट हसला आणि त्यानं मान डोलावली. "बरोबर. आठवलं."

"मी तर म्हणतो की, दर सोमवारी पहाटे ती मुद्दाम त्या दारामागे लपून उभी राहत असेल आणि ब्रेसनं उच्चारलेलं ते वाक्य ऐकत असेल." ग्रीननं म्हटलं. "माझ्या डॅडींना नेहमी प्रश्न पडायचा की, ब्रेसनं कॅथरिन टॉर्नशी कधीच का लग्न केलं नाही? त्याचं उत्तर आत्ता मिळतंय आपल्याला."

"त्यानं त्या दोघींवरही प्रेम केलं. एक लग्नाची बायको आणि दुसरी नुसतीच लिव्ह–इन रिलेशनशिप."

"हो, खरंय."

दोघंही मोठ्यानं हसले.

तेवढ्यात ग्रीनला रस्त्यावरच्या रहदारीत खंड पडलेला दिसला आणि त्यानं गाडी ताबडतोब सुरू करून लगेच तिला वेग दिला. धूळ आणि खडी उडवत काही क्षणांतच गाडी हायवेला लागली. केनिकॉटची मान आपोआपच मागे, त्या मुलीकडे एक शेवटचा दृष्टिक्षेप टाकण्यासाठी वळली. नव्या निर्धारानं आता ती मुलगी झपाट्यानं पायऱ्या चढून परत प्लॅटफॉर्मवर आली आणि त्याच सपाट्यात तिनं कुठेही न थांबता शरीर खाली झोकून दिलं.

६८

मि. सिंगना कॅनडातले या काळातले मोठे दिवस विशेषत: आवडायचे. अशा वेळी त्यांना पंजाबची आठवण प्रकर्षानं व्हायची. तिकडे तर पहाटे साडेचारलाच फटफटलेलं असायचं आणि पार रात्री नऊच्या नंतरही उजेड असायचा. आज तर २१ जून होता – वर्षातला सगळ्यात मोठा दिवस.

आणि कालच त्यांना निरोप मिळालेला होता की, मार्केट प्लेस टॉवरमधल्या अपार्टमेंट नंबर १२ ए मध्ये आता पुन्हा पेपर टाकायला सुरुवात करायचीय. मि. केव्हिन ब्रेस तर आता तिथे राहत नाहीत; मग आता तिथे कोण बरं राहायला आलं असेल? लॉबीमध्ये पेपरचे गठ्ठे सोडवताना ते विचार करत होते.

ब्रेसच्या खटल्यानंतर मिस एडना विनगेटनं त्यांचं घर – १२ बी – विकलेलं होतं. तिथले नवे लोक 'द ग्लोब' घेत नव्हते, ते 'टोरोंटो स्टार' घेत होते. पण १२ ए मधले लोक मात्र 'द ग्लोब' घेत होते. म्हणजे आता पुन्हा त्यांना रोज बाराव्या मजल्यावर जाऊन पेपर टाकायचा होता.

मार्केट प्लेस टॉवर ही संपूर्ण बिल्डिंग वातानुकूलित होती. त्यामुळे बाराव्या मजल्यावर मि. सिंग लिफ्टमधून बाहेर पडले, तेव्हा त्यांना छानपैकी गारवा जाणवत होता. चालत ते १२ एच्या दिशेनं निघाले.

अर्ध्या वाटेतच त्यांना १२ एचं पुढचं दार उघडं दिसलं. पाठोपाठ त्यांना आतून एक पुरुषी आवाज ऐकू आला. बोलणारा माणूस आवाजावरून तरुण वाटत होता. "हनी, मी ते सगळे मॅपल लीफ्सचे ग्लासेस डिशवॉशरमध्ये टाकलेत."

"झकास! म्हणजे आपण परत येईपर्यंत ते स्वच्छ धुतले जातील." एका स्त्रीचा आवाज आला. हाही तरुण होता आणि चांगला प्रेमळ वाटत होता.

मि. सिंग दाराशी पोचले. आधी दारावर '१२ ए' अशी धातूची प्लेट होती, त्याजागी आता सुंदर निळ्या रंगात हातानं रंगवलेली पाटी लावलेली दिसत होती.

"मला फक्त माझ्या शूजच्या नाड्या बांधायच्या आहेत." त्या माणसानं

बोललेलं मि. सिंगना ऐकू आलं आणि नंतर डिशवॉशरचा आवाज आला. मग दाराकडे येणाऱ्या पावलांचा आवाज आला आणि अचानक पुढचं दार सताड उघडलं. एक अगदी तरुण जोडपं त्यांच्या पुढ्यात उभं राहिलं. दोघांच्याही अंगात निळसर टी-शर्ट, काळ्या शॉर्ट्स आणि स्वच्छ पांढरे जॉगिंग शूज होते.

"ओ, हाय!" त्या माणसानं जागेवरच थबकून उभं राहत म्हटलं. चांगला उंच, तगडा होता तो. डोक्यावर सोनेरी केसांचं जंगल आणि पांढरे स्वच्छ, चमकदार दात.

"गुड मॉर्निंग, सर." मि. सिंग बोलले. "गुड मॉर्निंग, मॅम." त्यांनी हातातला उरलेला एकमेव पेपर त्यांच्यापुढे धरला. कारण १२ ए हे त्यांचं मार्केट प्लेस टॉवरमधलं शेवटचं गिऱ्हाईक होतं.

ती स्त्री एक पाऊल पुढे झाली. तिचे केस काळेभोर, बॉयकट केलेले होते आणि चेहरा कमालीचा आकर्षक होता. "ओहो. 'द ग्लोब' यायला लागला वाटतं. ग्रेट!" तिनं तो पेपर त्यांच्या हातातून घेतला.

"वा! झकास." त्या माणसानं म्हटलं आणि शेकहँडसाठी हात पुढे केला. "मी कॅल व्हाईटहोम."

"वेलकम," मि. सिंग किंचित हसले. "मी गुरुदयालसिंग. मी तुमचा पेपर टाकणार आहे."

"आणि ही माझी सुंदर बायको. हिचं नाव आहे कॉन्स्टन्स." मि. सिंगशी शेकहँड करत त्यानं ओळख करून दिली.

तिनं लगेच पेपर वाचायलाही सुरुवात केली होती. आपलं नाव ऐकून लगेच तिनं वर बघितलं. "हाय." तिचे डोळे निळेशार होते.

"आम्ही दोन वर्षं पॅरिसला राहत होतो." त्या माणसानं म्हटलं, "नुकतीच आमच्या बँकेनं परत आमची इकडे बदली केलीय आणि तुम्हाला सांगतो- पेपर मिळणं, गार्बेरेटर्स, अशा छोट्या-छोट्या गोष्टी परत सुरू झाल्या ना, की फार बरं वाटतं."

"आम्ही दोघंही कामाला जायच्या आधी दररोज जॉगिंग करतो." त्या मुलीनं हसून म्हटलं. "त्यामुळे तुम्ही इतक्या लवकर पेपर देणार हे आम्हाला फारच सोईचं आहे."

"मी दररोज बरोबर सकाळी साडेपाचला पेपर देतो." मि. सिंग म्हणाले. "मी पूर्वी भारतातल्या रेल्वेमध्ये चीफ इंजिनिअर होतो. त्यामुळे मला वेळेवर सगळं करण्याची पक्की सवय आहे."

"ग्रेट!" तो माणूस हसून बोलला.

तेही हसले.

ते आणखीही थोडं बोलणार होते, पण त्यांना ती मुलगी हातात किल्ल्या खुळखुळताना दिसली. अरे, यांना घाई दिसतेय- त्यांनी मनात म्हटलं आणि हसून त्यांचा निरोप घेऊन ते मागे फिरले.

*

www.ingramcontent.com/pod-product-compliance
Lightning Source LLC
LaVergne TN
LVHW092345220825
819400LV00031B/226
* 9 7 8 8 1 8 4 9 8 4 7 4 3 *